TƯỜNG GIẢI
KINH DUY-MA-CẬT

TƯỜNG GIẢI KINH DUY-MA-CẬT

Lương Trần Pháp Giác
Nguyễn Minh Tiến hiệu đính

United Buddhist Publisher
Nhà xuất bản Liên Phật Hội - California, Hoa Kỳ
Xuất bản lần thứ nhất: Tháng 11/2023
Thiết kế bìa: Họa sĩ Đình Khải

© All rights reserved. No part of this book may be reproduced by any means without prior written permission from the publisher.

Hoan nghênh việc lưu hành qua internet hoặc ấn tống. Vui lòng liên lạc với tác giả (gnoulnart@gmail.com) hoặc NXB (publish@pgvn.org) để được cho phép và có bản cập nhật mới nhất.

LƯƠNG TRẦN PHÁP GIÁC

TƯỜNG GIẢI KINH DUY-MA-CẬT

NGUYỄN MINH TIẾN
Hiệu đính

TẬP 2

NHÀ XUẤT BẢN LIÊN PHẬT HỘI
UNITED BUDDHIST PUBLISHER

MỤC LỤC

LỜI GIỚI THIỆU xi

CHƯƠNG 8. PHẨM PHẬT ĐẠO

✦ BA CÕI LÀ PHẬT ĐẠO 441
✦ BỐN CHƯỚNG LÀ TƯỚNG DỤNG 447
✦ MẦM SEN TRONG LỬA 456
✦ KINH NGHIỆM BẬC THẦY 475
    KINH NGHIỆM TỰ THỌ DỤNG 477
    KINH NGHIỆM THA THỌ DỤNG 487

CHƯƠNG 9. PHẨM VÀO PHÁP MÔN BẤT NHỊ

✦ TRƯỚC THỀM BẤT NHỊ 503
    LƯỢC Ý CHƯƠNG 1 503
    LƯỢC Ý CHƯƠNG 2 505
    LƯỢC Ý CHƯƠNG 3 508
    LƯỢC Ý CHƯƠNG 4 515
    LƯỢC Ý CHƯƠNG 5 523
    LƯỢC Ý CHƯƠNG 6 527
    LƯỢC Ý CHƯƠNG 7 530

LƯỢC Ý CHƯƠNG 8 537
✦ VÀO CỬA BẤT NHỊ 540
✦ TÍN GIẢI BẤT NHỊ TRÊN NHÂN ĐỊA 544
    QUÁN TƯỚNG SANH DIỆT BẤT NHỊ 545
    QUÁN NGŨ ẤM CHỨNG BẤT NHỊ 548
    BẤT NHỊ TRÊN NHÂN ĐỊA PHÁT TÂM
    VÀ PHƯƠNG TIỆN PHÁP MÔN 560
✦ TÍN GIẢI BẤT NHỊ TRÊN QUẢ ĐỊA 567
    BẤT NHỊ CHUYỂN HÓA Ý THỨC PHÂN BIỆT ... 568
    BẤT NHỊ CHUYỂN HÓA
    MẠT-NA THỨC CHẤP TRƯỚC 570
    BẤT NHỊ CHUYỂN HÓA TIỀN NGŨ THỨC 572
    BẤT NHỊ CHUYỂN HÓA
    A-LẠI-DA THỨC VỌNG TƯỞNG 575
✦ HÀNH CHỨNG BẤT NHỊ THÔNG TỪ NHÂN ĐẾN QUẢ 579
    BẤT NHỊ THU ẤM GIỚI NHẬP 580
    BẤT NHỊ THÔNG TỪ NHÂN ĐẾN QUẢ 587
    HÀNH BẤT NHỊ CHỨNG NGÃ KHÔNG 594
    HÀNH BẤT NHỊ CHỨNG PHÁP KHÔNG 600
    SỰ IM LẶNG VƯỢT TRÊN NGÔN THUYẾT 608

CHƯƠNG 10. PHẨM PHẬT HƯƠNG TÍCH

✦ DUYÊN KHỞI 613
✦ CÕI CHÚNG HƯƠNG 617

- ✦ KHỞI DỤNG ĐỘ SANH 621
- ✦ PHÂN THÂN BẤT TƯ NGHỊ 628
- ✦ BÁT CƠM HƯƠNG TÍCH 636
- ✦ PHƯƠNG TIỆN THIỆN XẢO 644

CHƯƠNG 11. PHẨM BỒ TÁT HẠNH

- ✦ VỀ LẠI VƯỜN XOÀI 665
- ✦ MÙI HƯƠNG PHÁP DƯỢC 672
- ✦ PHÁP ĐỘ CỦA CHƯ PHẬT 679
  - *TẤT CẢ PHÁP LÀ PHƯƠNG TIỆN PHẬT SỰ* 679
  - *PHƯƠNG TIỆN TRỰC DIỆN NGHỊCH HÀNH* 688
- ✦ CHỖ ĐẾN CỦA PHẬT SỰ 697
  - *PHẬT SỰ LÀ ĐỘ SANH* 697
  - *QUÁN CÕI NƯỚC PHẬT* 701
  - *QUÁN SẮC THÂN CHƯ PHẬT* 703
  - *NGHĨA QUYẾT ĐỊNH CỦA PHẬT SỰ* 705
- ✦ TẬN, VÔ TẬN GIẢI THOÁT PHÁP MÔN 715
  - *BẤT TẬN HỮU VI, BẤT TRỤ VÔ VI* 715
  - *KHỞI TỪ BI CHỨNG SỰ SỰ VÔ NGẠI* 718
  - *LY TỨ TƯỚNG* 721
  - *Ở TƯỚNG DỤNG CHỨNG LÝ SỰ VÔ NGẠI* 723
  - *HÀNH THẬP ĐỘ CHỨNG SỰ VÔ NGẠI* 726
  - *TU LỤC NIỆM CHỨNG LÝ VÔ NGẠI* 729

SÁU PHÁP VÔ VI 734

BẤT TRỤ VÔ VI 737

✦ QUÁ TRÌNH TU CHỨNG 740

THẬP TÍN KIẾN ĐẠO VỊ 740

TAM HIỀN TU ĐẠO VỊ 741

THẬP ĐỊA BỒ TÁT CHỨNG ĐẠO VỊ 743

LÌA HAI TƯỚNG QUY VỀ VÔ SỞ ĐẮC 750

CHƯƠNG 12. PHẨM THẤY PHẬT A SÚC

✦ QUÁN PHÁP THÂN 753

LY NHẤT THIẾT TƯỚNG TỨC DANH CHƯ PHẬT 753

LÌA HAI TƯỚNG ĐỐI ĐÃI 769

NGÔN NGỮ ĐẠO ĐOẠN 776

TÂM HÀNH XỨ DIỆT 780

ỨNG DỤNG BẤT NHỊ 786

✦ QUÁN HÓA THÂN 791

✦ HIỆN CÕI DIỆU HỶ 797

CHƯƠNG 13. PHẨM PHÁP CÚNG DƯỜNG

✦ Y GIÁO PHỤNG HÀNH 811

CHÂN CÚNG DƯỜNG 811

CÔNG ĐỨC CỦA Y GIÁO PHỤNG HÀNH 815

THÂM TÂM CÚNG DƯỜNG 819

✦ TÙY THUẬN DUYÊN KHỞI 823

THÍCH NGHĨA PHÁP CÚNG DƯỜNG 823

HỢP LUẬN NGHĨA CÚNG DƯỜNG 834

PHÁP TỨ Y 838

VÔ VÔ MINH DIỆC VÔ VÔ MINH TẬN 844

VIÊN MÃN CON ĐƯỜNG BỒ TÁT 849

CHƯƠNG 14. PHẨM CHÚC LỤY

✦ SỰ CẦN THIẾT LƯU THÔNG KINH PHÁP 859

✦ NGHỆ THUẬT LƯU THÔNG KINH PHÁP 862

✦ TIẾP NHẬN SỰ TRUYỀN THỪA 869

✦ TÍN THỌ PHỤNG HÀNH 878

LỜI CẢM TẠ 883

TÀI LIỆU THAM KHẢO 883

BẢNG CHỈ MỤC TỪ NGỮ (INDEX) 887

LỜI GIỚI THIỆU

Tôi nhận được bản thảo sách này với lời đề nghị được đưa lên chia sẻ trên website của chúng tôi. Sau khi xem qua, tôi đã đồng ý giới thiệu nội dung sách trên website Phật học do tôi phụ trách (www.rongmotamhon.net). Tuy nhiên, nội dung sách cũng đã gây cho tôi một ấn tượng khá tốt đẹp và do đó tôi quyết định xem xét việc chính thức xuất bản sách này. Tất nhiên, từ bản thảo ban đầu để trở thành một tập sách hoàn chỉnh có thể ra mắt độc giả khắp nơi là cả một tiến trình, và chúng tôi đã nỗ lực hết sức để mang đến cho độc giả một tác phẩm hoàn hảo nhất trong phạm vi khả năng của mình.

Quyển sách này được viết ra như những ghi nhận của bản thân tác giả trong quá trình đọc và học kinh Duy-ma-cật. Đó là lý do ban đầu anh đã sử dụng tên gọi là Bút ký Duy-ma-cật. Tuy nhiên, điều thú vị là với một nỗ lực học hỏi đáng khâm phục, anh đã mở rộng phạm vi tham khảo đến rất nhiều tác phẩm liên quan hiện có về bộ kinh này. Nhờ đó, chúng ta có thể thấy rõ tính chất phong phú và đa dạng của những phân tích giảng giải được tác giả đưa vào tập sách. Chính vì vậy mà sau khi đọc qua tập sách tôi đã đề nghị đổi tên sách thành Tường giải kinh Duy-ma-cật.

Kinh Duy-ma-cật là một trong số ít những quyển kinh quen thuộc với hầu hết Phật tử thuộc đủ mọi tầng lớp, độ tuổi và trình độ khác nhau. Bản thân tôi đã tiếp xúc một cách vô cùng hứng khởi với kinh này từ khi còn là một chàng trai chưa đến tuổi đôi mươi. Tất nhiên, với vốn liếng học Phật lõm bõm vào thời điểm đó, tôi đã đọc và hiểu kinh Duy-ma-cật theo cách hoàn toàn khác với những năm sau này. Khoảng hơn 20 năm sau, tôi lại có cơ duyên tiếp xúc trực tiếp với bản Hán văn của kinh này. Việc đọc hiểu trực tiếp từ bản Hán văn giúp tôi tiếp nhận kinh văn một cách đầy đủ hơn, và đó chính là nguyên do thúc đẩy tôi chuyển dịch kinh này sang tiếng Việt với rất nhiều chú giải, hy vọng có thể giúp ích nhiều hơn cho thế hệ trẻ vốn không quen với văn phong cổ kính của các vị tiền bối thuộc thế hệ đi trước. Rồi lại hơn 20 năm sau nữa, nhân duyên đưa đẩy tôi đến với vai trò biên tập và hiệu đính loạt bài giảng của Thượng tọa Thích Huyền Châu[1] về bản kinh này. Công việc lần này giúp tôi có nhiều điều kiện để tìm hiểu sâu hơn về bản kinh, có mở rộng tham chiếu đến cả những bản Hán dịch khác nhau.

Vì thế, khi nhận được bản thảo Bút ký Duy-ma-cật, tôi như gặp lại một người quen cũ. Và lần này tôi có thêm cơ hội để tiếp cận với kinh Duy-ma-cật từ một góc nhìn khác hơn: góc nhìn của một người cư sĩ. Tất nhiên, giáo pháp của đức Phật là bình đẳng đối với mọi chúng sinh, nhưng do tâm hạnh khác nhau nên việc tiếp nhận và thực hành giáo pháp đó cũng luôn khác nhau. Và cũng chính vì thế, khi đọc những trang tường giải được viết ra bởi một người cư sĩ, chúng ta sẽ có thêm những góc nhìn đa dạng, phong phú hơn đối với bộ kinh đặc biệt này.

Tường giải kinh Duy-ma-cật xem trọng và khuyến khích việc thực hành giáo pháp ngay trong đời sống hằng ngày, thay vì chỉ tiếp cận trên bình diện nghiên cứu học thuật. Chính từ quan điểm này, chúng ta có thể dễ dàng tìm thấy rất nhiều cách giải thích mới mẻ và khác biệt so với truyền thống nhận hiểu từ xưa nay trong giới kinh viện. Tác giả như người đang đi vào một vùng đất mới và đầy hứng khởi trong việc khám phá những điều mới lạ qua từng bước chân

---

[1] Thượng tọa Thích Huyền Châu là Giám viện Viện Phật Học Bồ Đề Phật Quốc tại Santa Ana, Califforrnia. Viện Phật Học này hiện đã phát triển thành Trường Đại học Phật giáo Sakya Buddha University.

đi của chính mình. Anh vẫn không xa rời những tấm bản đồ chỉ đường của người đi trước, nhưng luôn mạnh dạn tự mình dò tìm từng ngóc ngách hay lối rẽ trên đường đi. Chính vì sự nhiệt tình và hứng khởi đó, đôi khi anh cũng không tránh khỏi quá đà và bước lệch khỏi con đường chính. Tuy nhiên, với tâm chân thành học hỏi, anh sẵn sàng đón nhận những sự nhắc nhở và quay về lối chính. Đó là cách mà chúng tôi cùng anh làm việc xuyên suốt tập sách này.

Và sau một thời gian dài chỉnh sửa, bổ sung, bản thảo Bút ký Duy-ma-cật đã hoàn tất và trở thành sách Tường giải kinh Duy-ma-cật. Mặc dù những khiếm khuyết hay sai sót là điều tất nhiên không sao tránh khỏi, nhưng chúng tôi đã nỗ lực hết sức mình để hạn chế những sai sót đến mức thấp nhất. Chúng tôi xin hoan hỷ đón nhận và biết ơn mọi sự góp ý chỉ dạy của quý độc giả gần xa.

Vì độ dày của sách, lần xuất bản này sẽ được chia thành 2 tập nhưng số trang vẫn được ghi liên tục từ đầu đến cuối sách để thuận tiện trong việc tra cứu. Ngoài ra, bảng chỉ mục từ ngữ cũng sẽ được đặt ở cuối mỗi tập để tiện sử dụng, quý độc giả có thể căn cứ vào số trang để biết được từ ngữ đang tìm kiếm nằm ở tập nào.

Cuối cùng, mặc dù tập sách này không phải là một công trình nghiên cứu hay luận giải theo đúng nghĩa, nhưng với sự nỗ lực của tất cả những người tham gia thực hiện, chúng tôi hy vọng có thể mang đến cho độc giả thêm một góc nhìn mới về kinh Duy-ma-cật, bộ kinh đã từ lâu quen thuộc với đông đảo các tầng lớp Phật tử Việt Nam.

Xin trân trọng giới thiệu cùng quý độc giả gần xa.

Quế Minh Đường (Westminster), Califorrnia

Nguyễn Minh Tiến

CHƯƠNG 8. PHẨM PHẬT ĐẠO

BA CÕI LÀ PHẬT ĐẠO

> **KINH VĂN**
>
> Bấy giờ ngài Văn-thù-sư-lợi hỏi ông Duy-ma-cật rằng: Bồ Tát thế nào là thông đạt Phật đạo?
> - Bồ Tát thật hành phi đạo là thông đạt Phật đạo.

Phật đạo là đạo lý đạt đến sự giác ngộ viên mãn, là con đường mà lý trí phải đi qua để đến sự hiểu biết tối thượng. Làm cách nào được thông suốt? Chính ngay ở những giá trị tiêu cực, xấu ác và phi đạo đức mà đạt được sự và lý, nên Duy-ma-cật nói: *Bồ Tát thật hành phi đạo là thông đạt Phật đạo.*

Điều trên gây sốc cho chúng ta, những người từ xưa nay vẫn tự thấy mình đạo mạo, dễ dị ứng với bất cứ điều gì bị cho là phi đạo đức. Do văn hóa truyền thống, người phương Đông chúng ta thường là vậy. Tư tưởng phương Tây cởi mở hơn. Triết học phương Tây bị đè nặng dưới áp lực của chủ nghĩa duy lý từ Socrates (470-399 TCN), Platon (427-347 TCN) đến Hegel (1770-1831) khiến con người bỏ quên bản thân mà suy niệm về một bản thể siêu hình. Từ cơn say luận về thực tại, cộng với nỗi ám ảnh về bóng ma phi đạo đức, tư tưởng phương Tây đã chuyển mình vực dậy với triết học Nietsche (1844-1900), Heidegger (1889-1976), Sartre (1905-1980), và hàng loạt khuôn mặt phản kháng khác. Bắt đầu từ Nietsche, Thượng đế đã chết. Phương Tây từ cuối thế kỷ 19 bước vào chủ đề giải phóng bản ngã, chống đối lại những quan niệm áp đặt ăn sâu vào tiềm thức, phản ứng lại những khuôn khổ thay vì đem lại sự giải thoát an bình lại tấn công tâm thức bằng những ràng buộc đạo đức, tín ngưỡng, lý tưởng, giáo điều, gọi chung là nguyên tắc tuyệt đối.

Duy-ma-cật không khuyến khích những suy niệm triết lý. Phật pháp không phải là triết học. Phật pháp là đạo lý chỉ ra tâm an bình là giải thoát, chỉ đơn giản vậy thôi. Tâm an bình là chẳng bị rối loạn bởi những mâu thuẫn phân biệt, chấp trước và vọng tưởng. Ba cái gốc ấy còn bám rễ ở tâm thức thì chẳng bao giờ có sự bình yên cả.

KINH VĂN

Lại hỏi: Thế nào là Bồ Tát thật hành phi đạo?

- Nếu Bồ Tát gây năm tội vô gián mà không buồn giận, đến ở trong địa ngục mà không có tội cấu; đến trong loài súc sanh mà không có những lỗi vô minh kiêu mạn; đến trong ngạ quỷ mà vẫn đầy đủ công đức; đến cảnh sắc và vô sắc giới mà không cho là thù thắng.

Căn cứ trên văn kinh nhiều người giải thích theo hướng Bồ Tát hành nghịch đạo, mà đưa ra bài học cho hành giả lời khuyên chớ nên nông cạn hay tự phụ mà bắt chước, vì làm thế là nguy hiểm. Đó cũng là một cách hiểu kinh văn; hiểu theo nghĩa phi đạo là nhập ma giới để độ sanh và viên mãn Phật đạo. Đó là Bồ Tát đại triệt đại ngộ, tự tại vô ngại trước huyễn tướng, là cảnh giới riêng của Bồ Tát, ta không có phần bàn luận. Nhưng theo tôi thì ý kinh không nhắm vào giải thích hành vi của Bồ Tát, các vị giác ngộ, mà hướng vào đối tượng là chúng ta, những chúng sanh còn đang mê. Tại sao chúng ta ra vẻ như hiểu rõ Bồ Tát lắm, cho rằng các ngài vì từ bi mà tự tại vô ngại vào địa ngục sanh tử cứu độ chúng sanh? Ta cứ mãi miết ngoan cố vọng tưởng, phân biệt, chấp trước thì dù Bồ Tát có ở luôn trong địa ngục cũng chẳng làm được gì. Vấn đề chủ yếu là từ đạo lý hóa sanh, tức nghĩa lý duy tâm sở hiện, ta nên có thái độ buông bỏ chấp trước, phân biệt nơi tướng chúng sanh. Đây là lý do phẩm này tiếp theo màn kịch của thiên nữ vừa khép và đặt trước phẩm Bất nhị pháp môn.

Như thiên nữ đã nói ở phẩm trước, Phật, Bồ Tát và chúng sanh không phải chết rồi mới sanh. Tướng chúng sanh là tướng hóa sanh, tướng chẳng thật là tướng. Tướng không thật là tướng, mà ta còn đeo dính cho khổ thân thì quả thực là ngu si hết mức. Rốt cuộc là tại sao? Do chướng ngại gì? Chính là vì ta đã bị mê hoặc bởi cảnh giới xung quanh và lầm lẫn trước quá nhiều diễn biến phiền động của tự tâm.

Hiểu nghĩa hóa sanh thì thấy chúng sanh là Phật, là Bồ Tát đang thị hiện làm những việc phi đạo để giáo hóa chúng ta xa lìa việc gieo ác nhân, tránh nhận ác quả. Bồ Tát không cần lý do biện minh cho việc mình làm, cũng chẳng cần phải tuyên bố đây là thị hiện độ sanh. Vậy Văn-thù và Duy-ma-cật không có lý do nào để nói hành phi đạo là Phật đạo; ngoại trừ lý do duy nhất là để chúng ta hiểu rõ việc người khác đang làm chưa hẳn là thật, mà là tướng huyễn hoặc, tướng phi tướng. Nếu chúng sanh trong lục đạo không thật là chúng sanh thì người khôn ngoan chẳng chấp vào cảnh mắt thấy tai nghe. Hay nói cách khác, chúng ta có thể thấy đạo ngay ở những cảnh chướng tai gai mắt mà ta cho là xấu xa, sai trái với quy tắc đạo lý. Vạn pháp đều là Phật pháp. Tâm tuy vô tướng nhưng hóa sanh trong vô vàn tướng, chu biến khắp pháp giới. Do đó, Phật đạo thăng hoa trên các tầng trời và cũng ở ngay trong các cõi địa ngục, ngạ quỷ và súc sanh.

Lục đạo luân hồi gồm địa ngục, ngạ quỷ, súc sanh, người, a-tu-la, chư thiên. Vì a-tu-la đều có trong các cõi khác và vì ta ở cõi người dễ tu, có thể có lý do nữa là ba đường ác khó tu và cõi trời đầy phước thiện cũng khó tu nên Duy-ma-cật chỉ nói qua bốn đường địa ngục, súc sanh, ngạ quỷ và chư thiên các cõi Sắc, Vô sắc làm đại diện y báo của chúng sanh để ta thực hành quán. Bốn nẻo luân hồi ấy đại biểu cho ba cõi Dục, Sắc và Vô sắc giới mà ta sẽ xem xét.

Thân hóa sanh ở cõi địa ngục mà tâm thể vốn không. Hơn nữa tánh của tội vốn rỗng lặng, tướng của tội chưa hề sanh. Đây là ở quả tam đồ ác đạo mà nói mê không, khổ không. Rõ lý này tức thấy báo thân của chúng sanh đang ở địa ngục đã không thật có tâm ác độc. Người tu thấy được chỗ này mà xả bỏ tâm phân biệt, đó chính là chỗ mong muốn của Bồ Tát thị hiện nghịch hạnh đối với chúng ta vậy. *"Thế nên, Điều-đạt (tức Đề-bà-đạt-đa) từ vô số kiếp đến nay thường cùng Thích-ca thực hành đạo Bồ Tát. Một người làm Phật đạo, một người làm phi đạo, cùng nhau khởi phát."*[1] Khi Mục-kiền-liên vào địa ngục thăm hỏi, Đề-bà-đạt-đa nói với tôn giả rằng: "Nếu ngài trở lại phàm phu thì tôi mới ra khỏi ngục này". Tại sao? Vì thật không có địa ngục đối với Đề-bà-đạt-đa. Và vì chẳng ai thấy đức hy sinh cao quý của vị tôn giả này. Khi mỗi vị Phật ra đời, đều có một Đề-bà-đạt-đa bị chúng sanh nguyền rủa. Phúc đức cho ai nhìn ra đó là Bồ Tát gây năm tội vô gián mà không buồn giận, đến ở trong địa ngục mà không có tội cấu.

Cõi ngạ quỷ đứng đầu là Diêm vương (Yamaraja), là một dạng a-tu-la có đủ phước báo làm vua thế giới ma quỷ. Cõi ngạ quỷ gồm các chúng sanh chuyển sanh do tâm tham lam, keo kiệt, khao khát không dứt nên thân hình bụng to cổ nhỏ, lúc nào cũng đói khát mà không thể ăn uống gì. Diêm vương là quỷ chúa cõi địa ngục, có quy y với Phật. Theo hòa thượng Bửu Chơn (1911-1979) trong tác phẩm Truyện Ngạ Quỷ, Diêm vương là một trong 24 loài ngạ quỷ có tên là Vemanika, tiền kiếp có tu, khi làm phước, khi tạo

---

[1] Trạm Nhiên- Duy-ma kinh lược sớ.

tội, nhưng nhờ phước báo lớn mà đọa làm vua cõi địa ngục và ngạ quỷ. Khi thọ khổ thì nóng nảy hành hình chúng sanh ở địa ngục. Khi thọ vui thì trở thành một vị vua trời hưởng lạc ở cõi thiên. Theo truyện tích Phật giáo, Diêm vương là chuyển sanh của một vị vua xứ Vaisali, ngày ba lần ông cùng 8 vị tướng và 8 vạn binh sĩ phải chịu hình phạt đổ đồng sôi vào miệng để trả nghiệp sát gây chiến tranh đẫm máu ở tiền kiếp, để nhắc nhở chúng sanh ở địa ngục về luật nhân quả. Vậy thì hình ảnh vua cõi địa ngục là tội đồ hay là Bồ Tát đến trong ngạ quỷ mà vẫn đầy đủ công đức? Quỷ chúa còn không thể khẳng định được, thì thế giới quỷ ma suy cho cùng cũng chỉ là cõi nước huyễn hóa, tùy vọng thức mà hiện tướng phần.

Cõi súc sanh do chúng sanh ngu si không phân biệt đúng sai chuyển sanh. Có thời gian thiền sư Bách Trượng (724-814) giảng pháp và ngày nào cũng có một cụ già dự với thính chúng cùng nghe. Một hôm, cụ già nán ở lại sau buổi giảng và xin thưa chuyện. Tổ hỏi và cụ già cho biết 500 năm trước cụ là một vị tăng, chỉ vì trả lời sai lầm khi có người hỏi: "Kẻ đại tu hành có rơi vào nhân quả không?" Chính vì câu trả lời sai lầm: "Bất lạc nhân quả" (không rơi vào nhân quả) mà vị tăng bị đọa làm thân chồn từ đấy. Tổ bảo cụ già hãy lặp lại câu hỏi đó với ngài. Cụ già hỏi Tổ. Tổ đáp: "Bất muội nhân quả" (không lầm nhân quả). Cụ già chợt tỉnh ngộ và thoát được kiếp chồn.[1] Tuy bị đọa làm súc sanh, con chồn có tâm hối cải nhưng vẫn không hiểu sai lầm chỗ nào nên cầu thiền sư khai ngộ. Đó chẳng phải là Bồ Tát hóa thân trong cõi súc sanh để làm gương mẫu cho đồng loại sao? Nếu si mạn là thực thì con chồn đã không tìm đến tổ cầu khai thị. Thêm nữa, thân vị tăng, thân chồn, thân cụ già, thân nào là thân thật của chúng sanh

---

[1] Vô Môn Quan, đệ nhị tắc, Thiền sư Vô Môn soạn năm 1228, Vũ Thế Ngọc dịch và luận, 1988.

đó? Nếu không nói được thì cõi nước của thân tướng cũng chẳng phải là thật.

Chúng sanh ở cõi trời Sắc giới tuy đã đoạn lòng dục, không phải chịu khổ khổ, nhưng vẫn còn sắc thân nên còn hoại khổ. Thân tướng và hoàn cảnh y báo cũng có lúc hoại diệt. Cõi trời Vô sắc tuy khổ khổ và hoại khổ chẳng còn vì chúng sanh ở đó đã đoạn dục và không còn sắc thân nhưng thức ấm còn nguyên, hành ấm trở nên hết sức vi tế, nên vẫn còn hành khổ. Phật dạy trong kinh Lăng-nghiêm: *"Từ trên đảnh của Sắc giới lại tẽ ra hai đường: nếu nơi tâm xả, phát minh trí tuệ, sáng suốt viên thông, bèn ra cõi trần thành A-la-hán, vào Bồ Tát thừa, hạng này gọi là hồi tâm đại A-la-hán; nếu nơi tâm xả được thành tựu, thấy thân chướng ngại, tiêu ngại vào không; hạng này gọi là Không xứ. Chướng ngại đã tiêu, vô ngại vô diệt, trong đó chỉ còn a-lại-da thức và nửa phần vi tế của mạt-na thức; hạng này gọi là Thức xứ. Sắc và không đã tiêu, tâm thức đều diệt, mười phương tịch lặng, chẳng có chỗ đến; hạng này gọi là Vô sở hữu xứ. Dùng tánh thức chẳng động để diệt sự nghiền ngẫm, thành ra ở nơi vô tận lại bày tỏ tánh tận, như còn mà chẳng còn, tận mà chẳng tận; hạng này gọi là Phi tưởng phi phi tưởng xứ."*[1]

Có câu chuyện kể về một vị tu hành ngày nọ bên bờ sông muốn nhập định Phi tưởng phi phi tưởng, chợt có con cá quẫy ầm ĩ trên mặt nước. Lúc bị phân tâm, ông khởi niệm giận dữ có ý sát sanh loài cá. Sau khi con cá bỏ đi, chung quanh trở lại yên lặng, vị tu sĩ đó nhập định và hóa sanh ở cõi trời phi tưởng phi phi tưởng được 8 vạn đại kiếp. Sau đó, nhân quả chín muồi, vị trời kia bị vọng niệm sân hận xưa lôi xuống luân hồi, tái sanh làm một con cá lớn chuyên ăn các loài cá bé hơn. Không biết trải qua bao nhiêu kiếp cá, con cá lớn đó mới được gặp Phật, một hôm

---

[1] Kinh Thủ-lăng-nghiêm, quyển 9, Việt dịch: Thích Duy Lực.

đến bến sông đó thuyết pháp độ hóa, được chuyển sanh làm người tu hành, về sau đắc quả A-la-hán. Do đó, Bồ Tát đến cảnh sắc và vô sắc giới mà không cho là thù thắng.

Thấy được tướng cảnh giới không thật là tướng, là hiểu tròn nghĩa phi đạo. Hiểu được nghĩa phi đạo tức là Phật đạo vậy. Không còn thấy ba cõi Dục, Sắc và Vô sắc giới, tức đã chuyển cái thấy về chân tánh thanh tịnh. Hay nói cách khác, quán tưởng phi tướng của lục đạo y báo là cách thực tập chuyển tưởng ấm, thức thứ sáu thành diệu quan sát trí, và chuyển hành ấm, thức thứ bảy thành bình đẳng tánh trí.

Thiên nữ ở phẩm trước nói chúng sanh không thực có tướng chúng sanh. Ở đây, Duy-ma-cật chỉ ra cõi y báo của chúng sanh cũng là huyễn tướng. Chúng ta không rõ ý nghĩa tất cả tướng đều do tâm năng hiện năng biến, nên cả đời gặp khúc mắc là đổ lỗi cho người và hoàn cảnh. Dụng ý của kinh văn rất rõ ràng là giúp chúng ta phá bỏ lý chướng, từ đó buông xuống mọi phân biệt chấp trước đối với người, với cảnh. Xả bỏ không bằng miệng nói lý luận mà bằng tâm ý, thái độ ứng xử bình đẳng với người. Thấy thị phi mà không có tâm thị phi. Được chỗ bình đẳng mà ở mọi cảnh ngộ đều tùy thuận theo. Ngoài thì tùy thuận, trong thì tuy biết mình không phải là mình, nhưng không phải là không có quả báo của nghiệp quá khứ. Từ đó chúng ta có thể tự điều phục tâm, chuyển hóa cuộc đời chính mình, như văn kinh tiếp theo chỉ ra sự chướng.

BỐN CHƯỚNG LÀ TƯỚNG DỤNG

KINH VĂN

Hiện làm tham dục mà không nhiễm đắm; hiện làm giận dữ mà đối với chúng sanh không có ngại gì; hiện cách ngu si mà dùng trí tuệ điều phục tâm mình.

Trên là phá lý chướng, tức cái thấy sai lệch về cảnh giới bên ngoài. Tiếp theo, Duy-ma-cật chỉ ra tánh phi tánh, tướng phi tướng của các sự chướng gồm phiền não chướng, nghiệp chướng, báo chướng và giải thoát chướng. Tánh tướng của bốn chướng ấy không chân thật, nên gọi là phi đạo. Ở tánh và tướng phi đạo của các sự chướng mà không bị chướng ngại tức là nghĩa của thật hành phi đạo là thông đạt Phật đạo.

Tương tự như quán cảnh giới y báo, khi quán chúng sanh trên nhân và chánh báo, nếu tinh ý có thể nhận ra những biểu hiện bên ngoài chưa hẳn là bản chất bên trong của chúng sanh. Nhờ đó ta không bị vẻ ngoài xấu ác che mờ bản chất thiện lành bên trong. Cái thiện ở đây không phải là thiện đối với ác, mà là vì có chân tánh nên thiện. Vì sao? Vì tất cả chúng sanh đều có Phật tánh.

Trước hết, Duy-ma-cật nói đến sự hiển hiện huyễn hoặc của phiền não. Căn bản phiền não có sáu loại là tham, sân, si, mạn, nghi và ác kiến. Gọi là căn bản vì từ đó phát khởi vô vàn tâm thức khổ đau rối bời. Chúng ta nên xem ba độc, là đại diện của phiền não chướng mà kinh văn dẫn làm ví dụ, như là thử thách lớn trên đường tu. Thấy ba độc hiện ở người, chẳng nên có tâm thị phi phê phán, chỉ cảnh giác nơi ta. Thấy người biểu hiện tham dục; đó là dòng pháp nước dục chuyển hiện đang dạy ta lìa tham dục, không nhiễm đắm. Thấy người biểu hiện giận dữ; đó là dòng pháp lửa sân chuyển hiện dạy ta lìa sân hận, xóa những ngăn cách giữa ta và người. Thấy người biểu hiện ngu si; đó là dòng pháp đất dày đặc si mê chuyển hiện đang dạy ta dùng trí tuệ điều phục tâm mình. Ngay chỗ chúng sanh gây chướng ngại cho ta mà thấy tâm thể chúng sanh không thực là như vậy. Vì sao? Vì tâm chúng sanh đồng như tâm Phật, rỗng lặng như hư không mà hiện lượng vô vàn tánh tướng chu biến pháp giới.

Ở tự tâm biến hiện cảnh giới sáu đường luân hồi là tâm hành của chính chúng ta. Cả ngày chúng ta cứ khởi tâm động niệm từ lục căn duyên với lục trần mà xoay vần với biết bao phiền não như buồn vui, yêu ghét, ác ý, thân thiện, thù địch. Vọng niệm ác độc là địa ngục. Vọng niệm tham lam, bỏn xẻn là ngạ quỷ. Vọng niệm si mê là súc sanh. Vọng niệm cao ngạo tranh chấp là a-tu-la. Vọng niệm đạo đức là người. Vọng niệm thánh thiện là trời. Tất cả các tướng vọng tưởng đó đều không chân thật nên gọi là phi đạo. Ngay ở huyễn vọng mà giác tự tâm, là nghĩa thật hành phi đạo là thông đạt Phật đạo. Đó là ở tướng phi tướng, tướng hóa sanh của vọng thức mà thể nhập chân tánh.

Phải biết ba độc chỉ là pháp hiện nơi tâm. Biết tự tâm hiện hóa mà liễu ngộ ba độc có tánh giải thoát, như thiên nữ nói ở phẩm trước. Ở gốc của hư vọng phân biệt là tưởng điên đảo mà nhận ra bản tâm. Giác tự tâm thì hành tướng của dâm, nộ, si chẳng thể còn là phiền não nhiễu loạn tâm ta; ta không dụng công, chúng cũng tự biến mất. Đây là chuyển hành ấm, tức thức thứ bảy thành trí quán bình đẳng đối với pháp tánh. Tất cả pháp bên ngoài bình đẳng như nhau. Tất cả pháp trong tâm bình đẳng như nhau. Trong ngoài bình đẳng như nhau. Tất cả pháp đồng quy về tịch mịch thanh tịnh thì đâu có gì nhiễm đắm, đâu có gì ngăn ngại?

KINH VĂN

Hiện làm hạnh tham lam bỏn sẻn mà bỏ tất cả của cải, không tiếc thân mạng; hiện phá giới cấm mà ở trong tịnh giới, đến như tội bé nhỏ cũng hết lòng lo sợ; hiện làm giận dữ mà thường từ bi, nhẫn nhục; hiện làm lười biếng mà siêng tu các công đức; hiện làm loạn ý mà thường niệm định; hiện làm ngu si mà thông đạt trí tuệ thế gian và xuất thế gian; hiện làm dua dối mà phương tiện thuận theo nghĩa các kinh; hiện làm kiêu mạn mà đối với chúng sanh mình cũng như

> cầu đò; hiện làm tất cả phiền não mà lòng thường thanh tịnh; hiện vào trong chúng ma mà thuận theo trí tuệ của Phật, không theo đạo giáo khác.

Nếu phần trên là quán hành tướng của phiền não chướng ở người và ở mình đều là huyễn vọng thì ở đây kinh văn đề cập đến nghiệp chướng phi hữu phi vô, dai dẳng đeo bám chúng sanh từ vô thủy. Tâm tham không phải là tâm thật, chỉ là vọng tưởng tích tập từ vô thủy thành chủng tử trong thức a-lại-da, nay gặp duyên mà hiện hành. Vì là vọng nên không thật, vì tập thành chủng tử nên không phải là không có; ta cần phải biết rõ điều này là hiện thực, không phải là giả. Nhưng vì nó cũng là huyễn nên ta chuyển được. Từ gốc vô trụ là thức ấm, chủng tử tham lam bổn sẵn khoét sâu và bám rễ vào tâm thức, hành vi và lời nói sai trái của ta như vết thương lở loét khó lòng trị dứt trong sớm chiều. Thức thứ sáu, như đã nói, chỉ duyên tới biên tế của vọng tâm là a-lại-da, nên chúng ta chỉ mơ hồ nhận ra bản chất của thức thứ tám này là Như Lai tạng tâm cùng với a-lại-da không phải một, không phải hai. Đó chỉ là giải ngộ, không phải là chứng ngộ. Do đó, ta không có cách nào chuyển thức thứ tám để thể nhập tự tánh bản tâm ngoài việc nương vào công đức Như Lai, huân tu Bát-nhã ba-la-mật. Chẳng phải ba đời chư Phật cũng y Bát-nhã mà được đạo Vô thượng sao?

Kinh văn nói đủ mười ba-la-mật. Ta không thể phủ nhận mình còn đầy đủ tham muốn, sân hận, si mê, mơ tưởng, kiêu ngạo... Do đó, việc tự nhận biết mình đang dâm, nộ, si và an trú trong trí biết vọng không đủ lực chuyển hóa nghiệp chướng; quan trọng là phải thực tu. Do trừ tham mà tu bố thí ba-la-mật; vẫn là con người tuy thọ các dục lạc mà chẳng nhiễm. Do xả ba nghiệp thân, khẩu, ý mà tu trì giới ba-la-mật. Do ngăn lửa nóng giận mà hành nhẫn nhục ba-la-mật. Do không muốn buông xuôi theo nghiệp dẫn mà tu tinh tấn ba-la-mật vun trồng các công đức. Do tránh bị mê hoặc bởi cảnh trần mà thực hành thiền định ba-la-mật. Do trừ ác kiến, muốn hiểu biết sâu rộng và đúng đắn mà trau dồi trí tuệ ba-la-mật. Tuy không chống đối và thuận theo người, mà vẫn không vượt ngoài đạo lý. Việc làm và lời nói tùy thuận, tuy vẻ ngoài dường như a dua, giả tạo, trá ngụy nhưng ẩn ý khéo độ sanh; đây là phương tiện ba-la-mật, nên kinh văn viết: *Hiện làm dua dối mà phương tiện thuận theo nghĩa các kinh.* Do tâm nguyện ba-la-mật mà tuy không quan tâm thị phi, dường như không để ý nhìn tới người, nhưng thường sẵn lòng cứu giúp người vô điều kiện: *hiện làm kiêu mạn mà đối với chúng sanh, mình cũng như cầu đò.* Do tâm có lực ba-la-mật, nên *hiện làm tất cả phiền não mà lòng thường thanh tịnh*; tuy cũng có hành tướng của dâm nộ si nhưng đồng thời cũng đang quán suốt thông nên phiền não chướng chẳng thể làm gì được mình. Nhờ sức kiên cố của trí ba-la-mật, có thể *hiện vào trong chúng ma mà thuận theo trí tuệ của Phật*, không bị ảnh hưởng của kiến giải lầm lạc, ngược lại có thể thấu suốt các pháp.

Tu tập mười ba-la-mật như trên đồng thời cũng là thực hiện tứ nhiếp pháp: bố thí, ái ngữ, lợi hành và đồng sự. Ở chính mình thì gọi là tu; ở nơi người khác thì phải khéo léo nhận ra các dấu hiệu ẩn dưới vẻ ngoài mà biết đó là Bồ Tát hóa sanh đang giáo hóa cho ta, chứ không ai khác. Được như vậy thì không lo nghiệp chướng không chuyển thành nguyện lực.

KINH VĂN

Hiện làm hàng Thanh văn mà nói các pháp chưa từng nghe cho chúng sanh; hiện vào hàng Bích-chi Phật mà thành tựu lòng đại bi, giáo hóa chúng sanh; hiện vào hạng nghèo nàn mà có tay đầy đủ công đức; hiện vào hạng tàn tật mà đủ tướng tốt để trang nghiêm

> thân mình; hiện vào hạng hèn hạ mà sanh trong giòng giống Phật, đầy đủ các công đức; hiện vào hạng người ốm yếu xấu xa mà được thân Na-la-diên, tất cả chúng sanh đều muốn xem; hiện vào hạng già bệnh mà đoạn hẳn gốc bệnh, không còn sợ chết; hiện làm hạng giàu có mà xem là vô thường, không có tham đắm; hiện có thê thiếp, thế nữ mà tránh xa bùn lầy ngũ dục; hiện nơi hạng đần độn mà thành tựu biện tài, vẫn giữ tổng trì; hiện vào tà tế mà dùng chánh tế độ chúng sanh; hiện vào khắp các đạo để đoạn dứt nhơn duyên; hiện vào Niết-bàn mà không bỏ sanh tử.
>
> Thưa ngài Văn-thù-sư-lợi, nếu Bồ Tát làm được những việc trái đạo như thế, đấy là thông suốt Phật đạo.

Ở đoạn kinh văn này, trên văn từ là phá báo chướng ở chánh và y báo, nhưng thâm sâu là liễu nghĩa tâm hiện thức biến. Phẩm trước đã nói tánh thể chân thật hóa sanh tướng dụng độ sanh. Giác các tướng là chẳng phải tướng thì tướng tướng đều là dụng. Mê các tướng là tướng thật thì muôn tướng trùng trùng duyên khởi.

Do đó hiện tướng Thanh văn, Duyên giác chỉ là phương tiện thuyết minh tứ diệu đế và thập nhị nhân duyên là các pháp chưa từng nghe cho chúng sanh, là chiếc bè tạm thời chở chúng sanh qua bể khổ, thành tựu lòng đại bi, giáo hóa chúng sanh. Nếu ở tướng nhị thừa mà muốn ngừng cái vô thường, cầu cái thường còn, chìm đắm vào cái không, tức là mê phương tiện làm cứu cánh, là không phải đạo; nếu rõ biết cái không phải đạo đó tức là đạt Phật đạo.

Hàng nhị thừa chưa phải là hạng giàu có, cùng với chúng sanh đều là hạng nghèo nàn, ví như gã say rượu trong kinh Pháp Hoa, vốn có viên ngọc châu trong chéo áo mà không biết. Nếu biết rõ ta có trân bảo trong tay, liền có thể nhắc nhủ chúng sanh cũng vốn có đầy đủ trí tuệ và đức tướng của Như Lai. Tướng tàn tật không phải là tướng thật. Còn mê thì là chúng sanh khuyết tật. Giác rồi thì tất cả vẻ ngoại hiện, mọi tướng đều là 80 vẻ đẹp, 32 tướng tốt của Phật; kinh văn nói: *hiện vào hạng tàn tật mà đủ tướng tốt để trang nghiêm thân mình* là vậy.

Tướng hèn hạ là dị thục quả, là báo chướng do chủng tử nghiệp hiện hành. Mê thì là a-lại-da tích tập vô số chủng tử nghiệp, khi hiện hành thì thành đủ các thứ tướng trạng giàu nghèo, khôn dại, sang hèn, lành mạnh hay tàn tật. Giác Như Lai tạng tâm thì tuy *hiện vào hạng hèn hạ mà sanh trong giòng giống Phật*; nghĩa là Như Lai tạng tâm chỉ duy nhất một chủng tử Phật tánh, không hề có hai.

Nói chỉ duy nhất Phật chủng là để phá hai tướng đối đãi; thực ra một còn không có, nói chi có hai. Xưa nay không hề có một vật, tức là *có đầy đủ các công đức*.

Hiện vào hạng người ốm yếu xấu xa là tướng thể chất kém cỏi, khí lực yếu đuối không có khả năng chống đỡ và dễ bị khuất phục. Mê thì làm chúng sanh hèn kém như thế. Giác thì chỉ đưa mắt từ bi nhìn mà voi say hung mãnh của Đề-bà-đạt-đa phải quì mọp xuống. Do vậy cho dù người có thân nhỏ bé mà lòng Bồ Tát thì khác nào bạn có thân của vị lực sĩ Na-la-diên (Nārāyaṇa) trên cõi trời, rắn chắc và sáng đẹp như kim cương mà tất cả chúng sanh đều muốn xem.

Chúng sanh không phải chết rồi mới sanh. Nghĩa là chúng sanh thực không sanh ra, chẳng thật là tướng chúng sanh. Do nghĩa vô sanh mà tướng già bệnh không phải là già bệnh. Như vậy cho dù ta đang già bệnh mà thực ra đã đoạn hẳn gốc bệnh, không còn sợ chết. Thấy có tướng sanh lão bệnh tử là không phải đạo lý đúng đắn, nhưng rõ biết mình đang hiện tướng sanh tử mà không hề ngăn ngại là ngay ở phi đạo mà thông Phật đạo.

Hiện làm hạng giàu có mà xem tài sản là vô thường, không có tham đắm; hiện có thê thiếp, thể nữ mà tránh xa bùn lầy ngũ dục. Chỗ này, ta có thể thấy chính ông

Duy-ma-cật là một ví dụ điển hình. Ông đang giảng nói cho thính chúng, và thính chúng cũng hiểu rõ gia thế vị đại phú gia này. Ngôn giáo và thân giáo không hai; điều này càng củng cố lòng tin rằng Duy-ma-cật là nhân vật có thực và chính ông đang thuyết giảng bản kinh này; một bản kinh tuyệt vời không một khe hở, nếu không phải bậc giác ngộ như đức Thế Tôn hay vị đại sĩ Tịnh Danh này thì không thể thuyết giảng được như vậy. Gia thế sung túc, vợ chồng con cái đầy đủ, theo thế gian thì đó là hạnh phúc, nhưng đó cũng là báo chướng trở ngại đường tu. Nếu biết hạnh phúc ấy là mơ màng phi hữu phi vô, đều do tâm tưởng mà thành thì liền xa lìa được tham ái.

"Thị hiện làm kẻ đần độn, tức ngoài hiện làm người ngu; mà thành tựu biện tài, chẳng mất tổng trì, tức bên trong thật lanh lợi sáng suốt; đó là nói lìa si. Thị hiện vào tà tế, tức hiện đồng ngoại đạo, mà dùng chánh tế để độ chúng sanh, tức tâm không có dị chấp; đây là nói về lìa kiến."[1] Tế là bờ bến. Phi đạo là tà tế, là bến mê. Phật đạo là chánh tế, là bờ giác. Thân tuy ở cùng cõi chúng sanh, đồng sự cùng ngoại đạo, nhưng do thông suốt nghĩa vô sanh, lý vô sở đắc mà tự tại vô ngại. Mê ngộ không hai, duy chỉ một tâm; do đó có thể *hiện vào tà tế mà dùng chánh tế độ chúng sanh.*

Tướng hóa sanh hiện nhập chư đạo gồm ba cõi, sáu đường, dị đạo, tà giáo, phàm phu hay hiền thánh; rõ nghĩa đó thì lập tức trừ được tất cả vọng tưởng duyên sanh các tướng tương tục của thế gian và chúng sanh, trừ tất cả tướng đoạn, tướng thường của tà kiến, xả bỏ tất cả tướng sanh tử và Niết-bàn, mê loạn và tam muội của nhị thừa. Tất cả tướng vọng tưởng duyên sanh đó đều là chướng ngại cho sự giải thoát, hay giải thoát chướng. Nên kinh văn viết: *Hiện vào khắp các đạo, để đoạn dứt nhân duyên, hiện vào Niết-bàn mà không bỏ sanh tử.*

---
[1] Huệ Viễn - Duy-ma kinh nghĩa ký.

"Nói đoạn nhân duyên ấy, là được 25 Tam-muội phá 25 Hữu, tức là đoạn dứt nhân duyên ấy. Lại nữa, biến hiện ở khắp các đạo, tức là biến nhập mười đạo pháp giới, đoạn dứt nhân duyên ấy tức là đoạn dứt nhân duyên ba đạo của Bồ Tát bốn giáo."[1] Phải thấy được căn thân, khí giới, sanh tử, Niết-bàn, các phương tiện pháp môn, các kiến giải, các tam-muội của ba thừa Thanh văn, Duyên giác và Bồ Tát, cả bốn giáo tạng, thông, biệt, viên đều duy tự tâm biến hiện, gọi là pháp độ của Đại Nhật Như Lai.

Kinh Phật thường dùng biểu pháp là pháp biểu trưng. Đoạn kinh văn trên mượn việc Bồ Tát thị hiện mà nói thực nghĩa của các chướng ngại. Các chướng ngại từ phiền não, nghiệp lực, quả báo, cho đến giải thoát chướng đều là chủng tử nghiệp thức chín muồi hiển hiện thành căn thân, thế giới, suy cho cùng nó cũng là từ tạng thức biến hiện, từ sanh tướng vô minh duyên khởi mà thành. Thân thể, hoàn cảnh, căn cơ tuy gọi là nhân quả nghiệp báo nhưng đều từ chủng tử huân tập trong a-lại-da. Đó là tập khí hư ngụy huân tập từ vô thủy, vì bất giác vọng động nên tâm liền biến thành thức, Như Lai tạng trở thành tạng thức hư vọng điên đảo. Kinh Lăng-già viết: *"Thấy thức chẳng sanh và duyên không tích tụ, bởi vọng tưởng duyên sanh"* chính là nghĩa này.

Do mượn việc Bồ Tát thị hiện để hiển nghĩa các chướng ngại là Phật đạo, nên chúng ta không cần tìm hiểu việc làm của Bồ Tát. Bồ Tát không cần chúng ta hiểu việc làm của các ngài để ta bàn nói quanh co rồi kết luận là bất khả tư nghị. Duy-ma-cật chỉ muốn chúng ta thấy tướng phi tướng của ba cõi và bốn chướng mà liễu ngộ tự tâm, tức là nghĩa hành phi đạo là thông Phật đạo.

---

[1] Trạm Nhiên - Duy-ma kinh lược sớ. Bồ Tát bốn giáo ở đây là nói theo giáo lý tông Thiên Thai, chỉ các hàng Bồ Tát thuộc Tạng giáo, Thông giáo, Biệt giáo và Viên giáo.

MẦM SEN TRONG LỬA

KINH VĂN

Bấy giờ ông Duy-ma-cật hỏi ngài Văn-thù-sư-lợi rằng: Thế nào là hột giống Như Lai?

Ngài Văn-thù-sư-lợi nói: Có thân là hột giống; vô minh có ái là giống; tham, sân, si là giống; 4 món điên đảo là giống; 5 món ngăn che là giống; 6 nhập là giống; 7 chỗ thức là giống; 8 pháp tà là giống; 9 món não là giống; 10 điều bất thiện là giống; nói tóm lại 62 món tà kiến và tất cả phiền não đều là giống Phật cả.

Tâm hiện thức biến là liễu nghĩa khó nói hết, duy chỉ tự chứng. Như trên đã nói, mê là vọng tưởng khởi duyên sanh trùng trùng các tướng, liễu ngộ tự tâm thì tướng tướng đều là dụng của tánh thể chân tâm. Kinh văn nói Phật chủng hay hạt giống Như Lai, chính là nói tướng dụng của các pháp. Để hiển bày lý lẽ này, cần phải có trí tuệ sắc bén, nên có việc Duy-ma-cật hỏi để bậc Đại trí tuệ pháp vương tử Bồ Tát Văn-thù trả lời.

Có thể hiểu nghĩa Phật chủng theo ba hướng: phi chủng là Phật chủng; chúng sanh phản tỉnh là Phật chủng; tất cả tướng là liễu nhân mang chủng tử Phật.

Phi chủng là Phật chủng; nghĩa là từ cái không phải thuần chủng mà được cái chính thống, từ cái không phải chân thực mà được cái chân thực. Nghĩa này giải thích cho việc làm trái đạo là thông đạt Phật đạo. Đạo đức không thể tự khơi dậy từ bản thân của đạo đức. Chúng ta phải thấy cái này là sai, là phi đạo lý, mới biết có cái không sai, có cái hợp đạo lý.

Chúng sanh phản tỉnh là Phật chủng; đây là trên quả nói nhân. Chúng sanh do khổ đau trong sanh tử mà phát tâm cầu giải thoát khỏi những tích tập phiền não và nghiệp báo. Tuy chưa đúng đắn là tâm Bồ-đề nhưng chúng sanh khởi tu chuyển ác thành thiện, chuyển tà thành chánh là đã gieo hạt giống lành. Hơn nữa, chúng sanh dù là Bồ Tát, hàng nhị thừa hay phàm phu đều có Phật tánh, nếu tu hành đúng đắn theo minh sư chỉ dẫn, thì lâu mau gì, chính chúng sanh đó chứ không ai khác sẽ thành Phật; là nghĩa chúng sanh chính là Phật chủng.

Trạm Nhiên lập ba thứ chủng loại hay nhân là chánh nhân, duyên nhân và liễu nhân.[1] Kết hợp đủ ba nhân này là thành tựu ba thân Phật. Nhị thừa đoạn phiền não và ác pháp, không khởi thiện pháp độ sanh là thiếu duyên nhân thành Phật, nên chỉ được bốn quả Thanh văn. Duyên giác không tu Bát-nhã khởi từ bi, lại thủ chứng Niết-bàn, chỉ được quả Bích-chi, chưa phải là tối thượng. *"Nếu căn cứ thức làm nghĩa thì thức thứ sáu là duyên nhân chủng, cả thiện ác đều do thức thứ sáu khởi lên. Lìa ngoài thức thứ sáu thì không có ác không có thiện, không có duyên nhân chủng. Thức thứ bảy là liễu nhân chủng, mê hoặc cùng giải thoát đều là thức thứ bảy. Nếu lìa thức thứ bảy thì không có hoặc, không có giải thoát. Thức thứ tám là chánh chân chủng, không có thức thứ tám thì không có sanh tử Niết-bàn."*[2] Xem vậy thì ba thức tâm vương là mầm sanh tử, cũng là giống Như Lai.

Chủng có nghĩa là tánh sẵn có và khả năng hiển lộ. Ở các pháp là tánh Như, ở chúng sanh là tánh Phật. Tánh đó vốn thường trụ, không do nhân duyên sanh. Ta không thấy tự tánh Phật vì phiền não, nghiệp báo che lấp. Nếu ta thấy thực tướng của các chướng ngại vốn không, vốn huyễn hóa thì chướng ngại trở thành nhân tố kích thích việc hiển lộ tự tánh uyên nguyên. Do đó, ở trên nói ba cõi là Phật đạo, bốn chướng là tướng dụng, sanh tử phi đạo đều là hạt giống Như Lai. Chủng còn có nghĩa là nhân; có

---

[1] Đây là ý nghĩa dựa theo kinh Đại Bát Niết-bàn.
[2] Duy-ma kinh lược sớ - Trạm Nhiên.

tác nhân và liễu nhân. Tác nhân là nguyên nhân làm ra; ví như người thợ đồ gốm làm ra cái bình. Liễu nhân không phải là nguyên nhân tạo tác, mà là cái dụng làm hiển lộ; ví như ngọn đèn soi sáng vật vốn đã có sẵn đó từ trước đến giờ. Như kinh văn nêu ra từ thân kiến, si ái, đến tam độc, tứ đảo, ngũ cái, lục nhập, thất thức xứ, bát tà, cửu não, thập bất thiện đạo đều là Phật chủng. Nhưng vì phiền não, nghiệp báo cứ mãi vây bủa và sinh sôi nảy nở vô tận, nếu ta không có trí quán và thực tu thì chúng không thể trở thành liễu nhân Phật chủng được. Ta nên lưu ý điều rất quan trọng này là trí quán và thực tu.

Có thân là hột giống. Sự thật về thân kiến đã được nói ở cuối phẩm 2 và trong cuộc đối thoại với Bồ Tát Văn-thù ở phẩm 5. Trong chương 2 đã nói: "Duy-ma-cật không ngừng ở chỗ chỉ ra lẽ vô thường và bản chất uế trược của sắc thân. Từ sự phá chấp thân, ông nhắm thẳng vào ngã chấp của chúng ta mà khai phá. Chấp thân tức là chấp ngã. Chấp ngã cũng là chấp thân. Ngoài ngã chẳng có thân. Ngoài thân không hề có ngã... ... Suy cho cùng, thân và ngã nương nhau mà thành, chỉ có danh chứ không có thực nghĩa." Và trong chương 5 có nói: "Nếu ảo tưởng bắt đầu với sự chấp trước về thân, hay thân kiến, thì phải ngay thân này khởi trí quán sự giả dối của thân."

Chúng sanh và ta là hóa sanh, không phải chết rồi mới sanh. Do đó, ở đây kinh văn không còn nói quán giả, quán không hay trung đạo nữa, mà chỉ thẳng thân tướng do tâm tưởng mà thành. Do tâm tưởng mà sanh thì không cần bàn chuyện thật hay giả, có hay không; chỉ cần trực chỉ để nhận ra tức thì. Nếu chỉ lờ mờ nhận ra điều này thì ta ngừng ở thức thứ tám a-lại-da, đạt nghĩa duy thức sở biến. Nếu ta trực giác tự tâm thì là nghĩa duy tâm sở hiện. Tuy nhiên đây chỉ là lý giải ngộ. Sự muốn viên mãn thì cần tu phước trí nhị nghiêm, cần thông suốt pháp thiện hay ác, đạo hay phi đạo đều là phương tiện không hề ngăn ngại để tự độ, độ tha.

Một khi sanh tướng vô minh đã khởi thì nhân duyên xoay vần tương tục. Văn-thù khéo đưa ra trình tự hạng mục, từ một là có thân, hai là vô minh và ái, ba là tham sân si, cho đến mười điều ác, ngụ ý sự sanh ra bất đoạn cho đến vô lượng mà mỗi một trong đó đều là hạt giống xoay vần sanh lẫn nhau trong sanh tử. Nếu mê nơi thân thì thân là hạt giống gieo vào lục đạo luân hồi vì thân sanh nghiệp báo và phiền não. Nếu quán thân từ giả vào không thì là đạo nhị thừa. Nếu quán thân từ không vào giả là đạo Bồ Tát. Nếu rõ thân là tâm hóa sanh thì vào nhất thừa Phật đạo. Nhất thừa thông cả ba thừa. Phật đạo thông cả lục đạo luân hồi, nên nói thân là giống Phật, ngay cả ở cõi Vô sắc vẫn còn lấy thức a-lại-da làm thân.

Tâm bất giác vọng động khởi nghiệp tướng vô minh. Đã sanh thì sanh bất tận, nên từ vọng tưởng mà có si với ái là hai tướng không rời nhau. Từ hai tướng mà sanh vô lượng tướng, tức si ái, đại diện cho chuỗi thập nhị nhân duyên, thoạt nhìn là hạt giống sanh tử. Thế nhưng si ái do vọng tưởng nên chẳng thật có. Ta và chúng sanh thực không bệnh mà tưởng có bệnh. Nếu ngộ tánh của vô minh là minh, tâm vốn bất động là tánh giác diệu minh thì chẳng những chỉ hai chi si ái, mà tất cả các mắc xích nhân duyên từ vô minh cho đến lão tử đều là Phật chủng. Đó là từ quán nhân duyên sanh mà được lý vô sanh.

Tam độc là tham sân si đều là do căn duyên trần sanh, nên gọi là có, nhưng tâm chẳng có tánh dâm nộ si, nên cũng gọi là không. Vì thế, tam độc không có tánh quyết định; tức tánh của nó là giải thoát. Mê thì ta chìm đắm theo nó. Rõ biết ba độc không thể trói buộc được tâm thì tuy ba độc hiện nơi tâm mà chưa hề có tướng ba độc. Ba độc là hạt giống của sanh tử hay giải thoát đều là do chính ta vậy.

Chúng sanh có bốn sự điên đảo. Một là không thường cho là thường, thường cho là không thường, hai là: không vui cho là vui, vui cho là không vui, ba là không ngã cho là có ngã, thật có ngã lại không thấy. Bốn là: uế trược lại mù quáng cho là thanh tịnh, thật tịnh lại mịt mờ chẳng nhận.

Các pháp sanh diệt là vô thường. Chúng sanh vì không hiểu lý vô sanh mà đắm chấp cái có, tưởng nó là thường. Thậm chí còn có người nói bản thân sự vô thường là vĩnh viễn thường hằng. Ta nghe nói Như Lai là thường, lại thấy có Như Lai nhập Niết-bàn, nên khởi tưởng đoạn diệt; đó là tưởng điên đảo thường là vô thường. Cách điều trị tốt nhất đối với sự điên đảo này là tu quán pháp vô ngã.

Sự điên đảo thứ hai là cái nhìn ngược ngạo về hạnh phúc. Ngũ dục thế gian chẳng có gì là vui, chỉ toàn đem lại phiền não mà cả đời ta cứ mãi chạy theo. Như Lai thường trụ là vui nhưng ta lại khởi tưởng tại sao vui mà Phật bỏ thân vào diệt độ, rồi điên đảo cho cái vui giải thoát là hư vô chẳng có gì. Cách điều trị tốt nhất cho sự điên đảo này là tu quán thọ thị khổ.

Người đời thường nói có ngã, nhưng truy tìm mãi cũng không thấy ngã là thân hay tâm. Lại nữa, có kẻ thường kiến cho rằng ngã là linh hồn, cũng là một điên đảo. Có người nghe Phật thuyết vô ngã bèn cho thực là không có ngã, lại là một điên đảo khác; không biết là chân tâm Phật tánh chưa hề lìa ta mà ta cả ngày đêm chạy theo vọng thức. Cách đối trị tốt nhất sự điên đảo về ngã và vô ngã là tu quán tâm vô thường.

Như Lai pháp thân thường trụ ngay nơi ta, mà ta lại đem tâm sanh diệt cầu khẩn trước tượng đài Thích-ca Mâu-ni, lại cho Phật, Pháp, Tăng, Giải thoát là diệt tận; đó là ở nơi tịnh mà không tự nhận. Cõi người do nghiệp chiêu cảm mà thành. Dù ta phấn đấu có lúc thành công trong việc xây dựng một xã hội tốt đẹp, thanh bình, nhưng khi dòng pháp ác tương ưng với cộng nghiệp nhân ác của con người thì thiên tai, dịch bệnh, chiến tranh, chết chóc sẽ ập đến. Thân người chung quy cũng chỉ là cái túi da chứa đồ dơ. Chánh và y báo bất tịnh mà tưởng là tịnh tức là điên đảo. Cách tốt nhất để trừ bỏ sự điên đảo này là tu quán thân bất tịnh.

Nếu muốn thật thấy thân là huyễn, si ái là bệnh tưởng, ba độc có tánh giải thoát, tứ đảo chỉ là lầm tưởng thì nên thực tập quán tứ niệm xứ ngay ở từng cử chỉ, lời nói, tâm trạng, ý nghĩ để tu sửa. Đừng khởi tâm xem thường, cho pháp quán ấy là cơ bản, chỉ hợp với hàng nhị thừa, còn ta đây là thượng căn; nghĩ vậy thì rất nhanh vào địa ngục. Khi Phật sắp nhập Niết-bàn, tôn giả A-nan thưa hỏi, đức Thế Tôn căn dặn sau khi Phật nhập Niết-bàn *"tất cả người tu hành phải nương theo pháp tứ niệm xứ này mà trụ"*(Kinh Đại Bát Niết-bàn, phẩm Di Giáo thứ 26). Tôi xin trích lược thêm trong kinh Đại Bát Niết-bàn một đoạn rất rõ ràng cho chúng ta học tập.

"Này thiện nam tử! Đại Bồ Tát thực hành thánh hạnh, quán sát thân này... như vậy: cái gì là ngã, ngã thuộc về cái gì, ngã ở chỗ nào, cái gì thuộc về ngã?... Lúc Bồ Tát chuyên tâm quán sát như vậy, liền dứt trừ đặng tất cả sắc dục... dứt đặng ba thứ dục; một là sự dục nhiễm về hình mạo, hai là sự dục nhiễm về tư thái, ba là sự dục nhiễm về chạm xúc mịn màng... Thân này do nhân duyên bất tịnh hòa hợp lại mà thành, sao lại đặng ngồi, nằm, đi đứng... buồn khóc vui cười... ai sai sử có những việc như vậy?... Lại quán sát thức tâm này thứ đệ sanh diệt dường như nước chảy cũng chẳng phải là ngã... chỉ có tâm niệm do nhân duyên hòa hợp mà hiện ra... thế thì sẽ ở chỗ nào mà sanh tham dục... chỗ nào mà sanh giận hờn... chỗ nào mà có người lãnh thọ..."[1] Quán như vậy rồi tự tâm sáng tỏ là thành tựu tứ niệm xứ, trụ bậc kham nhẫn trước tham sân

---

[1] Kinh Đại Bát Niết-bàn, quyển 12, phẩm Thánh Hạnh, Việt dịch: Hòa thượng Thích Trí Tịnh.

si, điều chỉnh được cái nhìn sai lầm của tứ đảo. Sự kham nhẫn đó chưa phải là vô sanh nhẫn, nhưng người tu làm được như thế là một bước tiến bộ rất lớn, có thể dễ dàng bỏ xuống mọi sự trước kia mình không thể buông xả được.

Năm món ngăn che là giống Phật. Năm món ấy gọi là ngũ cái, gồm tâm tham dục, sân nhuế, thụy miên, trạo hối, nghi ngờ, là những trạng thái tâm thức trì trệ khó vào thiền định. Đó là những tâm sở chi tiết, không đủ quan trọng đại diện cho tất cả trạng thái tâm lý phiền não rối bời của chúng ta. Tâm sở hay trạng thái tâm thức thì đa dạng vô số. Trong Luận Đại thừa Bách pháp Minh môn, Bồ Tát Thế Thân (Vasubandhu, 316-396) quy tất cả pháp về 100 pháp gồm 8 pháp tâm vương, 51 tâm sở hữu pháp, trong đó căn bản phiền não có 6 loại, tùy phiền não có 20, sắc pháp có 11, tâm bất tương ưng hành pháp có 24, và 6 pháp vô vi. Đó là những chi tiết chi ly, chúng ta không nên quá chú tâm.

Chướng ngại lớn nhất che lấp trí tuệ chính là ngũ ấm, cũng chính là năm yếu tố tạo nên thân phận chúng sanh của ta. Ở ngũ ấm mà thấy tướng ngũ ấm là bị dẫn dắt vào lục đạo luân hồi. Không phải thân sắc mà cho là thân sắc. Không có ai thọ, tưởng, động niệm mà cho là ta đang thọ, tưởng, động niệm thì làm sao không bị trôi lăn theo ấm, giới, nhập. Nếu chỉ trong sát-na giác tự tâm mà khởi tu Bát-nhã thì năm ấm đều không, mọi khổ ách đều hết.

Sáu nhập là giống Phật. Sáu nhập là nói sáu căn thiệp nhập với sáu trần. Ngay nơi sáu nhập mà thấy bản tâm như gương hiện ảnh, thì sáu nhập là Phật chủng, là giống Phật. Ở sáu căn mà rõ tánh biết hiển hiện thì gọi là thấy tánh. Tánh biết hiện ở mắt gọi là thấy, ở tai là nghe, ở mũi là ngửi, ở lưỡi là nếm, ở thân là biết có xúc chạm, ở ý là phân biệt. Ví như gương thường lặng mà thường soi, Bát-nhã vô tri mà không gì không biết. Ở sáu trần mà mê vọng hư ngụy, thấy có tướng là tăng trưởng sức vọng liên tục làm nhân duyên sanh tử. Nếu giác tự tâm hay sinh vạn pháp mà chưa hề dao động thì tất cả tướng trần, tất cả pháp đều không ngoài tâm. Kinh Lăng-già viết: *"Nghĩa là giác ấm giới nhập tướng vọng tưởng tự tánh. Như ấm giới nhập lìa ngã và ngã sở. Ấm giới nhập chứa nhóm, nhơn nghiệp ái ràng buộc, lần lượt duyên nhau sanh, không dao động, các pháp cũng vậy."* Ấm giới nhập do vọng tưởng mà có tánh, có vẻ như là thật; vọng tưởng phân biệt, chấp trước xoay vần duyên nhau sanh mà bản tâm vẫn như như bất động; các pháp cũng có cùng đạo lý do vọng tưởng, phân biệt, chấp trước duyên nhau sanh mà xưa nay vẫn như như bất động. Rõ ràng theo nghĩa này thì ấm giới nhập tuy là hạt giống của vọng tưởng duyên sanh nhưng cũng đích thực là hạt giống của giải thoát.

Bảy chỗ thức là giống Phật. Thức xứ (vijñānanasthiti) là chỗ an trụ của thức, gồm bảy chỗ theo luận A-tỳ-đạt-ma Câu-xá của Bồ Tát Thế Thân. Thức trụ xứ đầu tiên gồm chúng sanh nhân thiên cõi Dục, có thân tướng và tâm thức đều khác nhau. Chúng sanh chuyển sanh ở sáu cõi trời Dục giới do hạn chế được tâm dâm, động ít, tĩnh nhiều, lặng trong sáng suốt. Thức xứ thứ hai gồm chúng sanh ở cõi trời sơ thiền và một phần cõi trời nhị thiền, có thân khác tưởng đồng. Thức trụ xứ thứ ba gồm chúng sanh cõi trời nhị thiền và một phần cõi trời tam thiền, có thân đồng tưởng khác. Thức xứ thứ tư từ trời Biến Tịnh ở cõi trời tam thiền trở lên, có thân đồng tưởng đồng, thân tướng giống nhau và niệm tưởng duy chỉ còn lạc thú. Bốn thức xứ trên cộng với 3 thức trụ các cõi Không vô biên xứ, Thức vô biên xứ, Vô sở hữu xứ là bảy chỗ an trụ của thức.

Quá trình thức an trụ là quá trình tu định. Riêng chúng sanh cõi Dục do tâm thường động loạn nên chỉ có phần nhỏ định tâm. Theo Phật Quang đại tự điển, phần nhỏ ấy gọi là vị chí định (anāgamya-samādhi), là giai đoạn sơ khởi trước khi vào sơ thiền. Định Dục giới không trụ được lâu nên còn gọi là Điện quang định hay định tia chớp. Ở cõi Dục còn có loại định của cảnh giới thần tiên do chúng sanh tu nhân hư vọng mà thành quả hư vọng, như Phật dạy trong kinh Lăng-nghiêm: *"A-nan, lại có chúng sanh từ loài người, không nương theo chánh giác tu pháp Tam-ma-đề, lại riêng tu theo vọng niệm, để tâm củng cố hình hài vào trong rừng núi, những chỗ người ta không đến được, thành mười thứ tiên."* Ngoài ra còn có cảnh giới thức an trụ của ngu phu sở hành thiền như kinh Lăng-già nói. Đây là trụ xứ của thức trong cảnh giới thiền nhị thừa. Nhị thừa quán không, khổ, vô ngã, tu tứ đế, thành tựu đoạn được si ái. Tuy nhiên do không biết pháp tự tâm hiện nên trong ngoài trọn chẳng diệt; lại do cho rằng thật có chỗ diệt, thật có chỗ chứng nên đồng với ngoại đạo.

Trong Chú Duy-ma kinh, Tăng Triệu dẫn lời ngài La-thập: *"Thức trụ tức thức được an trụ. Thức niệm rõ ràng không có phiền não, không bị hủy hoại, nên gọi là trụ. Các đường ác thì sự thống khổ hủy hoại; đệ tứ thiền thì bị Vô tưởng phá hoại, Phi tưởng thì bị diệt định hủy hoại, tức nói rằng các địa ấy tâm tưởng nhỏ nhiệm mờ mịt, thức niệm không rõ ràng, nên thức không an trụ."* Đây là cách nói để lập cảnh giới tỏ rõ thức. Xét cho cùng, bản chất của thức là vọng động không ngừng, là gốc vô trụ của các pháp như Duy-ma nói với Văn-thù ở phẩm trước. Do bất giác vọng động mà chân tâm thành ra vọng thức, không phải là một, cũng không phải là hai. Như ở phần "thất xứ trưng tâm" trong kinh Lăng-nghiêm, ngài A-nan trình bày bảy chỗ là tâm đều không phải, huống hồ gì vọng thức lại có chỗ có sao? Do đó mà biết bảy chỗ an trụ của thức đều không có được.

Cảnh giới là quả dị thục của a-lại-da, gọi là dị thục năng biến. Do chấp trước cảnh giới mà thức thứ bảy là mạt-na hay tư lương năng biến, huân tập chủng tử trở vào tạng thức. Nhận thức cảnh giới là tác dụng phân biệt của tâm ý thức thứ sáu, còn gọi là liễu biệt năng biến. A-lại-da là chủ nắm giữ bản thiết kế làm ra căn nhà. Mạt-na thức chấp trước nên huân tập tưởng căn nhà thành chủng tử bản thiết kế. Tâm ý thức phân biệt chi tiết lớn nhỏ đẹp xấu cho bản thiết kế căn nhà. Căn nhà hoàn thành thì chúng sanh vào ở, không rời nhau; tức là nghĩa thức biến hiện thành cảnh giới, đồng như nghĩa cảnh giới là hiện thân của thức. Trong nghĩa này mà nói thì tâm thức vọng động dường như đang an trụ. Lại nữa, dù tâm vương có chia ra thành tám thức thì a-lại-da là chủ, vì chân tánh của a-lại-da là tánh giác biết. Tánh biết ấy xuyên suốt thức thứ sáu, bảy và tiền ngũ thức.

Biết bảy chỗ an trụ của thức đều không thể được, không có nghĩa là rơi vào hư vô đoạn diệt. Chính ở chỗ thức không chỗ trụ mà ta nên thấy tại sao Phật gọi thức ấm là vọng tưởng điên đảo. Đó là do chúng sanh không biết hai thứ cội gốc. *"Thế nào là hai thứ cội gốc? A-nan, một là cái cội gốc sống chết vô thỉ, tức như ông ngày nay cùng các chúng sanh dùng cái tâm phan duyên mà làm tự tính. Hai là cái thể bản lai thanh tịnh Bồ-đề Niết-bàn vô thỉ thì như hiện nay cái tính bản minh thức tinh của ông, sinh ra các duyên mà bị bỏ rơi. Do các chúng sanh bỏ rơi cái bản minh ấy nên tuy cả ngày sống trong tính bản minh mà không tự giác, oan uổng vào trong lục đạo."* (Kinh Lăng-nghiêm) Ngay ở vọng thức phi đạo và không chỗ trụ mà chúng ta có thể nhận ra thức tinh nguyên minh vốn là chân tâm bản tánh có sẵn nơi mình. Đó là nghĩa của bảy chỗ thức là giống Phật.

Tám pháp tà là giống Phật. Bát tà là nghịch với bát giải thoát, đã nói qua ở phẩm ba, trong cuộc đối thoại giữa Duy-ma-cật và tôn giả Đại Ca-diếp. Vì thân phận chúng ta nằm trong mối quan hệ xã hội đa dạng, và vì ta sống là sống cùng người khác, nên chỉ cần một sai lầm nhỏ trong lời nói, hành vi và ý nghĩ cũng đủ phá vỡ sự thân thiện giữa ta và người, thậm chí vì thế mà cả cuộc đời ta bị hủy hoại. Do đó chúng ta phải rõ ràng trong sự lựa chọn giữa đúng và sai, thiện và ác. Phải tự nhận biết chính mình đang trong hạn cục nào mà tự lèo lái bản thân không bị sa lầy vào hầm hố tội lỗi để phải nhận quả báo về sau. Đó là trạch pháp nhãn, vì trong tánh Như, thiện bao giờ cũng là thiện, ác bao giờ cũng là ác. *"Thế nào là trạch pháp nhãn? Tức là biết thế nào là pháp, là phi pháp, nhiễm pháp, tịnh pháp, thiện pháp, ác pháp và tà pháp hay chánh pháp. Nếu quý vị minh bạch, thấu đáo như thế rồi, đó mới chính là có trạch pháp nhãn vậy."*[1] Tu tuệ trong Phật pháp là cách để đạt được trạch pháp nhãn và cũng là phương tiện chuyển thức thành trí.

Chín món não, La-thập dịch là cửu não xứ, nghĩa là chín chỗ tâm phiền não. Các chú giải xưa nay đều thống nhất cách hiểu là ba sự việc người khác thương yêu oan gia của ta, ghét bỏ bạn lành của ta, và gây nguy hại thân mạng ta, là ba chỗ tâm ta phiền não; ba sự ấy kể trong ba đời thành chín món não. Đây là biểu pháp, hơn nữa như đã nói, những sự nhiễu loạn tâm thức thì có vô số, không cần chú ý con số cụ thể. Nếu nhìn vào con số, thì ba độc qua ba thời, ba cõi luân hồi qua ba a-tăng-kỳ kiếp, ba chỗ ấm giới nhập trong quá khứ, hiện tại, vị lai cũng làm thành chín chỗ phiền não. Ta nên chú ý nghĩa phiền não gây nhiễu loạn ba đời hơn vì nó nói lên sự tương tục bất tận của sanh tử. Mê mất tự tâm thì sự tương tục đó bám dính ta từ vô thủy đến vô chung. Giác tự tâm thì không những ba chướng phiền não, nghiệp và báo đều tự dứt, cho dù có đến ba vô lượng chướng cũng đều là tướng dụng, đều là hạt giống khởi tu định.

---

[1] Hòa thượng Tuyên Hóa, lược giảng Luận Đại thừa Bách pháp Minh môn.

Mười điều bất thiện là giống Phật. Ở phẩm Phật quốc, Phật dạy cư sĩ Bảo Tích về công hạnh xây dựng cõi tịnh độ của Bồ Tát; một trong những điều đó là hành thập thiện. Ở đây Văn-thù lại nói mười điều ác là hạt giống Phật. Chẳng phải ngài xúi giục ta làm điều sai trái, ngài chỉ nhắc lại ta nên có trạch pháp nhãn, thẩm sát phân minh việc thiện ác, từ đó khởi tu giới.

Nói tóm lại 62 món tà kiến và tất cả phiền não đều là giống Phật, vì nghĩa không của vạn pháp chẳng phải là hư vô diệt tận mà chỉ có thể hiển lộ ở ngay nơi 25 cõi hữu. Chúng ta hẳn còn nhớ trước đó khi thăm hỏi bệnh tình Duy-ma-cật, Bồ Tát Văn-thù hỏi: *"Không, phải tìm nơi đâu?"* và Duy-ma trả lời: *"Phải tìm trong 62 món kiến chấp."* Hai bậc thầy đều cùng một ý khai thị cho chúng ta: *"Tất cả những kiết sử vô minh phiền não đều là Phật tánh, vì là nhân của Phật tánh."* (Kinh Đại Bát Niết-bàn).

KINH VĂN

Ông Duy-ma-cật hỏi:

- Tại sao thế?

- Nếu người thấy vô vi mà vào chánh vị thời không còn phát tâm Vô thượng chánh đẳng chánh giác nữa. Ví như chỗ gò cao không thể sinh hoa sen, mà nơi bùn lầy thấp ướt mới có hoa sen. Như thế, người thấy vô vi, vào chánh vị không còn sanh trong Phật pháp được, mà ở trong bùn lầy phiền não mới có chúng sanh nghĩ đến Phật pháp mà thôi. Lại như gieo hạt giống trên hư không thì không sinh được, ở đất phân bùn mới tốt tươi được. Như thế người đã vào vô vi chánh vị không sanh được trong Phật pháp, kẻ khởi ngã kiến như núi Tu-di còn có thể phát tâm Vô thượng chánh đẳng chánh giác mà sinh trong Phật pháp. Cho nên phải biết tất cả phiền não là giống Như Lai. Ví như không xuống bể cả, không thể đặng bảo châu vô giá, cũng như không vào biển cả phiền não thời làm sao mà có ngọc báu nhất thiết trí.

Bồ Tát Văn-thù đã đưa ra từ một đến sáu mươi hai và đến vô lượng thứ chỉ có thể thấy ở trong sanh tử và trong cuộc đời cụ thể này để giải thích thế nào là mầm giống Phật. Đến đây, Duy-ma-cật hỏi tại sao là có ý muốn lấy sự để hiển lý phiền não là hạt giống sẽ nảy mầm tâm Bồ-đề. Do đó Văn-thù mượn giới hạn của pháp nhị thừa để mở ra quang lộ cho chúng sanh phát tâm vô thượng. Tại sao phải mượn pháp nhị thừa? Phàm phu tâm còn động loạn, phân biệt chấp trước sâu nặng. Người tâm ít nhiễu loạn hơn, hành thiện pháp, nhờ phước báo có thể chuyển sanh lên các cõi trời dục giới. Nhị thừa do căn lành và trí tuệ vượt trội hơn nên có thể có đủ tứ thiền bát định. Lấy chỗ cao của nhị thừa mà dẫn dụ nơi thấp của phàm phu là bước đầu. Bước kế là nhân chỗ giới hạn của tâm nhị thừa mà chỉ nơi vô hạn của tâm vô thượng. Tâm vô thượng siêu việt qua nhất thiết trí của nhị thừa và đạo chủng trí của Bồ Tát, chính là nhất thiết chủng trí của Như Lai, là giai vị tối thượng. Lý thì có thể viên đốn, nhưng sự phải tiệm thứ, nên trước tiên ở thế gian tu nhân xuất thế, làm lành lánh dữ, tu ngũ giới thập thiện, muốn lìa phiền não phải lên chỗ gò cao tịch tĩnh tránh luồng sóng dữ của sanh tử.

Đó là bước đầu thấy đạo lý vô vi. Để ngăn việc đang ở sự mà có tâm ngừng nghỉ, kinh văn viết: *Nếu người thấy vô vi mà vào chánh vị thời không còn phát tâm Vô thượng chánh đẳng chánh giác nữa.* Như La-thập nói, thấy vô vi là kiến đế, có chỗ chứng ngộ, có chỗ đạt đến. Nếu có người cho đó là chân đế, nhất định ly sanh tử vào Niết-bàn, tức là người đó quyết định tưởng chân lý khác, tưởng sanh tử khác; nên chân đế ấy không phải là đệ nhất nghĩa đế. Tâm an trụ kia là ngoại đạo, nghĩa là còn bên ngoài chưa vào được đạo chân thật. Cho dù bậc A-la-hán là vô sanh, không còn tái sanh nữa thì Niết-bàn rỗng không kia chẳng phải là thường lạc ngã tịnh. Hơn nữa, thấy vô vi là kiến, vào chánh vị là ái, có kiến phần là ta thấy, có tướng phần là chánh vị được ưa chuộng; đã là hai tướng thì không còn sanh trong Phật pháp được vì Phật tánh là không hai; chẳng thấy chỗ không hai thì không được Phật tánh, không thành Phật, chỉ được quả A-la-hán. Vì còn chấp trước tướng nên chỗ đến không là đích rốt ráo tối hậu. Nơi chấp trước này vẫn còn tiềm tàng ngã kiến vi tế khó thấy, khó trừ. Không bằng ngay từ lúc khởi tu tự biết ta còn ngã kiến cao như núi Tu-di mà quán thật sâu "ngã và vô ngã chẳng hai, là nghĩa vô ngã" như Duy-ma-cật đã nói với ngài Ca-chiên-diên.

Để phá chấp trước, Bồ Tát Văn-thù đưa ra các ví dụ có vẻ đẹp đơn giản mà thuyết phục. Đồi cao dụ cho Niết-bàn, hư không dụ cho vô vi tịch diệt. Trên gò đất cao làm sao có hoa sen nở, cũng như trong hư không chẳng thể có chuyện hạt giống nảy mầm. Bùn lầy, phân rác mới thích hợp cho sen nở hoa, cho giống đâm chồi, tức là nghĩa của Như Lai xuất triền, từ trong phiền não mà nảy sinh hạt giống Như Lai.

Bồ Tát bát địa chứng lý vô sanh. Chúng ta do thâm nhập kinh tạng cũng có thể hiểu lý vô sanh. Tuy nhiên, đến chỗ này mới thấy sự tu là hết sức quan trọng. Ta thà bị mịt mù trong hang tối mà còn hy vọng và khả năng thoát hiểm hơn là lờ mờ giải ngộ đôi chút mà tự cô lập mình trong cái kén của thế trí biện thông. Bồ Tát đang tu, vì không muốn chấp lý vô sanh nên không thủ chứng mà ngay ở sanh tử liễu giải nghĩa sanh tử, ở pháp hữu vi mà hiển bày pháp vô vi, ở giống phiền não thu hoạch quả bồ-đề, không những cho riêng mình mà còn cho toàn pháp giới chúng sanh. Ở đây không nói nghĩa Bồ Tát thọ thân phiền não, nhập thế độ sanh, vì đó là việc của các ngài. Chúng ta chỉ chú trọng ý nghĩa nên ở ngay nơi trần lao hệ lụy mà nhận ra sự dính mắc sanh tử là ở tự tâm, không phải ở nơi sanh tử. Nếu liễu nghĩa sanh tử là không, thì ở chỗ không đó mà không thủ chứng. Tức là ở chỗ vô sở hữu, không hề có một pháp, cũng chẳng một tướng chúng sanh, ta hiểu rất rõ tất cả tướng đều là hóa sanh. Từ đó không vào chánh vị vô sanh mà phát tâm vô thượng cầu nhất thiết chủng trí thông suốt nhất thiết pháp. Nếu vào chánh vị thủ chứng Niết-bàn tức nghĩa là thấy tướng phiền não đã sanh và nay đã đoạn, chưa thấy nghĩa hóa sanh của sanh tử. Điều này cũng có nghĩa là chưa đạt thâm sâu của chân tâm tự tánh, còn mấp mé bên bờ a-lại-da không dám nhảy qua bờ vực chuyển mình thành trí tuệ viên mãn. Không bằng còn giữ nguyên sanh tử phiền não nung nấu trong quán chiếu và tu hành thì còn có cơ hội có lúc thật tuệ bừng sáng. Thiền sư Trường Sa Cảnh Sầm có bài kệ:

百丈竿頭不動人，
雖然得入未為真。
百丈竿頭須進步，
十方世界是全身。

Bách trượng can đầu bất động nhân,
Tuy nhiên đắc nhập vị vi chân.
Bách trượng can đầu tu tấn bộ,
Thập phương thế giới thị toàn thân.

Người đứng yên trên sào trăm trượng,
Tuy có chỗ vào, chẳng phải chân.
Đầu sào trăm trượng nên bước tới,
Mười phương thế giới ấy toàn thân.[1]

Cho nên phải biết, tất cả phiền não là giống Như Lai. Không vào biển sanh tử làm sao có bảo châu trí tuệ viên mãn, cũng như không từ trong bùn lầy phiền não làm sao được mầm giống hoa sen. Thiền sư Ngộ Ấn (1020-1088) đời nhà Lý nước ta truyền kệ trước khi thị tịch:

妙性虛無不可攀，
虛無心悟得何難。

---

[1] Cảnh Đức Truyền Đăng Lục (景德傳燈錄), quyển 10. Xem Đại Chánh tạng, Tập 51, số 2076, trang 274, tờ b, dòng 7- 8.

玉焚山上色常潤，
蓮發爐中濕未桿。

Diệu tính hư vô bất khả phan,
Hư vô tâm ngộ đắc hà nan.
Ngọc phần sơn thượng sắc thường nhuận,
Liên phát lô trung thấp vị can.

Tánh hư vô mầu nhiệm khó theo,
Tâm hư vô nhận hiểu được rồi.
Ngọc thiêu trên núi màu thêm sáng,
Sen nở trong lò sắc vẫn tươi.

KINH VĂN

Lúc bấy giờ ngài Đại Ca-diếp khen rằng: Hay thay! Hay thay! Ngài Văn-thù-sư-lợi, lời nói thích quá. Thật đúng như lời ngài nói những bọn trần lao là giống Như Lai. Hôm nay chúng tôi không còn kham phát tâm Vô thượng chánh đẳng chánh giác. Đến như người đủ năm tội vô gián còn có thể phát ý mong sanh trong Phật pháp, mà nay chúng tôi hoàn toàn không phát được. Ví như những người năm căn đã hư, đối với năm món dục lạc chẳng còn cảm xúc. Cũng như hàng Thanh văn đã đoạn hết kiết sử, ở trong Phật pháp không còn có lợi ích gì mấy, bởi không còn có chí nguyện. Thưa ngài Văn-thù-sư-lợi! Vì thế nên phàm phu ở trong Phật pháp còn có ảnh hưởng, mà hàng Thanh văn thời không. Vì sao? Vì phàm phu nghe Phật nói pháp khởi được đạo tâm vô thượng, chẳng đoạn Tam bảo, còn chính như Thanh văn trọn đời nghe Phật pháp: 10 lực, 4 món vô úy... mà hoàn toàn cũng không phát được đạo tâm vô thượng.

Đoạn kinh văn trên vẫn mượn pháp nhị thừa để hiển lộ nghĩa sanh tử phiền não là Phật chủng. Nếu chúng ta đặt nặng vấn đề phê phán pháp nhị thừa thì thực là không hiểu nghĩa hướng của kinh, là chệch một ly đi vạn dặm, tác hại không nhỏ cho việc truyền bá pháp. Lời của ngài Ca-diếp ban đầu là khen, sau nghe như cảm thán hối tiếc; điều này góp thêm sức tự tin cho chính chúng ta vào khả năng có thể chuyển hóa phiền não thành bồ-đề. Ngài Ca-diếp xác nhận với Bồ Tát Văn-thù: *Thật đúng như lời ngài nói những bọn trần lao là giống Như Lai.* Lời Văn-thù chẳng dối gạt là thật, hợp lý lẽ là đúng, phải là vậy, không khác sự thực là như. Trần là nhiễm ô. Lao là nhọc nhằn. Trần lao là những phiền não kiết sử trong sanh tử, đồng thời là hạt giống cho giải thoát; lý do chúng ta đã xét qua bên trên. Đây chỉ tóm lại đạo lý chung: ở pháp tướng mà liễu ngộ thực tướng vô tướng thì pháp tướng là Phật chủng. Nghĩa là lìa các tướng thì không thấy được chân tướng. Như vậy các tướng chúng sanh, tướng vô minh đến lão tử, tướng đối đãi đều là chủng tử thành Phật, là tướng dụng, là pháp độ cả.

Bản dịch của Huyền Trang viết tiếp theo chỗ này là: *"Vì trong tâm tương tục, chủng tánh sanh diệt của chúng tôi đã khô nát, thì không bao giờ phát tâm Chánh đẳng giác";* trong khi ở bản dịch này là: *Hôm nay chúng tôi không còn kham phát tâm Vô thượng chánh đẳng chánh giác.* Bản dịch của ngài Huyền Trang có thể rõ nghĩa hơn. Chủng tánh sanh diệt cũng là chủng tánh Phật. Nhị thừa quyết xa lìa tướng sanh diệt, cầu tướng Niết-bàn tịch diệt; khác nào quyết đoạn mất chủng tánh thành Phật. Chưa giải thoát, tức thân tâm còn tương tục mà chủng tánh đã mất. Phật tánh thường trụ, do đó, nói ý đoạn ở đây là đoạn duyên nhân, không phải đoạn liễu nhân là gốc Phật tánh. Khi không còn duyên nhân, làm sao kích thích hạt giống phát triển? Chúng ta phải chú ý nghĩa khô héo của hạt giống. Do vì duyên nhân bị dứt nên lâu dài về sau mới đạt; đó là ẩn ý trong những ví dụ phía sau nói đến sự vô hy vọng của hàng nhị thừa so với khả năng phát tâm vô thượng của chúng sanh. Hơn nữa, chúng sanh, hàng nhị thừa đều không có tướng nhất định nên cái mất đi là duyên, chẳng phải là giống gốc, ý chỉ thời gian rất lâu mới thành Phật. Do đó trên hội Pháp Hoa, Phật lần lượt thọ ký cho các đệ tử Thanh văn. Trong kinh Đại Bát Niết-bàn, Phật nói Tu-đà-hoàn phải 8 vạn kiếp mới thành Phật, Tư-đà-hàm qua 6 vạn kiếp, A-na-hàm 4 vạn, A-la-hán 2 vạn kiếp, ngay cả hàng Nhất-xiển-đề dứt mất căn lành rồi cũng có thể thành Phật.

Đại Ca-diếp dẫn ra ba ví dụ minh chứng cho lời tán thán Văn-thù. Chúng sanh vì nhân quả nghiệp báo nặng nề dù có đọa địa ngục vô gián vẫn có thể phát tâm Vô thượng bồ đề. Năm tội phải bị đọa địa ngục vô gián là: giết cha, giết mẹ, giết A-la-hán, phá hòa hợp tăng, làm thân Phật chảy máu. Nghĩa vô gián là không hề gián đoạn. Sau khi bỏ thân hiện tại liền bị đọa thẳng vào địa ngục là thú báo vô gián. Thân biến đầy địa ngục là thân hình vô gián. Ở các ngục khác, sống chết lần lượt, ở ngục vô gián phải đủ thọ mạng là thọ mạng vô gián. Chịu khổ không ngừng là thọ khổ vô gián. Đề-bà-đạt-đa giây phút đất nứt lửa hút vào địa ngục đã kịp thời phát tâm ăn năn vì nhiều lần mưu hại Phật, và khi ở địa ngục ông đã chí thành quy y Phật. Kinh Tăng-nhất A-hàm ghi sau một đại kiếp ở địa ngục, ông sẽ chuyển sanh lần lượt lên các cõi trời Dục giới và sẽ thành Bích-chi Phật sau 10 vạn đại kiếp.

Nhìn lại ngày nay, chúng ta thấy không ít người có học hàm tiến sĩ Phật học, hoặc những trí thức nghiên cứu, thậm chí cả nhiều vị khoác cà sa mà vẫn ra công tìm chứng cứ chứng minh kinh văn Đại thừa là ngụy tạo như kinh Lăng-nghiêm, kinh Duy-ma-cật... Những người kiên trì với sở học như vậy khó mà phát đại tâm.

Những người năm căn đã hư, đối với năm món dục lạc chẳng còn cảm xúc. Điều này hợp lý. Khuyết căn là các căn bị đóng lại, không có khả năng tiếp nhận ngoại cảnh. Nếu chúng ta cứ bịt kín mắt, đóng chặt tai tức chẳng hiểu nghĩa cảnh trần là huyễn, không hiểu căn trần tuyệt không hề đến với nhau, cũng chẳng biết căn là cửa ngõ để tánh soi sáng trần. Tánh biết vẫn biết dù cho có hay không có cảnh trần. Nếu tự tách biệt cuộc đời, không tiếp cận phiền não, đã đoạn hết kiết sử rồi cho là đủ, không còn thấy còn gì hứng thú, hấp dẫn, hay thu hoạch được ở Phật pháp thì là kẻ tăng thượng mạn có ngã kiến vi tế. Kinh văn viết: *Ở trong Phật pháp không còn có lợi ích gì mấy, bởi không còn có chí nguyện*. Không còn có lợi ích gì mấy (vô sở phục ích), nghĩa là không chỗ nào còn có lợi cho mình, không phải nói mình không có lợi gì cho ai.

Chính vì ta tự rút vào vỏ sò tịch lặng, không còn nghe tiếng sóng biển mà ta cho là phiền toái nên ta không thể nhìn ra cái đẹp của biển cả mênh mông. Những nhà hải dương học thì khác. Họ thấy được sự sống muôn màu dưới lòng đại dương sâu thẳm. Có nhiều người tầm thường trong xã hội cũng vậy, ở ngay trong phiền toái cuộc đời, họ tiếp cận và nhận ra nhiều đạo lý nhiệm mầu trong Phật pháp và tin hiểu mà thọ trì. Ta xem kinh Phật thường có khuyên "tín thọ phụng hành" sẽ được nhiều lợi ích. Nhiều người chẳng những làm được việc này mà còn có chí nguyện xiển dương Phật pháp bằng nhiều cách như ấn tống kinh điển, thuyết pháp, nghiên cứu viết sách v.v... Đó là những sự việc diễn ra ta thấy được, nên ngài Đại Ca-diếp khen lời Văn-thù là như. Họ đang hộ trì Tam bảo, truyền rộng Phật pháp, triển khai nghĩa kinh sâu nhiệm. Đó là phàm phu ở trong Phật pháp còn có ảnh hưởng, báo đáp ân Phật, khởi được đạo tâm vô thượng. Nếu Bồ Tát Thế Thân không từ bài xích quay đầu về xiển dương Đại thừa thì chúng ta không có các tác phẩm kiệt xuất của ngài như Duy thức tam thập tụng, Luận Đại thừa Bách pháp minh môn. Do đó, kinh văn viết hàng Thanh văn trọn đời nghe Phật pháp... hoàn toàn cũng không phát được đạo tâm vô thượng, chỉ là cách nói để hiển nghĩa đạo giải thoát nằm ngay trong sanh tử, không phải bài xích pháp nhị thừa.

KINH NGHIỆM BẬC THẦY

> **KINH VĂN**
>
> Trong chúng hội có Bồ Tát tên Phổ Hiện Sắc Thân hỏi ông Duy-ma-cật rằng:
>
> - Cư sĩ! Cha mẹ, vợ con, thân bằng quyến thuộc, những người tri thức là ai? Tôi tớ, trai bạn, voi ngựa, xe cộ ở đâu?

Danh xưng Phổ Hiện Sắc Thân nghĩa là hình hài thân tướng hiển hiện bao quát khắp hư không pháp giới, không đâu không có; nghĩa đồng như pháp thân, lấy vạn pháp làm thân, hoặc như tất cả pháp là Phật pháp. Lấy nghĩa lý mầm sen trong lửa giải thích ý nghĩa việc làm trái đạo là Phật đạo đã là điều khó hiểu cho hội chúng, làm sao thực hiện được điều đó càng khó hơn. Bồ Tát Phổ Hiện Sắc Thân với danh xưng của ngài tất nhiên hiểu rõ nghĩa lý qua cuộc đối đáp giữa các ngài Văn-thù, Duy-ma và Đại Ca-diếp. Do hiểu tất cả tướng đều là tướng hóa sanh của tự tâm, không đâu không phải tâm, nên không ai không phải là thân bằng quyến thuộc. Đây là kết nối với nghĩa chúng sanh do hóa mà sanh ở phẩm bảy, Quán Chúng Sanh. Do hiểu tất cả pháp đều là tướng dụng, nên pháp nào cũng là pháp có thể tự thọ dụng. Do thấu suốt đạo và phi đạo bình đẳng nên không ngại pháp phương tiện làm lợi ích chúng sanh; là nghĩa tha thọ dụng. Đạo lý quan trọng ở đây là chân như nhị không: nhân vô ngã và pháp vô ngã. Nhân vô ngã thì đối với người suôn sẻ, không chút chấp trước. Pháp vô ngã thì tùy thuận tiếp vật, không hề phân biệt.

Với câu hỏi đặt ra như trên, vai diễn của Bồ Tát Phổ Hiện Sắc Thân là trợ thủ cho Duy-ma-cật nói kệ trình bày kinh nghiệm tự thọ dụng và tha thọ dụng để hiển nghĩa hành phi đạo là Phật đạo và lý sanh tử phiền não là hạt giống Phật. Kinh nghiệm bày ra để minh chứng cho nghĩa lý trên, tuyệt nhiên không phải là lời chỉ bảo rằng Bồ Tát phải như thế này hoặc phải như thế kia; chúng ta nên phân biệt cho rõ. Trong cả tự và tha, lý sự khế hợp chặt chẽ như sẽ thấy ở bài kệ bên dưới, là kết nối với nghĩa pháp bất tư nghị mà khả dụng của phẩm sáu Bất Tư Nghị.

Ngoài ý nghĩa trên, toàn bài kệ Duy-ma-cật kể ra đủ thứ cái có như là lời đáp trả cho thắc mắc của hội chúng về sự kiện căn thất trống không, như đã nêu trong phẩm Văn-thù thăm bệnh. Không mà bao trùm tất cả cái có. Khi xem bài kệ sau, chúng ta nên nhớ lại những gì kinh văn đã nói ở phẩm hai Phương tiện về lai lịch cá nhân ông Duy-ma-cật trong mối quan hệ gia đình và xã hội, để thấy rõ từng hạng mục trong bài kệ đều là kinh nghiệm của một bậc thầy. Duy-ma-cật tuy thân là cư sĩ nhưng ẩn mật bản chất của một đại Bồ Tát với báo thân viên mãn mà chúng sanh không thấy được. Do công đức huân tu từ vô lượng kiếp cảm ứng thành quả tự thọ dụng mà chỉ có ông mới biết, người khác không thể hiểu; ví như ta không thể cảm thấy cái no của một người khác vừa ăn xong.

KINH VĂN

| Ông Duy-ma-cật dùng bài kệ đáp rằng...

Kệ tụng là thể văn vần thường dùng trong kinh điển Phật giáo. Kệ có hai loại: cô khởi (gāthā) và trùng tụng (geya). Cô khởi kệ là phần văn vần mà trước đó không có văn xuôi, hay văn trường hàng, như các câu kệ trong kinh Pháp cú. Trùng tụng kệ là phần văn vần trùng tuyên ý nghĩa văn trường hàng phía trước, như trong kinh Lăng-già.

Bên dưới là bài kệ của Duy-ma-cật được nêu thành mục riêng để trả lời câu hỏi của Bồ Tát Phổ Hiện Sắc Thân. Đơn vị của kệ là khổ kệ. Mỗi khổ kệ có bốn câu mỗi câu có 5 chữ, trong nguyên bản cũng như trong bản dịch. Bài kệ của Duy-ma-cật có 42 khổ, tổng cộng 168 câu. 12 khổ kệ đầu tiên là kinh nghiệm tự thọ dụng.

KINH NGHIỆM TỰ THỌ DỤNG

> **KINH VĂN**
>
> Trí độ mẹ Bồ Tát;
> Phương tiện ấy là cha;
> Đạo sư tất cả chúng,
> đều do đấy sanh ra.
> Pháp hỷ chính là vợ;
> Tâm từ bi là gái;
> Tâm thành thực là trai;
> Rốt ráo vắng lặng: nhà.
>
> Trần lao là đệ tử,
> tùy ý mà sai sử;
> Đạo phẩm vốn bạn lành,
> do đấy thành chánh giác.
> Các độ là pháp lữ;
> Tứ nhiếp là kỹ nữ,
> ca ngâm tụng lời pháp,
> lấy đó làm âm nhạc.

Ngay đầu bài kệ đã đề cập đến trí tuệ tức là nói trí tuệ như vai trò chủ đạo thẩm sát và thu hoạch kinh nghiệm. Trí độ là ba-la-mật thứ sáu: tu trí Bát-nhã thấu suốt tánh Không. Thật trí vốn sẵn có, là trí vô sư, còn gọi là căn bản trí. Thật trí là tuệ Không vô biên và dung nạp tất cả pháp, ví như lòng mẹ bao la không bờ bến. *Trí độ là mẹ*, nghĩa tương ưng với danh xưng Phổ-hiện-sắc-thân, vì dụng của trí là hiển bày pháp thân cùng khắp pháp giới, như mẹ sinh con. Thật tuệ chiếu soi từ trong, dẹp bỏ phiền não cho chúng sanh cũng như người mẹ chăm sóc, trưởng dưỡng con cái. Bát-nhã vô tri, tịch mà thường chiếu, giống như mẹ lặng yên sâu sắc, mà lúc nào cũng quan tâm con vậy.

Trí liễu ngộ tánh không nhưng không thủ chứng; đó là thể. Lại có trí phương tiện độ sanh; là dụng, là hậu đắc trí không gì là không biết, còn gọi là Bát-nhã vô sở bất tri. Kinh văn ví trí *phương tiện ấy là cha* vì phương tiện quyền trí thì tháo vát năng động như cha, hay vào sanh tử phi đạo để thông suốt Phật đạo. *"Lại hành ở phi đạo là quyền, thấu suốt Phật đạo là thật. Nhân hai trí này mà khắp nhập trần lao làm Như Lai chủng.*"¹ Ở trên, mẹ là căn bản trí. Ở đây, hậu đắc trí là cha, là phương tiện ba-la-mật thứ bảy. Hôn phối cha mẹ tốt đẹp sẽ sinh ra con cái. Cũng vậy, người thành tựu Bát-nhã vô tri vô sở bất tri đáng được xưng là đạo sư của tất cả chúng sanh. Hơn nữa, nhập không là thật trí, nhập giả là quyền trí. Xuất ly cả hai nhập, được rỗng rang thanh tịnh, là nghĩa xuất thai, được cha mẹ sanh ra hay nói như kinh văn: *đạo sư tất cả chúng đều do đấy sanh ra.*

Đúng như mở đầu phẩm hai Phương tiện có nói, ông Duy-ma-cật đã từng cúng dường vô lượng các đức Phật, sâu trồng cội lành, nên quả tốt là kinh nghiệm tự thọ dụng đầu tiên của ông là có trí tuệ siêu việt. Trí tuệ vô tướng mà có tướng là vậy; chính là tướng giác ngộ. Trong kinh nghiệm ấy hàm chứa ý khuyến tu. Vì khuyến tu nên Duy-ma-cật mới nói đến ba-la-mật. Nhờ có tu nên mới trở thành bậc thầy của tất cả chúng.

Tu học, có được niềm vui được trí tuệ. Tín thọ phụng hành pháp Phật mà khoái lạc, gọi là pháp hỷ; ví như vợ là người gần gũi nhất mang lại niềm vui cho chồng. Hôn phối hạnh phúc sanh thành con cái nên dụ như hai trí kết hợp làm hiển lộ tánh đức từ bi, thiện tâm và thành thật. Nữ tánh không ưa tranh cãi, lại hay có lòng thương xót nên ví *tâm từ bi là gái,* thuận vào sanh tử độ sanh. Người nam có tánh cương trực, có khí dũng, có khả năng truyền thừa giống Phật nên ví *tâm thành thực là trai.* Thật tuệ liễu ngộ tánh Không nên không gì trở ngại trí vô biên vô hạn nên lấy đó làm nhà. Nhà thế gian là chỗ che mưa nắng. Nhà trí tuệ vững chãi vì là chân tánh thường trụ, không sợ gió mưa phiền não sanh tử. Thân hóa sanh trong ba cõi sáu đường là tâm chu biến khắp hư không pháp giới, nên nơi nào cũng là nhà, nhưng cũng chẳng thực là nhà. Đó là nghĩa như của nhà Như Lai, tức *rốt ráo vắng lặng là nhà* vậy.

---

¹ Trạm Nhiên - Duy-ma kinh lược sớ.

Trên đã nói quán bốn chướng là tướng dụng, đây là từ thành tựu của quán mà được quả tự thọ dụng. Trần lao là tất cả phiền não, nghiệp báo, sở tri chướng làm ngăn ngại, gây khó khăn, nhọc nhằn. Do biết rõ tướng chúng là huyễn vọng, là hóa hiện do thức biến nên có thể chuyển thành tướng dụng lợi ích cho sự tu học. Lấy việc chuyển hóa vọng thành chân là chỗ dụng của quyền trí. Ở đây, trần lao là phiền não kiết sử trói buộc. Do thông suốt bản chất của chúng mà chúng ta chẳng ngại khi chúng hiện ở ta hoặc ở người; vì tự tâm không hề có tánh ba độc. *Tùy ý mà sai sử* là nghĩa như lời Khổng tử (551-479 TCN): *"Tùng tâm sở dục bất du củ"*, là theo lòng muốn mà không ngoài đạo lý. Không ngoài đạo lý là do lúc nào cũng có *đạo phẩm vốn bạn lành*. Đạo phẩm là nói chung tất cả pháp Phật, không phải riêng gì 37 phẩm trợ đạo. Nói rộng hơn, tất cả pháp đều là Phật chủng, là duyên nhân thành Phật. Tất cả Phật Pháp và chúng sanh pháp do đó là thiện tri thức, bạn lành giúp đỡ sự tu học; chẳng phải là sự thọ dụng tốt đẹp cho bản thân sao?

Trong pháp Phật thì lục độ thâu nhiếp vạn hạnh. Lục độ là bạn đồng hành với ta từ khi khởi tu đến lúc thành đạo, nên gọi *các độ là pháp lữ*. Bạn bè có thân sơ. Thân thì là thiện tri thức và kẻ đồng hành. Sơ giao thì người quen biết cũng là bạn, từ láng giềng, cộng sự ở nơi làm việc, cho đến người thoáng gặp ngoài phố hay trong chốn giải trí vui chơi. Kinh văn lấy ví dụ kỹ nữ là nhấn mạnh sự thọ nhận bình đẳng đối với mọi người. Kỹ nữ ca múa khỏa lấp phiền muộn cho người đời. Người trí đối diện buồn đau, lo lắng, tự biết nhiếp phục, chẳng cần sự ca múa bên ngoài. Hơn nữa, người trí khi thấy sắc, chẳng bị sắc nhấn chìm, khi nghe thanh, không bị thanh quyến rũ. Nếu ta tinh ý, sẽ nhận ra ý tứ của Duy-ma-cật khi nói đến lục độ trước, trong đó gồm tuệ ba-la-mật, liền tiếp theo là sự nhiếp phục biểu trưng bởi pháp tứ nhiếp: *các độ là pháp lữ; tứ nhiếp là kỹ nữ*. Nhiếp phục kỹ nữ chẳng phải là ra vẻ Bồ Tát thuyết pháp thu phục người con gái đang ca múa kia, mà là tự điều phục bản tâm trước hình ảnh ma mị đang uốn éo trước mặt. Khi nào trước mắt ta có thiên nữ khiêu vũ mà ta nhận ra vẻ đẹp của gió thoảng, mây bay, lá rụng thì đó mới thực là thưởng ngoạn vũ khúc vô thường. Đó là ta đang thọ dụng tự tánh thường thấy để ngắm cảnh giới của thức biến. Khi nào ta nghe mỹ nữ thỏ thẻ đồng như lục trần thuyết pháp thì mới thực là nghe thấu âm nhạc của lặng im. Phản văn, văn tự tánh, mới thực là văn. Đó là ta đang thọ dụng tự tánh thường nghe vậy.

Pháp tự thọ dụng lớn nhất là liễu đạt tự tánh, được tự thọ dụng thân (Saṃbhogakāya); là kinh nghiệm thấy ở chánh báo của tự thân. Y báo là hoàn cảnh vật chất, những cái có cụ thể trong cuộc sống. Kinh văn dùng những biểu pháp như vườn tược, cây trồng, hoa trái, ao tắm, xe cộ, trang sức, y phục, tài sản v.v... Chúng ta nên hiểu ý nghĩa biểu pháp sao cho khế hợp nghĩa kinh về lý và sự, cũng như sao cho thống nhất xuyên suốt mạch văn kinh.

KINH VĂN

Vườn tược ấy tổng trì;
cây rừng, pháp vô lậu;
Hoa, giác ý sạch mầu;
Trái, giải thoát trí tuệ.

Bát giải là ao tắm,
nước định lặng trong đầy;
Rải bảy thứ tịnh hoa,
để tắm người không nhơ.

Vườn tược, cây trồng, hoa trái dụ cho nhân quả đồng thời giữa sự kiến đạo và tam vô lậu học là giới định tuệ; là kinh nghiệm tự thọ dụng. Có thực thi giới định tuệ mới thấy đạo. Thấy đạo càng tăng tiến giới định tuệ. Vườn tược là nơi người gom giữ và chăm sóc các loài hoa mình ưa thích, ví như đà-la-ni là niệm tuệ giữ gìn các pháp môn mầu nhiệm, cũng như niệm định năng giữ các thiện pháp không để lạc mất, thường ngăn các ác pháp không sanh. Luận Đại trí độ, quyển 5, giải thích: *"Đà-la-ni, người Trung Hoa dịch là năng trì (có thể gìn giữ), hoặc năng già (có thể ngăn chặn). Có thể gìn giữ là gom nhóm đủ mọi pháp lành, không để cho tiêu tán, mất đi, cũng giống như dùng chứa thì nước không bị rỉ chảy mất đi. Có thể ngăn chặn là với những điều xấu ác bất thiện sinh khởi trong tâm có thể ngăn chặn không cho sinh khởi. Nếu [người trì tụng] muốn gây ra tội ác thì [đà-la-ni có thể] ngăn giữ khiến cho không làm. Như vậy gọi là đà-la-ni."*[1]

Cây trồng nhiều như rừng là pháp môn vô lượng. Cây rừng thường có gốc sâu thân cao; là nghĩa gốc pháp sâu thẳm, thân lý pháp cao xa. Cây bám sâu dưới đất là báo thân không rời thế gian; thân vươn cao là pháp thân khắp hư không pháp giới. Thế trụ vững chải sừng sững của cây ví như định tâm bất động như như.

Hoa, giác ý sạch mầu. Giác ý được cổ đức chú giải là thất giác chi (saptabodhyaṅgāni). Thất giác chi gồm niệm, trạch pháp, tinh tấn, hỷ, khinh an, định và xả. Đây là nhóm hành pháp thứ sáu trong 37 phẩm trợ đạo gồm tứ niệm xứ, tứ chánh cần, tứ như ý túc, ngũ căn, ngũ lực, thất giác chi và bát chánh đạo. Đó là một cách giải thích, nhưng theo tôi, có thể hiểu theo cách khác mà không rời kinh văn. Đã có vườn tược, cây trồng là giới định thì tất nhiên đơm hoa trí tuệ; giác ý chính là tánh giác diệu minh. Giác tánh trạm minh không cần có chỗ sở minh để gọi là minh giác; bản tánh vốn

---

[1] Luận Đại trí độ (大智度論), quyển 5, nguyên văn: "陀羅尼，秦言能持，或言能遮。能持者，集種種善法，能持令不散不失，譬如完器盛水，水不漏散。能遮者，惡不善根心生，能遮令不生；若欲作惡罪，持令不作，是名陀羅尼。(Đà-la-ni, Tần ngôn năng trì, hoặc ngôn năng già. Năng trì giả, tập chủng chủng thiện pháp, năng trì linh bất tán bất thất, thí như hoàn khí thịnh thủy, thủy bất lậu tán. Năng già giả, ác bất thiện căn tâm sinh, năng già linh bất sinh; nhược dục tác ác tội, trì linh bất tác, thị danh đà-la-ni.) Xem Đại Chánh tạng, Tập 25, số 1509, trang 95, tờ c, dòng 10 – 14.

minh nên diệu. Có chỗ sở minh là thức động, chẳng phải là tâm minh. Trạm nhiên, thanh tịnh là sạch; tịch mà thường chiếu, minh liễu rõ ràng là mầu nhiệm. Đơm hoa rồi sẽ kết trái, là giải thoát trí tuệ. Đã kết trái, tức nghĩa là không còn bị ràng buộc ở tướng hoa, hay rõ nghĩa hơn là không còn bị ràng buộc ở tướng giác. Chỗ này pháp tu Nhĩ căn viên thông gọi là *"không giác cực viên, không sở không diệt; sanh diệt ký diệt, tịch diệt hiện tiền"* (空覺極圓, 空所空滅。生滅既滅, 寂滅現前。),[1] là chỗ thọ dụng của Bồ Tát địa thứ mười trở lên, không còn là cảnh giới vô sanh nhẫn của Bồ Tát địa thứ bảy, tám và chín nữa, mà là tịch diệt nhẫn của Pháp vân địa và Đẳng Giác.

Trên là lấy kiến đạo làm tự thọ dụng. Từ đây cho đến hết khổ kệ thứ 12 là phần tu đạo được thọ mọi thiện lạc: tu tam muội, tu tịnh nghiệp, và tu ngay trong sinh hoạt thường nhật giao tiếp với người.

Bát giải là ao tắm. Bát giải hay bát giải thoát (aṣṭau vimokṣāḥ), một bộ phận trong 37 phẩm trợ đạo của Đạo đế. Đạo đế như đã ghi chép ở chương năm là phương thuốc điều trị bệnh khổ chẳng gì bằng ba pháp quán ba đế, để nhập vào thật tướng; là nghĩa vào ao tắm chỉ chung tám trạng thái định của người tu tập giúp dứt trừ được hết thảy những tham muốn với các đối tượng hình sắc và không hình sắc, do đó còn được gọi là bát bội xả (八背捨). Ao tắm có nước trong, lắng, đầy và có rải hoa báu thanh tịnh, biểu trưng cho tám trạng thái giải thoát nhờ vào định lực.

Ao tắm đã có đầy nước tam-muội lặng trong, chỉ cần rải thêm hoa thơm là hoàn hảo. Kinh văn gọi là bảy thứ tịnh hoa. Ngài Cưu-ma-la-thập giảng giải rằng bảy loại hoa thanh tịnh này là biểu trưng cho bảy phẩm tính, bao gồm: giới tịnh (戒淨), tâm tịnh (心淨), kiến tịnh (見淨), độ nghi

---

[1] Xem Đại Chánh tạng, Tập 19, số 945, trang 128, tờ b, dòng 20-21.

tịnh (度疑淨), phân biệt đạo tịnh (分別道淨), hành đoạn tri kiến tịnh (行斷知見淨) và Niết-bàn tịnh (涅槃淨).

Trì giới được lợi lạc là ba nghiệp thân khẩu ý thanh tịnh. Thiền định được tâm tịnh, không còn lầm lẫn ngũ ấm là ngã, không bị phiền nhiễu do thức động loạn. Kiến tịnh là hiểu nghĩa câu: *"kiến kiến chi thời, kiến phi thị kiến; kiến do ly kiến, kiến bất năng cập"* (見見之時，見非是見；見猶離見，見不能及).¹ Thấy mà có tướng thấy, đó chẳng phải là thật thấy. Thấy mà lìa tướng thấy, đó mới là tánh thấy chân thường, trong đó không có năng sở, cũng không có ngã tưởng và pháp tưởng. Độ nghi tịnh là vượt qua mọi nghi tình, thông suốt một mạch từ giải ngộ đến triệt ngộ. Phân biệt đạo tịnh là thấy rõ, phân biệt được giữa chánh đạo và phi đạo, đã chuyển hóa thức thứ sáu hay phân biệt có hai thành diệu quan sát trí, thấy biết như thật. Hành đoạn tri kiến tịnh; hành là chỉ cho bốn hành: khổ nan, khổ dị, lạc nan, lạc dị; đoạn là dứt trừ tất cả kết sử, hoặc loạn; hành đoạn tri kiến là sự thấy biết rõ ràng thông suốt, phân biệt được các pháp nên thực hành và các pháp nên đoạn trừ. Không hai chính là Niết-bàn thanh tịnh.

Ao tắm thanh tịnh kỳ diệu của Duy-ma-cật là để tắm người không nhơ. Người vốn không dơ thì sao phải tắm? Câu hỏi này giống như câu hỏi của ngài Huệ Năng: *"Bổn lai vô nhất vật, hà xứ nhạ trần ai?"* Câu hỏi này dùng căn bản trí vô phân biệt mà hỏi. Câu kệ của Duy-ma-cật là dùng hậu đắc trí phương tiện phân biệt mà nói. Thân tướng hiện mang là hóa sanh, tuy không rời pháp thân nhưng muốn chuyển về thân thật cũng cần phương tiện. Giống như hóa thân nữ của Xá-lợi-phất phải cần thiên nữ là căn bản trí khởi dụng thần thông như phương tiện quyền trí mới chuyển về thân nam vốn là thân thật. Ao

---

¹ Đại Phật Đỉnh Như Lai Mật Nhơn Tu Chứng Liễu Nghĩa Chư Bồ Tát Vạn Hạnh Thủ Lăng Nghiêm Kinh (大佛頂如來密因修證了義諸菩薩萬行首楞嚴經), quyển 2. Xem Đại Chánh tạng, Tập 19, số 945, trang 113, tờ a, dòng 17-18.

nước tam-muội rải đầy tịnh hoa dùng để tắm tượng trưng cho việc đắc căn bản trí là thể, khởi hậu đắc trí là dụng. Hai trí là một, không phải hai. Vấn đề là ngay đây thấy rõ người nói kệ đã đạt hai trí như kinh nghiệm tự thọ dụng. Đạt hai trí nghĩa là thành tựu Bát-nhã vô tri vô sở bất tri.

KINH VĂN

Ngũ thông, voi, ngựa chạy,
Đại thừa là xe cộ;
Cầm cương là nhất tâm,
dạo chơi đường bát chánh.

Tướng đủ nghiêm mặt mày;
Các tốt trau hình dáng;
Hổ thẹn làm thượng phục;
Thâm tâm làm tràng hoa.

Thành tựu trí tuệ như trên từ tu tam-muội và tu tịnh nghiệp cần phải được bồi đắp thêm trong thực tiễn sinh hoạt hằng ngày giao tiếp với người. Kinh nghiệm tự thân đã được Duy-ma-cật thể hiện trong đời thường nên có giá trị áp dụng, trở thành kinh nghiệm thành công trong giao tiếp. Chỗ này chứng minh kinh Duy-ma-cật chẳng phải dành cho các bậc ẩn sĩ ở núi cao rừng sâu mà là kinh nghiệm của một bậc thầy truyền lại cho chúng sanh còn bận bịu trong vòng sanh tử.

Vì giao tiếp là đi lại nên có ví dụ xe cộ, đường xá. Ngũ thông là năm pháp thần thông tượng trưng cho quyền trí khởi dụng; giao tiếp thế sự trước hết cần phải nhiếp phục các căn. Nhiếp phục chứ không phải đóng kín. Voi, ngựa chạy là hai trí căn bản và hậu đắc. Voi có thể hình to lớn là căn bản trí. Ngựa lanh lẹ chạy nhanh là hậu đắc trí quyền biến. Đại thừa là cỗ xe lớn có thể chở muôn loài chúng sanh tới nơi giải thoát tịch diệt. Người thế gian khởi nhất niệm thì thức động chuyển khắp ba cõi sáu đường. Tâm rỗng suốt thì thâu cả đại thiên thế giới, là nhất tâm; nên cầm cương là nhất tâm, là khéo tự điều phục tâm. Ngài Cưu-ma-la-thập nói: *"Ví như người khéo cưỡi ngựa, nếu đi chậm thì ra roi, chạy quá nhanh thì ghìm cương chế phục, nhanh chậm tùy nghi mà phóng lên phía trước."* Duy-ma-cật lấy việc cầm cương khởi dụng pháp Đại thừa để tự độ và độ tha. Tuy nhiên, cuộc giao tiếp với người ví như cuộc du ngoạn dạo chơi đường bát chánh, vì không có mình, cũng chẳng có người thì làm gì có việc tự độ và độ tha.

Người đời quan tâm hình dáng bên ngoài như là một quy ước giao tiếp, cho dù có thành ngữ nói là không thể trông mặt mà bắt hình dong. Duy-ma-cật không có vẻ ngoài ngụy trang. Kinh văn ở phẩm Phương tiện mô tả ông có những hành vi đều khéo suy lường, giữ gìn đúng oai nghi của Phật, từ chư Phật, các hàng trời, người ai nấy đều khen ngợi. Các uy nghi thể hiện ở vẻ ngoài đi, đứng, nằm, ngồi đều tương xứng với tánh đức và trí tuệ. Y phục trên thân ví như lời nhắc nhở phải biết tự trọng và hổ thẹn để tự ngăn không phạm điều xấu ác. *Thâm tâm làm tràng hoa.* Ở Ấn Độ thời bấy giờ, người ta thường dùng hoa tết lại thành xâu dài lớn mang trên người để làm đẹp cho cả nam nữ. Thâm tâm lấy Bồ-đề làm cứu cánh, lúc nào cũng ưu tiên như tràng hoa cài trên đầu.

KINH VĂN

Giàu có bảy của báu,
dạy bảo để thêm lợi;
Như lời nói tu hành;
Hồi hướng làm lợi lớn.

Tứ thiền làm giường ghế,
từ tịnh mạng sanh ra;
Học rộng thêm trí tuệ,
đó là tiếng tự giác.

Duy-ma-cật là một đại phú gia ở thành Tỳ-da-ly, có của cải nhiều vô lượng. Nên nói về tài bảo quý báu thì không giới hạn ở số lượng bảy báu của thế gian, mà là ý nghĩa biểu trưng cho thất thánh tài, hay nói khái quát hơn là chánh pháp. Tài sản chánh pháp thì trước tiên phải ở sự tiếp nhận làm kinh nghiệm tự thọ dụng rồi mới có thể ban phát làm lợi ích cho người. Do đó tài bảo vô lượng đây là chánh pháp được truyền thừa và tiếp nhận từ chư Phật mà lợi ích tự mình. Sự tiếp nhận đó như kinh điển thường nói là tín, thọ, phụng hành như lời nói mà tu hành. Tu là sự. Quy mọi sự tu về lý chân thật là nghĩa hồi hướng làm lợi lớn.

Tứ thiền làm giường ghế, từ tịnh mạng sanh ra. Bản Huyền Trang ghi: *"Bốn tịnh lự là giường, sống trong sạch là nệm."* Nếu theo bản Huyền Trang, tịnh mạng là chăn nệm thì có thể hiểu tịnh mạng và thiền định có quan hệ cộng hưởng; vì chăn nệm tăng sự ấm áp hợp với giường chõng mang lại cho người sự thoải mái nghỉ ngơi. Sống trong sạch do giữ giới, từ giới mà sanh định. Ngược lại, tâm trong sạch thì có nếp sống chân chánh. Nếu theo bản dịch này thì có thể hiểu nghĩa thực tiễn hơn. Định chẳng ở nơi công phu ngồi yên lặng, mà chính từ trong sinh hoạt hằng ngày, trong giao tiếp trực diện với sanh tử phiền não. Sinh hoạt giao tế hòa đồng như mọi người mà lòng không chút tà vạy, luôn giữ chánh niệm và có phương tiện sinh sống chân chánh; trong không sanh vọng niệm, ngoài không điên đảo bởi cảnh trần là thiền định. Trong nghĩa đó mà hiểu thế nào là từ tịnh mạng sanh ra. Kinh nghiệm tự thọ dụng của Duy-ma-cật chính từ cuộc sống mà có vậy. Cũng chính trong cuộc sống mới có nguồn tài liệu dồi dào cho việc tu học là những nhân tố phi đạo làm Phật chủng. Kinh điển thường gọi việc học nhiều biết rộng là đa văn. Nghe nhiều mà chẳng biết mình đang nghe thì những cái nghe được đều là học vấn nghèo nàn. Nghe mà nhận ra tánh nghe thường có ngay ở mình mới là đại trí tuệ; kinh văn gọi đó là *tiếng tự giác.* Đại trí tuệ và đại định là tài bảo vô lượng mà vị thầy Duy-ma của chúng ta đang tự hưởng dụng.

KINH VĂN

Món ăn: pháp cam lồ;
Nước uống: vị giải thoát;
Tắm rửa sạch tịnh tâm;
Hương thoa là giới phẩm.
Trừ dẹp giặc phiền não,
mạnh mẽ không ai hơn;
Hàng phục bốn thứ ma;
Phướn tốt dựng đạo tràng.

Theo kinh nghiệm của Duy-ma-cật, học Phật và tu theo Phật đích thực là hạnh phúc nhất trên đời mà chúng ta có thể có được. Pháp Phật vì thế mà là nguồn năng lượng trưởng dưỡng pháp thân của chúng ta. Người đời lấy thịt động vật làm thức ăn nuôi sinh mạng mình; đó là bất tịnh. Xưa kia con người mê tín nên tin có nước thuốc tiên trường sanh bất tử; đó là ngu si. Phật Pháp ví như vị thuốc thần diệu nuôi dưỡng tuệ mạng, là món ăn thanh tịnh nên Duy-ma gọi *món ăn: pháp cam lộ*. Phật Pháp trừ cơn khát ái của chúng sanh, giúp lìa sự nóng bức khô khốc của phiền não sanh tử ví như *nước uống: vị giải thoát*. Sự trưởng dưỡng vẫn liên tục sau khi chúng sanh xuất thánh thai, lớn dần từng phần pháp thân ví như người từ bé sơ sanh cần mẹ chăm sóc tắm rửa, lớn lên trong sự giáo dưỡng tốt đẹp; lấy tịnh tâm là tắm rửa sạch, lấy giới phẩm làm hương thoa. Tất cả những kinh nghiệm tự thọ dụng trên tạo nên đại lực phá giặc sanh tử, hàng phục ma chướng, giương cao ngọn cờ của đạo Bồ-đề, như Trí Viên (976-1022), đời nhà Tống Trung quốc viết: *"Kết công đức tự hành đầy đủ, tràng phan đẹp kiến tạo đạo tràng."*[1]

KINH NGHIỆM THA THỌ DỤNG

KINH VĂN

**Tuy biết không sanh diệt,
vì dạy chúng, có sanh
khắp hiện vào các cõi
như mặt nhựt đều thấy.
Cúng dường khắp mười phương,
không lường ức Như Lai;
chư Phật và thân mình,
không có tưởng phân biệt.**

**Dầu biết các cõi Phật
với chúng sanh đều không
mà thường tu tịnh độ,
dạy dỗ cho quần sanh.
Bao nhiêu loài hữu tình,
oai nghi cùng hình, tiếng,
Bồ Tát lực vô úy
đồng thời đều khắp hiện.**

---

[1] Duy-ma kinh lược sớ thùy dụ ký.

Duy-ma-cật trình bày kinh nghiệm tự thọ dụng cũng là kinh nghiệm từng bậc phần chứng pháp thân. Phần chứng pháp thân cũng là từng phần chúng sanh được thêm lợi ích; tự tha không hai. Chứng pháp thân liền biết thân này không lìa thật mà có, thân này không phải là thân chuyển sanh mà là thân hóa sanh; tuy là thân huyễn do thức biến, nhưng cũng là thân hóa do tâm hiện, không ngoài tâm mà có. Chẳng những thế, Bồ Tát đang tu thực thấy thân ta biến khắp; thân chúng sanh hữu tình lẫn vô tình đều là thân ta, không phải hai, không có sự ngăn ngại.

Hợp các nghĩa tu chứng pháp thân mà nói, Bồ Tát đang tu tuy biết rất rõ chúng sanh không hề có, nhưng không trừ bỏ chúng sanh, dùng thân này làm lợi ích chúng sanh. Đó là Bồ Tát chứng bất không mà ở diệu hữu tùy nghi giáo hóa. Đó là lực của quyền trí khởi dụng phổ biến bao trùm, là nghĩa của tha thọ dụng.

Khởi dụng quyền trí là hiện thân tha thọ dụng, không phải thân do nghiệp chuyển, mà là ý sanh thân. Thân trong ý sanh thân là thân do chúng sanh tùy theo tâm lượng mà thấy. Giác tự tâm hiện lượng thì ba cõi, bốn chướng như trên nói, đều là tướng dụng của quyền trí. Cũng cùng hình tướng là Duy-ma-cật, nhưng đến với chúng sanh nào thì tùy tâm lượng chúng sanh ấy mà tiếp cận, đối xử, nói pháp; và chúng sanh ấy sáng tỏ được chỗ chấp mê dính mắc của mình. Chúng sanh ấy được sáng tỏ, tức đã làm cho chúng sanh ấy tự giác ngộ mình không thực có. Cũng đồng nghĩa Duy-ma hiện thân tha thọ dụng mà chưa từng có chúng sanh nào được thọ dụng cả.

Do vậy, hiện thân tha thọ dụng thực ra là Bồ Tát đang tu hành tâm nguyện mở rộng tâm lượng chính mình. Vì sao? Vì tự tánh bao trùm pháp giới, thức chẳng thể duyên đến. Đến biên giới của tạng thức, tự tâm phát nguyện thì tánh đức lưu xuất. Chỗ này duy chỉ còn sự, không còn nói lý. Chúng ta sở dĩ bất lực không thực chứng vì không triệt để buông xuống tất cả vọng tưởng, phân biệt, chấp trước, nên tâm lượng không thông. Tâm lượng không thông thì vẫn còn bị thức khống chế, chẳng thể tự tại.

Nếu riêng nói về lý, ý sanh thân có ba. Trong kinh Lăng-già viết: *"Phật bảo Đại Tuệ: Có ba thứ ý sanh thân. Thế nào là ba? Là: Tam-muội lạc chánh thọ ý sanh thân, giác pháp tự tánh tánh ý sanh thân, chủng loại câu sanh vô hành tác ý sanh thân."*

Tam-muội lạc chánh thọ là quả địa của Bồ Tát sơ địa đến thất địa, thuộc về chỉ, hay giả quán. Bồ Tát sơ địa đến tứ địa đoạn kiến hoặc. Bồ Tát ngũ địa đến thất địa hết tư hoặc. Ở các địa này, Bồ Tát bước đầu giác tự tâm hiện lượng, tưởng thức không nổi sóng, chứng nhân ngã không, nên tự tâm vắng lặng, đắc các tam-muội. Giác pháp tự tánh thuộc về không quán, là sở chứng vô sanh của Bồ Tát bát địa đến thập địa, chứng pháp ngã không. Ở các địa này, Bồ Tát giác tự tâm hiện tất cả các cảnh giới đều như mộng huyễn, đột phá được cảnh giới của thức, tự tại vào khắp các cõi vốn chẳng do tạo tác, và vốn tự đầy đủ trang nghiêm thanh tịnh. Chủng loại câu sanh vô hành tác là quả địa của Như Lai, chỉ Phật mới viên chứng.

Nói về sự thì chỗ trình bày của Duy-ma-cật là trên quả địa. Chúng ta còn tu ở nhân địa thì chỗ kinh nghiệm của Duy-ma-cật chính là chỗ tập sự của chúng ta. Điều này thực sự quan trọng để hiểu kinh văn không nhằm vào việc giải thích việc làm của các bậc giác ngộ, mà có mục đích chính là giúp chúng ta thay đổi cách nhìn và cách sống của bản thân để được lợi ích giải thoát.

Tuy biết không sanh diệt là trí chứng pháp vô sanh, thật tuệ trụ ở pháp giới bình đẳng, vắng lặng và thanh tịnh, nhưng lý không, lúc nào cũng gắn liền với diệu hữu. Bồ Tát phần chứng pháp thân, thấy vạn pháp đồng như thân mình nên không ngại pháp phương tiện tự độ và độ tha. Bồ Tát thọ sanh vào ba cõi, thọ mà không thọ; chính là nghĩa thị hiện. Do công đức huân tu mà hiện chư quốc độ. Nói thị hiện mà không có tâm thị hiện; Bồ Tát lấy việc hiện thân chánh báo làm trang nghiêm cõi y báo để cúng dường chư Phật và hồi hướng cho chúng sanh. Lý pháp thân đã rõ nên Bồ Tát không còn phân biệt mình, chúng sanh và Phật. Mười pháp giới y chánh trang nghiêm, nhưng về sự, do phần chứng nên không ngừng tu tập lợi mình và làm gương cho chúng sanh. Hai trí thật và quyền đan kết nhau biểu diễn cho chúng sanh có duyên thấy được, tin được, học theo được mà có lợi lạc.

Chúng ta không cố gắng lý giải sự thị hiện của Bồ Tát, tạm gọi đó là thần thông. Chúng ta chỉ căn cứ trên Phật lý để tin. Chỗ này là sự sự vô ngại; trí tuệ thâm nhập chư tướng do liễu ngộ pháp không tịch. Chư tướng vô tướng nên không tướng nào có thể là chướng ngại không thể xuyên thấu. Kinh Kim Cang nói: "Phàm sở hữu tướng giai thị hư vọng." Đã là hư vọng thì dễ phá vỡ, ví như bọt bong bóng nước dễ tan biến khi ta vừa chạm tay. Xuyên thấu được thì có thể biến hiện được. Do đó ta có thể hiểu văn kinh viết: *Bao nhiêu loài hữu tình, oai nghi cùng hình, tiếng, Bồ Tát lực vô úy đồng thời đều khắp hiện.* Chúng ta không thể học theo được chỉ vì cứ bị trói chặt trong hình tướng, vì không dám buông xuống vọng tưởng, phân biệt, chấp trước. Phải nhất định buông xuống hết sức triệt để, theo tinh thần "ưng vô sở trụ nhi sinh kỳ tâm" của kinh Kim Cang, nhưng trước hết phải nhìn cho thấu mới buông xuống được. Điều này nghĩa là phải giác tự tâm, phải đắc căn bản trí, phải tự biết mình thực có trí Bát-nhã. Buông xuống được vọng tưởng, phân biệt, chấp trước; theo lý mà nói, tự nhiên sẽ được ý sanh thân; là nhận kinh nghiệm tha thọ dụng của Duy-ma-cật để tự thân mình thọ dụng.

KINH VĂN

Rõ biết các việc ma,
mà hiện theo hạnh nó;
dùng trí phương tiện khéo,
tùy ý đều hay hiện.
Hoặc hiện già, bệnh, chết,
thành tựu cho chúng sanh;
rõ biết như huyễn hóa,
thông suốt không ngăn ngại.
Hoặc hiện kiếp cháy tan,
đại địa đều trống rỗng;
những người có tưởng thường,
soi thấy rõ vô thường.

Vô số ức chúng sanh
đều đến thỉnh Bồ Tát,
đồng thời đến nhà kia
dạy cho về Phật đạo.
Kinh sách, cấm, chú thuật,
các nghề nghiệp khéo léo,
đều hiện làm việc ấy,
lợi ích cho quần sanh.
Các đạo pháp thế gian,
nương đấy mà xuất gia
để giải mê cho người,
mà chẳng đọa tà kiến.

Duy-ma-cật trình bày kinh nghiệm tha thọ dụng của ông là những việc chúng ta không thể lý giải triệt để vì đó là hóa thân tha thọ dụng của pháp thân đại sĩ. Phàm nhân như chúng ta chỉ nên theo đó tập sự trong giới hạn trí chứng. Nếu được căn bản trí thì nhìn đâu cũng là pháp thân, pháp pháp đều là phương tiện tự độ độ tha. Pháp giới vô tận: ba cõi đều là tướng hóa sanh từ bản tâm ta, sanh tử, phiền não và ma chướng đều là tướng dụng cho ta. Nghĩa là pháp giới không tự tánh, dù có muôn vàn hình tướng cũng đều là thân tướng tha thọ dụng cho bất kỳ ai khéo quyền trí tiếp nhận.

Chư tăng đại đức xưa nay đều y cứ bài kệ Duy-ma-cật nói, để giải thích việc làm của Bồ Tát. Chú giải của các ngài đều có điểm chung đại khái là Bồ Tát đắc thật tuệ, nhập pháp giới, do quyền trí mà hiển dụng thần thông, phương tiện cứu khổ cứu nạn cho chúng sanh. Các câu kệ từ đây về sau là *"nói về thuyết và làm của Bồ Tát"* (Đạo Sinh); *"là khen ngợi đức biến hóa ứng hiện của Bồ Tát"* (Tăng Triệu); *"là nói về sự nghiệp"* (La-thập); *"nói về thần thông lợi ích chúng sanh"* (Huệ Viễn); là *"nhập giả để giác* ngộ chúng sanh, nhập giả dùng thế pháp dạy dỗ, nhập giả cứu tai nạn muôn loài, nhập giả cứu khổ ác đạo, nhập giả đồng sự lợi vật"* (Trạm Nhiên); là *"nói đại dụng nhập giả... nhập giả cúng dường chư Phật, nhập giả tịnh Phật quốc độ, nhập giả thành tựu chúng sanh"* (Trí Viên).

Các chú giải nổi tiếng về kinh Duy-ma-cật xuất hiện sau khi Phật diệt độ đã 1.000 năm, ở ngưỡng cửa thời Tượng Pháp. Lúc bấy giờ căn cơ chúng sanh còn khá cao, người tu chứng vẫn khá nhiều, nên chư cổ đức với cách giải thích như trên vẫn còn có lợi. Bây giờ chúng ta đang ở ngàn năm đầu của thời Mạt Pháp, nghiệp báo sâu nặng, tâm trí ám muội nên càng khó hiểu khó tin sự thị hiện của Bồ Tát. Do đó chúng ta nên trở về vị trí chúng sanh, tùy theo trí chứng mà tiếp nhận pháp giới như pháp thân Phật, Bồ Tát đang hiện thân tha thọ dụng cho chúng sanh. Nghĩa là chúng ta sẽ được nhiều lợi ích khi nhận ra tha thọ dụng thân của Bồ Tát ngay ở cảnh giới và con người xung quanh ta; bởi lẽ qui luật của tồn tại là có lợi cho tha nhân. Bồ Tát sở dĩ được tôn vinh là Bồ Tát vì các ngài hiện hữu vì lợi ích chúng sanh. Chúng ta cứ mãi là chúng sanh vì trọn đời mãi lấy người khác làm lợi cho mình.

Bồ Tát đang tu không ai khác hơn là chính chúng ta. Đã biết chắc chắn rằng tất cả pháp không ngoài tự tâm, thì bao nhiêu loài hữu tình và vô tình từ hạt bụi đến tinh cầu, từ thú vật, ma quỷ đến người đều là ta cả. Ngay cả thần thánh, Bồ Tát, chư Phật cũng đều là ta. Kinh văn đề cập tướng ma, việc ma trước là để trừ sự chấp trước phân biệt ở các tướng vì thói thường hay thích thần tiên hơn ma quỷ. *Rõ biết các việc ma, mà hiện theo hạnh nó*, nghĩa là nhận ra huyễn tướng của cảnh giới ma không rời tự tâm mà có. Nói như Khuy Cơ (632-682): *"Tùy chúng khởi hiện, khi đến cứu cánh thì dùng tuệ phương tiện đoạn trừ tất cả... tùy ý đều hiển hiện, tức có thể hiện tiền đoạn dứt"* (Thuyết Vô cấu xưng kinh sở). Đó chẳng phải là cảnh ma, việc ma có tánh tha thọ dụng cho người khác là chính ta sao?

Hoặc hiện già, bệnh, chết, thành tựu cho chúng sanh; câu kinh văn này nhắc chúng ta nhớ điển cố Du quán tứ môn trong sự tích Phật Thích-ca: *"đông môn kiến lão, nam môn kiến bệnh, tây môn kiến tử nhân, bắc môn kiến sa môn"*. Thái tử Tất-đạt-đa (Siddhārtha) du ngoạn bốn cửa thành, chứng kiến cảnh sinh, lão, bệnh tử của dân chúng và hình ảnh một vị thầy tu khoan thai mà ưu tư khắc khoải về khổ đau và giải thoát. Ai trong chúng ta cũng đều có lúc thấy thân nhân già, bệnh, chết và buồn thương một thời gian; cũng như ai nấy đều từng một lần tiếp xúc với tăng nhân, giáo sĩ nhưng cùng lắm là có một thoáng thán phục rồi lại quay về cuộc sống riêng mình. Mấy ai có được suy tư sâu sắc và lâu dài để quyết định buông xuống tất cả thật dứt khoát như thái tử Tất-đạt-đa lúc còn là một chúng sanh như mọi người? Có kinh nói sự kiện xảy ra ở bốn cửa thành lúc đó là do vị vua trời Tác Bình hóa hiện để thức tỉnh thái tử. Đó là ví dụ về tướng tha thọ dụng để thành tựu cho chúng sanh, tức khiến chúng sanh phát tâm Bồ-đề vậy. Từ sơ phát tâm, như đã nói từ đầu kinh văn đến đây, phải trải qua quá trình đốn hay tiệm, mới rõ biết như huyễn hóa, thông suốt không ngăn ngại. Già, bệnh, chết là chánh báo vô thường. Tai kiếp là y báo vô thường. Chỉ trong vòng hơn hai năm, từ năm 2019 đến 2021, số người chết vì thiên tai, dịch bệnh đã lên đến hàng triệu người. Đó là pháp tha thọ dụng đang thức tỉnh những người có tưởng thường, soi thấy rõ vô thường. Thật đáng buồn cho trí tuệ con người chỉ có xu hướng tìm kiếm trái táo của Newton và thùng nước tắm của Archimède mà không thấy cảnh giới ngay trước mắt mình vẫn luôn là pháp độ thức tỉnh mình khỏi giấc mộng từ vô thủy.

Chúng sanh là những gì sanh ra do kết tập nhân duyên; là tất cả cảnh, tất cả người, tất cả việc đang hiện ra. Chúng sanh còn là thân tha thọ dụng cho những ai sáng suốt nhận ra chúng sanh thực không phải là chúng sanh, cũng không có tự tánh. Do đó, tất cả cảnh, tất cả người, tất cả sự đều đang trong tư thế mời gọi Bồ Tát đang tu là ta đến và dùng trí Bát-nhã liễu đạt pháp giới chưa từng có một chúng sanh nào; là nghĩa *vô số ức chúng sanh đều đến thỉnh Bồ Tát đồng thời đến nhà kia dạy cho về Phật đạo.*

Tri thức thế gian không hẳn là vô ích. Chúng ta có thể tinh thông các môn học thế gian để tiện việc giao tiếp. Ví dụ chúng ta có thể sử dụng mạng internet để hoằng pháp, lợi ích cho quần sanh. Chúng ta cũng nên biết về tư tưởng học thuật từ đó nhận ra chỗ nào sai, chỗ nào đúng, chỗ nào không cần thiết, chỗ nào khiếm khuyết. Mục đích là tăng trưởng trí tuệ của mình và người, không có phân biệt ta đúng người sai; đó là chánh tri chánh kiến. Thái tử Tất-đạt-đa lúc mới xuất gia cầu đạo, đã tìm học với đạo sư A-la-la (Arada Kalama) đắc thiền Vô sở hữu xứ, sau đến học đạo sư Uất-đầu Lam-phất (Rudraka Ramaputra) đắc thiền Phi tưởng phi phi tưởng, sau nữa đến thử nghiệm tu khổ hạnh với năm anh em ông Kiều-trần-như; nhưng tất cả, Ngài đều cho là không phải cứu cánh rốt ráo. Cũng như các tăng sĩ ngoại đạo, Ngài cũng xuất gia, tu hành nhưng không lạc vào tà kiến mà còn tìm ra con đường đúng đắn cho muôn loài chúng sanh. Ngài đã biến tánh tha thọ dụng của các đạo pháp thế gian thành cái tự thọ dụng cho chính mình dưới ánh sáng của trí tuệ, rồi từ đó *giải mê cho người, mà chẳng đọa tà kiến.*

KINH VĂN

Làm nhựt, nguyệt, thiên tử,
làm Phạm vương, chủ, chúa;
hoặc khi làm đất, nước,
hoặc lại làm gió, lửa.

Vào kiếp có tật dịch,
hiện làm các cây thuốc
nếu người nào uống đến,
các bệnh ác tiêu trừ.

> Vào kiếp có đói khát,
> hiện làm đồ uống ăn;
> trước là cứu đói khát,
> sau giảng dạy chánh pháp.
> Vào kiếp có đao binh,
> duyên khởi lòng từ bi,
> giáo hóa cho chúng sanh
> tâm đừng còn tranh đấu.
> Nếu có chiến trận lớn,
> làm cho sức ngang nhau,
> Bồ Tát hiện oai thế,
> hàng phục để yên hòa.
> Trong tất cả cõi nước,
> chỗ nào có địa ngục,
> đi ngay đến nơi đấy,
> cứu vớt người khổ não.
> Trong tất cả cõi nước,
> súc sanh ăn lẫn nhau,
> đều hiện sanh ra nó,
> làm cho được lợi ích.

Phạm vương, thiên đế chính là hiện thân của chính ta. Thế giới cũng do ta hóa hiện. Thượng đế, tạo hóa không đâu xa, chính là tự tánh chân tâm ta chu biến tận hư không pháp giới, tạo lập vô vàn hình tướng trong vũ trụ vô minh này. Một giọt sương sa, một đốm lửa nhỏ, một hạt bụi trần, một làn gió thoảng đều là ta. Một trận sóng thần, một đại hỏa tai, muôn vàn tinh cầu, một kiếp phong tai cũng chính là ta. Thế giới y báo, biệt nghiệp, cộng nghiệp, nhân quả rõ ràng.

Dịch bệnh đây là bệnh khổ lây lan ba đời. Tuy nhiên, có bệnh ắt có thuốc. Thuốc chẳng những chữa lành ngọn ngành là si mê, tham ái, mà còn trị tận căn gốc là bệnh tưởng. Ngọn ngành là si ái khát khao, nên có đồ ăn thức uống tạm cứu cho qua cảnh đói khát, sau mới cho pháp cam lộ là Nhất thừa Phật đạo. Kiếp có đao binh là do sân nộ, hận thù thì pháp đối trị là từ bi tưới mát tâm can bỏ xuống bạo lực tranh giành.

Nếu có chiến trận lớn, làm cho sức ngang nhau, Bồ Tát hiện oai thế, hàng phục để yên hòa; câu văn kinh này là phá bỏ mọi phân biệt chấp trước trên căn bản tánh bình đẳng của các pháp. Trong tất cả các cõi nước, kinh văn đưa ra cõi địa ngục và súc sanh dụ cho mức đau khổ nặng nề nhất của chúng sanh vì nghiệp chướng, phiền não chướng và báo chướng. Sự hiện hữu của cõi nước và chúng sanh đau khổ, tự nó là pháp độ, giúp cho chúng ta giác ngộ. Tóm lại, đoạn bảy khổ kệ trên là tóm ý ba cõi là Phật đạo, các chướng là tướng dụng, như trên đã nói.

KINH VĂN

Thị hiện trong ngũ dục,
lại cũng hiện tu thiền
để tâm ma rối loạn,
không thừa dịp hại đặng.
Hoa sen sanh trong lửa,
thật đáng gọi ít có;
cõi dục mà tu thiền,
ít có cũng như thế.
Hoặc hiện làm dâm nữ
dắt dẫn kẻ háo sắc;
trước lấy dục dụ người,
sau khiến vào trí Phật.
Hoặc làm chủ trong ấp,
hoặc làm thầy khách buôn,
quốc sư và đại thần
để lợi ích chúng sanh.
Các chỗ có kẻ nghèo,
hiện làm kho vô tận;
nhân đó khuyên dạy người
cho phát tâm vô thượng.
Kẻ kiêu căng ngã mạn,
hiện làm những lực sĩ,
tiêu phục lòng cống cao
quay về đạo vô thượng.
Những người hay sợ sệt,
đến nơi để an ủi;
trước thí pháp không sợ,
sau dạy phát đạo tâm.
Hoặc hiện lìa dâm dục,
làm vị tiên ngũ thông;
chỉ dạy cho chúng sanh
để được giới, nhẫn, từ.
Thấy người cần hầu hạ,
hiện làm kẻ tôi tớ;
vừa đẹp ý người kia,
vừa phát được đạo tâm.

Trên là nói pháp thân hiện thân tha thọ dụng là vạn pháp. Những câu kệ đây là Duy-ma-cật trình bày, chỉ vẽ cho chúng ta cách tiếp nhận hóa thân ở các pháp để làm lợi cho chính mình. Nếu căn cứ trên việc làm của Bồ Tát để hiểu thì văn kinh đã diễn nói rõ ràng về quyền trí và phương tiện lực của Bồ Tát; ví dụ như Bồ Tát hành nghịch hạnh hiện làm dâm nữ độ kẻ mê sắc, hoặc hóa thân thành lực sĩ trấn áp kẻ ngạo mạn, hoặc Bồ Tát thuận hạnh hóa hiện thành vị tiên chỉ dạy việc thiện lành, từ mẫn, nhẫn nhục. Chúng ta là chúng sanh đang tu tập nên việc lý giải công việc của các ngài khác nào trẻ con tìm hiểu hành vi của người lớn. Do vậy nên hiểu đây là Duy-ma-cật chỉ ra cho ta cách thức học tập là phải khéo nhìn ra nghĩa của các pháp mà dùng pháp như phương tiện chuyển hóa thân tâm của chính mình. Điểm này rất quan trọng, cần lưu ý để hiểu đoạn các câu kệ trên: khen ngợi Bồ Tát bất tư nghị và nhìn ra pháp phương tiện là hai việc khác nhau rất xa.

Chúng ta chưa giác tự tâm hiện lượng nên xem các pháp là ngoài tâm; vì vậy, pháp thành thực có và trở nên có sức hấp dẫn khó cưỡng đối với nhận thức cảm quan. Do đó Duy-ma-cật lấy ngũ dục để mở đầu việc chỉ dạy cách học tập thay đổi cái nhìn của chúng ta. Ngũ dục là tâm thức ham muốn sinh ra từ căn giao tiếp với trần. Trần do thức biến hiện. Căn là cửa ngõ soi sáng trần. Căn, trần, thức như ba cọng lau nương vào nhau lập thành hai pháp đối đãi là ngã tướng và thế giới. Tự tâm đã mê lại càng thêm mê khi si ái phát sanh làm tăng trưởng hai pháp đối đãi trên. Vì thế mà kinh văn viết: *Thị hiện trong ngũ dục.* Chúng ta từ bé đến giờ hiện thân trong ngũ dục mà chưa một lần thắc mắc về cội nguồn của nó; và hệ lụy tất nhiên là ta bị lôi kéo, vùi dập trong thống khổ. Trong kinh Lăng-nghiêm, *"Phật bảo ông A-nan: Căn và trần, đồng một nguồn, cột và cởi không hai, cái thức phân biệt là luống dối như hoa đốm giữa hư không. A-nan, nhân cái trần, mà phát ra cái biết của căn, nhân cái căn, mà có cái tướng của trần, tướng phần sở kiến và kiến phần năng kiến đều không có tự tánh, như những cây lau gá vào nhau."*

Khúc mắc chính là ở các căn. Các căn vốn có thể đồng, là tâm tánh lặng trong, nhưng vì vọng chấp cái năng tri năng kiến nên mắt thấy có hình mà không thể nghe, tai nghe tiếng mà không thể thấy. Đó là tánh biết bị thắt chặt ở sáu căn. Nếu ngay sáu căn, chẳng vọng hướng ra ngoài, xoay trở vào trong, công phu lâu ngày ắt sẽ phát hiện tánh biết thường còn. Trong kinh Lăng-nghiêm, *"Phật dạy: Việc cởi trừ cái nút nơi sáu căn cũng giống như vậy. Căn ấy khi bắt đầu cởi ra, thì trước hết được nhân không, đến khi tính không viên mãn sáng suốt, thì giải thoát pháp chấp. Pháp chấp được giải thoát rồi, cả cái nhân không và pháp không cũng không còn; thế thì gọi là Bồ Tát do tam-ma-đề mà chứng được vô sanh nhẫn."*

Mê ở các căn là thức hiện trong ngũ dục. Ngộ ở các căn thì chỗ hạ thủ công phu ngay tại các căn được Duy-ma-cật nói kệ là *lại cũng hiện tu thiền*. Dục là động. Thiền là tĩnh. Cùng một tâm mà thị hiện trong dục và thiền; hiểu rõ được nghĩa này tức ngộ được tâm nhất như, tâm không hai. Tâm không hai nên hai tướng động tĩnh không sanh; cái biết của thức thứ sáu hay phân biệt do đó không còn chỗ duyên. Công phu như thế mà tăng tiến đến chỗ tánh biết và chỗ biết đều dứt, thì cái biết của thức thứ bảy không còn chỗ chấp trước. Không còn chỗ để phân biệt và chấp trước, nên kinh văn dụ bằng *tâm ma rối loạn, không thừa dịp hại đặng*. Chúng ta để ý, kinh văn nói rối loạn mà không nói đoạn dứt, bởi vì ở đây vẫn còn phần vọng tưởng vi tế khó trừ là thức ấm. Thức thứ tám muốn chuyển thành Đại viên cảnh trí thì không có cách nói được, chỉ có thể bằng thực chứng từ bước nhảy ở đầu sào trăm trượng của tự tâm triệt để buông xuống vọng tưởng.

Tâm thức chúng sanh ở cõi Dục thường hay lăng xăng động loạn. Áp dụng pháp tu Lăng-nghiêm đại định thuần thục như trên thì các căn tuy là gốc phát sanh si ái lại trở thành chủng tử phát triển giác ngộ tự tánh nên gọi là hi hữu, không phải ai cũng làm được. Trong ý nghĩa đó, thân hình người nữ trước kia dẫn dụ tâm háo sắc của ta nay trở thành đề mục cho ta quán thân bất tịnh, hoặc trở nên trống rỗng vô nghĩa do ảo tưởng đẹp đẽ tâm thêu dệt đã tắt ngúm. Đây là đúng cách tiếp nhận vạn pháp như là pháp thân Phật hiện thân tha thọ dụng.

Nếu tự biết mình chưa vững vàng, hãy còn sơ phát tâm, chúng ta nên tham dự đạo tràng tu tập dưới sự hướng dẫn của bậc thiện tri thức không kể là xuất gia hay cư sĩ, miễn sao vị ấy có đạo cao đức trọng, hiểu biết sâu xa về Phật pháp đủ để ta tin cậy và nương tựa trên đường tu. Chúng ta đang ở thiên niên kỷ đầu thời mạt pháp, khó mà tự tu, nếu quyết tâm thành tựu đạo Bồ-đề, nên nghe lời Phật dạy: *"Nếu có chúng sanh đời sau, với đại viên giác khởi tâm tăng thượng, phải phát đại nguyện thanh tịnh Bồ Tát, nên nói thế này: Nguyện con hôm nay trụ viên giác Phật, cầu thiện tri thức, chớ gặp ngoại đạo cùng nhị thừa, y theo bản nguyện tu hành, dần dần đoạn các chướng ngại, chướng hết nguyện đầy đủ, liền lên pháp điện thanh tịnh giải thoát, chứng đại viên giác, thành diệu trang nghiêm."* (Kinh Viên giác). Bậc thiện tri thức đó được Duy-ma-cật dụ là *chủ trong ấp, thầy khách buôn, quốc sư và đại thần* hoặc nhà giàu của cải có kho vô tận pháp tạng lúc nào cũng sẵn sàng làm lợi ích chúng sanh và khuyên dạy người cho phát tâm vô thượng.

Nếu chúng ta đã trải qua ít nhiều kinh nghiệm tu học, dù có chút thành tựu cũng không nên sinh tâm cho là đủ, mà càng phải thêm tinh tấn và đa văn trong pháp tạng vô lượng để nhờ pháp lực vô biên của Phật pháp *tiêu phục lòng cống cao, quay về đạo Vô thượng*. Ngược lại, đối với người tự ti, pháp đối trị là tâm vô úy vì nhờ giải ngộ lý thâm mật, hiểu rất rõ rằng thực ra không hề có một pháp. Pháp pháp hiện ra, chỉ là thú dữ, cọp beo bằng giấy; từ không có gì đáng sợ mà hạ thủ công phu tinh tấn đạo tâm.

Người có căn cơ vững vàng hơn, tự biết cái biết ở căn là tánh, không phải thức, nên ngũ căn chuyển thành ngũ thông. Nhưng giải ngộ chưa phải là chứng quả; phải cần có thực tế tu tập để trừ bỏ tập khí, nên kinh văn nói *hiện lià dâm dục*, vì trong sát, đạo, dâm, vọng thì nghiệp dâm là nặng nhất ở cõi Dục. Do đó, người muốn tu chứng, phải có nền tảng giới học. Giới học là phương pháp hỗ trợ định học, giúp ta được nhất tâm. Từ nhất tâm mà tăng tiến, sẽ thành chứng quả. *"Giới Bồ Tát là nhập chúng, giới Tiểu thừa là tự luật, chính là quy phạm cuộc sống riêng tư, giới Đại thừa là quy phạm trong đại chúng."*[1]

Hoặc hiện lìa dâm dục, làm vị tiên ngũ thông; chỉ dạy cho chúng sanh để được giới, nhẫn, từ. Nguyên câu văn kinh này bao gồm cả năm thừa: nhân, thiên, Thanh văn, Duyên giác và Bồ Tát thừa. Giữ giới trọn vẹn ở nhân thiên là bậc hiền, ở Thanh văn, Duyên giác là bậc thánh, ở Bồ Tát là bậc giác. Vế đầu nói về phàm phu, thần tiên, bậc thánh nhị thừa, giới thể chưa tương xứng pháp tánh, các căn thanh tịnh không nhiễm nên chỉ được ngũ thông. Vế sau là Bồ Tát vẹn toàn giới thể tương ưng tánh không, chứng pháp vô sanh nhẫn, tánh đức là tâm Từ tự nhiên lưu xuất; vì đã thực chứng giới, nhẫn, từ mới có thể chỉ dạy cho chúng sanh. Con đường tu tập từ phàm phu qua hiền thánh đến Bồ Tát bát địa gói gọn chỉ trong một câu kệ; nhất định phải là khẩu ngôn của bậc giác ngộ phi phàm như ông Duy-ma-cật. Điều này càng chứng minh bản kinh này không thể là ngụy tạo, Duy-ma-cật là thực, chẳng phải là giả, và lời ông nói là thực dụng, khả thi chứ chẳng phải là huyền luận ẩn kín gì cả.

Người cần hầu hạ trong câu kệ tiếp theo chính là chúng sanh. Kẻ tôi tớ là Bồ Tát đang tu, hay rõ hơn là chính chúng ta, nhất định phải khôn khéo tùy thuận tất cả cảnh, tất cả người, tất cả việc; là nghĩa *làm đẹp ý người kia*. Tùy thuận là cách tốt nhất để tiếp nhận được bài học từ tất cả pháp. Nghĩa là tất cả pháp đối đãi đều là trợ thủ tốt trên đường tu. Chẳng những người thiện lành mà ngay cả người xấu ác đều là thầy ta cả.

---

[1] Hòa thượng Tịnh Không - Quán Thế Âm Bồ Tát Nhĩ căn viên thông chương.

> **KINH VĂN**
>
> Tuỳ theo việc cần dùng mà vào trong Phật đạo; dùng sức phương tiện khéo, đều giúp cho đầy đủ.
> Đạo pháp nhiều khôn lường, việc làm không bờ mé, trí tuệ không hạn lượng, độ thoát vô số chúng.
>
> Dầu cho tất cả Phật trong vô số ức kiếp, khen ngợi công đức kia cũng không thể hết được. Ai nghe pháp như thế chẳng phát tâm Bồ-đề, trừ những người bất tiếu ngu si không trí tuệ.

Phần tổng kết của bài kệ cho thấy vạn pháp là Phật pháp, khẳng định mầm sen trong lửa là thật, không phải là chuyện không thể. Các pháp đều là tướng dụng cho người tu, nếu khéo dùng sẽ đạt được kinh nghiệm bậc thầy như Duy-ma-cật. Đến đây mới có thể nói chúng sanh nào nhận ra sanh tử phiền não là Phật chủng mà nhập pháp giới chúng sanh đang cháy bùng và hái đóa sen hồng trong biển lửa, chúng sanh đó đích thực là Bồ Tát đang tu. Đó là Bồ Tát đang khởi động phương tiện lực của quyền trí mà thâm nhập pháp tướng. Đây là *trí tuệ không hạn lượng*. Sự thù thắng của trí tuệ phát minh vô lượng pháp môn, là *đạo pháp nhiều khôn lường* thể hiện qua việc làm tự độ và độ tha, tức *việc làm không bờ mé*. Ba sự vô biên ấy, trí tuệ, đạo pháp và sở hành, chỉ nhằm một mục đích duy nhất là độ vô số chúng sanh vào Vô dư Niết-bàn, chỗ mà ngài Huệ Năng gọi là *"bản lai vô nhất vật"*.

Trí tuệ hay Nhất thiết chủng trí là Pháp thân Phật, đạo pháp vô lượng là Báo thân Phật, độ sanh không tận là Hóa thân Phật; do đó nói tất cả Phật. Độ chúng trong vô số kiếp là công đức không thể nghĩ bàn vượt qua sự tán thán ngợi khen. Phật đạo vi diệu nhiệm mầu như thế, chỉ trừ những kẻ khù khờ, kém trí, vô dụng, còn lại thì bất kể là người nào nghe được chắc chắn đều sẽ phát tâm Vô thượng Bồ-đề.

CHƯƠNG 9. PHẨM VÀO PHÁP MÔN BẤT NHỊ

TRƯỚC THỀM BẤT NHỊ

Trước khi vào kinh văn, ta hãy cùng nhau xem lại lý bất nhị xuyên suốt ra sao từ đầu bản kinh tới phẩm này. Nghĩa là pháp môn Bất nhị, cốt tủy của kinh Duy-ma-cật, đến phẩm này thì hiển lộ thành phần tổng kết của tám phẩm trước, và là phần chứng nhập quả địa bất nhị vô sanh, mở ra các phẩm sau như là phần khởi dụng thực tế. Có thể xem tiểu mục Trước thềm Bất nhị này là tóm tắt tám phẩm đầu của kinh văn, tức phần kinh văn biện giải trước khi vào chỗ chứng nhập lý Bất nhị của phẩm thứ chín: Vào pháp môn Bất nhị (Không hai). Cũng có thể xem các lược trích trong ngoặc kép ở phần này là biểu hiện của lý Bất nhị đã được đề cập ở các phẩm trước.

LƯỢC Ý CHƯƠNG 1

Ở chương 1, phẩm Phật quốc, phần Phật hiện quốc độ là kết luận của chủ đề cõi nước Phật. Chủ đề đó có thể tóm tắt trong hai câu nói của Phật. "Tất cả chúng sanh là cõi Phật của Bồ Tát." Và "Tùy chỗ tâm thanh tịnh mà cõi Phật được thanh tịnh." Câu trước là sự, câu sau là lý. Phật nêu sự trước, vì sự là nhân địa tu hành của chúng sanh, để hiển lộ lý là quả địa cõi Phật, xưa nay hiển nhiên vốn hằng thanh tịnh, cũng chính là pháp giới chúng sanh. Đó là pháp giới nhất chân thuần khiết đã bị tâm thức chúng ta làm nhiễm ô và biến dạng thành thế giới sai biệt tạp loạn với toàn gò nổng, hầm hố, chông gai, sỏi sạn, đất đá, núi non, nhơ nhớp đầy dẫy, như lời tôn giả Xá-lợi-phất. Sự sai biệt của thế giới từ đa dạng có thể quy về hoạt dụng phân biệt nhị nguyên của tâm ý thức thứ sáu. Nói cách khác, muốn vào pháp môn không hai, trước tiên cần liễu biệt lý có hai.

Chúng ta thích có sự sai biệt nên trước tiên là Xá-lợi-phất chỉ chỗ xấu dơ ngài thấy chung quanh, kế đến Phật ấn ngón chân trên mặt đất, tức thì toàn cảnh cõi nước rực rỡ trang nghiêm hiện ra. Chẳng phải có hai thế giới đối nghịch, cũng chẳng phải có hai cái nhìn khác biệt về thế giới. Đây là Phật dùng sai biệt trừ sai biệt. Phải thấu suốt hai hình ảnh sai biệt trên không phải hai, chính là cửa vào Tự tánh thanh tịnh tạng. Pháp giới chúng sanh vốn là tướng hóa sanh. Tự tánh chúng sanh vốn là thanh tịnh. Chúng sanh đây không chỉ là sự sống hữu tình, mà tất cả pháp hữu vi do nhân duyên hợp sanh đều gọi là chúng sanh. Con người là chúng sanh. Con vật là chúng sanh. Núi non, trăng sao cũng là chúng sanh.

Trong nghĩa chúng sanh là tướng hóa sanh, chúng ta nên quán thông suốt vạn vật, thế giới, con người đều là tướng hóa hiện của chư Phật, Bồ Tát đang biểu diễn độ sanh. Ai được độ? Chính là ta, không phải ai khác. Vì vậy, Phật nói: *Cõi nước của ta thường thanh tịnh như thế! Nhưng vì muốn độ những kẻ căn cơ hạ liệt nên thị hiện ra cõi đầy nhơ nhớp xấu xa bất tịnh đó thôi.*

Trong nghĩa chúng sanh tự tánh thanh tịnh, chúng ta nên tự quán chính mình chưa hề bị nhiễm ô. Tại sao? Vì lâu nay chúng ta chỉ sống bằng thức, và bị trói buộc trong vọng tưởng, phân biệt, chấp trước nên cái ta chân thật là Phật trí không khởi tác dụng. Thức là vọng động nên có hai bên đối đãi sanh ra vô lượng sai biệt; dù có hai bên đối đãi nhưng đều là vọng tưởng không thực. Trí là tịch tịnh, không phải là cái đối nghịch với thức. Trí và thức không phải hai, không phải một; mê là thức, ngộ là trí.

Phải thành thực từ sự giác ngộ tự tánh vọng tưởng mà hạ thủ công phu xoay chuyển tâm thức nhiễu động thành trí tuệ tịch tịnh thường chiếu. Phật kết luận: *Nếu tâm người thanh tịnh, sẽ thấy cõi này công đức trang nghiêm.*

LƯỢC Ý CHƯƠNG 2

Ở chương 2, phẩm Phương tiện, Duy-ma-cật thuyết: *Hãy nên nhàm chán cái thân này, chớ nên tham tiếc nó. Phải nên ưa muốn thân Phật.* Dường như ông đưa ra hai thân khác biệt, một bất toàn và một hoàn hảo cho chúng ta chọn lựa, nhưng thực ra Duy-ma-cật khéo mở phương tiện có hai để đưa vào bất nhị (không hai). Nhàm chán thân, trừ bỏ thân kiến, phá ngã chấp. Từ đó sanh tâm ưa muốn thân Phật là phát tâm Vô thượng bồ-đề, tu hành vô lượng pháp thanh tịnh, tích tập công đức trí tuệ chuyển sanh thân Phật. Như đã viết ở chương 2: "Ảo sắc thân không hề rời chân pháp thân mà có, giống như muôn ngàn màu sắc óng ánh chẳng thực tồn tại ngoài tinh thể hạt kim cương."

Cũng vậy, chúng ta đích thực có pháp thân. Nếu phẩm Phật quốc đề cập đến cõi nước chân thực, thì phẩm Phương tiện nhắc nhở ta về chân thân mà chúng ta đã quên mất từ lâu và nay có thể phục hoàn theo cách Duy-ma-cật nói: *Muốn được thân Phật, đoạn tất cả bệnh chúng sanh thì phải phát tâm Vô thượng chánh đẳng chánh giác.* Một điều chủ yếu ở phẩm này là Duy-ma-cật đưa ra cùng một pháp là thân mà từ đó chúng ta cần phải nhìn ra ba ý nghĩa: thân kiến, thân phương tiện và chân thân. Nghĩa là cùng một pháp, ta khởi kiến chấp, ta cũng có thể dùng nó như phương tiện tu hành, và ta cũng có thể thấu suốt chân tướng của nó. Một pháp như vậy, tất cả pháp đều vậy.

Phẩm Phương tiện tiếp nối phẩm Phật quốc là có dụng ý kết nối cõi nước và chân thân. Vì sao? Vì pháp thân lấy vạn pháp làm thân. Hay nói cách khác, thân và cõi không phải là hai, cũng chẳng phải là một. Tận hư không biến pháp giới chính là ta. Cuộc đời này, thế giới này đều là chính ta nằm mộng mà có. Quý vị có dám tin điều đó không? Đây là thức biến; tuyệt nhiên không hề có một vật, một người nào có thể đi vào giấc mộng của ta. Tôi là chính bạn. Bạn là chính tôi. Ngay cả Phật, Bồ Tát cũng là ta mơ mà có. Thế giới ta đang sống là thế giới ảo, là tướng phần do a-lại-da thức vọng biến. Có bao nhiêu chúng sanh là có bấy nhiêu thế giới ảo. Cũng chính vì là ảo mà thế giới của bạn và tôi không lấn lướt nhau, ngược lại trong chừng mực nhất định do cộng nghiệp cảm ứng mà xuất hiện như là một thế giới dường như thực chung cho cả bạn và tôi.

Từ đề nghị của Duy-ma-cật về Phật thân, chúng ta nên mạnh dạn tin tưởng và quán sát chân thân của chính mình, từ đó an lập sự tu hành huân tu công đức và trí tuệ. Do trí chứng từng phần pháp thân, chúng ta có thể nhận ra tha thọ dụng thân của chư Phật hiện ra ở các pháp; đó chính là nghĩa tất cả pháp là pháp độ của Như Lai. Đây là ta tiếp nhận công đức và sự hộ niệm của chư Phật làm thành chỗ thọ dụng cho mình. Hiểu được điều này là hiểu được nghĩa sanh về các nước Phật; hay nói theo thuật ngữ của Tịnh độ tông là vãng sanh tịnh độ. Mê mất chân thân thì cõi Ta-bà khác cõi Cực lạc. Giác tự tâm thì cõi thật báo của chư Phật là cõi thật báo của chính mình; chính mình có thể hóa vô vàn báo thân thọ dụng vô lượng cõi thật báo trang nghiêm. Pháp thân lấy vạn pháp làm thân nên vạn pháp dù có muôn vàn hình tướng sai biệt nhưng tuyệt nhiên không có tự, không có tha; nói cách khác là thân và cõi bất nhị. Thân và cõi không hai nên không có chuyện tôi thấy bên ngoài tôi có cảnh giới.

Như trên đã nói, thế giới ta đang sống, là tướng phần do a-lại-da thức vọng biến. Tất cả chúng ta có chung phần thấy nó như thực, là do đồng nghiệp vọng kiến. Mỗi một trong chúng ta lại có thân và cảnh sống khác nhau là do biệt nghiệp vọng kiến. Trong thế giới riêng và chung phức tạp đó, tâm ý thức phân biệt liền thâu nạp và phân biệt. Tuy có thấy, nghe, hiểu biết nhưng ta chỉ có thể chạm tới bóng dáng của tiền trần. Tuyệt đối ta không thể nào đạt được tướng chân thực của thế giới. Kiến phần của thức thứ sáu duyên tướng phần của chính mình mà sanh phân biệt. Từ nhãn thức vào ý thức, cái bị thấy hay tướng phần càng bị sai lệch bởi hai tầng vọng kiến chung và riêng. Thức thứ bảy hoạt dụng cũng thế; kiến phần duyên chính tướng phần của mình mà sanh chấp trước. Riêng về quá trình sanh khởi phiền não thì càng phức tạp hơn. *"Từ một niệm tâm tánh bất giác mà khởi vô minh, đem tự tánh biến thành tám thức. Tám thức khởi tác dụng liền biến thành vô lượng tâm sở. Chuyển biến này là có trình tự, không hề lộn xộn."*[1] Như vậy, trí tuệ và tánh đức của ta bị phân biệt và chấp trước che đậy; nói chính xác hơn là bị kiềm hãm bởi ba hoặc là vô minh, trần sa và kiến tư phiền não; gọi là Như Lai tại triền. Cởi bỏ phân biệt và chấp trước thì tướng vọng tưởng của thế giới liền trở thành tướng giải thoát. Phật, Bồ Tát và chúng sanh đồng Như Lai tự tánh. Trừ bỏ ba hoặc là giải thoát, còn gọi là Như Lai xuất triền. Chư Phật và Bồ Tát làm được thì chúng ta cũng có thể làm được. Phải lấy điều này làm căn bản tín tâm mà dụng công tu hành.

Công phu hạ thủ nơi đâu? Chính ở phân biệt thức thứ sáu và thức thứ bảy chấp trước mà dụng công. Nói cách khác, tu định trừ chấp trước, tu tuệ trừ phân biệt. Ngoài không mê tướng, trong không khởi tưởng so đo. Trên nhân địa mà bền bỉ và tinh tấn làm được vậy gọi là định tuệ đẳng trì, là đồng thời chuyển ý thức và mạt-na thức. Hai thức này chuyển được, thức thứ tám a-lại-da nhất định

---

[1] Đại phương quảng Phật Hoa nghiêm Kinh, Hòa thượng Tịnh Không khởi giảng từ 05/1998 tại Hội Phật Giáo Cư Sĩ Lâm, Singapore.

chuyển theo thành Đại viên cảnh trí. Tiền ngũ thức lập tức chuyển thành Thành sở tác trí, phát huy diệu dụng độ sanh. Trí tuệ hiển lộ thì tánh đức đồng thể đại bi và vô duyên đại từ lưu xuất.

LƯỢC Ý CHƯƠNG 3

Ở chương 3, phẩm Đệ tử, Duy-ma-cật sớm đã có ẩn ý đề cập đến công phu chuyển thức, trừ bỏ phân biệt chấp trước. Ta dễ dàng nhận ra những biện giải về lý Bất nhị thông qua các đối thoại giữa Duy-ma-cật và mười vị đại đệ tử của Phật. Duy-ma-cật phá phân biệt thức với năm vị tôn giả đầu là: Xá-lợi-phất, Mục-kiền-liên, Đại Ca-diếp, Tu-bồ-đề và Phú-lâu-na. Vì chương này khá dài và đã được ghi chép nên tôi chỉ lược trích lại ý chính của các đoạn đã ghi.

Với Xá-lợi-phất, Duy-ma-cật chỉ thẳng bản tâm; giác tự tâm thì chẳng sanh vọng tưởng, *ở trong ba cõi mà không hiện thân ý*. Hiện thân ý chính là khởi tâm động niệm. "Khởi tâm động niệm là một niệm vô minh sanh vọng tưởng, vi tế nhỏ nhiệm khó thấy. Đó là nghiệp tướng. Vọng tưởng đã sanh liền dẫn đến phân biệt và chấp trước, tức tâm ý thức của chúng ta. Đó là chuyển tướng. Vọng tưởng, phân biệt, chấp trước hội đủ, thì cảnh giới hiện ra... Một khi thấu triệt chúng là hư vọng, chẳng thực, chúng ta liền buông bỏ sạch sẽ thì chẳng có chuyện gì xảy ra."

Nếu chẳng thấy được cảnh giới, người và sự việc đều là tướng phần do thức a-lại-da vọng biến, thì phân biệt chấp trước đã khởi tác dụng lại càng thêm tăng trưởng, cùng với vọng tưởng làm nhân duyên cho nhau, sinh lại càng sinh. Thế mới biết phân biệt, chấp trước có hai là do khởi sanh từ vọng tưởng.

Với Mục-kiền-liên, Duy-ma-cật khai mở pháp tướng: *Pháp lìa các tướng, không phải cảnh bị duyên... pháp không nói năng, lìa giác quán... pháp không phân biệt, lìa các thức; pháp không chỉ so sánh, không đối đãi; pháp không thuộc nhân, không nhờ duyên.* "Do tâm bất giác vọng động liền có chủ thể năng kiến và cảnh giới sở kiến. Thức thứ sáu, tức ý thức, khởi phân biệt nên xuất hiện danh tướng và tính chất của sự sự vật vật. Tâm năng nhiếp và cảnh sở nhiếp tương tức hòa hợp làm nên pháp tự tâm hiện... Các pháp, vốn từ tâm hiện, nay trở thành thực có ngoài tâm với đầy đủ hình tướng và tính chất riêng biệt. Do đó mà có ngắn dài, cao thấp, cứng mềm, nóng lạnh, sanh tử, thiện ác, có không... Cũng do tâm bất giác vọng sanh nên pháp pháp liền hiện, ý thức mê muội lại vọng tưởng duyên sanh."

"Với ngài Đại Ca-diếp, Duy-ma-cật phá bỏ ý thức, tức thức thứ sáu, gốc rễ của mọi sự phân biệt đối đãi. Phàm nhân chúng ta mỗi khi mắt thấy sắc, tai nghe tiếng, mũi ngửi mùi, lưỡi nếm vị, thân chạm xúc, ý nhận biết thì tâm thức động chuyển không ngừng khởi phân biệt, chấp trước. Liền đó tâm thức bị vạn pháp xoay chuyển, xô đẩy vào luân hồi trong lục đạo. Chỉ khi nào chúng ta dụng công buông bỏ cái thấy, nghe, hay biết mê lầm như kinh văn dạy: *có thấy sắc cũng như người đui; có nghe tiếng cũng như vang; có ngửi mùi cũng như gió; lúc nếm vị không phân biệt; chạm các vật như trí chứng* thì chúng ta mới nhìn thấy rõ bản chất hư huyễn, không thực của vạn pháp".

Phân biệt thức thứ sáu và chấp trước thức thứ bảy, nói riêng rẽ là hai cho dễ hiểu, nhưng thực ra chúng là một thể thống nhất của tâm thức động dụng; động là hành ấm, dụng là tưởng ấm. Do đó phá phân biệt cũng đồng thời là phá chấp trước; phá chấp trước không lìa phá phân biệt. Căn cứ theo kinh Lăng-nghiêm, xa-ma-tha là chỉ, phá phân biệt, nói dễ hiểu là nhìn thấu; tam-ma-đề là quán, phá chấp trước, nói gọn là buông bỏ; thiền-na là chỉ quán đẳng vận, gồm chung nhìn thấu và buông bỏ. Tùy theo căn cơ của chính mình, mà hành giả tu tập khác nhau. Tuy nhiên, điều kiện thành tựu là phải dụng công mọi lúc, mọi nơi, với mọi cảnh duyên. Dụng công được vậy là tu định, như như bất động, và tu tuệ, rõ ràng minh bạch; đó là tâm niệm lúc nào cũng phải tự nhắc nhở: tự thiền, tự biết rõ ràng.

Với tôn giả Tu-bồ-đề, Duy-ma-cật chỉ ra cách đốn phá đối đãi phải thực hành ngay ở sáu căn. Sáu căn như lục sư ngoại đạo dẫn dắt chúng sanh đi đường sai lầm. Không cần phải bịt mắt che tai mà gọi là giải thoát. Ta chỉ cần ngay nơi các căn mà nhận ra sự dính mắc lâu nay là mê vọng. "Khúc mắc hiện diện ngay khi căn trần đối hiện, phát sanh thức phân biệt, lập thành kiến phần năng tri và tướng phần sở tri. Cả hai đều không có tự tánh, gá nương nhau mà có. Nhân trần phát ra cái biết của căn, nhân căn sinh ra cái tướng của trần. Dính mắc là do thức phân biệt chấp trước." Nếu buông xuống cái biết của sáu căn, là nghĩa *bọn lục sư kia đọa*, là bỏ thức, bỏ cái năng biết, tức hiểu được tại sao Duy-ma-cật nói với Tu-bồ-đề: *ngài cũng đọa theo*; "là lúc ngài Tu-bồ-đề đã rũ sạch mọi phân biệt chấp trước nhị biên, cũng là lúc thức thứ sáu chuyển hóa thành Diệu quan sát trí". "Điểm đáng lưu ý là Duy-ma-cật gom hết tất cả pháp thế gian (ngũ nghịch, đọa lạc, phiền não, trần lao) và pháp xuất thế gian (Niết-bàn, tam-muội, Tam bảo: Phật, Pháp, Tăng) quy về hai phạm trù tiêu biểu cực kỳ chống đối nhau: Ma và Phật. Chấp trước, phân biệt, lựa chọn, tranh luận, bất kỳ thế nào đi nữa đều vô ích và tai hại. Vì sao? Chính là vì tất cả là mộng huyễn bào ảnh."

Với Phú-lâu-na, Duy-ma-cật khai triển, chỉ ra sai lầm khi căn trần đối hiện. "Phú-lâu-na *nói pháp cho các tỳ-kheo mới học* là chính lúc chúng ta đối nhân tiếp vật... Mắt thấy sắc, tai nghe tiếng, thức tâm duyên theo cảnh trần mà vọng động, từ đó sinh dính mắc và khổ đau... Mới học là nghĩa đối pháp mà nhận biết, hay là nhận thức các pháp...

Phú-lâu-na và ngôn thuyết của ngài trở thành một pháp thử thách nhận thức của các vị tỳ-kheo và của cả chúng ta. Đối nhân tiếp vật liền đem tâm phan duyên, do biến kế sở chấp mà dựng lập tướng vọng tưởng cho các pháp, làm cho pháp vốn thanh tịnh trở nên cấu bẩn, vốn bình đẳng lại có tướng sai biệt. Điều đó không khác nào làm cho bản tâm rỗng suốt, chu biến pháp giới của ta bị tì vết, bị hạn chế trong khuôn khổ nhỏ hẹp của ý thức phân biệt vốn là thứ trí tuệ cạn cợt cũng như người mù." Sai lầm của ý thức phân biệt là căn cứ trên danh từ, y ngữ sanh nghĩa, tạo tướng vọng tưởng ngôn thuyết giả dối cho các pháp.

Tiếp theo là Duy-ma-cật phá chấp trước thức với năm vị tôn giả: Ca-chiên-diên, A-na-luật, Ưu-ba-li, La-hầu-la và A-nan. Chúng ta nên nhớ là phá chấp trước không lìa phá phân biệt, nên nói phá chấp trước riêng ở đây là tương đối.

Với Ca-chiên-diên, Duy-ma-cật nhiếp tướng năng vọng nhân dịp vị tôn giả này *diễn nói lại* các pháp yếu cho chúng tỳ-kheo nghe. "Diễn nói lại là lặp lại và mở rộng ra, ví dụ như nói: vô thường là vạn vật biến đổi từ sanh, trụ, qua dị và diệt... Phật nói vô thường để phá chấp thường, chứ không thuyết tướng vô thường. Ta không những không tỉnh ngộ mà còn y văn tự mà lập tướng vô thường và tướng thường còn, rồi từ đối đãi giả dối sinh ra bao nhiêu hí luận... Rồi lại vọng thuyết nào là vô thường là cái thường còn, nào là trong tướng có tánh, trong cái vô thường có cái thường còn." Diễn nói lại là cách ta nhận biết thế giới xung quanh. Nghĩa là ta khẳng định là ta đang thấy nghe sự vật đúng như vậy.

"Một sự thực, nghiệm chứng được, là cảnh sắc ngay trước mắt thì chúng ta thấy, âm thanh vang bên tai thì chúng ta nghe. Khi cảnh sắc bị che khuất, âm thanh ngưng lại thì ta bảo là ta không thấy, không nghe. Như vậy ta đã duyên theo sắc tiếng mà sanh tâm thấy, tâm nghe; rồi lầm tâm thấy, tâm nghe ấy là tâm mình mà không biết đó là cái tâm sanh diệt do duyên với tiền trần mà khi có khi không. Cũng có nghĩa là trọn cả ngày chúng ta đều dùng tâm sanh diệt đó để nhận diện các pháp, bao gồm mọi sự, mọi vật, mọi người. Hậu quả là nhận thức của chúng ta trở nên lệch lạc, không chính xác, thậm chí là sai lầm tai hại. Đó là lý do tại sao ông Duy-ma-cật khuyên *chớ nên đem tâm hạnh sanh diệt mà nói pháp thật tướng.*"

Cái chúng ta thấy nghe được là do thức biến, là do tướng năng vọng của thức; không cách nào ta đi tới tận cùng thực tại tối hậu của cảnh giới khi có khi không trước mắt. Vì sao? Vì như Duy-ma-cật nói: *các pháp rốt ráo không có, là nghĩa không.* "Một lời nói quyết liệt có tính quyết định. Ngộ thì ngay đó buông bỏ sạch sẽ. Không ngộ thì cứ tiếp tục loanh quanh trong ba cõi sáu đường." Chúng ta rất dễ lớn tiếng phản bác điều này vì rõ ràng ta thấy có mình, có người, có cảnh giới, có đủ mọi thứ trên đời. Đó chính là tâm thức chấp trước đang kết chặt với tâm phân biệt có hai vậy. Mọi cuộc bàn cãi dù đầy chất thông thái bác học cũng đi vào ngõ cụt; lý do là căn bản từ đầu đã có hai cái khác biệt. Lấy ví dụ về có hay không có Niết-bàn, chúng ta sẽ thấy sai lầm ở thói quen tư duy phân biệt. *"Có và không là những phạm trù cơ bản của tư duy, và chúng ta không thể không nghĩ đến những thuật ngữ đó ngay cả khi nói về những ý tưởng hoặc trải nghiệm vượt qua những phạm trù đó. Vì vậy, mặc dù người Phật tử nhận thức rằng Niết-bàn không phải là thường hằng, cũng không phải là đoạn diệt, nhưng họ không thể không hình dung nó theo một cách tinh tế nào đó, là một trong hai chọn lựa này, tức là, như là một sự tiếp tục vĩnh cửu hay sự đoạn diệt cái ngã."*[1]

Tướng năng vọng của thức phân biệt khó mà nhiếp phục nếu chúng ta không thấy căn bản vô minh là chỗ sai

---

[1] Dharmachari Ratnaguna - The Doctrine of Non Duality in the Vimalakirti Nirdesa Sutra.

lầm. Với tôn giả A-na-luật, Duy-ma-cật chỉ ra đạo lý "tri kiến lập tri" chính là căn bản vô minh. "Kiến chấp kết chặt năng kiến và sở kiến thành một khối kiên cố khiến khi thấy một vật, ta dễ dàng và cương quyết khẳng định chính ta thấy nó như vậy hoặc chính nó là vậy trước mắt ta. Điều này giống như câu trả lời xác quyết của A-na-luật." Tôn giả nói: *Tôi thấy cõi tam thiên đại thiên thế giới của Phật Thích-ca Mâu-ni đây như trái a-ma-lặc trong bàn tay vậy.* "Có ta thấy; cho dù có hay không có vật bị thấy cũng đều là đạo lý tri kiến lập tri cả." Đã có tướng năng thấy, khi có vật, sẽ thấy; đó là chuyện bình thường. Nhưng khi không có vật, sẽ không thấy; tức tướng năng thấy bị mất. Khi có vật, lại sẽ thấy. Như vậy, nghĩa thấy khi còn khi mất, thì tướng năng thấy không còn nghĩa thường xuyên năng thấy; tính xác thực của tướng bị thấy không đứng vững. Đó là cách Duy-ma-cật phá vỡ thành trì vọng kiến dựng lập bởi hai tướng đối đãi năng kiến và sở kiến.

Khi gặp Ưu-ba-li, Duy-ma-cật tiếp nối câu chuyện trên: *Các pháp đều là vọng kiến, như chiêm bao, như nắng dợn, như trăng dưới nước, như bóng trong gương, do vọng tưởng sanh ra.* Nhân lúc Ưu-ba-li đang xử lý vụ việc phạm giới của hai vị tỳ-kheo, "Duy-ma-cật y cứ trên tội tánh mà lý giải rằng suy cho cùng tội lỗi kia theo tâm niệm mà sanh diệt, vốn chẳng phải là bản chất của con người... Ông truy nguyên gốc sinh ra tội lỗi là vọng tưởng, điên đảo, chấp ngã... *Vọng tưởng là nhơ, không vọng tưởng là sạch; điên đảo là nhơ, không điên đảo là sạch; chấp ngã là nhơ, không chấp ngã là sạch.*" Vọng tưởng khởi sanh phân biệt chấp trước. Phân biệt chấp trước đó chính là vọng kiến. "Vọng kiến khó trừ ngay được, nên muốn nó không trở thành tội lỗi, thì giữa chúng phải có bờ ngăn; đó là giới." Vì vọng kiến là không thực, nên giới là phương tiện, chỉ có giá trị tồn tại khi nào còn vọng kiến.

Trong cuộc đối thoại của Duy-ma-cật với tôn giả La-hầu-la, phá bỏ chấp trước là chủ đề nổi bật rõ rệt. "Thật vậy, xuất gia có nghĩa là chân thực buông bỏ, là ly. Đã gọi là bỏ, gọi là ly, thì không thấy có cái gì gọi là có, là được... *Xuất gia là không kia, không đây, cũng không ở chính giữa*, là ly tưởng đối đãi phân biệt vậy...Viễn ly huyễn tướng: ngã tướng, nhân tướng, chúng sanh tướng, thọ giả tướng; vốn do mộng tưởng mà có. Viễn ly kiến chấp dù cho sáu mươi hai tà kiến hoặc gom gọn lại còn bốn: ngã kiến, nhân kiến, chúng sanh kiến, thọ giả kiến. Viễn ly nhị chướng: sở tri chướng và phiền não chướng. Viễn ly tứ đảo: vô thường cho là thường, khổ cho là vui, vô ngã cho là ngã, bất tịnh cho là tịnh; thậm chí dựng lập giả tướng của thường, lạc, ngã, tịnh mà mong cầu có được, nào biết rằng Niết-bàn chân thường, chân lạc, chân ngã, chân tịnh vốn thường trụ ngay ta. Viễn ly cho đến tướng ly, niệm ly cũng ly, ly cho đến vô sở ly như kinh Viên giác có nói...Đến đây, viễn ly cùng cực rốt ráo là chuyển thức thứ bảy Mạt-na vốn có tác dụng kiên trì chấp trước thành Bình đẳng tánh trí. Vượt qua giai đoạn này, tức đã hàng phục sanh tử phiền não, xa lìa tam giới, các căn đã trở nên thanh tịnh, tiền ngũ thức theo đó chuyển thành Thành sở tác trí."

Qua đối thoại với A-nan nhân dịp tôn giả đang trì bình bát xin sữa cho Phật hôm đó không khỏe, Duy-ma-cật nhắn nhủ chẳng những cho A-nan mà cho cả chúng ta không nên lầm chấp thân Phật. *Phải biết thân Như Lai chính là Pháp thân, không phải thân tư dục. Phật là bực Thế Tôn hơn hết ba cõi, thân Phật là vô lậu, các lậu đã hết, thân Phật là vô vi, không mắc vào các số lượng, thân như thế còn bệnh gì?* Điều này chẳng phải là phủ nhận hiện thân Phật bấy giờ không có bệnh. Duy-ma-cật chỉ mượn thân bệnh mà nói pháp thân vô tướng, phá bỏ mọi chấp trước về thân tướng, cho dù là thân tướng đầy đủ tám mươi vẻ đẹp và ba mươi hai tướng tốt. Thật tướng chẳng phải tướng thường, cũng chẳng phải tướng đoạn. Thật tướng đi vào các tướng. Pháp thân lấy vạn pháp làm thân, nhưng chẳng thân nào thật là pháp thân. Hiểu như vậy là hiểu lý bất nhị trong câu chuyện xin sữa của A-nan vậy. Bất nhị là thân tướng nằm nghỉ bệnh của vị tăng già nua kia bỗng chốc lại là hình tướng trang nghiêm tư thế kiết già rực rỡ phóng quang khắp pháp giới tận hư không, rồi vài ngày sau đại lễ trà tỳ lại hóa hiện thành xá lợi lưu lại ngàn ngàn năm sau. Ai có thể nói Thích-ca ở đâu?

LƯỢC Ý CHƯƠNG 4

Ở phẩm 4, Duy-ma-cật đối thoại với bốn vị Bồ Tát, gồm một vị xuất gia và ba vị tại gia. Nói về quả địa rốt ráo thành Phật, nên Duy-ma-cật gặp Di-lặc. Vì nhân địa là chung cho mọi chúng sanh, nên có cuộc trò chuyện với ba cư sĩ Bồ Tát; điều này càng thêm chứng tỏ sự tu hành không phân biệt xuất gia hay tại gia.

Với Bồ Tát Di-lặc, chủ đề câu chuyện là Bồ-đề hay bản chất của sự giác ngộ. Đây là nói về quả địa nên trên nhân địa tu hành đúng đắn, phải *bỏ chỗ kiến chấp phân biệt Bồ-đề.*

Câu hỏi về sự thọ ký thực sự bứng rễ thời gian, qua đó trực tiếp phá bỏ "tướng tương tục, tướng lưu chuyển, tướng lay động, tướng sanh diệt" của các pháp. "Từ bản chất giả dối, không thực của thời gian và sự chuyển động thì nhất định sự sanh ra không được thành lập... Sanh là tướng tương tục của pháp hư dối. Chết là tướng hoại của pháp hư dối." Vậy thì đâu có chuyện đời sau Di-lặc hạ sanh thành Phật. Từ sanh mà được thọ ký là chuyện không thể được. "Nhưng nếu không sanh ra thì việc thành Phật có thể hay không? Điều này càng không thể, vì đã không có sự sanh ra thì làm sao có việc trở thành." Vô sanh không phải là cái đối lập với sanh. Vô sanh, "tư thế đó gọi là *chánh vị,* là thể tuyệt đối và bất động, là thể bất sanh bất diệt, là thể nguyên vẹn không thêm không bớt của các pháp... Thể bất động, ngôi chánh vị vắng lặng, không hai không khác đó gọi là Như, mà Như nghĩa là đã như vậy, lúc nào cũng như vậy, thì không có sanh cũng không có diệt." Tướng các pháp, tướng chúng sanh bao gồm tôi, bạn và cả Di-lặc đều là tướng giải thoát. Vì sao? Vì "trong đệ nhất nghĩa đế, không có sự phân biệt sanh và diệt, phiền não và bồ-đề, mê và giác, thậm chí còn không cả sự sai khác giữa thế đế và chân đế. Vì sao? Vì trong Như hàm nghĩa tịch diệt, rỗng rang vắng lặng nên tu mà không tu, chứng mà không chứng, diệt độ mà không phải là diệt độ, thành Phật mà không phải là thành Phật."

"Bồ-đề tức là Như. Như là không hai không khác, không có tướng sai biệt, cũng chẳng có tướng có hay tướng không. Một niệm về tướng cũng không còn, nói chi là luận bàn về tướng." *Bất nhị là Bồ-đề, ly ý pháp.* Ý và pháp tượng trưng chung cho căn và trần sinh ra "cái biết của thức: ở mắt thì thấy, dính liền với sáng tối; ở tai thì nghe, dính liền với động tĩnh. Cái biết còn có đối tượng sở tri thì không thể nào là giác ngộ viên mãn. Tánh sáng suốt rõ biết, trạm nhiên bất động, tuyệt đối tròn đầy nay bị dính vào căn và trần mà hạn hẹp thành thức thì làm sao chúng ta không bị tạp nhiễm và lưu chuyển?"

"Làm thế nào để xa rời căn và trần? Phải nhận ra tánh của chúng vốn trống rỗng. Mắt vốn không thể thấy cảnh, tai vốn không thể nghe tiếng vì nếu như thế, người chết cũng có thể thấy và nghe. Cảnh không thể nắm bắt được vì vạn vật sinh diệt không có điểm ngừng. Tất cả chỉ là ảo tưởng nương nhau mà có. Trên căn bản tánh không đó, không có sự sai biệt giữa căn và trần. Nói cách khác, từ mắt và sắc, tai và tiếng, mũi và hương, lưỡi và vị, cho đến ý và pháp đều rỗng không. Rỗng không cho đến chẳng còn tâm xa rời căn trần. Đó mới thực là căn, trần, thức bình đẳng, thực là không. *Bình đẳng là Bồ-đề, đồng như hư không.* Không còn lục căn năng biết và lục trần bị biết thì không còn nhận thức giả dối hư vọng."

Câu chuyện của Đồng tử Quang Nghiêm xoay quanh về lý Bất nhị đi vào ý nghĩa của đạo tràng, nói nôm na là nơi tu tập. Bồ-đề là quả. Đạo tràng là nhân. Trong đối nhân tiếp vật, chẳng sanh tâm vọng tưởng, phân biệt, chấp trước; tức nghĩa *trực tâm là đạo tràng*. Niệm niệm lấy việc làm lợi ích chúng sanh, khiến người người hoan hỷ, xem đó như là cúng dường chư Phật, niệm tưởng chúng sanh và Phật không hai; tức nghĩa *thâm tâm là đạo tràng*. Lấy việc sửa đổi thân tâm từng chút một trong cuộc sống hằng ngày từ sai thành đúng, từ phàm thành thánh. Sửa đổi ba nghiệp thân, khẩu, ý cho tương ưng tự tánh; tức *bồ-đề tâm là đạo tràng*. Đó chính là tự tâm thâm nhập pháp tánh đạo tràng.

Sự tu hành y cứ trên vạn hạnh đạo tràng. "Muôn hạnh gom về lục độ" bắt đầu từ bố thí là buông bỏ đến cuối cùng là trí tuệ, *một niệm biết tất cả pháp là đạo tràng*. Vì sao? Vì tất cả pháp là pháp thân đạo tràng để thành tựu Nhất thiết chủng trí; hay nói cách khác là pháp môn tức vạn hạnh đạo tràng, không hề có hai. Trong các pháp môn không có cao thấp, thượng căn hay hạ liệt. Trong vạn hạnh cũng chẳng có phân biệt ít nhiều, nặng nhẹ, lâu mau. Pháp môn và vạn hạnh cũng chẳng lìa nhau. Đó là như phía trước có nói: tất cả pháp đều là pháp độ của Đại Nhật Như Lai.

Thực hành lục độ vạn hạnh là nghĩa tu, là độ mình độ người. Tuy nhiên tu mà không thấy có mình tu, độ sanh mà không thấy có chúng sanh nào để độ. Lấy huyễn thân tu ngay trong huyễn cảnh, chẳng phải là diệu hữu hiển lộ chân không sao? Đây xem việc tu như trăng dưới nước; gọi là thủy nguyệt đạo tràng như cổ đức nói: *"Tu tập không hoa vạn hạnh, an tọa thủy nguyệt đạo tràng, hàng phục kính tượng thiên ma, chứng thành mộng trung Phật quả."* Chỗ này chúng ta phải hết sức cẩn thận, đừng vì say lý không, mê luận huyễn mà quên thân phận phàm phu của chúng ta chưa thực đoạn vọng tưởng, phân biệt, chấp trước mà không cân nhắc nhân quả trong sinh hoạt thường ngày. Dĩ nhiên vì tập khí nên cũng có lúc ta lại rơi vào dâm, nộ, si. Không cần phải sợ, chỉ cần tỉnh giác tự điều phục chính mình.

Trên thể tánh mà nói nghĩa đạo tràng là pháp tánh, là tự tánh pháp thân. Trên thực tướng mà nói đạo tràng là trăng dưới nước. Ở diệu dụng mà nói đạo tràng là tướng dụng của tất cả pháp. Trong nghĩa tứ vô chướng ngại của Kinh Hoa Nghiêm, ta có thể tổng kết đạo tràng là tận hư không biến pháp giới, hay cái vô cùng lớn như nói bên trên, đồng thời cũng là nhất thiết vi trần trung, hay cái vô cùng nhỏ, thông cả nhân quả. Nhất cử, nhất động, nhất niệm của chúng ta dù mấy mún nhỏ nhiệm như hạt bụi cũng đánh động cả vũ trụ nhân sinh. Tôi không nói nghĩa sâu xa của hạt cải chứa núi Tu-di, mà nói nghĩa hạt sạn thành hòn núi. Giống như chỉ một hạt giống cam hay chanh, nếu ta gieo xuống, sớm muộn gì cũng sẽ đâm chồi, mọc rễ thành cây và cho trăm ngàn quả cam ngọt hay chanh chua; quả gấp bội nhân và sự lựa chọn là do ta vậy, nên gọi là không phân biệt mà phân biệt; chỗ này chính như Huyền Giác nói là *"phân biệt diệc phi ý"*, là trí vô sở bất tri, không phải là thức.

Câu chuyện Bồ Tát Trì Thế trực tiếp chỉ ra thế nào là phân biệt chấp trước. Ma vương vay mượn hình tướng của Đế thích để hiện thân là tánh y tha khởi của các pháp, hay tác dụng của thức thứ bảy mạt-na chấp trước vọng tưởng duyên sanh. "Điều này có nghĩa là mọi hiện hữu hay nói nôm na là sự vật, hiện tượng trên đời, đều không thực, không có tự ngã hay tự tánh, đều là vay mượn từ cái khác mà có." "Ma vương hiện hình Đế thích là tánh y tha khởi, dáng dấp kiều diễm của thiên nữ là tánh biến kế sở chấp, và con số 12 ngàn là vọng thức sinh ra từ thập nhị xứ." "Khi đã có sanh, sẽ có trụ, dị, diệt, tức có chuyển biến, có động lay, có vô thường, có đi đến ví như chuyến ghé thăm của ma vương với đoàn tùy tùng nhạc công náo nhiệt."

Từ vọng tưởng mà khởi phân biệt chấp trước là hai, và từ hai mà sanh vô số phiền não. "Bồ Tát xa lìa y tha khởi và biến kế sở chấp, được tánh Viên thành thật, nhìn thấu các pháp, không lầm lẫn. Nhìn thấy trước mắt là Đế thích và thiên nữ là cách thức của phàm phu mê lầm như tôi và bạn. Nhìn thấy trước mắt không phải thực là vua trời và thiên nữ là cách thức của Bồ Tát vậy." Từ lý luận mà ta biết có hai là phân biệt và chấp trước, đi vào thực tu, công phu phải hạ thủ trước tiên ở thức thứ sáu phân biệt. Tướng tông có nhận xét thức phân biệt có *"công vi thủ, tội vi khôi"*, nghĩa là luận công hay tội, phân biệt thức là đứng đầu vì tánh lanh lợi, nhạy bén của nó. Do đó khi ma vương vì sợ hãi trí tuệ của ông Duy-ma-cật mà muốn biến mất nhưng không thể cử động được, liền nghe trên hư không có tiếng khuyên: *Hãy đem thiên nữ cho ông Duy-ma-cật thì mới đi được*; đó là nghĩa buông xuống phân biệt, xa lìa tánh biến kế sở chấp thì mới thoát khỏi chấp trước thân tướng do tánh y tha khởi mà có.

"Sự kiện thiên nữ được Ma Ba-tuần trao cho Duy-ma-cật ví như một chúng sanh trong một niệm kiến tánh, nhận chân bản chất giả tạm của thế giới hiện tượng, của bản ngã và tha nhân, sơ phát Bồ-đề tâm... Niệm kiến tánh này thoát hiện thoát mất, không ổn định vì sức mê của nghiệp lực... Tuy nhiên, để sức mê của dòng nghiệp huân tập từ vô thủy mất đi tác dụng, cần phải có chiếc bè phương tiện để chúng sanh nương vào." Đó chính là pháp môn Hoan hỷ nhằm thành tựu cụ thể là đoạn trừ ma chướng và phiền não, không phân biệt tự tha mà làm lợi ích chung: *vui thanh tịnh cõi nước Phật... vui trang nghiêm đạo tràng*, là cõi nước nhất chân Phật hiển lộ ở phẩm 1 và đạo tràng bất nhị trong câu chuyện Đồng tử Quang Nghiêm. Pháp môn Hoan hỷ là một trong vô số Phật pháp thâm diệu. "Pháp thâm diệu thì lý sự viên dung. Không theo được lý, hoặc không vẹn toàn được sự, do chướng ngại mà rút lui, đó gọi là sợ." Nghe nói "vô chứng diệc vô đắc" mà rời bỏ pháp hội là sợ về lý. Xa lìa sanh tử, thủ chứng Niết-bàn là sợ về sự.

Pháp môn Hoan hỷ là sự. Pháp môn Vô tận đăng là lý. Duy-ma-cật truyền trao sự trước lý sau, là vì trước đó đã hiển hai tánh hư ngụy y tha và biến kế qua hình tướng của ma vương và thiên nữ. Tuy niệm kiến tánh đã khởi phát tâm bồ-đề, nhưng chân tánh chỉ hiển lộ hoàn toàn ngay trong sanh tử nên mới có việc thiên nữ phải trở về cung ma. Đó là lối vào Bất nhị, mà sẽ được triển khai sau thành lý lẽ hành phi đạo là Phật đạo ở phẩm 8. Hơn nữa, pháp môn Vô tận đăng tương ứng với danh hiệu của Bồ Tát Trì Thế; nghĩa là trí tuệ diệu giác vốn tiềm ẩn ở chúng sanh, cần được châm mồi khơi sáng và lưu truyền. Chỉ cần một niệm kiến tánh, nhất tâm thanh tịnh, cõi nước Phật, cũng là cõi nước chúng sanh ngay ở đây, liền hiện tiền. Chỉ một chúng sanh khởi tâm Bồ Tát, và tu hành hoàn thành tâm nguyện ấy, thì tất cả chúng sanh, cũng chính là tất cả chúng sanh đang hiện diện, đều được độ; cũng là nghĩa *khi Bồ Tát thành Phật, chúng sanh được giải thoát sanh sang nước đó*, như Phật đã dạy cư sĩ Bảo Tích ở phẩm Phật quốc.

Phân biệt và chấp trước là hai tác dụng của cùng một vọng thức. Nếu tạm gọi tên thì phân biệt là thức thứ sáu và chấp trước là thức thứ bảy. Trong tam tế tướng, phân biệt chấp trước chính là chuyển tướng từ nghiệp tướng vô minh là a-lại-da. Về a-lại-da thức thứ tám, trong kinh Lăng-nghiêm, Phật nói kệ: *"Thức A-đà-na rất nhỏ nhiệm, tập khí lưu hành như nước dốc; E lầm là chân hay phi chân, nên tôi thường không diễn giảng đến.*"[1] Như đã nói, chúng ta chỉ duyên đến mà chẳng thể vượt qua biên tế của a-lại-da thức. Chỉ cần phá tác dụng của nó là phân biệt chấp trước thì tánh biết chân thực hiển lộ. Tướng tông gọi là chuyển y; nếu tạm đặt tên thì đó là Bạch tịnh thức hay Vô cấu thức.

Nếu chúng ta để ý, sẽ thấy ở phẩm Đệ tử, công phu phá chấp trước được chú trọng theo thứ tự sau phá phân biệt. Phẩm này cũng vậy. Phần về trưởng giả Thiện Đức được đặt sau cùng ở phẩm Bồ Tát, với nội dung buông bỏ chấp trước là ý nghĩa lời dạy của Duy-ma-cật về hội pháp thí. Kinh văn bắt đầu từ sự phân biệt, thể hiện trong hội tài thí *hạn trong bảy ngày* và bố thí phẩm vật có khác biệt và theo thứ tự đẳng cấp xã hội là *sa môn, bà-la-môn, cùng hàng ngoại đạo, kẻ nghèo khó, hèn hạ, cô độc và kẻ ăn xin.* "Chính vì những hạn chế như vậy mà gần đến cuối cuộc hội, Duy-ma-cật mới xuất hiện chỉ ra tính hơn hẳn của pháp thí so với tài thí, vì *đồng thời cúng dường tất cả chúng sanh, không trước không sau.* Bố thí, nếu hiểu một cách bài bản là tài thí, pháp thí và vô úy thí và thực hành một cách cứng ngắt trong sinh hoạt thường nhật, là chưa bố thí rốt ráo; vì nghĩa bố thí là buông bỏ mọi thứ ta đang kiên cường nắm chặt."
"Bố thí ở đây ngoài nghĩa ban phát, đem cho, còn có nghĩa buông bỏ, xa lìa những gì lâu nay ta cứ khư khư ôm lấy như một sự thực hẳn hòi. Sự buông bỏ đó chính là xa lìa tánh y tha khởi và biến kế sở chấp ở các pháp, trả các pháp về bản tánh tịch diệt của chúng. Đó mới là sự hoàn hảo của việc bố thí pháp vậy", và là câu trả lời cho câu hỏi của trưởng giả Thiện Đức: *Sao gọi là hội pháp thí?*

"Tóm lại, trong khi hội pháp thí hiểu theo nghĩa bề rộng là lưu bố Phật pháp, nhấn mạnh khía cạnh khai mở

---

[1] Kinh Thủ-lăng-nghiêm, quyển 5, đoạn V, bản Việt dịch của Tâm Minh Lê Đình Thám.

trí tuệ cho chúng sanh thì nghĩa chiều sâu chú trọng phá trừ pháp chấp, mà công phu này đòi hỏi hành giả ít nhất và trước hết phải có sát-na chợt ngộ bản tánh. Sát-na chợt ngộ ấy là nhận ra sự bất giác khởi động của a-lại-da tâm là nguồn của mọi sanh diệt và động chuyển", đồng thời cũng là khởi tác dụng phân biệt và chấp trước. Số hai trăm vị bà-la-môn phát tâm bồ đề minh chứng cho sự kiến tánh khởi tu. "Hai trăm người bà-la-môn, tức giới trí thức, là người có trình độ nhận thức nhất định, có ý ám chỉ người có căn bản trí hoặc người đã kinh nghiệm chợt ngộ bản tánh mới có thể khởi tu đúng đắn."

Ý nghĩa đại hội pháp thí chính là "phát tâm buông bỏ những hảo huyền không thực" và ý nghĩa đó nằm trong phạm vi kinh văn nói về trưởng giả Thiện Đức; tức là sự buông bỏ chấp trước lấy hàng cư sĩ làm đối cơ. Nói cách khác, "con đường Bồ Tát là có thể thực hiện được cho mọi người từ kẻ ăn mày đến người giàu có, từ người bình dân đến tầng lớp trí thức; có thể thực thi từ chỗ không biết gì đến đạt giai vị thập địa Bồ Tát".

Phân biệt và chấp trước bện chặt lẫn nhau. Trong phân biệt có chấp trước. Trong chấp trước có phân biệt. Do đó nói buông bỏ là buông bỏ cả hai. Trong sự buông bỏ, có hàm ý nghĩa chấp trước nặng hơn, vì buông bỏ là bỏ xuống cái đang nắm chặt. Vì vậy, câu chuyện trưởng giả Thiện Đức chú trọng nghĩa xả bỏ chấp trước. Duy-ma-cật thắt chặt gút đỉnh điểm kịch tính bằng hình ảnh *lấy chuỗi anh lạc chia làm hai phần, một phần đem cho người ăn xin hèn hạ nhất trong hội, còn một phần đem dâng cho đức Nan Thắng Như Lai*. Trong sự lựa chọn, chúng ta thường chọn cái tốt, cái đẹp, cái lợi. Ưu thế của chúng là do chấp trước mà có, chẳng phải là tánh thường phổ biến của chúng. Cũng vậy, khó mà vượt qua sự chấp chặt hình tượng Phật Nan-thắng để chấp nhận sự phân chia như trên của ông

Duy-ma-cật, bởi vì đối với ta, Phật là chân, thiện, mỹ, là hạng nhất trên đời không gì sánh bằng. Chỉ khi nào bố thí cho kẻ ăn mày mà chẳng thấy có phước báo, cũng như xem Phật ngang bằng hạng ăn xin hèn hạ nhất mà chẳng thấy có tội lỗi; chỉ khi ấy mới *gọi là đầy đủ pháp thí.*

Cái gút mắc đỉnh điểm kịch tính như trên lại được mở ra một cách bất ngờ và ngay lập tức vì "những người thấy và hiểu được hành vi thần biến, lời nói thâm sâu của Duy-ma-cật về Nan Thắng Như Lai lại là *những người ăn xin hèn hạ bực nhất.* Những điều khó hiểu nhất, khó làm nhất và khó vượt qua nhất lại có thể khai mở trí tuệ cho hạng người hạ lưu *bực nhất* khiến họ phát tâm bồ-đề. Như vậy thì nếu nói không có sự giải thoát, hay nếu phải buông bỏ cả vị Phật Nan Thắng kia thì vì họ có thể hiểu và thực thi, nên ai cũng có thể được".

LƯỢC Ý CHƯƠNG 5

Ở phẩm 5, Duy-ma-cật đang bệnh và mong Phật gửi người đến thăm để nhân đó khai mở pháp hội chưa từng có. "Sự kiện Phật dạy Bồ Tát Văn-thù thăm bệnh chứng tỏ tâm ý tinh tế của Phật. Đáp ứng mong muốn của Duy-ma-cật chính là Phật hộ niệm. Phật hộ niệm là Ngài suy nghĩ tìm cách trợ giúp Duy-ma-cật hoàn thành tâm nguyện. Bảo Văn-thù đi là kết hợp viên mãn trí tuệ và từ bi." Đó là căn bản bất nhị đầu tiên để tiêu trừ bệnh khổ.

Trước khi Bồ Tát Văn-thù đến, Duy-ma-cật dùng sức thần thông làm cho trong nhà trống rỗng. Thần biến đó là công phu tu hành chứng nhập tánh Không. Không gian nhà ông Duy-ma-cật trước vẫn ở đó, vẫn thường tại đó, chẳng phải do dọn sạch mọi vật mà sanh. Chúng ta hay dùng mắt nên chỉ thấy vật. *"Sự quán chiếu của Bồ Tát bao gồm cái Có mà không mất đi cái nhìn về tính Không."* (Thánh Đức Thái tử) Lúc hai vị pháp thân đại sĩ gặp nhau diễn ra cuộc chào hỏi kỳ lạ, ám chỉ mối quan hệ bất nhị giữa vô tướng và huyễn tướng: *tướng không đến mà đến, tướng không thấy mà thấy... nếu đã đến tức là không đến, nếu đã đi tức là không đi. Vì sao? Đến không từ đâu đến, đi không đến nơi đâu, hễ có thấy tức là không thấy.* "Không nên hiểu ở đây kinh văn phủ bác sự đi đến, mà phải hiểu là sự đi đến, thấy nghe, hiểu biết, sanh diệt đều không thể nói được, là bất khả đắc trong cả ba thời quá khứ, hiện tại và vị lai... Khéo hiểu là Pháp thân. Không khéo hiểu thì vĩnh viễn là huyễn tướng."

Thôi việc ấy hãy để đó; câu nói này của Văn-thù như tát vào mặt chúng ta cho tỉnh cơn say hí luận, trở về thân phận chúng sanh đang đau khổ và phiền não của mình. "Cảm nghiệm đau khổ là bằng chứng xác thực nhất cho sự hiện hữu của chúng ta", do đó kinh văn nói đến hiện trạng sanh tử là bệnh khổ của chúng sanh mà Duy-ma-cật cũng có cùng một kinh nghiệm khi ông nói: *Từ nơi si mà có ái, bệnh tôi sanh.* "Cái quan trọng không phải chúng chỉ nói lên cái thoạt tưởng là nguyên nhân của bệnh khổ mà còn bộc lộ mối liên hệ gắn liền giữa Bồ Tát, chúng sanh và sanh tử. Sanh tử không thực là sanh tử. Chỉ vì vọng tưởng, phân biệt, chấp trước mà chúng sanh và sanh tử cùng có, thế giới tương tục và chúng sanh luân hồi cùng hiện. Mặt khác, Bồ Tát và chúng sanh cũng chẳng thể phân biệt hay tách rời. Chúng sanh vốn không thực thì Bồ Tát lại có thực sao?... Vì sao? Vì Bồ Tát là chúng sanh thống khổ, từ phiền não và khổ đau mà tìm nguyên nhân của khổ, phương cách trừ bỏ khổ và con đường chân chính thoát khổ. Đó là quan hệ bất nhị giữa chúng sanh và Bồ Tát, là điểm trọng yếu để giải thích câu nói thâm thúy bất hủ của Duy-ma-cật: Vì tất cả chúng sanh bệnh, nên tôi bệnh."

Căn nhà trống không của Duy-ma-cật hiển lộ nghĩa không của vạn pháp, bao gồm cả hiện trạng sanh tử hay bệnh khổ của chúng sanh. "Nghĩa Không chẳng rời cõi nước, giống như đạo lý sắc không bất tức, bất ly... Pháp giới vốn không, nhưng tuệ giác chưa phát khởi nên nghĩa Không còn mờ mịt. Quán nghĩa Không của các pháp đi từ khởi trí phân biệt đến chỗ không phân biệt nên nhận ra nghĩa Không... Trượng thất trống rỗng ví cho gương. Duy-ma-cật, đại diện chúng sanh đang nằm bệnh trên giường và Bồ Tát Văn-thù chẩn mạch, cả hai là dụ cho ảnh. Ảnh không lìa gương mà có, nên cái có chúng sanh thống khổ và cái có Bồ Tát độ sanh chưa từng lìa không. Sự không thể chia cắt được của ảnh và gương chính là không phân biệt. Ảnh vốn không thực có, và không thể tách biệt với gương. Tánh của gương là trong suốt, không một vật. Sự chia cắt ảnh riêng, gương riêng là bất khả thi. Có gương, có ảnh, rồi sau mới nhận ra gương ảnh không chia tách. Tuy vậy, thật ra chỉ có gương, không hề có ảnh. Đó là khởi dụng trí phân biệt nhận ra chỗ không phân biệt, và từ không phân biệt mà biết chỗ phân biệt trước kia là không, nên nói: *Vì không phân biệt, nên không.*" Trên là Bồ Tát và chúng sanh là không hai. Thấm nhuần lý lẽ này, có thể thăng hoa cái nhìn của ta đối với tha nhân và gieo trong ta niềm tự tin về bản chất Bồ Tát của chính mình; là nghĩa bất nhị ở sự. Chúng sanh thống khổ và Bồ Tát độ sanh, chưa từng lìa không, là nghĩa bất nhị đi sâu vào lý sắc không.

"Tóm lại, bệnh khổ của chúng sanh là do vọng tưởng mà khởi. Si ái đại biểu cho thập nhị nhân duyên, khởi từ vọng tưởng. Nếu lầm cho si ái là nguyên nhân chính của bệnh khổ thì bệnh của chúng sanh sẽ không trị được tận gốc. Không bệnh mà tưởng bệnh thì phải dùng tuệ giác về tánh Không mà chữa trị... Duy-ma-cật và cả chúng sanh vốn không hề có bệnh: *Bệnh của tôi không hình, không tướng, không thể thấy được.* Đây là nói thẳng bệnh tưởng của chúng sanh, vì bệnh ấy không phải hiệp với thân, vì cái đau nhức và thân ta không dính líu nhau; cái đau nhức đó không do nhân duyên, cũng chẳng phải tự nhiên, bản chất nó không thực nên gọi là vọng, nhưng thu nhiếp về tự tâm hiện, nên gọi là như. *Bệnh khổ cũng không hiệp với tâm*, vì tâm như huyễn, ngay đó mà hiện, cũng ngay đó mà mất, như kinh Lăng-nghiêm nói *"đương xứ xuất sanh, tùy xứ diệt tận"*. Như và vọng không hai, nên có thể nói mê không, khổ không. "Chúng sanh nào do sát-na phát tuệ, khởi tâm bồ-đề, dùng tuệ phương tiện liễu ngộ mê khổ đều không, nhìn lại mình thì cũng cùng một khuôn mặt chẳng hề khác trước kia."

Ta nay bệnh đây đều từ các món phiền não, điên đảo vọng tưởng đời trước sanh ra. "Nói đời trước là không xác định được đời nào, hơn nữa, cái Có không thể sinh ra từ không có gì, nên dù ta mang hình hài nào trong lục đạo, cũng không xác định được ta đích thực là ai. Quan niệm rằng có một linh hồn lên thiên đường, hoặc xuống địa ngục, hay thần thức luân chuyển trong ba cõi sáu đường suy cho cùng chỉ là hình tượng hóa một chủ thể siêu ảo, là pháp không thật có, do vọng tưởng điên đảo mà thành... Nhân đã hư vọng, quả chẳng lẽ thực có? Quán sát như thế là trên nhân phá quả. Do mê quả, thấy bệnh sinh tử là thực, nên chấp ngã là si, thuận ngã khởi tham, nghịch ngã phát sân. Tam độc đầy đủ, trở lại làm nhân cho sinh tử vị lai, cứ thế mà các khổ không ngừng."

Quán sát như thế đồng thời phá vỡ mối quan hệ tưởng chừng như là hai giữa một bên là chúng sanh, một bên là sanh tử luân hồi; hoặc một bên là ngã, một bên là phiền não khổ đau. Gốc rễ của sự phân chia giả dối là thân kiến và ngã tưởng. Do chấp có thân mà khởi tưởng có ngã. Dù cho có luân hồi chuyển thế, thân vị lai và ngã vị lai so với thân và ngã hiện tại không phải là một, nhưng cũng chẳng thể nói là hai. Nếu tạm gọi thì đó là bất nhị. Bất nhị nghĩa là không phải hai, nhưng cũng chẳng là một. Bất nhị chính là nghĩa không của các tướng.

Ngã tưởng đi liền với pháp tưởng. Chúng ta luôn tin chắc rằng trong thì có ngã, ngoài thì có pháp nên luôn có hai trong cái nhìn của mình. Duy-ma-cật khuyên *"phải khởi pháp tưởng quán sát vạn pháp đều do duyên khởi... Quán duyên khởi càng sâu sắc hơn khi ta nhận ra bản thân sự kết hợp cũng là giả dối... Sự động chuyển không thực, tức là không có cái đang động chuyển. Sự giả hợp không thực, tức là không có cái mới sinh ra hay diệt mất do kết hợp hay tan lìa. Quán thành tựu hai mấu chốt cực kỳ hệ trọng này tức là nắm trong tay vũ khí lợi hại quyết định phá được các pháp tưởng điên đảo."*

Thấu suốt ngã và pháp, cả hai đều rỗng không, chỉ là mới giải ngộ lý bất nhị, là bước đầu tiên có tính quyết định nhưng để gọi là thực chứng hay nối liền ngộ và nhập, cần phải khởi tâm đại bi điều phục cho tất cả chúng sanh. Đây mới thực là ý nghĩa cuộc hội ngộ giữa Văn-thù và Duy-ma. Dùng trí và bi để trừ sự phân biệt chấp trước đối đãi mới gọi là đầy đủ Phật pháp, chứ chẳng phải huyền luận hay triết lý quanh co mới gọi là thông suốt. Sự khéo dùng đó được Duy-ma-cật chỉ ra thế nào là ràng buộc, thế nào là giải thoát trong mối quan hệ bất nhị giữa tuệ và phương tiện. Khởi huyễn trí diệt trừ huyễn tướng, nương thọ khởi bi, nương bi khởi nguyện mà hoàn thiện việc điều phục tự tâm và điều phục tâm chúng sanh. Thế nào là điều phục? Là lìa hai pháp. Lìa hai pháp là lìa vọng. "Lìa hai pháp, phá đối đãi không hẳn là thực lìa, thực phá. Vì nếu như vậy, sẽ rơi vào hư vô. Trung đạo không phải là phá hủy tất cả, mà là dung nạp, thâm nhập những đối đãi mà thực hành bình đẳng."

LƯỢC Ý CHƯƠNG 6

Ở phẩm 6, để dẫn nhập vào hành trình kiến đạo, kinh văn bắt đầu với tâm niệm muốn tìm chỗ ngồi của tôn giả Xá-lợi-phất. Tâm niệm ấy ví như tâm cầu giải thoát của chúng sanh. Cầu sự giải thoát là chính đáng, nhưng vấn đề là nếu ta đem tâm sanh diệt mà cầu thì quả chỉ là giường ngồi, chứ chẳng phải là pháp giải thoát chân thật. "Đem tâm mệt mỏi mà ngồi tòa Tam bảo là điều không thể được... vì trong tâm thức đã lưu trữ một ngã tưởng đang chịu đựng một pháp tưởng mệt mỏi thì chỗ nghỉ ngơi kia không tránh khỏi là pháp vọng tưởng." Do đó, "pháp vô sanh là điều đầu tiên cần nhận biết khi mong cầu giải thoát". Trước phải thấy sanh tử và giải thoát là hai, sau phải dùng trí quán mà lìa cả hai tướng, thấy pháp vô tướng, ngộ pháp vô sanh mà khởi tu. Hành trình tu tập từ sơ phát tâm trải qua suốt giai vị tu đạo phải lấy vô trụ làm đầu. Vì sao? Vì nếu "tất cả nhân đều là trụ tướng sanh tử mà tâm vọng cầu quả giải thoát thì quả giải thoát không vượt ra phạm vi của hình tướng". Tâm vô trụ là xa lìa hai tướng sanh tử và Niết-bàn, nhiễm tịnh, thủ xả, có không, mê ngộ. Xa lìa hai tướng không có nghĩa tuyệt đối không có hai tướng, mà là nghĩa như kinh Kim Cang nói: *"Bất thủ ư tướng, như như bất động"* (không chấp ở tướng, tâm như như chẳng động). Do đó, bất nhị chính là tâm chẳng động, xa lìa các tướng đối đãi. Với dụng ý làm cho hội chúng bất thủ ư tướng mà Duy-ma-cật mượn ba vạn hai nghìn tòa sư tử đồ sộ và hiện bày không chướng ngại ngay trong căn tịnh thất của ông. Nếu ngay nơi sự hiện bày đó mà bạn nhận ra pháp giới thể tánh vô sai biệt, thì đó là giải thoát bất tư nghị. Tuy lý bất nhị là vô sai biệt, nhưng sự thể nhập lại có mức độ cạn sâu do công phu tu tập trừ bỏ vọng tưởng, phân biệt, chấp trước. Căn tịnh thất dung chứa các tòa sư tử là thâm ngộ lý. Cách thức hội chúng đăng tòa là thể nhập sự. Ngộ nhập viên dung mới thực là vào pháp môn không hai.

Câu chuyện tòa sư tử, theo lời khen của Xá-lợi-phất, như căn nhà nhỏ bé này mà dung được các tòa cao rộng như thế, hàm ý rất sâu về tính không hai giữa tánh và tướng, cái chân thực và cái biến động, giữa pháp giới nhất chân và pháp giới chúng sanh. Điều này được kinh văn miêu tả bằng nhiều ví dụ về thần lực của Bồ Tát mà qua đó nếu chúng ta hiểu được dụng ý phá tướng thì có nghĩa là tính thực dụng của pháp giải thoát bất tư nghị hoàn toàn được hiển lộ.

Ví dụ về núi Tu-di và hạt cải là phá tướng lớn nhỏ của các pháp, phá tướng hữu hay sự lập thành thế giới và chúng sanh, vì "phá chấp trụ một đại là phá chấp cả bảy đại" nhưng chẳng hề tổn hại đến pháp vị hay tánh Như của các pháp.

Ví dụ về nước bốn biển đổ vào lỗ chân lông là phá chấp trụ vào tướng lưu chuyển của các pháp, nhưng các loài thủy tộc vẫn nguyên vẹn, không hay biết; điều này nghĩa là phá chấp thủ tướng động chứ chẳng phải diệt tận pháp động.

Ví dụ về quăng ném thiên hà là phá chấp trụ tướng an trú của thế giới trong hư không mà chẳng loại trừ tướng không của hư không và tướng có của thế giới và chúng sanh.

Ở ví dụ về thâu ngắn và kéo dài thời gian, "nếu khéo nhìn ra chính sự chấp trước của chúng ta vào sanh diệt là nguyên nhân tạo ra thời gian thì có thể hiểu thần lực của Bồ Tát làm thời gian co giãn". Qua các ví dụ trên, nếu chúng ta "ở tâm vô trụ mà lìa tất cả tướng, tất sẽ chứng được tất cả pháp xuất sanh từ tự tâm tự tánh của chính mình". Những ví dụ trên chính là biện giải cho pháp bất nhị.

"Bồ Tát tu hành hiểu rõ lý duy tâm sở hiện, nên thâu nhiếp muôn vàn hình tướng của vạn pháp về chân tâm tự tánh, không còn trụ tướng mà thấy biết như thật các pháp, các tướng xuất sanh như thế nào, thành hình như thế nào, an trụ như thế nào và hoại diệt như thế nào. Nghĩa là tuy vô trụ nhưng phải biết rõ ràng tướng sanh diệt của vạn pháp; biết ngọn ngành tất cả mà tâm chẳng hề bị xao động". Thâu nhiếp về chân tâm là nghĩa tịch chiếu. Vô trụ bất động là nghĩa tịnh chiếu. Pháp môn bất nhị thể hiện nghĩa rất sâu và rõ ràng minh bạch trong các ví dụ tiếp theo về gió, về lửa, về sự dời chuyển và an vị cõi Phật. "Thâu nhiếp và hiển thị là hai mặt biểu hiện của tự tâm. Thâu nhiếp là vạn pháp quy tâm. Hiển thị là tâm lưu xuất vạn pháp. Bồ Tát được pháp giải thoát thì pháp pháp không thể ràng buộc. Chẳng những thế, Bồ Tát tự tại hiện đủ âm thanh sắc tướng vì sự giải thoát của chúng sanh."

LƯỢC Ý CHƯƠNG 7

Phẩm 7, Quán chúng sanh, là "phẩm riêng biệt là để tiếp nối hoàn thiện hai phẩm trước: "phẩm Văn-thù thuyết minh về đau khổ và phẩm Bất tư nghị thuyết minh về giải thoát"; có ý ngăn chặn chúng ta lầm chấp đau khổ và giải thoát là hai thực tại đối lập, bằng cách quán chúng sanh một cách linh hoạt dưới mọi góc nhìn.

"Quán chúng sanh huyễn không có nghĩa là cho rằng chúng sanh là sản phẩm của chính tâm mình, mà phải đạt tới căn bản tự tha nhất như, ta và người rốt ráo đều thanh tịnh... Tướng hiện tại của chúng sanh là do lầm lẫn của tự tâm, nên vốn thanh tịnh nay trở thành ô nhiễm. Tướng chúng sanh không phải tự sanh ra, không phải do cái khác sanh ra, không phải tự nhiên cũng không phải do nhân duyên. Nếu tạm nói thì là cộng nghiệp và biệt nghiệp có sức mê gây ra vọng kiến có tướng chúng sanh... Quán xuyên suốt tướng hư dối của chúng sanh, chúng ta có thể biết cái giả không rời cái thật mà có, biết cái giả là muôn vàn hiện thân của cái thật. Thế mới biết rằng ta và chúng sanh tuy là hư vọng nhưng không ngoài diệu chân như tánh. Quán chúng sanh được như thế là thấy đạo lý bất khả đắc. Và nhiệm mầu hơn là tuy bất khả đắc nhưng chúng sanh lại là dấu hiệu của thực tại tiềm ẩn mà chúng ta không thể thuyết minh bằng tri thức nhưng có thể thực chứng bằng quán chiếu và tu hành... Và nếu quán chúng sanh như là cái ngoài số lượng, vượt qua tầm nhận thức thì sự tồn tại của chúng sanh phải là cái bất khả tư nghì. Không chỉ là cái thực, mà cả cái giả, cái huyễn cũng khó mà nắm bắt... Quán tới khi nhận ra vấn đề không phải là có hay không có đối tượng quán, mà là chợt nảy thắc mắc là ai đang quán. Đó chính là lúc các tướng đối đãi ở chúng sanh không sanh, chỉ còn thuần một nghi tình là ai đang thấy, nghe, hiểu biết... Cái chủ yếu là lúc nảy sinh nghi tình cũng là lúc tâm thức xa lìa tướng chúng sanh... Đó chính là lúc không còn thấy tướng thiện ác, tướng người tốt, kẻ xấu, tướng bạn bè hay kẻ thù. Quán thấu suốt để cuối cùng ngộ ra những dính mắc ở thế gian đều phát sanh từ si ái và tình chấp." Có thể xác quyết rằng đạo lý bất nhị thể hiện rất rõ trên chân dung chúng sanh.

Quán chúng sanh thành tựu thì tâm từ lưu xuất như tánh đức sẵn có của chúng ta. Duy-ma-cật đưa ra con số tương xứng của những ví dụ về trí quán và tâm từ; điều này nói lên sự không chia cắt giữa trí tuệ và từ bi là nền tảng của tự độ và độ tha. Không chỉ riêng tâm từ, mà cả lòng bi, hỷ, xả đều hiển lộ theo trí chứng. Tánh đức lưu xuất vì đã xa lìa các tướng sai biệt đối đãi. Từ sự lưu xuất này, đạo lý bất nhị đi vào và chuyển hóa ba nghiệp thân, khẩu, ý. Khi quán chúng sanh nhuần nhuyễn, chúng ta vẫn không lìa sự thực là ta vẫn sinh hoạt với mọi người, nhưng ta biết rõ mình không thực là mình, chúng sanh không thực là chúng sanh, hơn nữa, ta và chúng sanh là một. Chỉ khác một điều là ta nhận diện được hiện trạng bệnh khổ là vọng tưởng. "Tuy vừa ngộ tánh khởi tu, đã hiểu lý nhưng sự thì vẫn đang thọ thân, sức mê của nghiệp chưa dứt, nghiệp hoặc vẫn còn", do đó "trong sự tu hành vẫn phải thành thực với chính mình rằng ta và người là chúng sanh đang thật có, đang kinh nghiệm đau khổ và đang tìm cầu sự giải thoát... Tức là ta phải tự chữa bệnh trên lập trường hiện thực với kinh nghiệm khổ đau, tâm lý sợ hãi sanh tử và ước nguyện giải thoát". Đến đây là chúng ta từ lý xuất sự, mà theo kinh văn diễn đạt bằng sự chuyển tiếp trí quán chúng sanh từ hư huyễn thành như thật.

Huyễn tướng của chúng sanh chẳng loại trừ hiện tướng đang như thật. Đó là biện chứng bất nhị, thể hiện qua loạt vấn đáp giữa Văn-thù và Duy-ma. Truy vấn đi từ tâm lý sợ hãi sanh tử, qua sự nương tựa công đức Như Lai, trí bát-nhã nơi tự tâm, qua tín, hạnh, nguyện tự độ độ tha, qua các pháp tu hành với trạch pháp nhãn liễu biệt rõ ràng. Sự tu hành song song với trí quán chẳng xa rời bản vị chúng sanh có đầy đủ năm ấm. Huyễn và thật, sự và lý không phân chia, cho đến sau cùng sẽ đạt gốc không trụ, gốc rễ chẳng có gốc, vì nó là hư vọng điên đảo; tức là thấy được thức ấm, còn gọi là thực chứng a-lại-da tâm. Chỗ này rất quan trọng: phải thấy được *không trụ là gốc*, phải thấy được *không trụ thì không có gốc*; tức là nhận ra thức ấm là vọng tưởng điên đảo không gốc, là chân tâm bị lộn ngược đầu xuống đất, mà nếu muốn dựng thẳng lên lại, chỉ có cách hạ thủ công phu trừ phân biệt thức và chấp trước thức.

Hoạt cảnh thiên nữ rải hoa mang ý vị bất nhị hết sức tinh tế. "Hoa cúng dường tượng trưng cho chánh pháp rải đều cho chúng sanh. Hoa rời Bồ Tát, hoa bám Thanh văn không phải do hoa hữu ý. Hoa không có tâm chọn lựa. Đường rơi của hoa tự do, không riêng hướng về một ai... Tuy nhiên, đối với người lại khác. Ngay lúc đầu đã có hai: người thấy hoa rơi và hoa rơi bên ngoài. Đó là yếu tố quyết định sự bám víu của hoa vào người. Vì các vị thánh đệ tử có giới cấm, nên cho mình là người giữ giới, cho hoa là bất tịnh. Đó là tâm phân biệt có hai là ta và cảnh giới bên ngoài. Ở cảnh giới bên ngoài, ta lại thấy có các giá trị khác nhau của thiện ác, đẹp xấu và những cái đối nghịch tương tự. Các tầng phân biệt chồng chất là do tự tâm... Vấn đề đáng lưu ý không phải là sự phân biệt hay chấp trước mà là sự lập thành những cái đối đãi... Thực ra các pháp vốn không đến với nhau. Đất là đất, nước là nước, gió là gió, lửa là lửa. Chúng chẳng đến với nhau để có cái gọi là giả hợp. Mọi cấu trúc đều không hề có trên đời này. Cũng vậy, hoa là hoa, người là người, không dính dáng nhau. Nên không có chuyện bám hay không bám. Do đó chẳng có chuyện cần phủi bỏ hay không phủi bỏ. Sự lập thành cặp đối lập căn bản đã sai ngay từ đầu. Trong ý nghĩa đó, có thể thấy phẩm kinh này chỉ ra ngõ cụt của những đối lập, chuẩn bị cho phẩm Pháp môn Bất nhị về sau."

Trên là đã thấy được gốc vô trụ là thức ấm, hay A-lại-da tâm, nhưng đó chưa phải là rốt ráo. Thức ấm là vọng tưởng điên đảo, là nghiệp tướng vô thỉ vô minh; là huyễn tướng cuối cùng cần vượt qua. Nếu tư duy tiếp tục, ta sẽ đi vào ngõ cụt của những đối lập, hệ quả là ta lại lập ra cái phi huyễn là chân tâm. "Chưa trừ được tận cái gốc vô trụ, thì vọng tưởng điên đảo mờ mịt kia trở thành mặt đối lập của cái tưởng như là chân tâm. Cái đối đãi tối hậu này cũng là giả tưởng vì thực ra không có hai tâm... Cái phi huyễn và cái huyễn, cũng như cái gọi là chân tâm và vọng tâm, cả hai đều là huyễn." Đó là ý nghĩa bất nhị trong vấn đáp về thời gian cư ngụ của thiên nữ. Ý nghĩa biểu pháp của vấn đáp này là sự lập thành hai phạm trù hư tưởng giả dối mà đại biểu là sanh tử và giải thoát.

"Hoa rơi tự do hay hoa còn vướng mắc, luân hồi hay giải thoát chung quy chỉ là hư tưởng." Như vậy, có thể quan niệm và diễn nói được về sự giải thoát không? Câu hỏi này dường như không có lời đáp vì "ngay cả lời nói và im lặng cũng là một mâu thuẫn không lối thoát. Nói thì không tới tận cùng. Im thì chúng sanh, với quan niệm mình thật có, không thể xác định đúng đắn hướng tu hành". Kinh văn mượn mối quan hệ giữa văn tự và giải thoát để biện giải ngõ cụt của những đối đãi vì "văn tự ngôn ngữ tánh vốn ly, vì mọi nói năng đều gắn liền với tướng huyễn hóa của các pháp nên văn tự, ngữ ngôn không thể nắm bắt được thực tại". Cùng là nước, chúng ta gọi là thức uống, loài cá gọi là nhà ở. Cùng bầu không khí, với ta là dưỡng khí, với loài cá hay với một loài sống nào ngoài vũ trụ, lại có thể bị cho là độc khí. Tại sao lại có sự sai biệt, thậm chí là đối nghịch? Vì có sự liên hệ, tương tác, ràng buộc nên có hai vậy. Pháp vốn như như, bất động. Không hề có chuyện các pháp đến với nhau. Chính tâm thức phân biệt kéo các pháp lại với nhau, nên có sai biệt hay đối đãi, tương hợp hay xung khắc. Lập thành có hai là ràng buộc. Căn bản thanh tịnh và bình đẳng của vạn pháp vẫn thế, nên "các pháp không tự sanh, không do cái khác sanh, không phải nhân duyên hòa hợp, cũng chẳng phải tự nhiên có; pháp tướng là thường trụ, hay nói cách khác là *tất cả pháp là tướng giải thoát*". Văn tự là một pháp, nên không ngoại lệ, cũng là tướng giải thoát, do đó tuy không rời huyễn tướng các pháp nhưng cũng *chớ rời văn tự mà nói giải thoát*. Tứ vô ngại biện tài chính là minh chứng hùng hồn cho nghĩa này. Chớ dựa vào im lặng của Duy-ma-cật hoặc viện dẫn lẽ bất tư nghị mà tuyên bố không có cửa vào bất nhị; nếu mọi lối vào bị bít kín thì chẳng có phẩm Nhập Bất Nhị Pháp Môn, cũng chẳng có tới ba mươi mốt vị Bồ Tát và thêm Văn-thù nhọc công nói kinh nghiệm của mình. Nói cái khó nói; đó chính là tính thực dụng, khả thi của pháp giải thoát bất tư nghị vậy.

"Không khó để nhận ra kịch tính của phẩm này càng lúc càng siết chặt từ đối đáp của Văn-thù và Duy-ma qua chiều dài của quán chúng sanh từ giả đến thật, chuyển qua cuộc hội thoại ngắn và có phần gay cấn hơn giữa thiên nữ và Xá-lợi-phất. Nhịp dồn dập của các câu thoại càng về cuối càng đẩy ta sâu vào thế bí hiểm hay ngõ cụt của những đối lập. Chúng sanh ảo ảnh qua 30 ví dụ đối lập với chúng sanh như thật với năm ấm, người đang thấy và hoa đang rơi, mâu thuẫn giữa sanh tử và giải thoát ẩn sau thời gian cư ngụ của thiên nữ, đối đãi của giải thoát và văn tự qua sự im lặng của Xá-lợi-phất; tất cả đều là những đề mục mẫu, những ví dụ chuẩn bị lối vào cửa bất nhị."

Do những sai biệt đối đãi dẫn vào thế bế tắc nên có diễn thuyết về đạo lý bất nhị. Tuy nhiên, bất nhị không hề xóa sạch mọi dấu vết nhị nguyên. Nghĩa bất nhị không loại trừ hàm dung. Đây là nội dung phần sau phẩm 7, bắt đầu từ sự khen ngợi của Xá-lợi-phất về biện tài của thiên nữ. Nghĩa hàm dung của lý bất nhị lấy ngôi tịnh thất huyền diệu của Duy-ma-cật làm biểu pháp. Ngôi thất Duy-ma lấy thường tịch quang làm tướng, thuần thanh tịnh là tánh. Tịch chiếu không rời nên gọi là thường. Các huyễn đều dứt nên gọi là thanh tịnh. Ngôi tịnh thất trống không lại thường xuyên hội tụ thánh chúng; là nghĩa hàm dung không hữu. Thánh chúng gồm chư thiên nhiều phước báu và Bồ Tát đầy đủ trí tuệ; là ý phước tuệ viên mãn bao trùm pháp giới. Gian thất ấy đầy đủ các pháp ba-la-mật hướng dẫn chúng sanh đến Vô sanh pháp nhẫn, đắc trí bát-nhã. Bát-nhã vô tri, vô sở bất tri; vô sở bất tri là hậu đắc trí không gì là không biết, tức là nghĩa tâm ý thức phân biệt chuyển thành trí liễu biệt rõ ràng. Gian thất ấy cũng có đủ nhạc âm, pháp âm vi diệu hướng thính chúng nhập thể tánh viên thông, không chướng ngại do không có đối đãi. Tịnh thất Duy-ma không gì khác hơn là tự tánh chân tâm có vô lượng kho tàng pháp tạng. "Tạng ấy, theo cách diễn nói có hình tượng của thiên nữ, là mật thất huyền diệu của Duy-ma. Nếu nói rộng lớn như vũ trụ vĩ mô thì là Như Lai tạng. Nếu thu gọn như hạt lượng tử vi mô thì là chủng tử Phật tánh. Tất cả chúng sanh đều có Phật tánh thường trụ, chẳng được chẳng có... Lại nữa, tánh không hai là thật tánh của vạn pháp. Thật tánh đó chính là Phật tánh."

Trên là nghĩa hàm dung của đạo lý bất nhị ở tự tánh. Kinh văn phía sau là nghĩa hàm dung của bất nhị đi vào pháp tướng, hiển thị lý duy tâm sở hiện. Luận nghĩa bắt đầu từ xem xét hai tướng phân biệt nam nữ, tức thân tướng đang là của chúng sanh hữu tình. "Vì ở chúng sanh, cái quyết định sinh tử là ái dục..." nên câu chuyện xoay quanh về "tướng nam nữ là đại diện chung cho tất cả pháp đối đãi". "Quán thông tướng nam nữ là quán thông pháp tướng." Thần biến và diễn thuyết của thiên nữ muốn ta từ "nhận thức hời hợt về tướng sinh diệt do nhân duyên chuyển thành hiểu biết sâu sắc về huyễn tướng". Huyễn tức không phải có, phi hữu, nhưng hiện tướng huyễn này đang rõ rệt trước mắt, nên chẳng phải không, phi vô. Chúng ta mắc kẹt trong thế đối đãi của phi hữu phi vô. Cái rối loạn bắt đầu từ đây do không nhận thấy thế đối đãi ấy cũng là chẳng thực. Do đó, dường như có một cái gọi là thực tướng đối lập với huyễn tướng. Huyễn tướng là phi hữu phi vô; vẫn còn một tướng huyễn. Phải đi đến tận cùng là chẳng hề có tướng, tức nghĩa phi tướng, vì "phàm sở hữu tướng, giai thị hư vọng". "Phi tướng là chưa hề là tướng... Biết tướng là phi tướng, mới biết là do mình chấp thủ cái thấy của mình, nên huyễn vẫn cứ là huyễn, dù có giải thích bằng lý nhân duyên giả hợp hay đương thể tức không, thì nó vẫn sờ sờ ra đó. Buông bỏ cái nhìn của mình tức là đã chuyển cái giả thành cái thực. Chuyển mà không chuyển vì cái giả vốn không hề có."

Nghĩa hàm dung của đạo lý bất nhị hiển lộ lý duy tâm sở hiện ở phần cuối phẩm sau khi thiên nữ thu thần lực trả thân tướng nam cho Xá-lợi-phất. Ở đây, hiện tướng đang là của chúng sanh, cũng như của vạn pháp, được giải thích là *vô tại vô bất tại*, nghĩa là không có ở đó, cũng chẳng phải không có ở đó. "Tại hay bất tại, có hay không, chẳng phải là hai... Vô tại là xả bỏ năng kiến lập kiến, tức phá chấp trước. Xả bỏ năng kiến thì chúng sanh có thể ngay ở thật tướng vô tướng mà chuyển huyễn tướng phi tướng. Nhưng do chúng sanh căn cơ khác biệt, khó mà trực nhận bản tâm nên nói vô bất tại để trừ sở kiến, tức phá phân biệt. Trừ sở kiến là ngăn chúng sanh không còn bị nhấn chìm vào những cái bị thấy, nghe, hay biết mà mê lại càng mê; từ đây mà biết tu chứng không phải là không có... Hiện tướng là tướng phi tướng, nên không có việc sanh ra hay mất đi. Mặt khác, trong nghĩa vô tại, vô bất tại, sự hiện diện của tướng phi tướng nếu không phải do cái gì đó diệt ở kia rồi sanh ở đây, cũng không phải do tự nhiên có, thì phải là sự biến hiện. Cái gì biến hiện? Chính là tánh thể, là chân tâm bản tánh... Tướng phi tướng nên là huyễn là hóa. Hiện tướng là huyễn nhưng bất ly tự tánh bản tâm. Tâm là tánh thể. Hiện tướng là do tánh thể khởi tác dụng, nên hiện tướng còn gọi là tướng dụng... Hiện tướng không phải là tánh thể. Tánh thể lưu xuất là hóa, thành hiện tướng gọi là sanh... Trên nghĩa tướng phi tướng thì hóa thân Phật và chúng sanh đồng như huyễn hóa. Trên nghĩa biến hiện, thì Phật, Bồ Tát do giác tự tánh nên vô ngại hóa sanh. Còn chúng sanh thì bị nghiệp mê mà chuyển sanh." Hiểu nghĩa hóa sanh tức thông đạt lý lẽ tánh tướng bất nhị.

LƯỢC Ý CHƯƠNG 8

Đạo lý bất nhị đã hiển lộ lý "tướng tùy tâm hiện, pháp do thức biến" ở bảy phẩm trước, nên phẩm Phật đạo thứ 8 là trắc nghiệm thực hành cho Bồ Tát và chúng sanh đang tu. Chứng nhập được hay không, tức là muốn bước vào phẩm Nhập Bất Nhị Pháp Môn, phải trải qua thử thách của phẩm này. "Vấn đề chủ yếu là từ đạo lý hóa sanh, tức nghĩa lý duy tâm sở hiện, ta nên có thái độ buông bỏ chấp trước, phân biệt nơi tướng chúng sanh... Nếu chúng sanh trong lục đạo không thật là chúng sanh thì người khôn ngoan chẳng chấp vào cảnh mắt thấy tai nghe. Hay nói cách khác, chúng ta có thể thấy đạo ngay ở những cảnh chướng tai gai mắt mà ta cho là xấu xa, sai trái với quy tắc đạo lý."

Thân tướng và cõi nước không hai, nên ba cõi sáu đường đều là nhà ở, đường đi của tâm vô thượng. "Dụng ý của kinh văn rất rõ ràng là giúp chúng ta phá bỏ lý chướng, từ đó buông xuống mọi phân biệt chấp trước đối với người, với cảnh. Xả bỏ không bằng miệng nói lý luận mà bằng tâm ý, thái độ ứng xử bình đẳng với người. Thấy thị phi mà không có tâm thị phi. Được chỗ bình đẳng mà ở mọi cảnh ngộ đều tùy thuận theo. Ngoài thì tùy thuận, trong thì tuy biết mình không phải là mình, nhưng không phải là không có quả báo của nghiệp quá khứ. Từ đó chúng ta có thể tự điều phục tâm, chuyển hóa cuộc đời chính mình."

Chẳng những đối với cảnh giới, mà ngay cả đối với các sự chướng là phiền não, nghiệp báo và giải thoát chướng mà không bị ngăn ngại tức là nghĩa của *thật hành phi đạo là thông Phật đạo*. Phiền não, lấy dâm nộ si làm điển hình, đều là pháp huyễn hoặc hiện nơi tâm của ta và chúng sanh, chẳng phải là thực tâm. "Ở gốc của hư vọng phân biệt là tưởng điên đảo mà nhận ra bản tâm. Giác tự tâm thì hành tướng của dâm, nộ, si chẳng thể còn là phiền não nhiễu loạn tâm ta; ta không dụng công, chúng cũng tự biến mất. Đây là chuyển hành ấm, tức thức thứ bảy thành trí quán bình đẳng đối với pháp tánh... là quán hành tướng của phiền não chướng ở người và ở mình đều là huyễn vọng... Ta không thể phủ nhận mình còn đầy đủ ham muốn, sân hận, si mê, mơ tưởng, kiêu ngạo... Do đó, việc tự nhận biết mình đang dâm, nộ, si và an trú trong trí biết vọng không đủ lực chuyển hóa nghiệp chướng; quan trọng là phải thực tu... Ở ta thì gọi là tu; ở người khác thì ta nên khéo léo nhận ra các dấu hiệu ẩn dưới vẻ ngoài mà biết đó là Bồ Tát hóa sanh đang giáo hóa cho chính ta, chứ không ai khác. Được như vậy thì không lo nghiệp chướng không chuyển thành nguyện lực." Báo chướng là dị thục quả do chủng tử nghiệp hiện hành. "Mê thì là a-lại-da tích tập vô số chủng tử nghiệp, khi hiện hành thì thành đủ các thứ tướng trạng" giàu sang hay nghèo hèn, lành mạnh hay tàn tật, đần độn hay trí thức. Giác tự tâm thức biến thì tu hành chuyển nghiệp, làm gương mẫu cho người, chẳng sợ quả hiện báo, chỉ tránh gieo thêm nhân; đó là "rõ biết mình đang hiện tướng sanh tử mà không hề ngăn ngại là ngay ở phi đạo mà thông Phật đạo". "Tướng hóa sanh hiện nhập chư đạo gồm ba cõi, sáu đường, dị đạo, tà giáo, phàm phu hay hiền thánh; rõ nghĩa đó thì lập tức trừ được tất cả vọng tưởng duyên sanh các tướng tương tục của thế gian và chúng sanh, trừ tất cả tướng đoạn tướng thường của tà kiến, xả bỏ tất cả tướng sanh tử và Niết-bàn, mê loạn và tam-muội của nhị thừa. Tất cả tướng vọng tưởng duyên sanh đó đều là chướng ngại cho sự giải thoát, hay giải thoát chướng... Phải thấy được căn thân, khí giới, sanh tử, Niết-bàn, các phương tiện pháp môn, các kiến giải, các tam-muội của ba thừa Thanh văn, Duyên giác và Bồ Tát, cả bốn giáo tạng, thông, biệt, viên đều duy tự tâm biến hiện, gọi là pháp độ của Đại Nhật Như Lai."

Tóm lại, mê các tướng thì có sai khác và ngăn ngại; giác các tướng là phi tướng, là hóa sanh thì vô vàn hình tướng đều là tướng dụng, là phương tiện thực hành giải thoát. "Tâm hiện thức biến là liễu nghĩa khó nói hết, duy chỉ tự chứng. Như trên đã nói, mê là vọng tưởng khởi duyên sanh trùng trùng các tướng, liễu ngộ tự tâm thì tướng tướng đều là dụng của tánh thể chân tâm. Kinh văn nói Phật chủng hay hạt giống Như Lai, chính là nói tướng dụng của các pháp." Nắm vững và áp dụng được yếu nghĩa này vào thực tế tu học, chúng ta sẽ tiếp nhận được kinh nghiệm bậc thầy của Duy-ma-cật. Học và làm theo những kinh nghiệm phong phú ấy là thực tu, sẽ thực chứng chỗ diễn nói của Duy-ma-cật. Chỗ chứng nhập của các vị Bồ Tát ở phẩm này chính là chỗ tu học của chúng ta. Đồng thời cái ta hiểu và làm, làm được liền chứng sẽ là chỗ học tập của người khác, tự tha không hai. Đạo lý bất nhị cứ thế mà tỏa sáng như ngọn vô tận đăng.

VÀO CỬA BẤT NHỊ

> **KINH VĂN**
>
> **Bấy giờ ông Duy-ma-cật bảo các vị Bồ Tát rằng: Các nhân giả! Thế nào là Bồ Tát vào pháp môn Không hai? Cứ theo chỗ thích của mình mà nói.**

Kinh văn từ đầu tới phẩm Phật đạo là biện giải và tu tập. Phẩm này là phần chứng nhập, có thể nói là chỗ trình bày của học nhân để thầy giáo ấn khả; tức là lúc nhân duyên đầy đủ cho sự giác ngộ đạo lý bình đẳng, nên gọi là *bấy giờ*. Ở đây không còn nói lý nữa, mà nói nghĩa quyết định là chứng nhập. Do đó Duy-ma-cật mới hỏi *thế nào là Bồ Tát vào pháp môn không hai*. Duy-ma-cật đặt câu hỏi, ví như vị thầy đã đến lúc khảo hạch cho học sinh tốt nghiệp. Các Bồ Tát tùy chỗ thực chứng mà trình bày, là cứ theo chỗ thích của mình mà nói, tỏ chỗ sâu rộng của đạo lý bất nhị. Chẳng những sâu rộng mà còn phổ cập, vì ai cũng có thể chứng nhập tùy chỗ ngộ của mình; tuy thế, đắc vô sanh nhẫn và từ giai vị bất thối chuyển trở lên mới có thể có vô ngại biện tài đàm luận về bất nhị vì đã căn bản ngộ tánh không của vạn pháp. Các Bồ Tát trả lời có khác nhau nhưng đều quy về lý bất nhị. Chỗ tương đồng này chính là yếu chỉ của kinh. Các câu trả lời đều bắt đầu bằng cách lập ra hai cái sai biệt; điều này chứng tỏ sự cần thiết liễu biệt sự đối đãi khác biệt trước, mới có thể giải ngộ đạo lý không hai.

Gốc rễ của sự lập thành nhị nguyên là phân biệt, chấp trước. Bất nhị là phương tiện trừ bỏ sự thành lập giả dối đó, chẳng phải là triệt tiêu pháp tướng. Vì vậy, chỗ chứng nhập của các Bồ Tát chính là chỗ học tập của ta. Từ học tập, biện giải đến thực chứng, thể nhập là quá trình xả bỏ phân chia và thủ chấp. Xả bỏ được tức là chứng nhập. Nói cách khác, trừ bỏ hai tướng vì cả hai đều là huyễn vọng. Đã là vọng, là không thì chẳng có gì đối đãi với vọng. Cái chân thật chỉ là giả danh thành lập để trừ vọng. Rốt ráo không còn một tướng để nói; nên Duy-ma-cật im lặng về sau.

Chứng nhập bất nhị không phải là đoạn diệt các tướng, vì nếu như vậy là vứt bỏ phương tiện, không thể đạt cứu cánh. Hơn nữa, bất nhị còn có nghĩa là đồng thể, là nương nhau không lìa. Hiểu nghĩa này, từ chỗ thể nhập lý bất nhị, mới khởi dụng phương tiện quyền trí vào sự mà nói hay làm những việc sai khác, đối đãi đều không ngăn ngại.

Bất nhị là trí quán và thực chứng từ sự sai biệt của những đối đãi. Sai biệt không chỉ có hai mới là sai biệt. Pháp giới vô tận nên có vô lượng sai biệt, từ sanh tử đến giải thoát. Sanh tử là một sai biệt, trong sanh tử lại có muôn vàn sai biệt như hữu vô, thiện ác, khổ lạc... Cho đến giải thoát cũng là một sai biệt đối với sanh tử, nên có 32 vị Bồ Tát phát biểu, đại diện cho 32 ngàn Bồ Tát trong hội chúng, từ trí quán sự sai biệt mà thể nhập đạo lý bất nhị.

Hiện tượng thì vô số, kinh văn gom lại thành hai, vì chỉ từ sự phân biệt có hai, thì mới có sự động chuyển và phát sanh thành số lượng nhiều. Tư tưởng triết học xưa nay đều bắt đầu từ sự phân hai này. Tại sao phải bắt đầu từ hai? Vì pháp không thể tự sinh, phải có duyên khởi. *"Nếu chỉ có một duyên mà sinh ra pháp thì chưa từng nghe nói. Thế thì duyên khởi hữu, nhỏ nhất là hai pháp, nếu hai đã trừ thì nhập vào cảnh rỗng lặng."* (Tăng Triệu) Tuy nhiên, có hai là do chấp một tướng ban đầu là ngã, nên Bồ

Tát Hoa Nghiêm nói: *do ngã mà khởi ra hai, là hai*, cũng như Bồ Tát Đức Tạng nói: *"Tất cả các pháp do có tướng sở đắc mà phát sanh."* (Kinh Thuyết Vô Cấu Xưng - Huyền Trang dịch). Từ hai mà khởi vô số, chung quy cũng gom về hai tướng đối đãi. Bồ Tát Đức Đảnh ví dụ hai tướng là nhơ sạch. Bồ Tát Thâm Tuệ gom ba tướng Không, Vô tướng, Vô tác là hai. Bồ Tát Thượng Thiện gom bốn tướng thân, khẩu, ý và thiện là hai. Bồ Tát Minh Tướng gom năm tướng đất, nước, gió, lửa và không đại về hai. Bồ Tát Hỷ Kiến gom tướng ngũ uẩn và tánh Không là sáu về hai. Bồ Tát Vô Tận Ý gom lục độ và tánh Hồi hướng nhất thiết trí là bảy về hai. Ngay cả hai và không hai cũng là hai. Do đó thâu gom vô số sai biệt về hai mà quán tận cùng, triệt ngộ nghĩa bình đẳng, chính là đạo lý bất nhị.

Nói một cách ngắn gọn là chúng ta phải thấy được sự sai biệt là do ta vọng tưởng, phân biệt, chấp trước các tướng mà có vậy. Nhìn thấu và buông bỏ ba sự tối tăm đó là thể nhập ánh sáng bất nhị, là triệt để phá trừ nhị chướng, thực chứng nhị không. Hai chướng là sở tri chướng và phiền não chướng. Nhị không là nhân không và pháp không. Đó là cứu cánh viên mãn của bản kinh. Đúng như đề kinh là: *Duy-ma-cật sở thuyết*; Duy-ma-cật là nhân, sở thuyết là pháp. Người nói và chỗ nói đều không. Hiểu được nghĩa này là không phụ lòng Duy-ma-cật, vị thầy của chúng cư sĩ vậy.

Các Bồ Tát trình bày ý kiến khác nhau nhưng đều quy về lẽ chân thật bình đẳng của các pháp. Cách thức thể nhập có khác vì chỗ mê hoặc sai khác nên sở ngộ chẳng như nhau; tuy thế mà vẫn chung điểm đến. Hơn nữa, bất nhị là vô sai biệt thì không thể nói, vì nói là căn cứ trên sai biệt mới nói được. Do đó mọi lời diễn nói không có sâu cạn. Tùy theo hoài nghi, ám ảnh tích tụ lâu dần, đột nhiên vì một sự cố gây ấn tượng mạnh mẽ, hoặc vì do sự dồn nén bức phá nghi tình mà thoát ngộ. Nói cách khác, cách thức thể nhập pháp môn bất nhị không bắt buộc có tiêu chuẩn nhất định nào. Ngộ thì nhập, chẳng ngộ thì chẳng nhập. Then chốt là giữa ngộ và nhập phải có sự nối liền là tu.

Do nghĩa trên, có thể nói thể nhập là do tín, giải, hành, chứng. Tin thuận được là tín. Thấu suốt và biện biệt là giải. Thực thi được là hành. Nhờ làm được mà hết vọng liền chân là chứng. Nghĩa nhập là tin được, lý giải được, sự làm được, giác tự tâm, hư vọng không khởi. Bất nhị là chẳng phân hai, nói rộng là không có số lượng nhiều. Một và nhiều không khác. Được một, phải từ nhiều. Do đó ta không ngạc nhiên khi cùng một phẩm này mà đề mục của Chi Khiêm có ba từ là *Bất nhị nhập*, bản dịch của Huyền Trang dùng bốn từ là *Bất nhị pháp môn*, còn bản của La-thập dùng năm từ *Nhập bất nhị pháp môn*.

Pháp là quy tắc. Môn là cửa ngõ, là chỗ ra vào. Nhờ quy tắc tu hành mà vào, gọi là nhập. Ngoài tâm không pháp, là bất nhị. Xuất nhập không hai, chỉ do chân tâm tự tánh. Lưu xuất thì có hai là phàm phu và hiền thánh, Phật, Bồ Tát và chúng sanh. Thể nhập thì không hai, thảy đều bình đẳng. Cũng có thể tạm gọi trừ bỏ phân biệt chấp trước là pháp môn. Phân biệt chấp trước là phi pháp, Phật pháp là pháp. *Pháp còn phải bỏ, huống gì phi pháp* (pháp thượng ưng xả, hà huống phi pháp - Kinh Kim Cang). Lấy Phật pháp trừ bỏ phi pháp, gọi là pháp môn. Sáng tỏ nghĩa bình đẳng là bất nhị. Hơn nữa, môn là cửa ngõ, tức chỗ trống không. Thể nhập tánh Không chính là nhập môn bất nhị. Do nghĩa bình đẳng không mà Cát Tạng nói: *"Một đường thanh tịnh cho nên gọi là bất nhị; rốt ráo chân thật, đáng làm quy tắc, nên gọi là pháp, chí diệu rỗng rang nên gọi là môn; liễu ngộ được lý này thì gọi là nhập."* Muốn thâm nhập pháp tánh bình đẳng thì phải buông bỏ các tướng. Không phải các pháp có tướng sai biệt, tánh bình đẳng, mà thực ra là tướng bình đẳng, tánh bình đẳng, tánh tướng không hai, như như bất động. Thấu suốt lẽ thật đó là nhờ vô lượng phương tiện pháp môn. Có thể tu chứng được bằng xả bỏ tất cả tướng. Như Huệ Viễn nói: *"Người thông đạt có thể vào nên gọi là môn. Bỏ tướng mà chứng hội gọi là nhập."*

Các Bồ Tát lần lượt trình bày sở chứng về pháp Bất nhị, thoạt tiên khiến ta nghĩ là có thể giải thích được thế nào là đạo lý bất nhị. Pháp bất nhị căn bản là ly ngôn thuyết, sao lại có thể dùng ngôn ngữ văn tự thuyết minh nghĩa lý của nó? Do đó, kinh văn dẫn ta từ chỗ đàm luận về bất nhị của các Bồ Tát đến việc Bồ Tát Văn-thù luận dẫn ngôn thuyết trừ ngôn thuyết, là bước chuyển tiếp đến im lặng vô ngôn của Duy-ma-cật để biểu thị cái không thể nói. Ta có thể kết luận: nhập Bất nhị pháp môn là buông bỏ tướng vọng tưởng duyên sanh, xa lìa hai tánh y tha khởi và biến kế sở chấp mà vào nghĩa thanh tịnh bình đẳng của vạn pháp, đúng như tôn hiệu Bồ Tát Tịnh Danh của đại sĩ Duy-ma-cật.

TÍN GIẢI BẤT NHỊ TRÊN NHÂN ĐỊA

Tôn hiệu hay danh xưng của Bồ Tát mang ý nghĩa biểu pháp, hoặc liên hệ đến công hạnh tu tập, hoặc thâu nhiếp ý nghĩa của pháp thực chứng. Do đó, ngoài Văn-thù và Duy-ma, chỗ chứng nhập của 31 vị Bồ Tát trong phẩm này đều hàm nghĩa trong danh hiệu của các ngài. Cũng chính vì lý do này mà thứ tự phát biểu trước sau của các vị cũng không phải là ngẫu nhiên. Thứ tự ấy, như ta sẽ xem xét, phản ánh bố cục chặt chẽ và ý tứ nhất quán của kinh văn. Một ví dụ cụ thể là, đạo lý bất nhị như đã nói phải bắt đầu khởi quán từ sự sai biệt; trong đó 16 vị Bồ Tát phát biểu trước đều lấy nghĩa đối nghịch là hai cái sai biệt, và 15 vị kế tiếp lấy nghĩa đối đãi nương nhau là hai. Dù cho những sai biệt là đối nghịch hay nương nhau, đạo lý bất nhị nhằm trừ bỏ sự chấp trước vào hai tướng, nên gọi là không hai. Tuy trừ bỏ nhưng không đoạn tận các tướng, mà thuận theo thế lưu bố tưởng, tức vẫn thuận theo cách nhìn của mọi người về vũ trụ và nhân sinh, về các giá trị xã hội, đạo đức và thẩm mỹ, nên vẫn gọi là có hai.

QUÁN TƯỚNG SANH DIỆT BẤT NHỊ

> **KINH VĂN**
>
> **Trong pháp hội có Bồ Tát tên là Pháp Tự Tại nói: Các nhân giả! Sanh, diệt là hai. Pháp vốn không sanh, cũng không diệt. Đặng vô sanh pháp nhẫn; đó là vào pháp môn không hai.**

Vị thứ nhất là Bồ Tát Pháp Tự Tại (法自在), bản dịch của Chi Khiêm ghi là Pháp Tác (法作), Phạn văn là Dharmavikurvaṇa.

Do trí quán khởi từ hiện tướng sai biệt của các pháp, nên sự chứng nhập đạo lý bất nhị lấy tướng sanh diệt của các pháp làm bước đầu. Sanh diệt là sự phân biệt đầu tiên chung cho bốn tướng ngã, nhân, chúng sanh và thọ giả, cũng như đồng thời là nền tảng kiên cố cho sự chấp trước vào ngã tướng và pháp tướng. Khởi tâm động niệm là sanh. Sanh rồi lại vọng tưởng duyên sanh nên sanh lại càng sanh. Có sanh tức có diệt; và đó là niềm tin ngoan cố của chúng ta. Bồ Tát Pháp Tự Tại ngay trên ba đế là tục đế, chân đế và đệ nhất nghĩa đế thực hành ba quán giả, không và trung mà thấu suốt cội gốc sanh diệt là vọng tưởng hư ngụy. Sanh diệt là tướng ràng buộc. Nếu thấy tướng như như tịch diệt của các pháp thì các pháp vốn là tướng giải thoát, chẳng hề có sinh, làm sao có diệt. Nếu thấy chúng sanh tánh thường rỗng lặng thì giải thoát còn không có, nói chi là ràng buộc. Thấy rõ nghĩa vọng sanh, vọng diệt của các pháp mà không bị pháp xoay chuyển, gọi là tự tại. Hơn nữa, vạn pháp tùy tâm hiện lượng khắp pháp giới nên Bồ Tát ở trung đạo mà khởi dụng quyền trí vô ngại; ở nhiều mà thao túng cái nhiều, ở hai mà diệu dụng cả hai, nên gọi là Pháp Tự Tại, hay Pháp Tác.

Vậy thì tại sao ta cứ mãi thấy các pháp sinh diệt không ngừng? Một niệm bất giác khởi tam tế tướng, như đã nói nhiều ở các chương trước. Trong tam tế tướng, chuyển thức duyên theo hiện thức cảnh giới mà sinh lục thô là trí tướng, tương tục tướng, chấp thủ tướng, kế danh tự tướng, khởi nghiệp tướng, và nghiệp hệ khổ tướng. Trí tướng năng tri do không rõ cảnh giới là thức biến hiện, là pháp chấp câu sanh khởi. Y theo trí tướng mà tự tâm vọng sanh phân biệt chỗ sở tri, khởi ưa ghét không ngừng, là pháp chấp phân biệt, gọi là tương tục tướng. Y theo niệm tưởng, chấp tướng tương tục của tự tâm, khởi câu sanh ngã chấp, gọi là chấp thủ tướng. Do duyên theo cảnh giới, chấp trước, so đo tính lường mà đặt tên cho các pháp, gọi là kế danh tự tướng. Từ trí tướng đến kế danh tự tướng là nhân của hoặc, khởi tạo nghiệp, gọi là khởi nghiệp tướng. Do nghiệp nhân mà cảm khổ quả, gọi là nghiệp hệ khổ tướng. Nếu biết sáu tướng thô thiển trên đều do hoạt dụng của thức phân biệt và chấp trước mà tu hành xa lìa, liễu ngộ và chứng pháp vô sanh, gọi là *vào pháp môn không hai*.

Tuy nhiên, nói pháp không sanh không diệt, nếu không suy xét, ngộ lý thấu đáo, thì dễ rơi vào thiên chân, lập ra tướng giả dối của pháp vô sanh. Đây dẫn đến quan niệm về đại ngã, thượng đế, Niết-bàn thiên không. Nguyên nhân sai lầm ở chỗ chấp vào tứ cú, loay hoay trong hí luận mà không thoát được sự kiềm tỏa của ngôn từ.

Nghĩa sanh diệt còn có thể hiểu linh hoạt trên nhân địa tu hành. Phan duyên là sanh. Nhiếp tâm là diệt. Đắm nhiễm là sanh. Tịnh tu là diệt. Động loạn là sanh. Tịch tịnh là diệt. Ứng dụng nghĩa linh hoạt này trong cuộc sống hằng ngày là khéo chuyển y. Khéo chuyển y thì đắc vô sanh, chứ không có cái gọi là pháp vô sanh để được.

Một sáng mai khi bạn thức giấc và bàng hoàng nhận ra giấc mộng đêm qua quả thực là đầy đủ những chuyện ngọt ngào và cay đắng thì hãy tự nhủ rằng cuộc đời cũng giống vậy thôi. Nhưng cái đáng nói là trong cơn mơ, chúng ta không hề biết mình đang mơ. Người thân yêu vui vầy là pháp hạnh phúc sanh. Ái biệt ly là pháp hạnh phúc đang diệt. Chúng ta không biết rằng sanh là pháp hư ngụy đang sanh, diệt là pháp giả dối đang diệt. Ai hiểu thấu điều này và nhờ công phu tu định tuệ mà chẳng chào đón hạnh phúc đang sanh hay níu giữ hạnh phúc đang diệt là người đó đang hành theo Bồ Tát Pháp Tự Tại mà vào nghĩa không hai của lẽ sanh diệt.

Phẩm này là chỗ chứng nhập của các Bồ Tát. Cái mê tuy là vọng, nhưng thực sự đa dạng. Có chúng sanh sâu nặng ngã chấp. Có chúng sanh khăng khăng chấp pháp. Nhưng chung quy căn bản vẫn xuất phát từ chấp tướng ngũ ấm là thực. Do đó Bồ Tát Pháp Tự Tại nói nghĩa sanh diệt của các pháp trước. Sanh diệt chính do tánh y tha khởi và biến kế sở chấp. Hầu hết chúng ta có thể hiểu tánh biến kế sở chấp, nhưng vẫn còn mê tánh y tha khởi. Tánh y tha khởi ở các pháp cũng là vọng tưởng. Duyên khởi, cũng như nhân quả, đều là lý thể cho sự tồn tại của vạn pháp. Nếu hiểu câu nói "bất muội nhân quả" của Bá Trượng, thì ở lý duyên khởi, phải thấy được các pháp không hề đến với nhau để tạo mối tương quan cái này có nên cái kia có; hoặc để giả dối lập thành một cấu trúc giả hợp. Điều này chẳng phải bác bỏ nhân duyên sanh. Điều này ngăn chúng ta không lầm lẫn tưởng tượng cái chân lý vô thường là cái thường còn, để mạnh dạn nói rằng bất nhị là tổng thể thống nhất các mặt đối lập. Vô thường là tưởng tượng. Cái biệt còn không có, nói chi cái tổng.

QUÁN NGŨ ẤM CHỨNG BẤT NHỊ

Như đã nói, thứ tự phát biểu của các vị Bồ Tát không phải là ngẫu nhiên. Trên là lấy sự sanh diệt của các pháp làm bước đầu thực tập. Nên nhớ phẩm này là chứng nhập nên chúng ta chú trọng thực hành vì chỉ làm mới tự nghiệm được, chỉ tu mới nối liền ngộ và nhập. Tiếp theo là năm vị Bồ Tát đưa đạo lý bất nhị vào năm ấm, tức căn bản tạo nên chúng sanh.

> **KINH VĂN**
>
> **Bồ Tát Đức Thủ nói: Ngã, ngã sở là hai. Nhân có ngã, mới có ngã sở. Nếu không có ngã, thời không có ngã sở; đó là vào pháp môn không hai.**

Vị thứ hai là Bồ Tát Đức Thủ (德守), tên tiếng Phạn là Śrīgupta.

Sắc tướng quan trọng nhất đối với ta chính là thân ta. Do thân kiến mà khởi ngã chấp. Do chấp ngã mà chấp ngã sở. Do đó kinh văn đưa ra *ngã và ngã sở là hai*, nhằm phá vỡ cái chấp kiên cố nhất ở ta là ngã và thân kiến, hay nói cách khác là phá sắc ấm. Vị Bồ Tát phát biểu ở đây hiệu là Đức Thủ. Đức là tánh đức, Thủ là giữ gìn. Trong tánh đức thì không có phân biệt. Giữ gìn tánh đức là trong đối nhân xử thế không có thiên lệch, không phân biệt chấp trước. Ở bốn tướng ngã, nhân, chúng sanh, thọ giả mà sanh phân biệt ngã và pháp. Ở pháp tướng mà có chọn lựa và thủ chấp; đó là đánh mất tự tánh đức bình đẳng. Sự chọn lựa và thủ chấp ấy đặt căn bản trên cái tôi và cái của tôi. Cái tôi càng tăng trưởng thì sự chấp trước vào cái của tôi càng kiên cố.

Từ thân kiến hay sắc ấm mà có sự phân biệt thành hai là ngã và ngã sở. Ngã là chính ta, là chánh báo. Ngã sở là cảnh giới y báo. Cảnh giới thuận với ta là hạnh phúc. Cảnh giới nghịch với ta là đau khổ. Do đó chúng sanh ở cảnh giới sinh tranh chấp, chiếm đoạt, gây hệ lụy đau khổ cho nhau. Đó là do không biết cảnh là do tâm sanh, quả là do nghiệp báo. Mặt khác, ta không biết rằng y báo do chánh báo chuyển, nên chẳng những ở thân tâm không tự điều phục mà còn dấn sâu vào tạo tác. Nếu nhận ra lý bất nhị của tâm thức và cảnh giới thì sự trừ bỏ phân biệt và chấp trước hai tướng ngã và ngã sở chính là trở về tự tánh đức bình đẳng của chúng ta.

Nói về ngã, chẳng riêng về bản thân ta, mà còn bao hàm nghĩa tự tướng của các pháp. Phải thấy thật rõ nhất thiết pháp vô ngã; là tướng các pháp do biến kế sở chấp mà thành, là thuộc tánh của các pháp do vọng tưởng duyên sanh tức y tha khởi mà có. Đó là nghĩa sâu kín khó hiểu, khó ngộ, nên gọi là thâm mật. Đạt được lý thâm diệu ấy, gọi là thù thắng. Vì vậy bản dịch của Huyền Trang ghi chỗ chứng nhập bất nhị về ngã và ngã sở do Bồ Tát Thắng Mật (勝密) nói. Chi Khiêm ghi là Bồ Tát Thủ Bế (首閉). Thủ là chủ yếu, quan trọng nhất, Bế là che đậy, không thông; ám chỉ phân biệt thức và chấp trước thức là chỗ che lấp dày đặc nhất đối với nghĩa không của các pháp. Khi trí tuệ thông suốt đạo lý bất nhị ở tâm thức và cảnh giới hay ở tánh tướng đều không của các pháp, việc làm của chúng ta tự nhiên sẽ bình đẳng trong đối nhân tiếp vật, chẳng bị ràng buộc ở sắc tướng, vì đã thực chứng sắc ấm hư vọng.

> **KINH VĂN**
>
> **Bồ Tát Bất Thuấn nói:** Thọ, không thọ là hai. Nếu các pháp không thọ, thời không có được. Vì không có được, nên không thủ xả, không gây không làm; đó là vào pháp môn không hai.

Vị thứ ba là Bồ Tát Bất Thuấn (不眴), Phạn văn là Animisa.

Chỗ chứng nhập của vị Bồ Tát này là đạo lý bất nhị đi vào thọ ấm. Chữ *thuấn* (眴) còn có thể đọc là *huyến* hay *huyễn*, nhưng huyễn không có nghĩa là huyễn ảo không thật, mà nghĩa là hoa mắt hay lóa mắt. Tại sao lại có sự hoa mắt? Vì tâm bị mê hoặc trước cảnh giới, nên mắt bị chói lòa bởi sắc màu sặc sỡ. Nếu không bị các pháp mê chuyển, gọi là bất huyễn. Huyền Trang ghi là Vô Thuấn (無瞬), chữ thuấn khác với bên trên. Vô Thuấn là không chớp mắt, không nháy mắt. Nháy mắt, động mi là phản ứng của mắt nhìn khi bị ngoại vật tác động. Danh hiệu Vô Thuấn chỉ cho mắt tuệ thường sáng tỏ, không bị hư vọng ngăn che, có nghĩa là không khởi tâm động niệm trước các pháp.

Thế nào là thọ? Nghĩa thụ động của thọ là nhận thức cảm quan như chịu sự nóng lạnh, hay phản ứng tâm lý như biết sướng khổ. Thọ (受) có nghĩa nhận chịu, bản Huyền Trang ghi là thủ (取), nghĩa là nắm lấy, chọn lấy, có nghĩa năng động hơn. Do ngã chấp và tâm phân biệt mà chúng ta đi từ cảm thọ qua thái độ chọn lựa tiếp nhận hay từ khước. Nói cách khác, do chấp tướng sai biệt mà có *thọ, không thọ là hai*. Truy tìm hạnh phúc để thọ nhận. Tìm cách tránh xa đau khổ để không thọ. Phàm phu vì chấp tướng cảnh giới nên thọ hay không thọ đều là vọng động tạo nghiệp nhân mà có quả báo. Nhị thừa và ngoại đạo không thấy thọ ấm là vọng tưởng hư minh mà đóng tai, bịt mắt ra sức từ chối không thọ cảnh giới lại là cực đoan khác. Cực đoan đó là giả dối lập ra cõi Niết-bàn thiên không, hoặc thiên đường tưởng tượng để linh hồn an nghỉ, hoặc một đại ngã chân thực để quay về. Thọ và không thọ đối nghịch, duyên nhau không ngừng, vọng sanh hư tưởng. Trừ cái thọ của phàm phu, bỏ tâm không thọ của ngoại đạo và nhị thừa tức là buông xuống thọ ấm hư vọng vậy.

Mặc dù chúng ta vẫn thường cảm nhận rõ ràng sự vật, thế nhưng thọ nhận hay nắm bắt được chúng là điều không thể được. Trong hội Lăng-nghiêm, Phật giảng rất rõ về thọ ấm. Ở đây Bồ Tát Bất Thuấn không phủ định sự rõ ràng của cảm thọ; tuy hư ngụy nhưng minh bạch; nên không nói thọ là không thể được, chỉ nói *nếu các pháp không thọ, thời không có được*. Câu nói này nghĩa rất sâu, cần lấy ví dụ để hiểu. Ví dụ như khi gió thổi, ta mới cảm thấy mát lạnh. Không có gió thì không có cảm giác mát. Hay nói ngược lại, nếu ta không cảm nhận có cái mát, tức là hiện không có gió; là nghĩa *không thọ thời không có được*. Gió là cảnh giới. Mát là thọ ấm. Gió và mát liên hệ mà cùng có, tức giới và nhập nương nhau mà có, không thể hiện hữu độc lập. Do vậy, nhập không có thì giới cũng không. Mặt khác, thọ không hề tự có, nên không thọ, nghĩa đối lập cũng không thành. Cũng trong ví dụ trên, nếu nói riêng gió là sự thay đổi áp suất không khí thì phân tích tận cùng, tánh động của gió là y tha khởi, tướng khối khí lưu chuyển của gió là duyên cái khác mà có; nhưng thực ra tướng gió xưa nay vẫn vậy, chẳng phải mới có, nên gọi là như, không thêm không bớt, và không hề lẫn lộn với bất kỳ pháp tướng nào khác; rốt ráo là bất khả đắc. Tóm lại, thọ hay không thọ đều bất khả đắc.

Từ sự bất khả đắc này mà người trí xa lìa sự chọn lựa thọ hay không thọ vì hai sự vọng động ấy đều từ tâm chấp trước. Do bất khả đắc và không chấp trước nên không có phân biệt lựa chọn; kinh văn nói là *vì không có được, nên không thủ xả*. Nếu nhận ra thọ ấm là vọng tưởng hư minh thì không có chuyện giữ hay bỏ. Cát Tạng giải thích ngắn gọn: *"Xưa chẳng thấy có thọ để chấp thủ, nay cũng không thấy để xả bỏ, nên nói không thủ không xả."* Nếu nhận ra thọ ấm là vọng tưởng hư minh thì dù cảnh giới trước mắt là chảo dầu ở địa ngục, là chỗ lang thang của ngạ quỷ, hay nơi nhơ nhớp của súc sanh cũng chẳng thể làm ta động mi máy mắt. Đã không giữ không bỏ thì không tạo tác. Không gây không làm, là chẳng phải nói về nhân quá khứ, vì nhân quả không sai. Kinh văn nói *không gây không làm*, là nói về hiện tại do không còn chấp trước nên không có tạo tác, chẳng có tâm hành. *"Chẳng tạo nghiệp sinh diệt, nên nói là không tạo tác, không tạo tác cho nên duyên sinh tử đoạn dứt, duyên sinh tử đoạn dứt thì chánh quán cũng quên, cho nên nói chẳng làm."* (Cát Tạng) Bồ Tát Bất Thuấn ở thọ ấm mà thể nhập đạo lý bất nhị, chẳng còn vọng động, tức là thể nhập tâm như như bất động.

> **KINH VĂN**
>
> **Bồ Tát Đức Đỉnh nói: Nhơ, sạch là hai. Thấy được tánh chơn thật của nhơ, thời không có tướng sạch. Thuận theo tướng diệt; đó là vào pháp môn không hai.**

Vị thứ tư là Bồ Tát Đức Đỉnh (德頂), Phạn văn là Śrīkuṭa.

Bồ Tát Đức Đỉnh ở tưởng ấm mà chứng pháp bất nhị. Nếu sự chấp trước hiện rõ ở sắc và thọ ấm thì sự phân biệt có phần nặng hơn ở tưởng ấm vì đây là phạm vi của phân biệt thức thứ sáu. Phân biệt là tác dụng của ý thức so sánh, sắp xếp, phân loại và phán đoán giá trị của các pháp. Phân biệt chỉ có tính thực dụng, không có nghĩa chân thực. Vì tánh y tha khởi nên tất cả pháp không có thuộc tánh thật riêng của nó; chỗ này kinh Lăng-già gọi là tánh tự tánh không. Lấy hai pháp đối đãi là dơ sạch làm ví dụ. Một vật gọi là dơ, chẳng phải vật đó thật có tánh dơ. Một vật được cho là sạch, chẳng phải vật đó thật có tánh sạch. Quán sâu tánh một vật thì không có tiêu chuẩn thế nào là dơ bẩn. Dơ không rõ, thì sạch ở đâu? Nói như vậy không có nghĩa là trừ tuyệt hiện tướng đang dơ, vì như thế là bỏ dụng. Thấy được tánh chơn thật của dơ là không, thì không chấp vào hiện tướng đang dơ, không lấy tướng sạch chấp trừ tướng dơ. Kinh văn viết: *thời không có tướng sạch*. Tuy không chấp, nhưng có thể chuyển. Đây chính là diệu dụng chuyển phân biệt thức thành trí quán diệu sâu vì lợi ích của tự độ độ tha.

Tham sân si là cấu, là dơ. Giới định tuệ là tịnh, là sạch. Thấy rõ ba độc là pháp hư vọng, tánh nó là không, tướng nó là giải thoát thì ba vô lậu học chỉ là phương tiện tu học để đối trị ba độc. Là phương tiện nên cần thiết để đạt cứu cánh dứt trừ vọng tưởng. Là hư vọng nên chưa hề bám dính chân tâm. Gom nghĩa của pháp và phi pháp như trên mà không thấy hai tướng, chính thực là *thuận theo tướng diệt*.

Học theo Bồ Tát Bất Thuấn ở thọ ấm mà trừ chấp trước, bỏ y tha, tâm không vọng động thì pháp tánh như như. Học theo Bồ Tát Đức Đỉnh ở tưởng ấm mà xả phân biệt, trừ biến kế, xa lìa hai tướng thì pháp tướng tịch diệt; nên nói: *Thuận theo tướng diệt; đó là vào pháp môn không hai*. Do phá trừ phân biệt thức để chứng nhập pháp bất nhị nên lời phát biểu ở đây là Bồ Tát Đức Đỉnh (德頂) hàm ý thiện đức cao nhất là vô phân biệt. Bản dịch của Huyền Trang ghi đây là lời của Bồ Tát Thắng Phong (勝峰), nghĩa là đỉnh cao vượt trội nhất, chỉ cho phân biệt thức thứ sáu tuy hiểu biết các thứ nhưng lại là cái biết sai lầm nhất. Tuy sai lầm nhất, nhưng nếu khéo biết chuyển thì nó sẽ đắc lực nhất cho việc quán chiếu; đó là ở tưởng ấm mà đạt nghĩa không hai. Chi Khiêm ghi là Bồ Tát Thủ Lập (首立); thủ là trước nhất, lập là thành lập, hoàn thành. Nghĩa là sự lập thành các tướng sai biệt trước tiên là do ý thức mê lầm; cũng có thể hiểu sâu hơn là thành tựu trọng yếu trước nhất, chỉ cho thiết yếu đầu tiên là chuyển Ý thức thành Diệu quán sát trí, tức chuyển phân biệt thức thành phân biệt diệc phi ý của ngài Vĩnh Gia Huyền Giác.

Về chuyển thức thành trí, thiền sư Huệ Hải viết: *"Yên tịnh, không, lặng, tròn sáng, chẳng động là Đại viên cảnh trí. Đối các trần không khởi yêu ghét tức là hai tánh không, hai tánh không là Bình đẳng tánh trí. Hay vào cảnh giới các căn khéo phân biệt mà chẳng khởi loạn tưởng, được tự tại là Diệu quán sát trí. Hay khiến các căn tùy sự ứng dụng, thảy vào chánh định, không có hai tướng là Thành sở tác trí."*[1] Chẳng phải có hai cái riêng biệt là thức và trí. Chỉ một tâm

---

[1] Đốn ngộ Nhập đạo Yếu môn, Hòa thượng Thích Thanh Từ dịch.

do ta khởi dụng mà khác biệt thôi. Như Duy-ma-cật nói với tôn giả Ưu-ba-li: *Vọng tưởng là nhơ, không vọng tưởng là sạch. Điên đảo là nhơ, không điên đảo là sạch.*

KINH VĂN

Bồ Tát Thiện Túc nói: Động, niệm là hai. Không động thời không niệm. Không niệm thời không phân biệt. Thông suốt lý ấy là vào pháp môn không hai.

Vị thứ năm là Bồ Tát Thiện Túc (善宿), Phạn văn là Sunakṣatra.

Nói về động niệm ở đây là nói đạo lý bất nhị đi vào hành ấm. Như đã đề cập qua nhiều nơi trong các chương trước, tam tế tướng máy động bằng một niệm bất giác. Đã vọng động, thì động mãi không ngừng; là nghiệp tướng vô minh hay nghiệp thức A-lại-da biến thành chuyển tướng hay vọng thức chấp trước phân biệt. Vọng thức liền hiện tướng cảnh giới, hiện liên tục bất tận. Trình tự không ngắt quãng đó là khởi tâm động niệm. Do nghĩa động chuyển không ngừng nên chỗ chứng nhập bất nhị ở đây là hành ấm, hay chấp trước thức thứ bảy.

Bồ Tát Bất Thuấn chứng bất nhị ở thọ ấm như nói bên trên là xả bỏ chấp trước ở các căn. Ở đây, Bồ Tát Thiện Túc triệt để nhổ tận gốc cái động lay âm ỉ, ẩn mật, thâm u, động mà như chẳng động; tức chấp trước thức mạt-na, trong kinh Lăng-nghiêm Phật gọi là vọng tưởng u ẩn.

Ngài La-thập nói: *"Tâm mê hoặc vừa máy khởi gọi là động, chấp giữ tướng sâu nặng gọi là niệm."* Động niệm không ngừng, xoay vần làm duyên cho nhau hình thành ba sự tương tục của thế giới, chúng sanh và nghiệp quả. Tư tưởng triết học xưa nay chỉ thấy được từ hai mặt đối lập mà sinh vận động và phát triển; và do thấy được mâu thuẫn và thống nhất của hai mặt đối lập mà khởi tưởng sự chuyển động là thực có và vĩnh viễn. Điều này có thể dẫn chứng bằng biểu tượng thái cực đồ của kinh Dịch trong triết học Trung quốc cổ đại hay bằng biện chứng pháp duy vật của Karl Marx. Phải biết rằng cái động là vọng, vì chẳng phải thực có các mặt đối lập để sinh ra chuyển động. Động còn không thực, thì niệm tưởng chấp trước chẳng sanh.

Chuỗi khởi tâm động niệm là trình tự không ngắt quãng, là một tướng vọng tâm bao gồm ba tướng A-lại-da máy động, Mạt-na thức chấp trước, và Ý thức phân biệt, xoay vần duyên nhau giả dối, dường như tạo sanh một thực thể đang sống động là chính ta, căn nguyên của thế giới. Trừ bỏ tướng vọng thì chân tướng bất nhị của vũ trụ nhân sinh liền hiện tiền. Do đó, kinh văn viết: *Không động thời không niệm. Không niệm thời không phân biệt. Thông suốt lý ấy là vào pháp môn không hai.* Tuy động niệm là hai, là không ngừng, nhưng các pháp vốn không hề đến với nhau mà tạo sanh nên chưa hề có pháp động. Tâm vốn rỗng lặng, không hề có một pháp, nên chưa hề có niệm. Động niệm là vọng tâm. Vọng tâm chẳng cội gốc nên chẳng thể ngừng nghỉ. Thấu được lý vọng không có gốc, tức đã an trụ vậy; gọi là được chỗ trú tốt lành, chính là nghĩa của danh hiệu Bồ Tát Thiện Túc.

Danh xưng Thiện Túc (善宿) cũng đọc là thiện tú, nghĩa là ngôi sao tốt lành. Túc có nghĩa là chỗ nghỉ qua đêm, nơi an trú, dừng nghỉ. Bản dịch của Huyền Trang ghi là Diệu Tinh (妙星), nghĩa là vì tinh tú, ngôi sao kỳ diệu. Ngôi sao đang nhấp nháy sáng kia chính là tượng hình cho tâm thức chúng sanh. Nhấp nháy là động, là vọng, không thực. Bám vào sự nhấp nháy máy động; đó là thức, và hễ là thức thì máy động không ngừng. Chẳng thấy tính nhấp nháy, chỉ thấy được cái sáng của vì sao là thực chứng chân tánh của thức là trí biết vô cùng tận, là nơi an trú rốt ráo, là chân tâm tự tánh Phật của chính mình nên gọi là thiện diệu.

KINH VĂN

Bồ Tát Thiện Nhãn nói: Một tướng, không tướng là hai. Nếu biết một tướng tức là không tướng, cũng không chấp không tướng mà vào bình đẳng; đó là vào pháp môn không hai.

Vị thứ sáu là Bồ Tát Thiện Nhãn (善眼), Phạn văn là Sunetra.

Lời phát biểu này nghĩa rất sâu vì đã tới biên tế của tâm thức. Khó mà tự chứng tâm thức, nên trước tiên hãy bắt đầu từ cách các nhà chú giải xưa xét nghĩa của *một tướng, không tướng* như thế nào.

Các pháp đồng một thể chân; đó là nhất tướng. Nói riêng từng pháp, hiện tướng là hư vọng, là không có tướng chân thực, nên gọi là vô tướng. Nhất tướng là thể chân, tuy chân thực có nhưng không thấy được, là bất khả đắc. Các pháp hữu vi tuy đang có, nhưng chân thực không; gọi là vô tướng, cũng bất khả đắc. Nhất tướng và vô tướng vì bất khả đắc, chỉ có thể quan niệm được khi không rời nhau; gọi là không hai. Biết một tướng tuy không thể thấy nhưng là cái chân, nên không chấp có pháp hữu vi. Biết hiện tướng là không thực, cũng chẳng chấp cái thực tướng là riêng ngoài hiện tướng. Thể chân (hữu) và hiện tướng (vô) đều lìa; gọi là bất nhị. Đây là cách giải thích của Huệ Viễn (523-592),[1] đặt căn cứ trên hoán đổi nghĩa hữu vô.

Trạm Nhiên giải thích tương tự, có phần rõ nghĩa hơn, vì từ hiện tướng của pháp tiếp cận được danh tướng. Từ một thể chân là thực có, gọi là một tướng. Thể chân đó cùng với hiện tướng các pháp không phải đồng, không phải khác. Hiện tướng các pháp tuy muôn vàn nhưng không thực, bất khả đắc nên gọi là không tướng. Hiện tướng các pháp tuy

---

[1] Đây là ngài Huệ Viện pháp hiệu Tịnh Ảnh, khác với ngài Lô sơn Huệ Viễn (334-416) là sơ tổ Tịnh độ tông Trung Hoa.

nhiều nhưng không ngoài một tướng chung. Ví dụ như vô vàn cái bình bằng đất nung, bằng kim loại hay bằng gỗ, với đủ kiểu hoa văn, cũng không ngoài tướng bình. Nhưng tướng chân thực của bình thì không thể quan niệm hay hình dung cụ thể được, không thể thấy hay sờ mó được, nên cũng là không tướng. Thể chân và hiện tướng, tướng chung hay tướng riêng đều là giả danh đối đãi, nên là bất nhị. *"Nếu không được một tướng, cũng không được không tướng, mà một tướng, không tướng đều không, nên gọi là bất nhị môn."* Đây là căn cứ trên Thích luận mà giải. Ở đây Trạm Nhiên muốn nói hiện tướng (sự vật cụ thể) và danh tướng (khái niệm) đều không thể chứng minh tính thực có của các pháp; nghĩa là thực tướng vạn pháp không thể khám phá được ở hiện tướng và danh tướng. Không thể được thì chẳng nên chấp danh chấp hiện; đó là nghĩa bất nhị.

Trạm Nhiên còn có cách giải thích khác căn cứ trên kinh Tăng nhất A-hàm. Nếu biết tất cả tướng từ tâm sanh, *"không được tướng một tâm, thì cũng không được tất cả tướng từ tâm sanh"*. Điều này nghĩa là ở tướng, không thể lập nghĩa một đối đãi với nghĩa nhiều; nói cách khác, một tướng tâm hay nhiều tướng ở pháp rốt ráo thanh tịnh bình đẳng; đó là nghĩa bất nhị.

Hơn nữa, thu ấm giới nhập về Như Lai tạng, vẫn còn một tướng không; tướng không này cũng chẳng thể được, vì nó không là đối tượng của nhận thức, và ta không có cách nào thấy biết được nên tạm gọi là không tướng. Rốt ráo một tướng, không tướng đều bất khả đắc nên gọi là bất nhị. *"Lại dựa theo ba giải thoát môn, dùng mười tám không mà phá tất cả pháp, cũng còn có cái không, nên nói là một tướng. Kế phá bệnh không. Bệnh không cũng không, nên gọi là không tướng. Không được không tướng, cũng không có vô tướng, nên nói nhất tướng, vô tướng cũng không thể được, gọi là* nhập Bất nhị pháp môn."¹ Mười tám không mà Trạm Nhiên nói đó là tướng căn trần thức đều không.

Cát Tạng viết: *"Nhất tướng là pháp hữu vi, vô tướng là pháp không. Như cây trụ có tướng tròn, không có tướng tròn gọi là vô tướng. Vả lại, không là nhất tướng, pháp không cũng không, cho nên gọi là vô tướng. Nay bặt cả hai."* (Duy-ma kinh nghĩa số). Cát Tạng nói nhất tướng là tướng cụ thể của sự vật bị hạn định trong sanh diệt nên không thể truy cứu đâu là hình tướng thực của nó; miễn cưỡng thì chỉ có danh từ, khái niệm nhưng danh tướng cuối cùng cũng không thể chạm tới được, vì vậy không nên chấp tướng có và tên gọi của pháp.

Khuy Cơ cũng đồng quan điểm trừ bỏ bám víu vào hiện tướng và danh tướng của các pháp nên nói: *"Nhất tướng tức là lý cộng tướng... không có cộng tướng, cũng không có tự tướng, tự tướng tức là tướng sai biệt. Biết rõ hai tướng hữu vi cộng và tự này đều không, cũng là thể không, chân không tướng, biết được lý hữu vi và vô vi này, hai trí bình đẳng thì gọi là vào chẳng hai."* (Thuyết Vô Cấu Xưng kinh số).

Tăng Triệu viết: *"Nói một tức muốn trừ hai, chứ chẳng phải nói thực là một. Nói không tức muốn trừ có, chứ chẳng nói thực không. Nhưng người mê nghe nói một liền chấp tướng một, nghe không thì chấp tướng không, vì thế mà có hai."* (Chú Duy-ma kinh). Tăng Triệu tuy không chú giải thế nào là một tướng và không tướng, nhưng lời ông chỉ thắng thói quen của tư duy phân biệt chấp trước. Do đó nếu nói vọng, liền có chân. Nếu nói chân, tức có vọng. Pháp vọng là có tướng. Pháp chân là không tướng. Nếu không xa lìa thế đối đãi, chân cũng thành vọng, chẳng bao giờ chứng nhập được thực chân.

Tóm lại, các bậc tiền bối xem xét pháp tướng từ nhiều tướng về một tướng, từ một tướng về không tướng, tướng

---

¹ Trạm Nhiên – Duy-ma kinh lược số.

không cũng không. Do đó ở nơi không mà chẳng chấp không, ở nơi một mà không chấp một, ở nơi nhiều mà chẳng thấy nhiều. Tất cả đều vào bình đẳng vì tất cả tướng đều là hư vọng. Chú giải của các bậc tiền bối trên đều có giá trị tham khảo, nhưng theo tôi không thích hợp để giúp chúng ta hiểu và học tập được chỗ thực chứng của Bồ Tát Thiện Nhãn.

Nếu nói riêng về pháp, một tướng là hiện tướng của các pháp, chính là nhất hiệp tướng mà Tu-bồ-đề nói đến trong kinh Kim Cang: *"Nhược thế giới thật hữu giả, tắc thị nhất hiệp tướng. Như Lai thuyết nhất hiệp tướng tắc phi nhất hiệp tướng, thị danh nhất hiệp tướng."* (Nếu thế giới thật có, ắt là một hợp tướng. Như Lai nói một hợp tướng tức không phải một hợp tướng, ấy gọi là một hợp tướng.) Chúng ta thường thao thao nói duyên hợp duyên tan là giả; đó là nói theo tri thức, chẳng phải trí chứng. Hiện tướng của các pháp là giả tướng do tánh y tha khởi, là giả danh do tánh biến kế sở chấp. Cần phải thấy được y tha khởi là vọng tưởng, vì các pháp trụ pháp vị, không hề động lay, đi đến, tụ hội hay chia lìa; hay nói cách khác, hiện tướng, tướng cụ thể của pháp, và ngay đến tướng chung, tướng danh tự đều là giả dối do chấp trước và phân biệt mà có; tức là phải thấy được thức ấm là gốc vô trụ của pháp.

Bồ Tát Thiện Nhãn do chứng cội gốc của pháp vọng mà vào bất nhị. Thứ tự các Bồ Tát phát biểu không phải ngẫu nhiên. Theo mạch kinh văn, có thể nói chỗ chứng nhập của vị Bồ Tát này là thức ấm, tức cội gốc của pháp vọng. Bản dịch của Chi Khiêm cũng ghi là Thiện Nhãn (善眼). Huyền Trang ghi là Diệu Nhãn (妙眼). Nhãn là mắt, còn có nghĩa là chỗ trọng yếu. Thiện Nhãn là chỗ trọng yếu kỳ diệu. Trọng điểm kỳ diệu đó chính là tạng thức. Mê thì là A-lại-da, giác thì là Như Lai tạng. Bồ Tát Thiện Túc thực chứng hành ấm là vọng, nhưng thức ấm nhỏ nhiệm, cực kỳ vi tế, dễ bị lầm là chỗ thực, và nhất định là nơi phát xuất mọi mê vọng; đó là còn giữ một tướng vọng thức. Chân thức hay thức tinh nguyên minh vốn không tướng. Dường như có biên tế giữa vọng và chân. Chỗ này không có lối cho biện giải tỏ bày. Vì thế mà Bồ Tát Thiện Nhãn nói trực tiếp: *Nếu biết một tướng tức là không tướng, cũng không chấp không tướng mà vào bình đẳng; đó là vào pháp môn không hai*, tức là mặc dù không thể biện minh nhưng lại có cách thể nhập: chỉ khi hai thức phân biệt và chấp trước hoàn toàn chuyển thì chân thức hiển lộ, cũng là lúc pháp giới hiện tự tánh viên thành.

BẤT NHỊ TRÊN NHÂN ĐỊA PHÁT TÂM VÀ PHƯƠNG TIỆN PHÁP MÔN

KINH VĂN

Bồ Tát Diệu Tý nói: Tâm Bồ Tát, tâm Thanh văn là hai. Quán tướng của tâm vốn không, thời không có tâm Bồ Tát, không có tâm Thanh văn; đó là vào pháp môn không hai.

Vị thứ bảy là Bồ Tát Diệu Tý (妙臂), Phạn văn là Subāhu.

Tôn hiệu của Bồ Tát Diệu Tý cũng có ý nghĩa biểu pháp. Diệu là khéo léo thần kỳ. Tý là cánh tay. Diệu Tý ám chỉ sự nối liền từ suy nghĩ đến việc làm; đây có nghĩa nhân địa phát tâm tu giải thoát và thủ pháp, phương tiện hoàn thành mục đích đó. Tâm Thanh văn là nói gọn chung cho sự phát tâm của nhị thừa. Nhị thừa sợ sanh tử hiện có, tìm Niết-bàn thiên không. Bồ Tát thấu rõ phiền não tức bồ-đề. Đó là sai biệt *tâm Bồ Tát, tâm Thanh văn là hai*. Chấp vào sự sai biệt ấy, mà có chọn lựa, tranh chấp và bài xích, là chưa hiểu nghĩa chư Phật hiện ứng hóa thân, tùy tâm ý chúng sanh, đáng dùng thân nào để độ thì hiện thân ấy để độ.

Chúng sanh chìm trong dục lạc, ngã chấp và pháp chấp nặng hơn núi thì nói tham sân si là thuốc độc, thân người là vô thường, vạn pháp do nhân duyên sinh. Chúng sanh ngoan cường bảo thủ cái thấy, nghe, hiểu biết của mình thì kinh Lăng-nghiêm nói tri kiến lập tri, kinh Lăng-già nói vọng tưởng duyên sanh. Tóm lại, chúng sanh có bao nhiêu phân biệt, chấp trước, dù vi tế đến đâu, Phật cũng có phương tiện giúp trừ tận gốc. Vì *tướng của tâm vốn không*, như huyễn như hóa, và vì tánh của thức vốn vọng động, không chỗ trụ nên chỗ chấp trước không thật vững chắc, dễ bị bật nhổ. Chỗ bám cạn cợt thì chỉ cần que cời nhỏ là tróc cả gốc rễ. Chỗ bám sâu thì cần đòn bẩy to dài. Do vậy nên trên nhân địa tu hành, phải thấy nghĩa phương tiện của pháp môn không tiểu không đại, không cạn không sâu. Đó là ở tự thân, ta được chọn lựa bình đẳng. Còn đối với người, ta chẳng cần thiết có tâm phê phán, bài xích; ngược lại, cần phải thấy mọi người là hiện thân của Phật, Bồ Tát tùy tâm địa của chính ta mà biểu diễn phương tiện pháp môn Thanh văn hay Bồ Tát để độ chính chúng ta chứ không ai khác. Chỉ cần chân thành tự xét không rơi vào hai tướng. Nếu còn thấy mình đang rộng mở tấm lòng cứu vớt chúng sanh, cùng với tâm muốn xa lìa cõi đời trần tục đều là vọng tưởng. Trên nhân địa tu hành với tâm tưởng như vậy thì ngã chấp và pháp chấp vẫn còn nguyên. Đem tâm phân biệt và sanh diệt mà tu thì chẳng thể nào chứng quả bình đẳng và thường còn. Mục đích chỉ có một, thủ pháp thực hiện thì nhiều. Nếu khéo dùng thì vô lượng phương tiện pháp môn đều là diệu thiện. Bản dịch của Chi Khiêm ghi là Bồ Tát Thiện Đa (善多). Thiện là khéo, đa là nhiều; tuy nhiều nhưng cách nào cũng khéo.

Tính chặt chẽ của kinh văn thể hiện rất rõ qua thứ tự phát biểu của các Bồ Tát. Thành tựu quán chúng sanh được nghĩa vô sanh nên Bồ Tát Pháp Tự Tại là người đầu tiên trình bày chỗ chứng nhập pháp bất nhị. Đứng trên tư thế mình đang là một chúng sanh đầy đủ năm ấm mà khởi tu, nên có năm vị Bồ Tát kế tiếp là Đức Thủ, Bất Thuấn,

Đức Đỉnh, Thiện Tú, và Diệu Nhãn chứng nhập pháp bất nhị ở năm ấm. Có tu nên có chứng, không tu không chứng. Trên nhân địa của sự tu, trước hết phải xét sự phát tâm và phương tiện pháp môn đều bình đẳng, nên Bồ Tát Diệu Tý nói *không có tâm Bồ Tát, không có tâm Thanh văn*.

KINH VĂN

Bồ Tát Phất Sa nói: Thiện, bất thiện là hai. Nếu không khởi thiện và bất thiện, vào gốc không tướng mà thông suốt được, đó là vào pháp môn không hai.

Bồ Tát Sư Tử nói: Tội, phước là hai. Nếu thông đạt được tánh của tội, thì tội cùng phước không khác, dùng tuệ kim cang quyết liễu tướng ấy, không buộc không mở, đó là vào pháp môn không hai.

Thành tựu của việc học hành bước đầu quyết định bởi định hướng đúng đắn về môn học, sau là do dụng công thâm nhập. Cũng giống như sự giáo dục ở trường lớp trong xã hội có các môn học khác nhau, việc tu học Phật pháp cũng có phân khoa là giới học, định học và tuệ học.

Vị thứ tám là Bồ Tát Phất Sa (弗沙), Phạn văn là Puṣa.

Bồ Tát Phất Sa chứng nhập pháp bất nhị ở giới học. Phất là trừ khử, sa là gạn lọc. La-thập gọi tên này có lẽ là do từ này trong Hán tự có phần đồng âm với Phạn văn (Puṣa), và do nghĩa trừ bỏ của tên Hán tự này thích hợp để hàm ý giới học là trừ bỏ cái ác. Chi Khiêm dịch là Phụng Dưỡng (奉養) nghĩa là chăm sóc nuôi dưỡng và Huyền Trang ghi là Dục Dưỡng (育養) cũng có nghĩa nuôi lớn; cả hai đều có ý chỉ giới học là giáo dục và tăng trưởng tuệ mạng. Hơn nữa, danh hiệu Puṣa trong Phạn văn cũng có nghĩa là nuôi dưỡng.

Thiện, bất thiện là hai. Trong giới học, ở thân, khẩu, ý nghiệp mà ngăn trừ việc ác, trưởng dưỡng điều lành là thiện; gọi là tu giới. Tu giới để trừ bỏ phiền não cho mình và chúng sanh, tức là bỏ điều bất thiện. Tu giới hướng tới giải thoát, dù là giải thoát của nhị thừa hay của Bồ Tát, đều là thiện. Đắm sanh tử là bất thiện. Ở sanh tử mà phát tâm tu hành là thiện. Tu hành với tâm chán chường sanh tử, cầu nhập Niết-bàn là bất thiện. Đắc vô sanh nhẫn, không thủ chứng Niết-bàn mà khởi bi nguyện độ sanh là thiện. Tu ngũ giới thập thiện vì cầu phước báo nhân thiên là bất thiện, nhưng vì không muốn tổn hại chúng sanh thì là thiện. Như vậy, nghĩa thiện hay bất thiện không phải ở tướng, mà ở tâm chấp trước phân biệt. Nếu hiểu được điều này thì không khởi niệm thế này là thiện, thế kia là bất thiện; chỗ này kinh văn gọi là *vào gốc không tướng*. Nhập vô tướng tế thì ngộ không có hai tướng thiện ác, không bị ràng buộc bởi quan niệm đạo đức hay phi đạo đức mà tự tại trong việc làm có mục đích duy nhất là làm lợi ích chúng sanh. Trong nghĩa này thì giới học là để ngăn hại cho mình và người, chỉ là tướng dụng mà thôi. Giới tướng là không. Giới tánh cũng không; vì xứng tánh là thiện, không tương ưng tự tánh bình đẳng là bất thiện.

Vị thứ chín là Bồ Tát Sư Tử (師子), Phạn văn là Siṃha.

Huyền Trang cũng dịch danh hiệu vị Bồ Tát này tương tự, có nghĩa là bậc thầy có đức hạnh đáng noi theo. Chi Khiêm ghi là Sư Tử Ý (師子意), nghĩa là điều suy nghĩ của vị thầy gương mẫu. Bồ Tát Phất Sa do thấu suốt nghĩa thiện ác trên nhân, nên có cái nhìn đúng đắn mà thể nhập pháp bất nhị ở giới học. Bồ Tát Sư Tử cứu xét nghĩa tội phước trên quả, vào cửa không hai mà dụng công trì giới ở nhân địa tu hành. Trên quả thì tội là cảnh giới đau khổ phải nhận chịu, tức quả báo xấu. Phước là cảnh giới hạnh phúc đang hưởng do nhân lành quá khứ. Tội và phước đều do nhân duyên sanh nên nó phải là như vậy, không thể khác. Vì như thị nên chẳng phải không. Tuy nhiên tội và phước do nhân duyên sanh nên đương thể tức không, liễu bất khả đắc, nghĩa là không thực có. Cũng chính vì do tâm địa quá khứ hóa hiện quả hiện tại nên *tội cùng phước không khác*; tùy tâm tưởng sanh nên cũng tùy tâm tưởng mà diệt, nghĩa là nhất định có thể chuyển. Dùng trí tuệ Bát-nhã hiểu thấu nghĩa tội phước, nên ở cảnh giới nghiệp quả xấu hay tốt, tâm không vọng động, chuyên tâm tu chuyển nghiệp thành nguyện. Ở đây, vai trò của tuệ học góp phần quan trọng trong việc trì giới; nên kinh văn viết: *dùng tuệ kim cang quyết liễu tướng ấy*. Do thâm tín nhân quả, liễu nghĩa tội phước mà tu giới, *không buộc không mở*, nghĩa là không khắc nghiệt ép mình, cũng không buông lung cẩu thả, và đối với hiện pháp đang chuyển, chẳng bị mê hoặc trôi lăn theo, cũng không bỏ mặc phớt lờ. Đó là trên quả tội phước mà tu nhân ở giới học. Hiểu suốt lý đó là Bồ Tát sợ nhân; không thông đạt thì là chúng sanh sợ quả. Hiểu suốt lý đó tức là bất muội nhân quả.

> **KINH VĂN**
>
> **Bồ Tát Sư Tử Ý nói: Hữu lậu, vô lậu là hai. Nếu chứng được các pháp bình đẳng thời không có tưởng hữu lậu và vô lậu, không chấp có tướng cũng không chấp vô tướng; đó là vào pháp môn không hai.**
>
> **Bồ Tát Tịnh Giải nói: Hữu vi, vô vi là hai. Nếu lìa tất cả số thời tâm như hư không, dùng tuệ thanh tịnh không có chướng ngại, đó là vào pháp môn không hai.**

Vị thứ mười là Bồ Tát Sư Tử Ý (師子意), Phạn văn là Siṃhamati.

Hai vị Bồ Tát kế tiếp chứng nhập pháp môn bất nhị trong định học và tuệ học là Bồ Tát Sư Tử Ý và Bồ Tát Tịnh Giải. Định học nhằm mục đích phá trừ phiền não. Tuệ học tiêu trừ mê hoặc. Định tuệ đan kết thông nhau, hỗ tương lẫn nhau nên chỗ chứng nhập của hai vị Bồ Tát này bao gồm tu định và tu tuệ. Chúng sanh đối với các pháp do chấp trước, phân biệt mà nảy sinh nhiều niệm tưởng sai khác. Do đó các pháp xuất hiện với những tự tánh vọng tưởng như đẹp xấu, nhơ sạch, thiện ác... Nghĩa là vạn pháp vốn thể tánh thanh tịnh và viên mãn nay bị nhiễm trước mà hiện hữu trước mắt chúng sanh như một cái gì có tự tánh sai biệt. Pháp tướng bị ô nhiễm do quan niệm mê muội khiến phiền não phát sanh; gọi là hữu lậu. Nhiễm là hữu lậu, tịnh là vô lậu; cả hai đều là do chúng sanh tưởng tượng. Nếu thông suốt các pháp vốn bình đẳng thì chẳng niệm chấp pháp đây thế này, pháp kia thế khác. Chúng ta đã bị mê hoặc từ vô thủy, nay muốn tu định thì phải xa lìa tướng đối đãi của nhiễm tịnh, chẳng chấp hai tướng có và không; đó là ở pháp tướng mà không khởi tưởng lậu và vô lậu, cũng chẳng khởi một niệm về tướng.

Trạm Nhiên giải thích lậu là pháp thế gian sanh tử, vô lậu là pháp Niết-bàn thiên không: *"Nếu quán tánh lậu và vô lậu này là một tánh, bình đẳng không sai khác, không phải sinh tử lậu, cũng không phải Niết-bàn vô lậu. Vô lậu tức là không tướng, lậu tức là có tướng. Khi thấu đạt tánh này thì không còn chấp trước vào tướng nhị biên, tức là nhập trung đạo bất nhị pháp môn."* Ở đây cần nói rõ thêm là thực chứng đạo lý bất nhị trong định học. Tại sao? Vì khởi tưởng hữu lậu và vô lậu đều do tâm ý bị ám muội chấp trước pháp tướng. Nếu không muốn bị pháp tướng mê hoặc, tất phải tu định. Định học muốn thành tựu, cần phải sáng suốt thấu rõ hai tướng lậu và vô lậu chỉ là do tâm ý vọng tưởng mà có. Sự sáng suốt minh bạch ấy là tuệ học góp phần thành tựu định học. Danh hiệu Bồ Tát Sư Tử Ý (師子意) có nghĩa rất sâu sắc. Sư tử là tiếng tôn xưng, hàm ý sư tử là chúa tể của muông thú trong rừng, nên bậc thầy được tôn xưng bằng danh xưng này là cao quý trong loài người. Ý là tâm ý. Sư Tử Ý là bậc thầy có tâm trí sáng suốt không bị mê hoặc. Huyền Trang ghi là Sư Tử Tuệ (師子慧) cũng đồng nghĩa, có phần thiên về ý chỉ trí tuệ. Chi Khiêm dịch là Dũng Ý (勇意) có phần nghiêng về ý chỉ định lực dũng mãnh.

Vị thứ mười một là Bồ Tát Tịnh Giải (淨解), Phạn văn là Sukhādhimukta.

Danh hiệu của Bồ Tát Tịnh Giải ẩn ý chỉ chỗ biện giải thông suốt là do trí tuệ thanh tịnh. Bản của Huyền Trang ghi là Tịnh Thắng Giải (淨勝解) nhấn mạnh thêm nghĩa thù thắng của sự biện biệt. Lời phát biểu của vị Bồ Tát này là kết hợp mật thiết của định tuệ trên nhân địa tu hành, là sự thể nhập pháp bất nhị trong định học lẫn tuệ học. *Hữu vi, vô vi là hai.* Pháp hữu vi là pháp sanh diệt, đủ bốn tướng sanh, trụ, dị, diệt, là pháp được làm ra, tạo thành. Để phá chấp pháp hữu vi, Phật, Bồ Tát nói pháp vô vi thường còn. Pháp vô vi là cách nói đối trị sự chấp trước của chúng sanh ở pháp hữu vi. Vì chúng sanh chấp cái vọng nên Phật nói có cái chân. Chân tự nó là chân, chẳng phải có vọng mới có chân. *"Nếu chỉ nhận biết có pháp vô vi thì đó là Tiểu thừa thiên không, chẳng đạt đến cảnh giới của Đại thừa. Thế nào là cảnh giới của Đại thừa? Tức hữu vi mà là vô vi. Có nghĩa là nơi hữu vi pháp thể hội hiểu biết pháp vô vi. Không phải là xa rời pháp hữu vi để lại đi tìm một pháp vô vi khác. Hữu vi, vô vi chỉ là một chuyển biến của tâm niệm. Ngay nơi pháp hữu vi mà quý vị có thể liễu giải hiểu được pháp vô vi tức là ở thế gian mà xuất thế gian, là sống trên thế giới này quý vị đã minh bạch hết tất cả: không tranh, không tham, không quái, không ngại, viên dung tự tại."*[1]

Bồ Tát Di-lặc gom tất cả pháp thành 660 pháp trong Du-già Sư Địa Luận. Bồ Tát Thế Thân chọn lọc lại thành 100 pháp tiêu biểu cho vạn pháp, trong đó có 94 pháp hữu vi; chia ra bốn loại là 8 tâm pháp, 51 tâm sở hữu pháp, 11 sắc pháp và 24 tâm bất tương ưng hành pháp; và 6 pháp vô vi là: hư không vô vi, trạch diệt vô vi, phi trạch

---

[1] Đại thừa Bách pháp Minh môn Luận - Hòa thượng Tuyên Hóa giảng giải.

diệt vô vi, bất động diệt vô vi, tưởng thọ diệt vô vi và chân như vô vi. Dù đã rút gọn thành bách pháp, nhưng vẫn còn là số lượng đại biểu cho thế giới vô lượng hiện tượng sự vật sai biệt. Nếu tạm chia tâm thức và thế giới thành hai riêng biệt, thì cũng giống như thế giới bên ngoài, tâm thức cũng bao gồm vô vàn diễn biến phức tạp sai khác nhau; đó gọi là có số lượng. Nói cách khác, số lượng là tác dụng của phân biệt thức thứ sáu và tâm hành của thức thứ bảy mạt-na. Nếu xa lìa hai thức ấy, lậu hoặc, phiền não chẳng thể sanh. *Lìa tất cả số thời tâm như hư không*, có nghĩa là xa lìa phân biệt và vọng động, tức nghĩa tịch chiếu của định. *Dùng tuệ thanh tịnh không có chướng ngại* là nghĩa tịnh chiếu của tuệ. Nói cho tận cùng, nếu ly tất cả duyên, thì chẳng có hai là hữu vi và vô vi, là vào pháp môn bất nhị trong định và tuệ.

TÍN GIẢI BẤT NHỊ TRÊN QUẢ ĐỊA

Từ Bồ Tát Pháp Tự Tại đến Bồ Tát Tịnh Giải là mười một vị thể nhập pháp bất nhị trên nhân địa tu hành. Trên quả địa, có năm vị kế tiếp là Na-la-diên, Thiện Ý, Hiện Kiến, Phổ Thủ và Điện Thiên, đều chứng pháp bất nhị trên quả địa giải thoát. Thói quen tư duy phân biệt của chúng ta sẽ đặt câu hỏi về kết quả của sự tu hành; tức nghĩa thế nào là giải thoát xuất thế, là Niết-bàn tịch diệt, là dứt tận phiền não, là nhất thiết vô ngã, là trí tuệ diệu giác. Đó cũng là nội dung thực chứng của năm vị Bồ Tát kể trên. Chỉ cần thông hiểu chỗ thể nhập của một vị là thấu suốt sự chứng ngộ của các vị kia ở quả địa. Đó là sự bình đẳng không hai ở chứng nhập. Nếu nói về khía cạnh thành tựu ở quả địa thì năm vị Bồ Tát này do thực chứng đạo lý bất nhị mà hoàn toàn chuyển đổi tám thức thành bốn trí, như chúng ta sẽ xem xét.

BẤT NHỊ CHUYỂN HÓA Ý THỨC PHÂN BIỆT

> **KINH VĂN**
>
> **Bồ Tát Na-la-diên nói:** Thế gian, xuất thế gian là hai. Tánh thế gian không, tức là xuất thế gian, trong đó không vào không ra, không đầy không vơi; đó là vào pháp môn không hai.

Vị thứ mười hai là Bồ Tát Na-la-diên (那羅延), Phạn văn là Nārāyaṇa.

Trong thần thoại Ấn Độ, Na-la-diên là vị trời khai sinh thế gian và chúng sanh, là tên dịch âm từ tiếng Phạn là Nārāyaṇa, không phải là dịch nghĩa. Nāra là thực thể sống, còn có có nghĩa là con người, ayana là nơi an trú. Nārāyaṇa là nơi an trú của con người, tức là thế gian. Nếu trên nhân địa tu hành, đạo lý bất nhị bắt đầu với Bồ Tát Pháp Tự Tại chứng nhập pháp vô sanh, thì cũng cùng một đạo lý, ở quả địa, Bồ Tát Na-la-diên thực chứng thế gian chưa hề được sáng tạo. Thực tướng của thế gian và con người là không; không tướng nên chưa hề được khai sinh. Thế gian là huyễn vọng do mê mà có, nên *tánh thế gian không*; như mộng huyễn, không có thật nên không có chuyện vào hay ra. Chúng sanh mê muội nên phân biệt có hai cảnh giới riêng biệt là thế gian và xuất thế gian.

Danh hiệu Na-la-diên còn có nghĩa biểu pháp rất sâu. Na-la-diên là tên của một vị trời cõi Dục, có sức mạnh vô cùng, nên còn được xưng là Kim cương lực sĩ. Do đó vị Bồ Tát này tượng trưng cho năng lực nhận thức sắc bén của thức phân biệt thứ sáu Ý thức đã được chuyển hóa thành tựu ở quả địa thành Diệu quán sát trí. Mê là huyễn, tu cũng huyễn, thì việc thành đạo sao lại là thực? Lại nữa, trước khi thành đạo là thế gian, sau khi thành đạo là xuất thế gian. Trước và sau, bản lai diện mục hay khuôn mặt thật của ta vẫn không khác, nên gọi là bất nhị. Thông suốt thế gian và xuất thế gian chỉ là chuyển biến của một tâm niệm, là chứng nhập pháp môn không hai.

Sáng tạo thế gian là thức, giải thoát xuất thế gian là tâm; đều là chính ta, là Phật tánh thường trụ, chẳng thực vào sanh tử mộng huyễn nên không bị trôi lăn luân hồi, là nghĩa *không vào*; cũng không rời chúng sanh, là nghĩa *không ra*. Mộng là không thực, thì một đêm có bao nhiêu cảnh mộng trôi chảy cũng chẳng đầy, chẳng nhiều. Thức tỉnh rồi thì chẳng có mộng để lìa tan hay tiêu tán, nên kinh văn viết: *không đầy không vơi*. Mộng là không thực, nên không có chuyện mộng bị tiêu tán cho nên dù một chúng sanh đã giải thoát, cảnh mộng vẫn còn ở mọi chúng sanh khác. Đây là nghĩa không thực không hư của giấc mộng luân hồi. Sanh tử thế gian đã không thực không hư thì giải thoát xuất thế cũng không ngoài nghĩa đó. Đó là tánh bình đẳng của giải thoát xuất thế và sanh tử thế gian. Thấy được tánh không thực không hư của hai tướng thế gian và xuất thế gian chính là một lối vào khác của pháp bất nhị.

Bản dịch của Huyền Trang cũng ghi là Bồ Tát Na-la-diên, riêng bản của Chi Khiêm ghi là Bồ Tát Nhân Thừa (人乘). Nhân là người. Thừa là cỗ xe, cũng hiểu là tầng bậc, lấy theo ý xe có các loại lớn nhỏ, sức chuyên chở khác nhau. Trong các loài chúng sanh, loài người có căn cơ và trí tuệ dễ tiếp thu Phật pháp để tu hành. Nhân thừa là tầng bậc cao thấp ở quả địa tu hành của con người. Nếu xếp theo mức độ chứng ngộ sâu cạn thì từ Bồ Tát sơ địa đến địa thứ sáu là bậc hạ, Bồ Tát thất địa là bậc trung, Bồ Tát bát địa trở lên tuy là bậc thượng nhưng vẫn còn một phần vi tế vô minh; đây là các tầng bậc thế gian. Phật là bậc tối thượng nên là xuất thế gian. Thực ra không có sự bất bình đẳng trên quả vị. Bồ Tát viên giáo sơ trụ có thể hóa hiện tướng Phật thành đạo. Phật có thể thị hiện tướng

Thanh văn, Duyên giác hay Bồ Tát mà độ sanh, vì Như Lai vô tướng mà hiện khắp các tướng biến khắp pháp giới. Chúng sanh luân hồi là thế gian. Tứ thánh pháp giới giải thoát là xuất thế gian. Trong pháp giới tứ thánh, Thanh văn, Duyên giác, Bồ Tát là thế gian, Báo thân Phật là xuất thế gian. Do đó quả vị tu hành là thuận theo thế tục mà nói có cao thấp, như sự giáo dục ở trường lớp trong xã hội khi đào tạo có cao thấp thì khi tốt nghiệp sẽ có văn bằng khác nhau. Thực ra trên quả địa tu hành, mê ngộ không hai, chỉ cách nhau sát-na kiến tánh. Giải thoát cũng như tỉnh mộng, không có chuyện tỉnh một phần hay tỉnh nửa chừng. Gom hai nghĩa Như Lai hiện tướng và sát-na kiến tánh thành Phật mà thấy được một quả vị là tất cả quả vị, tất cả quả vị là một quả vị; chính là Bồ Tát Nhân Thừa nhập pháp môn không hai.

Thế mới biết chư vị Bồ Tát hết sức từ bi thị hiện tu hành và chứng ngộ nhiều cách khác nhau chỉ có mục đích duy nhất là làm gương cho chúng sanh phá những đối đãi do chấp trước phân biệt như thường đoạn, có không, nhiễm tịnh để ngộ nhập quả giải thoát bất nhị.

BẤT NHỊ CHUYỂN HÓA MẠT-NA THỨC CHẤP TRƯỚC

KINH VĂN

Bồ Tát Thiện Ý nói: Sanh tử, Niết-bàn là hai. Nếu thấy được tánh sanh tử thời không có sanh tử, không buộc không mở, không sinh không diệt; hiểu như thế đó là vào pháp môn không hai.

Vị thứ mười ba là Bồ Tát Thiện Ý (善意), Phạn văn là Dāntamati.

Thiện là tốt lành. Ý là tâm ý, ở đây chỉ thức thứ bảy Mạt-na. Danh hiệu này tượng trưng cho tâm ý tốt lành, suy xét đúng đắn, thấy được nhân vô sanh nên đắc quả bất nhị. Bản dịch của Huyền Trang ghi là Bồ Tát Điều Thuận Tuệ, nghĩa là trí tuệ điều phục. Vị Bồ Tát này đã chuyển hóa tri thức thế gian về duyên sanh, xả bỏ tâm niệm chấp trước về cái đang động, đang sanh và đang diệt. Nghĩa này rất rõ trong bản dịch của Huyền Trang: *"Nếu các Bồ Tát biết rõ tánh sanh tử vốn là không, không có lưu chuyển cũng không tịch diệt."* Vọng tưởng duyên sanh đã được điều phục thành trí tuệ như thật, chứng đắc pháp bất động bất sanh nên xa lìa hai tướng có không, sanh tử, nhiễm tịnh, thường đoạn. Do trước kia nhận thức sai lầm mà những đối đãi này duyên nhau rối loạn, sinh khởi niệm tưởng chấp trước hai tướng sanh tử và Niết-bàn. Nếu thấy được pháp vốn vô sanh, tướng sanh đã không thì tướng dị diệt cũng không. Sanh tử là không, thì Niết-bàn đối nghịch là hư từ, là tưởng tượng mong cầu. Do không có phân biệt nên không có chấp trước, thấu suốt các pháp tánh bình đẳng, tướng cũng bình đẳng. Đây là ở quả địa thành tựu chuyển hóa thức thứ bảy mạt-na thành Bình đẳng tánh trí. Tâm ý đã được trí tuệ điều phục, chuyển hóa nên vị Bồ Tát này được tôn xưng là Thiện Ý hay Điều Thuận Tuệ.

Vạn pháp như như bất động, không đến với nhau để sanh tạo ra cái gọi là giả hợp; đó là nghĩa *không buộc*. Vạn pháp duy tâm sở hiện, duy thức sở biến, nên khi hiện, khi biến thì đúng như tâm lượng của chúng sanh không khác, phải là như vậy; đó là nghĩa *không mở*. Hơn nữa, chân tâm bản tánh là thường trụ, tám thức tâm vương là vọng. *"Nếu là vọng tưởng chẳng thiệt thì là chẳng sanh chẳng trụ chẳng diệt. Nếu đã là chẳng phải sanh trụ diệt thì không có hệ phược cũng không có giải thoát, không hướng quả cũng không chứng quả."* (Kinh Đại Bảo Tích). Tánh thể các pháp như như, hiện tướng các pháp như thị. Tánh tướng xưa nay chẳng khác, chẳng phải có tánh riêng là chân, tướng riêng là vọng, nên gọi là bất nhị. Chính vì thế, nếu Bồ Tát Na-la-diên và Bồ Tát Thiện Ý ở quả địa chứng nhập thể tánh bình đẳng của phàm và thánh, sanh tử và

Niết-bàn, thì tiếp theo là Bồ Tát Hiện Kiến cũng trên quả địa mà thực chứng lý bất nhị ở hiện tướng của các pháp thông qua cứu xét nghĩa thường và đoạn.

BẤT NHỊ CHUYỂN HÓA TIỀN NGŨ THỨC

KINH VĂN

Bồ Tát Hiện Kiến nói: Tận, không tận là hai. Pháp đến chỗ rốt ráo thời tận hoặc không tận đều là tướng vô tận. Tướng vô tận tức là không, không thời không có tướng tận và không tận; được như thế đó là vào pháp môn không hai.

Vị thứ mười bốn là Bồ Tát Hiện Kiến (現見), Phạn văn là Pratyakṣadarśī.

Danh hiệu của vị Bồ Tát này tượng trưng cho sự sự vật vật đang hiện tướng rõ ràng trước mắt chúng ta, nói như tôn giả A-na-luật là như thấy trái am-ma-lặc trong bàn tay. Sự vật hiện tượng đang hoại diệt và mất hẳn đi; kinh văn gọi là tận. Sự vật vẫn mãi còn đó, không dứt mất, là bất tận. Tuy nhiên, sự vật thực có tận hay không? Lửa đốt cây thành tro khói là tận. Nước bốc hơi gặp lạnh ngưng tụ thành mây, đó là có tận. Nhưng tro không phải là cây, khói không phải là lửa, và mây không phải là nước. Vậy thì cây, lửa và nước trước kia nay ở đâu? Nếu nói có tận thì lửa đã tắt, vậy sau này sẽ không hề có lửa, nhưng thực sự tướng lửa xưa nay vẫn vậy. Nếu nói bất tận, vậy khi lửa đã tắt, tướng lửa ở đâu? Do đó khi lửa đang hiện hữu, không thể nói lửa sẽ tắt mất hay còn mãi.

Trước mắt ta là thế giới vô thường cứ mãi biến đổi, thay hình đổi dạng không ngừng. Một vật mất đi, không phải là thực mất, mà là chuyển hóa thành cái khác. Sự diệt mất đó tạm gọi là tận. Lửa đốt cây và tắt ngúm, là tận. Cây bị đốt cháy, là tận. Nhưng lửa và cây lại biến thành khói và tro, là bất tận. Nghĩa là tướng tận của lửa và cây thực ra không có. Hơn nữa, chẳng thể nói đâu là điểm dứt mất, là sát-na lửa thành khói, cây thành tro; tức không thể tìm thấy tướng tận.

Đối đãi giữa tận và bất tận không những chỉ thuộc phạm vi sự vật hiện tượng, mà còn bao gồm cả lãnh vực tâm thức. Hiện tướng của cảm xúc, tình cảm, suy tưởng có đoạn diệt hay không? Chúng ta tu mãi mà vẫn thấy phiền não ba độc không dứt hết. Không thể tìm thấy khi nào ngọn lửa phiền não trong ta ngưng đốt cháy tâm can. Sự mất mát sinh ra tâm tiếc nuối. Nuối tiếc sinh nhớ thương. Nhớ mong có thể thành oán hận. Oán hận lại nảy ý mong cầu. Tâm thức dao động chuyển hóa không ngừng thì đâu là điểm dứt mất của một tâm niệm?

Cứu xét nghĩa lý tận cùng thì sự diệt mất của sự vật hiện tượng hay tâm niệm là không có tướng tận. Nhưng nếu lầm chấp chỗ không có tướng tận và cho là có bất tận thì thế giới vô thường trở thành pháp thường vĩnh viễn. Đây là sự lập thành giả dối của tướng bất tận, vì như trên đã nói tướng tận còn không có thì lấy đâu ra tướng bất tận đối nghịch. Có đối nghịch là có xung đột nảy sinh phiền não. Cái đối nghịch này chính là căn bản vô minh của chúng sanh. Nếu không thấy cái chấm dứt thì không có cái mãi còn. Vì thế mà La-thập nói: *"Như chỉ một niệm mà chẳng trụ thì không có sinh, không có sinh thì sinh tận, sinh đã tận thì rốt ráo không, đó gọi là tận."*[1] Nếu thấy tánh Như ở hiện tướng của các pháp mà tâm không bị trôi lăn theo dòng pháp duyên khởi đang chuyển thì ở tướng bất tận của thế giới đồng như hư không, tuy muôn vàn sự vật hiển hiện nhưng vẫn hằng thanh tịnh rỗng sáng; chính là ở cái dường như bất tận lại dứt hết tâm chấp trước, là thực tận.

Cái cá biệt cụ thể không hề có thực để dứt mất; là nghĩa không có tướng tận. Cái tổng thể thế giới cũng không có

---

[1] Chú giải kinh Duy-ma - Tăng Triệu.

thực để gọi là bất tận. Tướng bất tận của thế giới không thành lập; tướng bất tận là không, thì tướng tận cũng không. Do đó kinh văn viết: *Pháp đến chỗ rốt ráo thời tận hoặc không tận đều là tướng vô tận* (pháp nhược cứu cánh, tận nhược bất tận, giai thị vô tận tướng). Tất cả các bản dịch ra tiếng Việt trước giờ vẫn dịch *"giai thị vô tận tướng"* là *"đều là tướng vô tận"*; theo thiển ý thì nên dịch là *"đều là không có tướng tận"*, còn nếu dịch là *tướng vô tận* thì vô tình biến thế pháp và tâm pháp thành có tướng vĩnh viễn động chuyển. Không có tướng tận là nghĩa không của vạn pháp, là ý chỉ bổn lai vô nhất vật của Huệ Năng; kinh văn viết tiếp là *"vô tận tướng tức thị không"* nghĩa là *"không có tướng tận chính là không"*. Thấu đáo lý này thì vũ trụ nhân sinh, thế giới vật chất hay tinh thần không có chuyện còn hay hết; từ sanh đến diệt đều như hư không, chẳng thể hết, cũng chẳng thể mãi còn. Dâm nộ si đồng như hư không, không phải hết, cũng không mãi còn. Thông suốt lý ấy, đó là đạt được chỗ mắt khéo thấy, tai khéo nghe, mũi khéo ngửi, lưỡi khéo nếm, thân khéo chạm, là trên quả địa đã chuyển ngũ căn thành ngũ thông diệu dụng, tiền ngũ thức thành Thành sở tác trí, chẳng rơi vào thường đoạn nhị biên.

Trên là Bồ Tát Na-la-diên ở quả địa chứng pháp bất nhị, thành công chuyển hóa phân biệt thức thứ sáu thành Diệu quán sát trí. Bồ Tát Thiện Ý dùng trí tuệ điều phục và chuyển hóa chấp trước thức thứ bảy Mạt-na thành Bình đẳng tánh trí. Khi hai thức trên đã được chuyển hóa, nhất định tiền ngũ thức và thức thứ tám sẽ chuyển theo. Do đó có phần trình bày của Bồ Tát Hiện Kiến chứng nhập pháp bất nhị, đắc Thành sở tác trí.

Hai vị Bồ Tát kế tiếp do chứng nhập pháp bất nhị ở thực tướng của ngã và trí mà thành tựu chuyển hóa thức vọng tưởng thứ tám a-lại-da thành Đại viên cảnh trí.

BẤT NHỊ CHUYỂN HÓA A-LẠI-DA THỨC VỌNG TƯỞNG

KINH VĂN

Bồ Tát Phổ Thủ nói: Ngã, vô ngã là hai. Ngã còn không có, thời phi ngã đâu có được. Thấy được thật tánh của ngã, không còn có hai tướng; đó là vào pháp môn không hai.

Vị thứ mười lăm là Bồ Tát Phổ Thủ (普守), tên tiếng Phạn là Samantagupta, Huyền Trang dịch là Phổ Mật (普密), Chi Khiêm dịch là Phổ Bế (普閉).

La-thập và Cát Tạng đều giải thích danh hiệu Phổ Thủ là nơi giữ gìn thiện pháp và là nơi bảo hộ thánh nhân. Tuy hai ngài không chú thích tại sao, nhưng cách giải thích này hàm ý thật tánh bất nhị là Phật tánh, cũng gọi là Như Lai tạng tâm là giống mầm của mọi thiện pháp và là chủng tử giải thoát của chúng sanh. Phổ là phổ cập rộng khắp. Thủ là giữ gìn. Mật là ẩn mật sâu kín. Danh hiệu Phổ Thủ hay Phổ Mật đều biểu hiện hai mặt của một tâm. Mặt thứ nhất là a-lại-da thức với nghĩa thức tàng trữ mọi chủng tử nghiệp, đồng thời với nghĩa thức vọng tưởng khởi tâm động niệm biến khắp hư không pháp giới. Tên gọi Phổ Thủ là nghĩa này. Mặt thứ hai là Như Lai tạng hay Phật tánh rộng khắp ở chúng sanh, vì mê muội nên bị che đậy không hiện tiền, tên Phổ Mật hàm nghĩa này.

Trong tam tế tướng, tướng đầu tiên chính là a-lại-da, nghiệp tướng như hư không vô biên huân tập mọi chủng tử thiện và bất thiện, khi nhân duyên đầy đủ sẽ hiện tướng cảnh giới và quả báo. Thức thứ bảy mạt-na chấp thức này làm ngã tướng. Do chấp ngã nên có phân biệt chấp trước những đối đãi, từ đó sanh phiền não. Mê thì là a-lại-da. Ngộ thì là Như Lai tạng. Chỉ cần không khởi tâm động niệm thì a-lại-da ô nhiễm trở thành Vô cấu hay Bạch tịnh thức thanh tịnh. A-lại-da và Phật tánh chẳng phải một, cũng chẳng phải hai, mà là hai mặt của một tâm, như ý nghĩa của danh hiệu Phổ Thủ và Phổ Mật nói trên. Phật dạy trong kinh Đại Bát Niết-bàn: *"Này thiện nam tử! Ngã tức là nghĩa Như Lai tạng. Tất cả chúng sanh đều có Phật tánh tức là nghĩa của ngã. Nghĩa của ngã như vậy từ nào tới giờ thường bị vô lượng phiền não che đậy, vì thế nên chúng sanh chẳng nhận thấy được."* Theo nghĩa này, thấy được vô ngã là nhận ra ngã. Như Lai Tạng khó thể nghĩ bàn, chẳng có chẳng không, chẳng được chẳng mất; ở đó không có hai thứ, không hai chính là thật tánh, thật tánh chính là Phật tánh.

Phật thuyết vô ngã để trừ chấp ngã. Người chấp đoạn nên cho thật chẳng có ngã, rơi vào vực thẳm phi đạo đức của chủ nghĩa hư vô. Người chấp thường lại khởi tưởng một thực thể là linh hồn có thể ra vào thân xác hoặc mơ tưởng một đại ngã hay chủ tể ở đâu đâu tít trên mây xanh. Người thông thường lại chấp hiện tướng của ngũ ấm là ngã. Đó là mê muội không thấy thật tánh của ngã là không. Hay nói cách khác, ngã chính là vô ngã. Vô ngã là giả danh, chẳng phải thật pháp. Nếu còn tâm ly ngã thì chẳng thật là vô ngã. Như Duy-ma-cật đã nói với Ca-chiên-diên: *Ngã và vô ngã không hai, là nghĩa vô ngã.*

Ngã và vô ngã, tánh tướng không hai. *Ngã còn không có, thời phi ngã đâu có được.* Cái ta còn không có thì cái không phải ta, tức thế giới và chúng sanh làm sao mà khả đắc? Do đó chẳng nên khởi tưởng hai tướng, chỉ cần thấu suốt tánh không của vạn pháp là thể nhập pháp môn bất nhị. Vì sao? Vì khởi tưởng hai tướng là sinh nghi và thành lập tướng ngã cho vị Phật-chính-mình. Điều này nghĩa là từ hí luận mà khởi hoài nghi rằng Như Lai tạng, Phật tánh là ngã. Bậc Bồ Tát thập địa còn mới chỉ mập mờ thấy được ít phần Phật tánh, huống hồ gì phàm phu chúng ta. Phật đã nói rõ vấn đề này trong kinh Đại Bát Niết-bàn, phẩm Như Lai tánh. Đó là Bồ Tát Phổ Thủ thể nhập pháp bất nhị ở thực tướng của ngã là không tướng; không tướng tức nghĩa không có hai tướng A-lại-da và Như Lai tạng.

> **KINH VĂN**
>
> Bồ Tát Điện Thiên nói: Minh, vô minh là hai. Thật tánh vô minh tức là minh, minh cũng không thể nhận lấy, lìa tất cả số, ở đó bình đẳng không hai; đó là vào pháp môn không hai.

Vị thứ mười sáu, Huyền Trang cũng dịch là Bồ Tát Điện Thiên (電天), Phạn văn là Vidyuddeva.

Điện là tia chớp. Thiên là bầu trời. Tia chớp là hiện tượng phóng điện trong khí quyển, là sự chuyển động của các hạt mang điện tích dưới dạng dòng plasma phát sáng. Nghĩa phát sáng xé màn đêm u tối của bầu trời làm biểu pháp cho danh hiệu Điện Thiên, tượng trưng cho trí tuệ soi khắp vũ trụ. Dù vũ trụ có rộng lớn đến đâu, khi một vi trần hiện tướng, cũng chẳng thể lọt ngoài tầm soi chiếu của trí tuệ viên mãn. Trạm Nhiên giải: *"Điện Thiên là quán đệ nhất nghĩa, trời phát điện thiên tam muội, lấy lý làm tên."* Chi Khiêm dịch là Bồ Tát Minh Thiên (明天), ngụ ý vị trời có trí tuệ sáng suốt rõ biết.

Huệ Viễn giải thích minh là liễu biệt chân vọng. Nếu chấp chân thì là chấp minh đồng với duyên đối trị, nghĩa là chấp có pháp chân đối trị pháp vọng. Chúng ta có thể mở rộng cách hiểu của Huệ Viễn là từ sự liễu biệt rõ ràng mà chứng được bản tánh chiếu soi của chân tâm mới thực là minh. Nếu chấp cái sở minh, khởi tưởng có năng minh thì tánh chiếu soi rõ biết kia vốn là diệu minh thành vô minh. Do đó Tăng Triệu nói: *"Nếu thấy minh là minh, thì thành vô minh, nên chẳng thể chấp giữ."*

Thực ra, vô minh là cái biết sai lầm. Thật tánh của vô minh là biết. Hay rõ hơn, thật tánh của thức là biết rõ ràng;

kinh văn gọi là minh. Thực thể của thức là không ô nhiễm và thanh tịnh. Đó là phần sâu kín, vắng lặng, tịch tịnh của a-lại-da; có thể nói là thức thứ chín am-ma-la thức. Chính do khởi tâm động niệm mà chấp sở minh, khởi tưởng năng minh đối đãi. Trong sở minh lại khởi phân biệt chấp trước có hai, có nhiều. Tự tâm lại chấp tự tâm, duyên vào số lượng, tức cái có hai, có nhiều, mà sanh lại càng sanh, tạo nên thế giới tương tục. Thế giới tương tục hư vọng nên là bất khả đắc. Chúng ta tự lừa gạt chính mình khi tự hào về tri thức khoa học theo dòng lịch sử mà tăng tiến vô hạn. Điều này chỉ phản ánh nhận thức của con người xưa nay sai lầm liên tục nên phải chỉnh sửa không ngừng những lý thuyết khoa học. Đó là nghĩa vô minh bất khả đắc.

Minh cũng bất khả đắc, vì chẳng thể lấy gì để nhận ra tánh biết. Tứ phần của a-lại-da là tướng phần, kiến phần, tự chứng phần và chứng tự chứng phần, đều do tự tánh xuất sanh. Duy tâm sở hiện thì y chánh trang nghiêm, bình đẳng, chẳng có hai thứ nhiễm tịnh. Trí tuệ chứng biết điều này là trí bát-nhã vô tri vốn sẵn có ở mọi chúng sanh, là trí chứng không, là căn bản trí vô tri. Trí tuệ soi chiếu huyễn hữu là trí bát-nhã vô sở bất tri, chính là chứng tự chứng phần của a-lại-da. Tự biết mình là trí chiếu soi, là cái biết tất cả vọng, gọi là tự chứng phần. Cần lìa bỏ luôn chỗ này, như kinh văn nói: *minh cũng không thể nhận lấy*, mới vượt qua biên tế của a-lại-da, đạt chứng tự chứng phần. Chỗ này khó nói, chỉ do tu chứng mới biết. Do tu chứng mà chuyển a-lại-da thành Đại viên cảnh trí, soi thấy vạn hữu tuy nhiều nhưng một cũng chẳng có, nói gì đến nhiều, nên kinh văn viết: *minh cũng không thể nhận lấy, lìa tất cả số, ở đó bình đẳng không hai*; chính là lúc vô minh chuyển thành diệu minh. Bản dịch của Huyền Trang ghi thêm: *"Minh và vô minh cả hai đều không thể đắc, không thể tính lường, vượt qua sự tính lường, ở đó hiện quán bình đẳng không hai."*

Phật pháp thâm sâu, bình đẳng, quyết định thành thục chúng sanh. Tuy Phật dùng giả danh tuyên thuyết nhưng đều là thắng nghĩa chân thật. Trong sai biệt và chẳng sai biệt mà khiến chúng sanh chứng pháp vô sai biệt. Vạn pháp và Phật pháp thực chẳng có gì có thể bám chấp. Phật dùng giả danh thuyết tứ đế vì tánh của khổ và vô minh là vô trí, là không thật. Thấy được thật tánh đó của vô minh mà thuận theo minh pháp môn để tu tập rõ biết mê không, khổ không thì đối với các pháp không có tưởng phân biệt, không hí luận, không phan duyên, không lấy không bỏ, chứng pháp tánh mà không xuất không nhập. Rõ biết nhân duyên vốn thanh tịnh; các pháp tuy xoay vần duyên nhau nhưng không có sở tác, không có sở hành, không có sở y, không có sở trụ; nghĩa là các pháp không có tạo sanh, không có động lay, không có nương nhau thành có.

Nếu ở nhân địa, Bồ Tát Thiện Nhãn thấu suốt *một tướng* của vọng thức và *không tướng* của chân thức tinh nguyên minh chẳng phải là hai, thì ở quả địa, Bồ Tát Điện Thiên do chứng đắc đạo lý bất nhị mà hoàn toàn thành tựu chuyển hóa thức ấm thành Đại viên cảnh trí, là trí vô lậu đoạn hết mọi phiền não và biết khắp tất cả, tức là trí biến tri viên mãn.

HÀNH CHỨNG BẤT NHỊ THÔNG TỪ NHÂN ĐẾN QUẢ

Trong Thuyết Vô Cấu Xưng kinh sớ, Khuy Cơ viết: *"Mười sáu vị Bồ Tát kể trên lấy hai làm hai, còn mười lăm vị Bồ Tát từ đây trở xuống là lấy chẳng phải hai làm hai."* Nghĩa là trong 31 vị, nửa phần đầu lấy nghĩa đối nghịch, tương khắc, loại trừ của các cặp đối lập để luận đạo lý bất nhị, nửa số sau lấy nghĩa bao hàm, thống nhất mà biện giải. Điều này đúng, nhưng có một ý nghĩa khác ta cần phải nói thêm, căn cứ trên nghệ thuật bố cục của kinh văn. Mạch lạc kinh văn quả thực là hết sức chặt chẽ. Mười sáu vị từ Bồ Tát Pháp Tự Tại đến Bồ Tát Điện Thiên là chứng nhập pháp Bất nhị trên nhân địa và quả địa. Gạch nối giữa nhân và quả đó chính là thực tế tu hành và dấu chấm hết, tạm gọi như vậy, chính là chứng quả. Cũng có thể nói là với 16 vị kể trên, sự thể nhập của họ cung cấp cho chúng ta nền tảng giáo lý hay tín giải, để chính chúng ta có được phương hướng thực tu mà thực chứng, còn gọi là hạnh quả hay hành chứng. Hay nói cách khác, 15 vị tiếp theo, từ Bồ Tát Hỷ Kiến đến Bồ Tát Nhạo Thật là cái nhìn bất nhị xuyên suốt và nhất quán từ nhân địa tu hành đến quả địa chứng đắc. Thường quán và thường làm như trí quán chính là thực tu thực chứng.

BẤT NHỊ THU ẤM GIỚI NHẬP

Không khó nhận ra mạch lạc lô-gích vì ngay sau khi Bồ Tát Điện Thiên chuyển hóa a-lại-da thức thành Như Lai tạng tâm, kinh văn tinh tế chuyển tiếp qua thu tóm ấm, giới, nhập về Như Lai tạng để phát khởi chỗ chân ngộ. Do đạt lý từ quan sát kỹ ấm, giới, nhập, ta có thể ứng dụng trong thực tế nhân sinh; và đó là nghĩa tu vậy. Nếu so với kinh Lăng-nghiêm thì có thể nói kinh Duy-ma-cật là tiểu bản thu gọn, nghĩa lý tương đồng không khác. Lời trình bày của ba vị Bồ Tát Hỷ Kiến, Minh Tướng và Diệu Ý mà ta sắp xem đến chính là sự gom bốn khoa là 5 ấm, 6 nhập, 12 xứ, 18 giới và bảy đại là đất, nước, gió, lửa, không, kiến và thức, thu về Như Lai tạng đúng như Phật đã phân tích tỉ mỉ ở cuối quyển hai và trọn trong quyển ba của bộ Thủ-lăng-nghiêm mười quyển. Phật dạy: *"A-nan, ông còn chưa rõ tất cả tướng huyễn hóa nơi tiền trần, chính nơi tâm mà sinh ra, rồi theo nơi tâm mà diệt mất. Cái huyễn hóa giả dối gọi là tướng, mà cái tính chính là tâm tính nhiệm mầu sáng suốt; như vậy cho đến 5 ấm, 6 nhập, 12 xứ và 18 giới, nhân duyên hòa hợp giả dối có sinh ra, nhân duyên* chia lìa giả dối gọi rằng diệt; mà không biết rằng sinh, diệt, đi, lại đều vốn là tính chân như cùng khắp, không lay động, nhiệm mầu, sáng suốt, thường trụ của Như Lai tạng. Trong tâm tính chân thường đó, cầu cho ra những cái đi, lại, mê, ngộ, sống, chết, hẳn không thể được."

KINH VĂN

Bồ Tát Hỷ Kiến nói: Sắc, không, là hai. Sắc tức là không, chẳng phải sắc diệt rồi mới không. Tánh sắc tự không; thọ, tưởng, hành, thức cũng thế. Thức và không là hai. Thức tức là không, chẳng phải thức diệt rồi mới không, tánh thức tự không. Thông hiểu lý đó là vào pháp môn không hai.

Vị Bồ Tát thứ mười bảy có danh hiệu là Hỷ Kiến (喜見), Phạn văn là Priyadarāno.

Hỷ là vui mừng hoan hỉ. Kiến là thấy biết. Hỷ Kiến nghĩa là do thấy biết đúng, mà được hoan hỷ, như kinh Pháp Hoa viết: "心歡喜充満, 如甘露見灌. - *Tâm hoan hỷ sung mãn, như cam lộ kiến quán.*" (Trong lòng tràn đầy mừng vui như được rưới nước cam lộ.) Chi Khiêm ghi là Ái Cận (愛覲). Ái không có nghĩa là thương yêu, mà có nghĩa là thường hay che lấp. Cận có nghĩa chỉ là. Ái Cận ý nói năm ấm chỉ là sự che đậy. Năm ấm ngăn che trí tuệ chỉ là giả danh, tạm nói để giải thích. Vì thật tánh năm ấm là không, thì sự che lấp là không thực, nên khi giác rồi vẫn thấy núi là núi, sông là sông. Sắc tướng vạn pháp vẫn hoàn toàn thanh tịnh. Đó là dù muôn vàn hình tướng nhưng vẫn từ Như hiện ra, dù muôn vàn đối đãi nhưng vẫn hằng thanh tịnh. Bồ Tát Hỷ Kiến do quán chiếu và thu nhiếp năm ấm về Như Lai tạng, trên công phu tu tập mà chứng nhập đạo lý bất nhị.

Chúng ta thường thấy trong hư không có vật, và khi vật mất đi, ta mới thấy không. Đó chính là ngoài sắc có không, ngoài không có sắc. Nghĩa không chưa rốt ráo nên Bồ Tát Hỷ Kiến nói: *Sắc, không, là hai. Sắc tức là không, chẳng phải sắc diệt rồi mới không.* Theo nghĩa viên mãn, sắc tướng là diệu hữu vì tự tâm hiện lượng biến khắp pháp giới. Điều này nghĩa là vạn sự vạn vật đang hiện hữu chính là minh chứng cho chân tâm tự tánh, giống như nhìn thấy bóng là biết có hình. Theo nghĩa thông giáo, sắc tướng chỉ là sự ngăn che giả dối, vì tâm phan duyên dính mắc các pháp nên sinh vọng tưởng thực có sắc tướng. Nhân vì phàm phu thấy sắc diệt rồi mới không nên Phật phương tiện phân tích chia chẻ các pháp tận cùng để chỉ ra sự vật không có tự thể hay bản chất. Phải trực nhận ngay lúc hiện tiền, sắc tướng đã là không; là nghĩa của *tánh sắc tự không*.

Tóm lại, đạt được nghĩa vừa viên mãn vừa thông suốt là phải thấy hình sắc là giả dối, không phải nhân duyên, không phải tự nhiên, là lý bất nhị của sắc không. Đồng thời nếu thấy được chân như không ngăn ngại diệu hữu, diệu hữu không che lấp chân như mới được nghĩa mầu nhiệm. Chúng ta trọn ngày nhận mình là sự giả dối kết hợp của năm ấm gồm sắc, thọ, tưởng, hành và thức, không biết tự tâm bao trùm pháp giới nên oan uổng bị trôi lăn luân hồi. Nếu hạ thủ công phu tu tập thường xuyên như trí quán từ sắc đến thức bị mê lầm phân biệt với không là hai, tất sẽ có ngày chứng ngộ pháp môn bất nhị.

> **KINH VĂN**
>
> **Bồ Tát Minh Tướng nói: Tứ đại khác, không đại khác. Tánh tứ đại tức là tánh không đại, như lớp trước lớp sau không, thời lớp giữa cũng không. Nếu biết được thật tánh các đại thời đó là vào pháp môn không hai.**

Vị thứ mười tám là Bồ Tát Minh Tướng (明相), Phạn văn là Prabhāketu.

Minh là sáng tỏ rõ ràng. Tướng là hình sắc. Minh Tướng là làm sáng tỏ cho rõ nghĩa của sắc tướng. Bồ Tát Minh Tướng chính là sự giải thích cho nghĩa giả dối của sắc tướng đã nói tới trong lời trình bày của Bồ Tát Hỷ Kiến. Tứ đại hòa hợp tạo nên vạn vật, theo cách nói của khoa học hiện đại là vật chất có cấu trúc kết hợp của các hạt cơ bản. Quan niệm này có được là do có sự phân biệt giữa vật chất và hư không như kinh văn viết: *Tứ đại khác, không đại khác.* Nếu chẳng có sự phân biệt này thì không có chấp trước các pháp kéo theo hệ lụy phiền não. Muốn phá chấp phân biệt này phải tham thấu nghĩa hòa hợp hay không hòa hợp của tứ đại đất, nước, gió, lửa, tượng trưng cho các yếu tố cơ bản tạo nên sắc tướng vật chất. Nếu tứ đại do nhân duyên hòa hợp được để tạo nên vật, thì khi vật hoại diệt, tứ đại đồng như vật, sẽ không còn vì chẳng thể thấy biết chúng về đâu. Nếu nói tứ đại chẳng thể hòa hợp, như nước và dầu không thể hòa tan nhau, thì không có vật để ta gọi là giả hợp. Hơn nữa, tánh đã không hòa hợp thì không thể đến với nhau, vì như vậy sẽ triệt tiêu, loại trừ nhau như lửa và nước thì làm gì có được vật mới tạo sanh. Nhân duyên hòa hợp không phải đệ nhất nghĩa đế, thực ra chỉ là vọng tưởng duyên sanh. Sáng tỏ nghĩa này của sắc tướng chính là danh hiệu Minh Tướng.

Nói sắc tướng có được do sự kết hợp các yếu tố cơ bản là không đúng. Huyền Trang dịch là Quang Tràng (光憧). Quang có nghĩa là ánh sáng, sáng tỏ, có thể hiểu giống như minh (明). Tràng là loại cờ dùng trong nghi lễ của Phật giáo, là biểu hiện hình thức, có thể hiểu giống như tướng (相). Chi Khiêm dịch là Quang Tạo (光造), chữ tạo là tạo tác.

Thật nghĩa của các đại chủng là thường trụ, *"bản nhiên thanh tịnh, cùng khắp pháp giới, theo tâm chúng sanh, đáp ứng với lượng hay biết, theo nghiệp mà phát hiện; thế gian không biết, lầm là nhân duyên và tính tự nhiên, đều là những so đo phân biệt của ý thức, chỉ có lời nói, toàn không có nghĩa chân thật."* (Kinh Lăng-nghiêm)

Do phá nghĩa hòa hợp hay không hòa hợp của tứ đại để tạo nên sắc tướng mà xác quyết rằng bản chất của tứ đại chẳng khác không. Sắc tướng đã tưởng tượng giả dối, là không thực, hay *tánh tứ đại tức là tánh không đại* thì trong hư không làm gì có vật. Sự phân biệt hư không khác với sự vật tuy đã không thành lập, nhưng ý thức có thể thắc mắc do chúng ta cứ thấy vật có mãi trong hư không, và từ đó nảy sinh hoài nghi về lẽ tự nhiên mà có của vạn vật. Lẽ tự nhiên ở đây là quy luật khách quan của vạn vật, là thuộc tính riêng của vạn vật do những nguyên nhân khách quan. Ví dụ như nói tánh sáng của một vật như mặt trời là tự nhiên có như vậy, vì mặt trời là khối tinh cầu lửa khổng lồ nên phát sáng. Nói vậy không đúng, vì mặt trời soi sáng rực bầu trời thì khi cả hư không sáng rỡ, chẳng thể thấy một vật tròn nhỏ trên không trung là mặt trời; nghĩa là tánh sáng không thuộc về một vật đang rực sáng. Nếu nói bầu trời đang sáng rỡ, tánh sáng đó thuộc về hư không cũng sai, vì trong đêm tối, sao bầu trời không sáng chói? Do vậy mà biết tánh sáng không thuộc về mặt trời hay bầu trời, mà chẳng rời hư không hay mặt trời mà có. Các tánh đối đãi như sáng tối, đục trong, động tịnh đều như thế, không do nhân duyên cũng không phải tự nhiên, không phải hòa hợp, cũng chẳng phải không hòa hợp.

Pháp tướng thường trụ cũng chính là pháp giới tánh. Phải trực nhận hiện tướng các pháp là không; có nghĩa là chẳng có sự kết hợp của tứ đại tạo nên sắc tướng, và đã không kết hợp tức chẳng có chia lìa. Chân như trùm khắp, duyên khởi thì sắc tướng hiện, duyên tan thì sắc diệt. Chúng ta không biết, lầm tưởng có sự kết hợp hay chia lìa. Không hợp không lìa tức là nghĩa *lớp trước lớp sau không*, thì lúc này và ở đây, hiện diện của sắc tướng cũng không, tức nói *thời lớp giữa cũng không*. Bốn đại hay gồm thêm không, kiến và thức đại thành bảy đại chủng, nếu ta quán suốt và thu nhiếp về Như Lai tạng trên đường tu hành, thì không lo không chứng đắc như Bồ Tát Minh Tướng thu tứ đại, tượng trưng cho pháp giới, về chân như duyên khởi mà thể nhập bất nhị.

> **KINH VĂN**
>
> **Bồ Tát Diệu Ý nói: Con mắt, sắc trần là hai. Nếu biết được tánh của mắt thời đối với sắc không tham, không sân, không si, tức là tịch diệt. Tai với tiếng, mũi với hương, lưỡi với vị, thân với xúc, ý với pháp cũng là hai. Nếu biết được tánh của ý thời đối với pháp không tham, không sân, không si, tức là tịch diệt. Nhận như thế đó là vào pháp môn không hai.**

Vị thứ mười chín là Bồ Tát Diệu Ý (妙意), Huyền Trang dịch là Diệu Tuệ (妙慧), Chi Khiêm dịch là Thiện Ý (善意), Phạn văn là Sumati.

Con mắt, sắc trần là hai. Bồ Tát Diệu Ý lấy ví dụ mắt, tức nhãn căn, và sắc tướng, tức sắc trần, làm hai cái riêng biệt tạo nên sự thấy của mắt, tức nhãn thức. Diệu là khéo léo, thần kỳ. Ý là điều suy nghĩ. Xem xét thấu đáo tương quan của căn trần và thức mà đạt nghĩa sâu xa, là ý nghĩa tôn hiệu của vị Bồ Tát này. Danh hiệu Diệu Tuệ và Thiện Ý cũng cùng nghĩa biểu pháp như vậy.

Trên là Bồ Tát Minh Tướng đã phá chấp cảnh vật ngoại giới do cứu xét thấu đáo bản chất của tứ đại. Trần tướng đã không, thì căn cũng chẳng có, vì căn cũng là một vật thể như trần. Hơn nữa, nếu mắt thật có thấy thì người chết cũng có thể thấy. Như vậy nói sự thấy của mắt do căn trần kết hợp là không đúng. Mối tương quan giả dối của căn trần thức đã bị phá vỡ. Mắt quả thực là không thấy, hay nói cách khác, tánh của mắt là rỗng không. Tánh đã không thì không có lý do gì buộc chúng ta phải khởi tâm động niệm, như kinh văn viết: *Nếu biết được tánh của mắt thời đối với sắc không tham, không sân, không si, tức là tịch diệt.* Mắt và sắc là cặp đôi đại diện cho căn trần, nên nghĩa lý như nhau ở tai với tiếng, mũi với hương, lưỡi với vị, thân với xúc, ý với pháp. Nghĩa là ta nên học tập Bồ Tát Diệu Ý thấy được tánh không ở 6 nhập, 12 xứ như Phật dạy: *"Sắc trần và cái thấy, hai xứ đó đều luống dối, vốn không phải tính nhân duyên, không phải tính tự nhiên."* (Kinh Lăng-nghiêm).

Nếu hiểu thế nào là không phải tính nhân duyên đã là diệu. Nếu hiểu thấu thế nào là không phải tính tự nhiên, càng diệu hơn, vì đó chính là nghĩa nhiệm mầu của Như Lai tạng. Chẳng phải mắt thấy, mà là tâm thấy. Mắt thấy là căn cứ trên những phân biệt đối đãi giả dối. Tâm thấy là tính giác minh cùng khắp. Tính giác minh cùng khắp vì vọng tưởng hư ngụy nên dính mắc với huyễn tưởng tự tâm tạo ra, nên phát ra sự hay biết ở mắt. Nếu dính mắc huyễn tưởng thì cái thấy ở mắt, tức nhãn thức, là sai lầm vì căn cứ trên những phân biệt đối đãi giả dối. Tướng dính mắc của mắt sinh vọng tưởng, trong kinh Lăng-nghiêm, Phật gọi là tướng mắt ngó chăm chăm làm phát sinh mỏi mệt mà thấy có hoa đốm lăng xăng trong hư không. Không dính mắc huyễn tưởng thì tính giác minh hiện ra ở mắt là tánh thấy, tai là tánh nghe v.v... Nghĩa là các căn tánh tuy rỗng nhưng khi ngộ lại là phương tiện hiển lộ chân tâm tự tánh viên thông; cũng cùng các căn đó chứ không khác. Đó là nghĩa bất nhị khi cũng ở căn mà chuyển hóa tâm niệm.

Pháp tướng từ chánh vị Như mà hiện, tạm gọi đó là Như Lai tạng. Do nơi xuất sanh thanh tịnh và bất động, nên vạn pháp chưa từng bị ô nhiễm và chưa hề đi lại. Thâm nhập nghĩa này, tánh của mắt vốn tự rỗng không nay thành sáng tỏ soi thấu tam thiên mà không ngăn ngại, cũng không một chút khởi tâm động niệm. Chẳng những mắt và sắc, mà hết thảy 6 nhập, 12 xứ đều rõ ràng minh bạch hiển bày tính giác minh nhiệm mầu. Tâm ý từ vọng động chuyển thành diệu chân. Đó là nghĩa của danh xưng Diệu Ý.

BẤT NHỊ THÔNG TỪ NHÂN ĐẾN QUẢ

> **KINH VĂN**
>
> **Bồ Tát Vô Tận Ý nói:** Bố thí, hồi hướng Nhất Thiết Trí là hai. Tánh bố thí tức là tánh hồi hướng Nhất Thiết Trí. Trì giới, nhẫn nhục, tinh tấn, thiền định, trí tuệ, hồi hướng Nhất Thiết Trí cũng là hai. Tánh trí tuệ tức là tánh hồi hướng Nhất Thiết Trí, ở trong đó vào một tướng là vào pháp môn không hai.
>
> **Bồ Tát Thâm Tuệ nói:** Không, Vô tướng, Vô tác là hai. Không tức là Vô tướng. Vô tướng tức là Vô tác. Nếu Không, Vô tướng, Vô tác thời không có tâm, ý, thức. Một môn giải thoát là ba môn giải thoát; đó là vào pháp môn không hai.
>
> **Bồ Tát Tịch Căn nói:** Phật, Pháp, Chúng là hai. Phật tức là Pháp. Pháp tức là Chúng. Ba ngôi báu ấy đều là tướng vô vi, cũng như hư không. Tất cả pháp cũng vậy, theo được hạnh ấy là vào pháp môn không hai.

Hạ thủ công phu tu hành trước hết phải nắm vững nguyên tắc quyết định thành tựu là thấu suốt nghĩa lý Như Lai tạng duyên khởi như trên. Đạo lý bất nhị thông suốt từ nhân đến quả còn bao hàm phương hướng chung cho sự tu hành. Chúng ta tu học những gì? Kinh văn lấy lục độ làm đại biểu. Mục đích của sự tu là gì? Đó là giải thoát. Lấy gì làm căn bản nương tựa cho việc tu hành? Chính là Tam bảo.

Vị thứ hai mươi là Bồ Tát Vô Tận Ý (無盡意). Bản của Huyền Trang dịch là Vô Tận Tuệ (無盡慧), Phạn văn là Akṣayamati.

Con đường tu hành xuyên suốt từ nhân đến quả phải thẩm thấu lý bất nhị. Vạn hạnh nhiều vô số nhưng ở đây kinh văn lấy lục độ làm tiêu biểu, vì lục độ chính là con đường tu học của Bồ Tát. Nắm vững phương hướng thực hành lục độ, lòng dạ nhớ mãi không quên để không bị lạc lối giữa đường tu, là tâm niệm không cùng tận của Bồ Tát Vô Tận Ý. Lục độ là tu nhân. Quả đức của tu hành là trí tuệ Như Lai. Nếu tu lục độ mà cầu quả đức ấy gọi là hồi hướng nhất thiết trí. Bồ Tát Vô Tận Ý lấy bố thí độ làm ví dụ. Bố thí là nhân. Hồi hướng là quả. Nhân quả không hai. Còn thấy có nhân để cầu quả là tâm sinh diệt. Vì sao? Vì quả địa không hai mà nhân địa lại phân biệt thì không tương ưng nhau. Bố thí mà còn có tâm niệm ta đang đem vật này thí cho người, cầu mong quả giải thoát thành Phật, thì tâm phân biệt có ta cho, có người nhận và vật mang cho, là nhân phân biệt không thể nào kết thành quả trí tuệ bình đẳng không hai. Nếu thấu suốt cả ba thể ta, người và vật thí đều không, thì y nơi tam luân không tịch, dùng trí tuệ thanh tịnh thực hành bố thí mới là tương ưng tự tánh. Tánh của trí tuệ là bình đẳng như hư không. Tánh của bố thí là xả bỏ chấp trước các tướng. Chúng sanh vốn có trí tuệ đức tướng của Như Lai, chỉ cần buông bỏ những chấp trì giữ chặt xưa nay thì Phật tánh vốn như như liền hiển lộ; đó là *vào một tướng là vào pháp môn không hai*. Tăng Triệu nói: *"Lấy lục độ làm diệu nhân với hồi hướng Nhất Thiết Trí là hai. Nếu ngộ được nhân quả đồng tánh, nhập vào một tướng, đó mới là chẳng hai."* Một tướng ấy là tướng trí tuệ Bát-nhã như hư không bao trùm pháp giới, chính là tướng giác ngộ.

Vị thứ hai mươi mốt là Bồ Tát Thâm Tuệ (深慧), tên tiếng Phạn là Gambīrabuddhi. Huyền Trang dịch là Thậm Thâm Giác (甚深覺), Chi Khiêm dịch là Thâm Diệu (深妙), các danh hiệu ấy đều cùng nghĩa tượng trưng cho trí tuệ rất diệu rất sâu.

Mục đích của sự tu hành theo Phật là giải thoát. Nếu chúng ta không chấp chặt rằng vì không có sanh tử nên không có giải thoát thì Phật chẳng hoài công phí sức tốn gần nửa thế kỷ thuyết pháp. Thuận theo thế tục mà nói thì vì có sanh tử nên có giải thoát. Hiểu được nghĩa này là sâu. Nhưng làm sao để được giải thoát? Phật lập ra ba cửa đưa vào giải thoát, kinh luận gọi là tam giải thoát môn. Đó là Không, Vô tướng và Vô tác để chúng sanh thực tu thực chứng. Hiểu và làm được theo đó, chính là ta có trí tuệ rất sâu rất diệu như danh hiệu Bồ Tát Thâm Tuệ. Rất sâu vì giải thoát thực ra không có giải thoát. Rất diệu vì tuy không thật có giải thoát nhưng vẫn cần phải tu tập. Đó chính là lý sự viên dung, sự sự vô ngại.

Kinh luận phân tích pháp do nhân duyên sanh để đạt nghĩa các pháp không có tự tướng, cũng chẳng có tự tánh. Đó chỉ là phương tiện dẫn dắt đối với người sơ cơ. Phải trực quán đương thể tức không. Tất cả pháp như mộng huyễn bào ảnh, chẳng phải do nhân duyên, cũng không phải tự nhiên, mà là do vọng tưởng mà có. Cái có do vọng tưởng tức là nghĩa không và vô tướng. Do đạt nghĩa đó mà được vô tác, không gây không làm, không cầu không được. Các pháp không tự tánh là nói tánh không của các pháp. Các pháp vô tướng là nói tướng rỗng không của pháp. Vì tánh tướng đều không nên các pháp thực chưa từng là vọng, cũng chưa hề động lay, cũng như chưa bao giờ có tánh mê hoặc được chúng sanh; chính là nghĩa của kinh văn: *không tức là vô tướng, vô tướng tức là vô tác*. Như vậy, căn bản là không có ba môn giải thoát, vì giải thoát là thoát khỏi sự kiềm tỏa của cái có. Khi cái có không còn, nói đúng hơn là tâm chấp pháp đã hết, lậu hoặc và phiền não cũng không thì tam giải thoát môn chỉ là phương tiện đã dùng không hơn không kém. Chính vì giải thoát môn chỉ có giá trị phương tiện độ sanh nên dù nói ba hay nhiều hơn cũng chỉ là tùy theo chấp trước của chúng sanh. *"Tam* giải thoát môn chỉ là một pháp, nhưng tùy theo các duyên tu hành mà phân ra làm ba pháp. Quán các pháp không là tu Không giải thoát môn. Ở trong Không mà chẳng chấp tướng không, là tu Vô tướng giải thoát môn; ở trong Vô tướng mà chẳng có sở tác là tu Vô tác giải thoát môn."[1]

Do trí quán mà vào được tam giải thoát môn. Tuy nhiên, như chúng ta vẫn thường thấy, trước mắt chúng ta, thế giới và con người vẫn sờ sờ có đó, nên trong đối nhân tiếp vật trên đường tu mà không có công phu định lực thì trí quán không thành. Vì vậy, tu ba giải thoát môn chính là tu ba tam-muội vô lậu là Không tam-muội, Vô tướng tam-muội và Vô tác tam-muội. Nghĩa là tam giải thoát môn chính là do định lực mà nhập sự biện lý, thực chứng sự thu nhiếp ấm giới nhập về Như Lai tạng như trên đã nói. Ấm giới nhập đã không thì tâm, ý, thức làm gì có, nên kinh văn viết: *nếu không, vô tướng, vô tác thời không có tâm, ý, thức.* Nghĩa là tạng thức a-lại-da, chấp trước thức mạt-na, và phân biệt thức ý đến đây không còn dấu vết. Nghĩa duy thức sở biến đã bặt, thì lý duy tâm sở hiện trở nên minh bạch rõ ràng; đó là pháp bất nhị vậy.

Nghĩa lý trên được Huyền Trang kết hợp với nghĩa một tức là ba và dịch rất rõ ý: *"Nếu các Bồ Tát biết rõ trong cái không ấy hoàn toàn không có tướng, trong không tướng này cũng không có nguyện, trong không nguyện này không có tâm, không có ý, không có thức để chuyển, như vậy tức là một giải thoát môn. Thâu nhiếp tất cả vào ba giải thoát môn."*

Luận Thành Duy Thức viết: *"Lý thật thì ba môn đều thông cả ba tánh; còn theo tướng thì mỗi môn thông mỗi tánh. Như thứ lớp nên biết, do tánh biến kế sở chấp mà lập Không môn, do tánh y tha khởi mà lập Vô nguyện môn,*

---

[1] Luận Đại Trí độ, Hán dịch: Cưu-la-ma-thập, Việt dịch: Thích nữ Diệu Không.

do *tánh viên thành thật mà lập Vô tướng môn.*"¹ Tam giải thoát môn được lập ra căn cứ trên ba tự tánh của các pháp. Nếu theo thứ tự liên hệ riêng biệt thì Không môn là để phá tánh biến kế sở chấp, Vô tác môn là phá tánh y tha khởi, và Vô tướng môn là thành tựu tánh viên thành thật. Đó là liễu biệt từng môn, nhưng nếu thâm nhập một môn mà thông suốt thì cũng đủ sức công phá thành trì của vọng thức; là nghĩa *một môn giải thoát là ba môn giải thoát; đó là vào pháp môn không hai.*

Vị thứ hai mươi hai là Bồ Tát Tịch Căn (寂根), tên tiếng Phạn là Śāntendriya, Chi Khiêm cũng dịch là Tịch Căn, Huyền Trang dịch là Tịch Tịnh Căn (寂靜根). Tịch hay tịch tịnh đều là rỗng lặng, thanh tịnh. Căn là gốc rễ, nền tảng, là căn do, nguyên nhân, còn có nghĩa là sáu cơ quan nhận thức gồm mắt, tai, mũi, lưỡi, thân, ý. Chỗ hành chứng của vị Bồ Tát này rất sâu, đặt nền tảng hay cái gốc nương tựa trên sự thấu suốt tự tánh Tam bảo bất nhị, đó là lý; và ở việc sử dụng tánh trong căn, đó là sự.

Phật, Pháp, Tăng trước hết là nơi nương tựa cho chúng sanh tu hành. Kinh văn dịch là Phật, Pháp, Chúng (衆), là hai. Chúng nghĩa là nhiều người, nhiều vật. Do nghĩa đó mà có sự phân biệt một bên là Phật, bậc giác ngộ, và một bên là chúng sanh còn mê; hoặc một bên là bậc thầy toàn giác xuất thế gian và một bên là chúng tăng, tức đoàn thể xuất gia theo bậc thầy tu đạo xuất thế. Cũng vậy, Phật là người đã chứng được và diễn thuyết Pháp tức chân lý tối thượng, có nghĩa là hai. Pháp và Chúng cũng là hai theo nghĩa Pháp là chân lý tột cùng và tất cả chúng sanh tu hành để chứng chân lý đó. Chính vì có sự phân biệt đó mà trọn đời tu hành của chúng ta chỉ là tìm kiếm của báu, cầu cạnh nương tựa bên ngoài.

---

¹ Luận Thành Duy Thức, Việt dịch: Thích Thiện Siêu.

Hay nói gọn lại là chúng ta luôn thấy có hai là chúng sanh mê muội và Tam bảo thanh tịnh. Trong Tam bảo lại phân biệt có Phật, Pháp và Tăng. Phật lại có pháp thân vô tướng như Đại Nhật Như Lai, báo thân trang nghiêm như Phật A-di-đà hay Phật Dược sư, ứng thân thị hiện tám tướng thành đạo như Phật Thích-ca. Pháp thì có Đại thừa, Tiểu thừa hoặc mật tông, tướng tông, thiền, tịnh. Tăng thì chia ra Thanh văn, Duyên giác hay Bồ Tát tăng. Lựa chọn những thứ phân biệt đó làm nơi nương tựa tu hành của mình, cũng như ở sự chọn lựa của mình mà chấp thủ, phỉ báng chỗ nương tựa của người, thì tu trọn đời cũng chẳng thành tựu. Vì sao? Vì chúng sanh chìm trong vọng tưởng, phân biệt chấp trước quá sâu và quá lâu nên Phật phương tiện nói có ba ngôi báu là trụ thế Tam bảo Phật, Pháp và Tăng. Chúng ta lại chấp lầm cho có Phật để thành, có Pháp cầu chứng, có Tăng để xuất gia. Đó là truy tìm sự giải thoát bên ngoài, không phải là phương hướng đúng đắn. Bồ Tát Tịch Căn, do quay về tự tâm, nên về lý đã thể nhập đạo lý bất nhị của tự tánh Tam bảo, và về sự, ngay sáu căn là gốc hư vọng mà thu nhiếp về tánh giác diệu minh, viên thông và trạm nhiên bất động.

Tự tánh Tam bảo là ở một mà thấy nghĩa của ba ngôi báu không khác, gọi là bất nhị. Phật có ba thân là pháp thân, báo thân và ứng hóa thân. Pháp thân Phật là thật tướng vô tướng. Báo thân là trí tướng hiển hiện từ pháp thân. Hóa thân là tùy duyên ứng hiện độ sanh. Tuy là ba gốc trụ, nền tảng vô lậu làm nơi nương tựa cho chúng sanh nhưng thật ra chỉ là một, nói như Trạm Nhiên trong Duy-ma kinh lược sớ: *"Tịch căn tức ba căn vô lậu từ thật tướng tịch diệt sinh ra."*

Hơn nữa, pháp thân là pháp tánh thường trụ, nên cũng gọi là pháp bảo. Tánh của pháp thân là thường tịch quang, tịch mà thường chiếu, do đó, vạn pháp và tánh minh giác không lìa nhau, cảnh và trí tương ưng, nên gọi là tăng bảo. Đây là ở pháp thân mà luận ba nghĩa Tam bảo không khác. *"Lại nữa, trí chiếu tròn sáng là nghĩa của giác, gọi là Phật bảo. Pháp viên chiếu là nghĩa làm khuôn phép, tức là Pháp bảo. Trí báo Phật này cùng lý tương ưng thuận như, tức là Tăng bảo. Đây là ở báo Phật mà luận ba nghĩa. Ở ứng thân mà nói về Tam bảo, thì ứng thân chiếu cơ được thích nghi, cũng là tự giác giác tha, gọi là Phật bảo. Ứng thân vì vật làm khuôn phép là Pháp bảo. Hòa quang độ vật, cùng vật hòa đồng nhau, gọi là Tăng bảo."*[1] Xét như thế, một thân trong ba thân Phật đều có đủ nghĩa Tam Bảo.

Tự tánh Tam Bảo còn có nghĩa là ở Phật, Pháp và Tăng là ba ngôi vị nhưng đồng một thể; nên gọi là không hai. Tịnh tông nói Phật là giác, Pháp là bình đẳng, Tăng là thanh tịnh. Thấy được chỗ tương hợp của ba nghĩa trí giác ngộ, pháp bình đẳng, tâm thanh tịnh mà quy y Tam bảo tức là con đường tu của chúng ta đã có căn bản nương tựa vững chắc. Thiền tông đi trên con đường trí không là Phật, tánh không là Pháp, tâm không là Tăng; cả ba đồng một thể không. Tướng tông thì liễu nghĩa chân như duyên khởi là Phật bảo, thông suốt ba tự tánh biến kế sở chấp, y tha khởi và viên thành thật là Pháp bảo, xả bỏ phân biệt chấp trước là Tăng bảo. Tam bảo nhất thể ở kinh Lăng-già là một chữ Tâm, ở kinh Lăng-nghiêm là tánh giác diệu minh, ở kinh Viên giác là tánh viên giác tròn đầy trạm nhiên bất động, ở kinh Đại Bát Niết-bàn là Phật tánh. Như vậy, nghĩa của Tam bảo chính là chân tâm tự tánh của chúng ta mà nếu ta hiểu thấu là *"ba sự cùng ta đồng một thể"* mà lấy đó làm *"chỗ quy y chân thật"*, tức là quy y tự tánh Phật, *"chẳng cầu ba pháp quy y nơi đâu xa"* thì nhất định *"đời vị lai thân ta sẽ thành tựu ngôi Tam Bảo"* như Kinh Đại Bát Niết-bàn đã thuyết. Tự tánh Tam bảo không tướng, rộng

---

[1] Duy-ma kinh lược sớ - Trạm Nhiên.

lớn bao trùm khắp pháp giới nên kinh văn viết: *Ba ngôi báu ấy đều là tướng vô vi, cũng như hư không.*

Trên là thuyết lý bất nhị của nghĩa Tam bảo mà được an trú trong tự tánh để tu hành, hay trên nhân kiến tánh mà nói quả thành Phật. Danh hiệu Tịch Căn còn có nghĩa là bỏ căn dùng tánh, hay rõ hơn là xả bỏ những nhận thức sai lầm điên đảo của sáu căn, thu thức tánh từ hư vọng trở về chân thể viên giác. Đây chính là hành sự chứng lý, tức là trên nhân thực tu mà nói quả thực chứng. Đó chính là lý sự viên dung xuyên suốt từ nhân đến quả. Điều này nghĩa là ở mắt đối với sắc, không khởi cái biết của mắt hay nhãn thức, ở tai đối với tiếng, không khởi cái biết của tai là nhĩ thức, ở mũi, lưỡi, thân và ý cũng vậy, nói chung là ở căn đối với trần, không khởi cái biết là căn thức. Đó là tu chứng lục căn thanh tịnh, là nghĩa tịch căn vậy. Ở ba ngôi báu mà thấy Phật, Pháp, Tăng không ở đâu xa, mà lưu xuất từ tự tánh của chính mình; cũng vậy, nếu ở tất cả pháp mà thể nhập tạng Như Lai, chẳng khởi sự thấy biết từ căn thức có hai pháp, tức như kinh văn viết: *Tất cả pháp cũng vậy, theo được hạnh ấy là vào pháp môn không hai.*

HÀNH BẤT NHỊ CHỨNG NGÃ KHÔNG

KINH VĂN

Bồ Tát Tâm Vô Ngại nói: Thân, thân diệt là hai. Thân tức là thân diệt. Vì sao? Thấy thật tướng của thân thời không thấy thân và thân diệt. Thân và thân diệt không hai, không khác, theo đó chẳng kinh chẳng sợ là vào pháp môn không hai.

Bồ Tát Thượng Thiện nói: Thân thiện, khẩu thiện, ý thiện là hai. Ba nghiệp này là tướng vô tác. Tướng vô tác của thân tức là tướng vô tác của khẩu, tướng vô tác của khẩu tức là tướng vô tác của ý. Tướng vô tác của ba nghiệp này tức là tướng vô tác của tất cả pháp. Tùy thuận trí tuệ vô tác như thế là vào pháp môn không hai.

> Bồ Tát Phước Điền nói: Làm phước, làm tội, làm bất động là hai. Thật tánh của ba việc làm tức là không; không thời không làm phước, không làm tội, không làm bất động. Ở ba việc làm này mà không khởi là vào pháp môn không hai.

Vị thứ hai mươi ba là Bồ Tát Tâm Vô Ngại, Phạn văn là Apraticakṣu. Danh hiệu Bồ Tát Tâm Vô Ngại (心無閡) chính là mở đầu cho phần chứng nhập đạo lý bất nhị ở các chướng ngại trên đường tu mà các Bồ Tát từ đây sẽ trình bày cho đến phần phát biểu của ngài Văn-thù. Tâm vô ngại là ý nói do trí quán thông suốt ba đế mà thể nhập lý bất nhị ngay ở các chướng ngại trên đường tu.

Thân, thân diệt là hai. Thân và thân diệt là cách nói khác của ngã chấp. Đây là cái thấy biết của phàm nhân, ngoại đạo và nhị thừa. Thân kiến là niềm tin chung của chúng sanh về sự hiện hữu của thân mình, là sự xác quyết của chúng sanh về bản ngã của mình. Từ lúc chào đời cho đến lúc trưởng thành, chúng ta lần lượt nhận ra những thứ quanh ta, thuộc về ta hoặc có liên hệ với ta. Đó chính là quá trình hình thành và củng cố bản ngã. Nói thân tức là sắc tướng. Từ sự nhận biết có hình sắc bên ngoài của người thân, kẻ lạ, của thế giới và mọi người chung quanh mà thân kiến nảy sinh và tăng trưởng. Đó là sắc tướng của thân ta hay sắc ấm, kinh Lăng-nghiêm gọi là vọng tưởng kiên cố đầu tiên, khó vượt qua nhất cho người tu theo Phật. Chúng ta còn sống, không có kinh nghiệm về sự chết, chỉ khi thấy người khác mất nên khởi tưởng có thân diệt. Ngoại đạo và nhị thừa từ quan niệm sai lầm về giải thoát nên tưởng tượng thân diệt là sự dứt bỏ xác thân phàm tục để nhập vào một cảnh giới siêu nhiên hay Niết-bàn tịch diệt. Cái thấy biết phân biệt có thân và thân diệt chung quy là ngã chấp từ thô cạn đến vi tế. Đó chính là phiền não chướng, hay chướng ngại lớn nhất về sự cho hành giả trên đường tu.

Thân tức là thân diệt. Bước đầu sơ quán sẽ nhận ra thân chỉ là chuỗi sanh diệt, chẳng thực có cái gì là thân trong mỗi mỗi sát-na biến đổi. Từ đây mà không lập tức nhận ra thân chưa hề sanh, liền chấp vào nghĩa diệt tận của thân tức là rơi vào hư vô đoạn kiến. Thân là thân tứ đại giả hợp, là thân chúng sanh nhóm họp bởi tứ đại và năm uẩn. Thấy được tứ đại chủng không đến với nhau để tạo nên cái gọi là thân giả hợp, thấy được ngũ uẩn là không thì không thấy có thân. Không thấy có thân nghĩa là thân này chưa từng được sanh ra thì làm sao có diệt. Nghĩa diệt của thân đã không thì Niết-bàn tịch diệt cũng không, vì ngay hiện tướng của thân đã là tịch diệt. Tuy nhiên chúng ta vẫn cứ thấy thân này là thân này. Vì sao? Vì vọng cứ là vọng, không đổi, nên tánh của vọng là như; chỉ khi giác tự tánh ta mới tự rõ biết thân này chính là hóa thân của pháp thân tự tánh. Do đó, nghĩa như của thân hiện tại và nghĩa như của thân tịch diệt bất khả phân biệt, tánh rốt ráo là không; nên kinh văn viết: *thân và thân diệt không hai, không khác.*

Thâm nhập được lý bất nhị của thân và thân diệt tức là không thấy có thân và không thấy có thân diệt. Nếu kiến chấp về thân không còn thì khi thân này còn, ta không bị ràng buộc bởi nó mà sanh phiền não. Người trí khi thân còn, tức biết đó là cái tôi giả tạm, giả ngã nên dùng thân mà tu hành. Chẳng phải như phàm nhân rơi vào đoạn kiến, chấp vào nhân vô ngã, pháp vô ngã mà cho là không có giải thoát. Kinh văn nói *chẳng kinh* là không kinh ngạc, nghi ngờ về tu chứng là nghĩa trên. Do đó mà nói có tu mới có chứng, không tu không chứng là vậy. Tu hành và chứng đắc của Phật và Bồ Tát chính là biểu diễn cho chúng ta học theo. Nếu không còn kiến chấp về thân diệt thì khi thân hiện tại này sắp mất đi, người trí không sanh tâm sợ hãi. Dù cho chưa được giải thoát, ta vẫn kiên trì niềm tin tức Tâm tức Phật mà không ngừng niệm tưởng Phật; đó là đã kết duyên lành với con đường tu đạo giải thoát cho kiếp hóa sanh ở vị lai. Kinh văn nói *chẳng sợ* là nghĩa này.

Bồ Tát Tâm Vô Ngại là do trí quán mà được tâm vô ngại. Danh hiệu này là trên quả mà có tên. Huyền Trang dịch là Bồ Tát Vô Ngại Nhãn (無礙眼); nhãn đây là tuệ nhãn, nên danh hiệu này là trên nhân mà có tên. Riêng Chi Khiêm dịch là Bồ Tát Bất Hủy Căn (不毀根), nghĩa là không phá hủy các căn. Danh hiệu này có được là có lý do sâu xa. Hiểu được chỗ chứng nhập của vị Bồ Tát này thì phá được phiền não chướng, không còn bị hình tướng thân mình khuấy động. Vì thân kiến là căn bản của mọi chấp trước do mắt thấy tai nghe, nên nếu dùng tuệ nhãn nhìn xuyên thủng sắc ấm thì chẳng cần phải đâm thủng tai, chọc mù mắt hay hủy hoại các căn mà vẫn được tự tại vì thực đã nhìn thấu thân tướng ta và mọi hình sắc trên đời vốn thực là không. Do vậy mà có tên Bất Hủy Căn.

Vị thứ hai mươi bốn là Bồ Tát Thượng Thiện (上善), Phạn văn là Bồ Tát Suvinīta, Huyền Trang dịch là Thiện Điều Thuận (善調順), Chi Khiêm dịch là Thiện Đoạn (善斷). Thượng Thiện là lý thiện cao tột. Thiện Điều Thuận là khéo điều chỉnh thuận theo đạo lý. Thiện Đoạn là khéo dứt bỏ cái xấu ác, sai lầm.

Bồ Tát Tâm Vô Ngại quán thông lý bất nhị ở thân và thân diệt, phá ngã chấp, đắc nhân vô ngã. Chúng ta có thể theo đó mà vượt qua ngã tướng, nhưng sự chướng trên đường tu vẫn cần phải khắc phục. Do đó mà Bồ Tát Thượng Thiện tiếp nối phát biểu. Theo nghĩa danh hiệu của vị Bồ Tát này thì ở đây rõ ràng là nói về sự tướng tu hành, vì tu hành là chuyển nghiệp, lấy luật nghi làm nền tảng sửa đổi sức mê của nghiệp lực, là chuyển phàm thành thánh.

Bản dịch này quá ngắn gọn nên hơi khó nhận hiểu: *Thân thiện, khẩu thiện, ý thiện là hai.* Bản dịch của Huyền

Trang ghi rõ hơn: *"Ba loại luật nghi của thân, khẩu, ý, phân biệt là hai."* Cách dịch này làm nổi bật hơn ý nghĩa không có chủ thể tạo tác của hành vi ở ba nghiệp thân, khẩu, ý. Tuy lý đã thông rằng bệnh khổ của chúng sanh không hiệp với thân, cũng chẳng hiệp với tâm, không do nơi tứ đại mà cũng chẳng lìa tứ đại mà có, nhưng về sự cần phải tu tam tịnh nghiệp, nên giới điều, luật nghi là phương tiện hiệu quả nhất để ngăn chặn chúng sanh tạo thêm nghiệp ác. Chẳng phải luật nghi là cái tốt, cái thiện cần phải làm, chẳng phải tạo ra cái thiện để trừ cái ác, mà là dừng hẳn cái ác chính là ý nghĩa thiện, vì không có pháp thiện nào có thể khởi. Do nghĩa này mà thân, khẩu, ý thiện không phải là tướng tạo tác, như kinh văn viết: *Ba nghiệp này là tướng vô tác.*

Đó là nhìn riêng về ba tịnh nghiệp. Nhìn chung, thân, khẩu và ý đều có tạo tác nghiệp riêng nên gọi là khác biệt, nhưng thực ra chỉ do một tâm bất giác vọng động tạo thành nghiệp, như một sức mạnh vô hình khắc nghiệt thúc đẩy có hành vi tạo tác ở thân, khẩu, ý. Triết học và tâm lý học hành vi của phương Tây chỉ có thể đạt đến và ngừng lại ở đây như ý chí mù quáng của Schopenhauer (1788-1860), libido của Sigmund Freud (1856-1939). Như vậy thoạt nhìn thì nghiệp là chủ thể tạo tác sanh tử luân hồi, nhưng thực ra không phải vậy. Nếu giác tự tánh thanh tịnh bất động thì nghiệp như bóng ảnh, không hề có tướng tạo tác. Nói cách khác, nếu giác tự tâm thì sức mê của nghiệp tự tiêu tan như băng giá gặp sức nóng của mặt trời. Trong ba tướng tương tục là thế giới, chúng sanh và nghiệp lực, nếu nghiệp tướng tự tiêu tan, thì tướng thế giới và tướng chúng sanh tự mất. Do đó, ở thân khẩu ý mà thấy được *tướng vô tác của ba nghiệp này tức là tướng vô tác của tất cả pháp.* Trí quán thông đạt được như thế gọi là minh tâm kiến tánh; đây chính là lúc căn bản trí hay trí tuệ bát-nhã vô tri hiện tiền bước vào cửa bất nhị; là nghĩa của kinh văn: *Tùy thuận trí tuệ vô tác như thế là vào pháp môn không hai.*

Vị thứ hai mươi lăm là Bồ Tát Phúc Điền (福田), tên tiếng Phạn là Puṇyakṣtra, Huyền Trang cũng dịch là Phúc Điền, Chi Khiêm dịch là Phúc Độ (福土). Cả hai danh hiệu đều có nghĩa là ruộng phước, là đất lành đầy quả báo phúc đức. Thực ra Bồ Tát Thượng Thiện cũng chỉ mới nói lý dẫn nhập sự. Bồ Tát Phúc Điền mới thực sự ở hành sự mà chứng lý bất nhị. Vì sao? Vì chúng ta vẫn còn thân, vẫn phải đối nhân tiếp vật, mọi hành vi của thân khẩu ý cần thiết phải có chuẩn mực đúng đắn để không tự hại bản thân và không gây hại người. Do đó có sự phân biệt và lựa chọn *làm phước, làm tội, làm bất động là hai*. Sự phân biệt lựa chọn ấy suy cho cùng vẫn chưa vượt qua khỏi cái ngã của chính mình.

Phước hành là những việc làm, lời nói, ý nghĩ thiện lành đưa đến quả báo hưởng phước ở cõi Dục. Tội hành là việc làm, lời nói, ý nghĩ tâm niệm ác độc tổn hại chúng sanh dẫn đến quả báo đau khổ ở ba đường ác. Bất động hành là khởi tưởng bất động của tâm ý mà giữ thân nghiệp, khẩu nghiệp bất động, không nói hay làm việc ác. *"Tội phước hai thứ đều là tác pháp"* (Trạm Nhiên), tức là pháp hữu vi. Nếu quán tận cùng, tội phước đều là tướng vô tác. Nếu chỉ thấy tội phước là tướng tạo tác thì hành giả liền khởi tưởng hạnh bất động vô vi; đó vẫn còn là nhìn chưa xuyên thủng. Vì sao? Vì thân khẩu là sắc pháp, ý là tâm pháp. Thân khẩu động là do tâm ý vọng tưởng, phân biệt, chấp trước. Nói cách khác, sắc pháp động là do tâm vọng. Nhưng thể tánh của tâm chưa hề vọng động mà vốn là như như. Trong tánh Như thì không có động và bất động. Lại nữa, thật tướng của tâm là vô tướng. Trong tướng không thì không hề có một tướng, huống chi là tướng chủ thể tạo tác; nên không có làm thế này là ác, làm thế kia là thiện, cũng không có tướng bất động không làm thiện không làm ác.

Vậy thì trong ứng xử đối nhân tiếp vật, thái độ của chúng ta phải như thế nào? Sinh ra trên đời này là chúng ta ít nhiều cũng dính mắc với người khác, làm sao tháo gỡ khúc mắc đó? Chúng ta chỉ cần hằng thuận chúng sanh theo Phổ Hiền hạnh nguyện là đủ. Tùy thuận chúng sanh, nhậm vận tùy duyên bất biến. Tùy duyên chứ không phan duyên, vì phan duyên là thức, tùy duyên là trí. Tùy duyên là vì chúng sanh, không hề khởi một niệm vì mình nên trong mọi việc làm ở ba nghiệp thân khẩu ý đều thanh tịnh; là nghĩa của câu: *Ở ba việc làm này mà không khởi là vào pháp môn không hai.* Phải dùng trí tuệ vô tác hay trí Bát-nhã vô tri quán thật sâu tướng vô tác của ba nghiệp thân khẩu ý rồi thì khi ứng xử, đối nhân tiếp vật mới có thể không khởi niệm. Do đó mà ở mọi hành vi của thân khẩu ý không hề có chướng ngại.

HÀNH BẤT NHỊ CHỨNG PHÁP KHÔNG

KINH VĂN

Bồ Tát Hoa Nghiêm nói: Do ngã mà khởi ra hai, là hai. Thấy được thật tướng của ngã, thời không khởi ra hai pháp. Nếu không trụ hai pháp thời không có thức. Không có thức là vào pháp môn không hai.

Vị thứ hai mươi sáu là Bồ Tát Hoa Nghiêm (華嚴), Phạn văn là Padmavyūha. Vị này nói: *Do ngã mà khởi ra hai, là hai.* Đây không phải là sự lặp lại ý tưởng chúng sanh mê chấp cái ngã, mà là một kết luận minh xác rõ ràng nguyên nhân của mọi sự phân biệt chấp trước là *do ngã mà khởi ra hai*, nghĩa là có hai tướng: ngã nhận biết và phi ngã được nhận biết. Phi ngã là tướng thế giới và chúng sanh. Đức Phật giảng giải cho tôn giả Phú-lâu-na trong kinh Lăng-nghiêm về tánh giác diệu minh, trong đó chúng sanh vì khởi tưởng có cái ngã năng biết nên thế giới và tướng chúng sanh được thành lập. Tự tánh vốn sáng tỏ, chẳng phải soi sáng được cái gì mới gọi là minh giác; ví như mặt trời soi sáng cả hư không mà chẳng cần có vật gì để soi sáng mới gọi là mặt trời soi sáng. Phải thấy rõ nghĩa của ngã và vô ngã chẳng phải hai, mới biết được phi ngã là không thực có, như chỗ chứng đắc của Bồ Tát Phổ Thủ bên trên. Hay nói cách khác, nếu nghiệp tướng a-lại-da vọng tưởng không khởi thì chuyển tướng thức chấp trước mạt-na và phân biệt ý thức chẳng thành; từ đây mà cảnh trần hiện tướng chẳng có. Lời Bồ Tát Hoa Nghiêm là chuyển tiếp kết nối giữa ngã chấp và pháp chấp.

Chướng ngại lớn của chúng ta trên đường tu học Phật là thấy có ta và người, có chúng sanh và thế giới với đủ mọi tánh tướng đối đãi, tức là từ vô thủy đã *khởi ra hai pháp*. Cội gốc vô minh là vọng tưởng khó nắm bắt. Vì vậy muốn trừ cái gốc vọng tưởng phải bắt đầu từ cắt tỉa ngọn ngành, cành lá của phân biệt và chấp trước, nên kinh văn viết: *Nếu không trụ hai pháp thời không có thức*, nghĩa là phải trừ bỏ cái thấy phân biệt chấp trước có hai tướng ở vạn pháp. Dùng trí bát-nhã nhìn xuyên thấu phân biệt chấp trước thì vọng tưởng tự tiêu, nên Tâm kinh dạy: *"Bồ-đề-tát-đỏa y Bát-nhã Ba-la-mật-đa thời tâm vô quái ngại, vô quái ngại cố vô hữu khủng bố, viễn ly điên đảo mộng tưởng."* Nghĩa là ta nên tu học lục độ, lấy lục độ tự trang nghiêm thân mình chứ không nhận tâm ý thức mê lầm làm tự ngã của mình. Và đó cũng là ý nghĩa của danh hiệu Hoa Nghiêm Bồ Tát; hoa chính là lục độ vạn hạnh làm uy nghi trang nghiêm cho chúng sanh trên đường tu Bồ Tát đạo.

KINH VĂN

Bồ Tát Đức Tạng nói: Có tướng sở đắc là hai. Nếu không có sở đắc thời không có lấy bỏ. Không lấy bỏ là vào pháp môn không hai.

Bồ Tát Nguyệt Thượng nói: Tối, sáng là hai. Không tối, không sáng thời không có hai. Vì sao? Như vào Định diệt thọ tưởng, thời không

> có tối, không có sáng. Tất cả pháp tướng cũng như thế; bình đẳng vào chỗ ấy là vào pháp môn không hai.

Vị thứ hai mươi bảy là Bồ Tát Đức Tạng (德藏), Huyền Trang dịch là Thắng Tạng (勝藏). Đức Tạng hay Thắng Tạng đều chỉ đến tự tâm chính là đức tướng Như Lai, là kho tàng bậc nhất, vốn đầy đủ muôn vàn pháp tướng.

Bồ Tát Đức Tạng nói: *Có tướng sở đắc là hai.* Có tướng sở đắc là cách nói khác của pháp chấp. Pháp chấp không lìa ngã chấp. Nếu thực đã lìa ngã, sẽ chẳng còn thấy ai thủ ai xả. Thánh Đức Thái tử viết: *"Nếu ngã không có tự tánh có thể đắc, thì ai nắm bắt và ai buông bỏ?"* Tướng sở đắc là tướng phi ngã, tức tướng thế giới và chúng sanh. Có tướng sở đắc là ở tướng các pháp mà chấp thực có những đối đãi như sanh diệt, đẹp xấu, thiện ác và khởi tâm tìm cầu hay xa lánh. Điều này làm khởi sinh phiền não. Nếu thấy được các pháp đối đãi đều là hư vọng thì không có gì để đạt lấy hay từ bỏ. *Không lấy bỏ là vào pháp môn không hai.* Hơn nữa, ở pháp không hai thì không có tướng vọng và tướng không vọng, vì tất cả tướng đều là như. Thể nhập tướng như của vạn pháp chính là hiển lộ đức tướng của Như Lai tạng, vốn là nơi lưu xuất vô vàn pháp tướng. Và đó là ý nghĩa của danh hiệu Đức Tạng.

Vị thứ hai mươi tám là Bồ Tát Nguyệt Thượng (月上), Huyền Trang cũng dịch như vậy, Chi Khiêm dịch là Nguyệt Thịnh (月盛). Cái biết mê lầm là thức, cái biết chân thực là trí. Danh hiệu của vị Bồ Tát này chỉ đến cái biết viên mãn đầy đủ công đức của thức tinh nguyên minh. Trạm Nhiên giải thích: *"Nguyệt Thượng, là như mặt trăng tròn đầy trên trời cao chiếu hình xuống khắp các mặt nước. Bồ Tát này trên chiếu lý viên ba đế, dưới ứng vào nước tâm của mười giới, nên gọi là Nguyệt Thượng."* Nguyệt Thượng tượng trưng cho pháp thân hay chân tâm tự tánh soi chiếu khắp pháp giới. Nếu pháp giới đầy khắp sông hồ thì ẩn tàng đáy nước không đâu là không có ánh trăng. Tức là vạn pháp đâu đâu cũng là pháp thân; chúng sanh ai ai cũng có Phật tánh, chỉ vì không tự giác mà oan uổng trôi lăn luân hồi.

Nói soi chiếu là nghĩa của tánh giác diệu minh. Chúng sanh điên đảo lầm chấp, tưởng rằng do mình soi rõ được cái ngoài thân nên thế giới ngoài thân có thực như nó đang là; nghĩa là ta có được tướng sở đắc bên ngoài thông qua cái biết của các căn. Kinh văn nói: *Tối, sáng là hai*; chính là tượng trưng cho tất cả những tánh đối đãi ở các pháp do ý thức mê lầm phân biệt dựng lập mà có. Nếu ở căn thức không khởi phân biệt có hai tánh đối đãi ở các pháp, chính là thể nhập pháp tánh bình đẳng không. *Như vào Định diệt thọ tưởng, thời không có tối, không có sáng*; là dụ cho trừ bỏ ý thức mê lầm mà chứng nhập pháp tướng bình đẳng, tánh nó không hai. Tánh ấy, kinh Lăng-già gọi là *tánh tự tánh không*.

Tối, sáng là hai còn có nghĩa giác và mê khác biệt là hai. Mê thực sự không là mê, chỉ là niệm bất giác. Nếu giác tự tánh thì tánh giác diệu minh vẫn nguyên vẹn, chưa hề bị khuyết, như mặt trăng trên cao vẫn thường soi chiếu, chỉ cần mây mù tan biến thì pháp giới thế gian hiển lộ rõ ràng.

KINH VĂN

Bồ Tát Bảo Ấn Thủ nói: Ưa Niết-bàn, không ưa thế gian là hai. Nếu không ưa Niết-bàn, không chán thế gian thời không có hai. Vì sao? Nếu có buộc thời có mở, nếu không buộc thì nào có cầu mở. Không buộc, không mở, thời không ưa, không chán, đó là vào pháp môn không hai.

Bồ Tát Châu Đảnh Vương nói: Chánh đạo, tà đạo là hai. Ở chánh đạo thời không phân biệt thế nào là tà, thế nào là chánh. Lìa hai môn phân biệt đó là vào pháp môn không hai.

Vị thứ hai mươi chín là Bồ Tát Bảo Ấn Thủ (寶印手), Phạn văn là Ratnamudrāhasta. Trạm Nhiên giải thích danh hiệu này *"là thật tướng bảo ấn để ấn trí quyền thật nên gọi là ấn thủ"*. Vị Bồ Tát này khai mở thật trí nhìn xuyên suốt Niết-bàn và thế gian không hai tướng và khởi dụng quyền trí mà trong sanh tử không ngại tu đạo giải thoát. Được trí tuệ diệu dụng như vậy là nắm trong tay ấn chứng quả vị thành tựu sau này. Chỗ ngộ đạo bất nhị của vị Bồ Tát này khác với chỗ chứng nhập của hai vị Bồ Tát Na-la-diên và Thiện Ý ở bên trên đã nói. Hai vị Bồ Tát này lấy tín giải làm trọng nên trên quả địa thấu suốt tánh tướng bất nhị của thế gian và xuất thế gian, hay của sanh tử và Niết-bàn. Bồ Tát Bảo Ấn Thủ chú trọng ở hành chứng nên trong suốt quá trình tu hành đến chứng đạo đã ngộ lý bất nhị của vọng tâm về tướng sở đắc của các pháp, biểu hiện qua tình thức *ưa Niết-bàn, không ưa thế gian là hai.*

Do phân biệt chấp trước mà chúng sanh khởi tưởng hai tướng thế gian và Niết-bàn là tướng sở đắc. Ở tướng sở đắc, ta lại khởi tâm ưa thích Niết-bàn, chán ghét thế gian mà không biết rằng hai tâm ấy đều là vọng. Vì vọng có sanh tử nên bị sanh tử ràng buộc. Đã có hệ phược tất vọng cầu giải thoát, tức là đã lập thành và nuôi lớn vọng tâm về sở chứng. Đã có vọng tâm về sở chứng thì có tâm ái kiến Niết-bàn, chán lìa thế gian. Pháp chấp lẩn quẩn là vậy. Nếu biết tánh sanh tử và Niết-bàn đều không thì sanh tử không phải là buộc, giải thoát không phải là mở. Vọng tâm chẳng có *thời không ưa, không chán, đó là vào pháp môn không hai.*

Vị thứ ba mươi là Bồ Tát Châu Đảnh Vương (珠頂王), *"ví như viên minh châu trên đảnh của luân vương, là châu ở trên đảnh nên nói là châu đảnh"*.[1] Tên tiếng Phạn của vị này là Maṇikūṭarāja, Huyền Trang dịch là Châu Kế Vương (珠髻 王), dụ cho viên bảo châu trên búi tóc của quân vương. Viên ngọc châu trân quý đó tượng trưng cho vương quyền uy nghi,

---
[1] Trí Viên - Duy-ma kinh lược sớ thùy dụ ký.

dụ cho tâm làm chủ vạn pháp. Nghĩa này rất rõ trong cách dịch của Chi Khiêm là Bồ Tát Tâm Châu Lập (心珠立), vì tâm như viên bảo châu lóng lánh tạo lập muôn vàn màu sắc của vạn pháp, nhưng chẳng sắc màu nào tồn tại ngoài viên bảo châu đó cả.

Trên là Bồ Tát Bảo Ấn Thủ phá pháp sở đắc do vọng tình mà có. Đây là Bồ Tát Châu Đỉnh Vương thực chứng vạn pháp duy tâm tạo ngay trong quá trình tu đạo khi ngài nói: *Chánh đạo, tà đạo là hai*. Hành giả chưa kiến tánh còn hí luận mình là chánh, người khác là tà. Điều này ta thấy rất rõ trong xã hội ngày nay khi các phương tiện truyền thông đang phát triển mạnh mẽ. Đâu đâu cũng có thể nghe người này nói kẻ kia dị giáo. Trí giả kiến tánh không còn thấy có mình thì chẳng cần biện minh mình chánh người tà.

Là tà hay chánh đều do cùng một tâm niệm, vì pháp chẳng thể đắc. Pháp không thể đắc nên không thể dùng lý biện minh được chánh tà. Chỉ có thể nói phân biệt là tà, không phân biệt là chánh; chấp trước là tà, không chấp trước là chánh; vọng tưởng là tà, không vọng tưởng là chánh. Lìa tất cả vọng tưởng, phân biệt chấp trước chính là vào pháp môn không hai. Hơn nữa, nếu thấu hiểu hành phi đạo là Phật đạo, thấy rõ ba cõi là Phật đạo, các chướng ngại trên đường tu và muôn vàn pháp tướng là tướng dụng, là pháp độ mà không ngại hiển lộng chánh tà thì chính ta là vị pháp vương đội trên đầu vương miện đính hạt minh châu soi chiếu toàn vũ trụ vậy.

KINH VĂN

Bồ Tát Nhạo Thật nói: Thực, không thực là hai. Thực thấy còn không thấy thực, huống là không thực thấy. Vì sao? Không phải mắt thịt mà thấy được, chỉ có mắt tuệ mới thấy được. Nhưng mắt tuệ không có thấy mà chỗ nào cũng thấy cả, đó là vào pháp môn không hai.

Vị thứ ba mươi mốt là Bồ Tát Nhạo Thật (樂實), *"là mến trung đạo thật tướng làm tên"*,[1] Phạn văn là Satyanandī. Huyền Trang dịch là Đế Thật (諦實) nghĩa là chân lý, lẽ thật không dối. Chi Khiêm dịch là Thành Lạc Ngưỡng (誠樂仰), là vui thích hướng về sự thực.

Đây là chỗ Bồ Tát chứng pháp không đến tận cùng rốt ráo. Bồ Tát Nhạo Thật quy tất cả pháp về hai phạm trù thực và huyễn. Nếu Bồ Tát quán thật sâu các pháp, chứng được thực tướng vô tướng của các pháp. Đó vẫn còn một tướng không, đối đãi với tướng huyễn, nên kinh văn viết: *Thực, không thực là hai*. Biết rõ ràng trước mắt là huyễn, là không; tức là *thực thấy còn không thấy thực*. Huyễn chính là không, chẳng phải ngoài huyễn có không, là nghĩa sắc tức thị không. Nếu dụng công ra sức tìm không ngoài huyễn tức làm việc hoài công vì cái thực chân chẳng phải là đối tượng sở tri. Các pháp là tướng bất khả đắc; vật ngay trước mắt mà còn không hiểu thấu thì cái không ngay trước mắt làm sao mà đắc? Do đó kinh văn nói: *huống là không thực thấy*. Nhận ra cái huyễn mà chấp thủ nó là huyễn, nếu không rơi vào hư vô đoạn kiến thì cũng giả lập có một tướng không; chẳng biết rằng không tức thị sắc. Sắc và không, thực và huyễn duyên nhau đối đãi không dứt, dẫn ta vào ngõ cụt không lối ra. Do vậy kinh văn không nói thực tướng là gì, chỉ nói: *chỉ có mắt tuệ mới thấy được*. Ở đây ta không cần biện giải nữa, chỉ cần trực nhận chân tâm bản tánh của chính mình. Vì sao? Ví như con mắt chẳng thể tự thấy con mắt, ta không nên điên rồ như chàng Diễn-nhã-đạt-đa chạy tìm đầu mặt của chính mình. Cái thấy của tuệ nhãn ở đây không phải là cái thấy của mắt đối với sắc, mà là chỗ hành chứng của trí Bát-nhã: *không có thấy mà chỗ nào cũng thấy cả*. *Không có thấy*, nghĩa là chẳng có cái thực nào để thấy. *Chỗ nào cũng*

---

[1] Trạm Nhiên - Duy-ma kinh lược sớ.

thấy, nghĩa là quán suốt các huyễn, chẳng thấy cái huyễn nào là huyễn. *Đó là vào pháp môn không hai.*

Tuệ nhãn đó, kinh Phật gọi là Bát-nhã vô tri vô sở bất tri. Bát-nhã vô tri là căn bản trí. Tại sao nói trí đó vô tri? Vì nó không khởi tác dụng. Cảnh giới của nó là như như bất động; trong cái biết đó không mảy may có vọng tưởng, phân biệt, chấp trước. *"Đây là tỏ rõ sự chiếu dụng của diệu trí. Tại sao nói vô tướng vô tri? Vì quả thật có cái tri của vô tướng và có cái chiếu dụng của vô tri rõ ràng. Tại sao vậy? Vì có sở tri thì có sở bất tri, mà chân tâm của bậc thánh vô tri nên chẳng có chỗ bất tri. Tri của bất tri mới được gọi là nhất thiết tri."*[1] Vì có chiếu nên trong nghĩa vô tri bao hàm nghĩa vô sở bất tri. Khi trí Bát-nhã khởi tác dụng, gọi nó là vô sở bất tri. *"Thật trí chứng lý bên trong, ánh sáng tiềm ẩn mà quyền trí luôn luôn hiện ra sự ứng cơ hóa độ bên ngoài. Vì vô tri thì tâm được trống rỗng, tự nhiên đạt đến chiếu soi nhiệm mầu, lấp bít tâm trí thông minh mà sự độc giác lại âm thầm cùng khắp nơi, thành ra chẳng có chỗ bất tri là nghĩa đây vậy."* (Triệu Luận) Cảnh giới đó chính là tịch mà thường chiếu, chiếu mà thường tịch. *"Tịch là một niệm chẳng sanh. Chiếu là rành rẽ, rõ rệt, minh bạch, tỏ tường... Lúc tâm tịch tĩnh bất động bèn chiếu, chẳng phải là không chiếu, chẳng phải hữu ý chiếu, cũng chẳng phải vô ý chiếu, hữu ý và vô ý đều không có, nó vốn sẵn là như vậy... Một tấm gương chiếu rất rõ ràng, rành rẽ; cảnh giới ấy thuộc về quả địa của chư Phật Như Lai."*[2] Khi tâm khởi tác dụng, tùy tâm lượng chúng sanh mà ứng hiện 5 loại mắt (pañca cakṣūṃṣi): nhục nhãn (māṃsa-cakṣus), thiên nhãn (divya-cakṣus), tuệ nhãn (prajñā-cakṣus), pháp nhãn (dharma-

---

[1] Triệu Luận - Tăng Triệu, Hám Sơn đại sư lược giải, Thích Duy Lực Việt dịch, 2002.
[2] Trung Phong Tam Thời Hệ Niệm Pháp Sự Toàn Phần Giảng Ký - Hòa thượng Tịnh Không giảng tại Tịnh tông Học viện Úc châu, tháng 5/2003. Đại lão Hòa thượng Tịnh Không viên tịch ngày 26/7/2022, thọ 96 tuổi.

cakṣus) và Phật nhãn (buddha-cakṣus). Chúng sanh do chấp trước tướng sở đắc của các pháp nên trọn ngày chạy theo, tạo đủ mọi ác nghiệp để chiếm đoạt bằng được. Do đó mới xuất hiện bậc thánh nhân như Khổng tử dạy đạo nhân thừa, mới có chư tăng khuyến khích chúng cư sĩ tu ngũ giới. Đó là có thiện nhục nhãn. Cũng thế, bậc đạo gia như Lão tử dạy đạo vô vi, Phật thuyết thập thiện nghiệp đạo, chúng sanh tu theo có thể sanh vào cõi trời; đó là thiên nhãn dẫn dụ chúng sanh nhập thiên thừa. Chúng sanh có căn cơ cao, tâm lượng sâu hơn, nhưng vì nặng chấp sanh tử nên chư Phật hiện thân thuyết Tứ đế, thập nhị nhân duyên để chúng sanh đó được tuệ nhãn, nhìn thấu bằng trí tuệ, phá ngã chấp chứng nhân không. Hàng Nhị thừa đã đoạn kiến tư phiền não, nhưng trần sa phiền não còn dày đặc nên Phật thuyết thời Phương đẳng và Bát-nhã để các vị này được pháp nhãn của Bồ Tát, thấu suốt tánh không của vạn pháp. Bồ Tát tuy được pháp nhãn thông suốt với các pháp, nhưng vẫn còn chưa tự thấu triệt bản tâm nên Phật thuyết Pháp Hoa, Niết-bàn, chỉ thẳng chân tâm Phật tánh để Bồ Tát được khai thị mà ngộ nhập Phật nhãn không hai.

Nghĩa vô sở bất tri không tách rời nghĩa vô tri. Đó là chỗ khởi dụng của trí Bát-nhã, là chỗ tương ưng của tâm với pháp giới tánh bình đẳng không, và là chỗ hiển lộ thực tướng vô tướng của vạn pháp. Thấy mà như không thấy; chính là nhập pháp tánh. Không thấy mà chỗ nào cũng thấy; chính là hiển lộ trí tuệ vô tướng vậy.

SỰ IM LẶNG VƯỢT TRÊN NGÔN THUYẾT

KINH VĂN

Các Bồ Tát nói như thế rồi, hỏi ngài Văn-thù-sư-lợi rằng: Thế nào là Bồ Tát vào pháp môn không hai?

> Ngài Văn-thù-sư-lợi nói: Như ý tôi đối với tất cả pháp không nói, không rằng, không chỉ, không biết, xa lìa các vấn đáp, đó là vào pháp môn không hai.

Trạm Nhiên chú giải: *"Nếu có bày có nói, tức là khởi sóng thì động tâm thức"*; nếu tâm thức còn động thì chẳng thoát khỏi phân biệt có hai. *"Nếu không bày không nói thì tâm thức không khởi, lìa danh tự mà nhập vào đạo vô ngôn thuyết."* Vì sao? Vì thực tướng vô tướng thì không thể nói năng mô tả, vô sở đắc thì không thể chỉ bày mà hiểu biết được. 31 vị Bồ Tát trước đó đều xuất phát từ sự có hai mà luận không hai. Điểm xuất phát đó là một giả định vì thực sự chẳng có hai. Đã có giả định thì một đôi đối lập sẽ dựng lập tứ cú bách phi.

Tứ cú là bốn trường hợp: có (hữu); không (vô); cũng có cũng không (diệc hữu diệc vô); chẳng phải có chẳng phải không (phi hữu phi vô). Chư Phật, Bồ Tát dùng phương tiện thiện xảo có khi nói là có, như nói Phật tánh là có; có khi nói là không, như nói ngũ uẩn giai không; có khi nói cũng có cũng không, như nói vô minh là thật, cũng không thật; có khi nói phi hữu phi vô, như cách nói của trung đạo.

Chúng sanh đối với tứ cú sanh chấp trước, nên tứ cú xoay vần duyên nhau sanh bách phi tầng tầng lớp lớp. Đạo Sinh nói: *"Các vị Bồ Tát trước, mỗi mỗi đều nói về nghĩa chẳng hai, tựa như có chẳng hai để nói bàn. Nếu có chẳng hai để luận nói, thì lại là đối đãi với hai mà có chẳng hai kia."*[1] Như vậy nghĩa là có nhị và bất nhị. Rồi từ nhị và bất nhị sinh ra phi nhị và phi bất nhị, phi phi nhị, phi phi bất nhị v.v... Đó chẳng phải là tháo gỡ mà càng thêm trói buộc chúng ta vào vòng đối đãi rối rắm. Vòng lẩn quẩn của những đối lập sản sinh vô tận nhấn chìm chúng ta trong ngôn từ biện luận mà không hề biết rằng sự phân hai chỉ là giả danh không thực, do phân biệt chấp trước mà có.

---

[1] Tăng Triệu - Chú Duy-ma kinh.

Sự diệu dụng của Thế Tôn và chư tổ đối với tứ cú là khéo léo kết hợp bốn cửa phương tiện đó, tức tứ cú với bốn tất đàn (siddhānta). Tất (悉) là Hán ngữ, được dùng với nghĩa trùm khắp, phổ biến khắp thảy. Đàn (檀) là phiên âm từ Phạn ngữ dāna (đàn-na), nghĩa là bố thí, ban cho. Tứ tất đàn là bốn pháp thành tựu, được dùng để giáo hóa, bố thí cho hết thảy chúng sanh, giúp vượt qua khổ nạn.

Đó là thế giới tất đàn, vị nhân tất đàn, đối trị tất đàn và đệ nhất nghĩa tất đàn. Thế giới tất đàn là phương tiện tùy thuận thế gian mà thuyết các nghĩa lý mọi người có thể hiểu được, như nói thế gian là vô thường, các pháp là do nhân duyên hòa hợp mà có. Vị nhân tất đàn là phương tiện tùy theo căn cơ nhân duyên của từng chúng sanh mà thuyết pháp, như Thanh văn lấy tứ đế làm phương tiện, Duyên giác lấy thập nhị nhân duyên, Bồ Tát lấy lục độ làm phương tiện. Đối trị tất đàn là phương tiện đối cơ dứt trừ hết thảy phiền não của chúng sanh, như quán bất tịnh trừ tham dâm, hành từ bi trừ sân nộ, tu trí tuệ trừ ngu si. Đệ nhất nghĩa tất-đàn là loại bỏ ngôn từ biện luận, dùng trung đạo bất nhị chỉ thẳng thực tướng các pháp, chính là như Bồ Tát Văn-thù nói: *Đối với tất cả pháp không nói, không rằng, không chỉ, không biết, xa lìa các vấn đáp, đó là vào pháp môn không hai.*

KINH VĂN

Khi đó ngài Văn-thù-sư-lợi hỏi ông Duy-ma-cật rằng: Chúng tôi ai ai cũng nói rồi, đến lượt nhân giả nói thế nào là Bồ Tát vào pháp môn không hai?

Ông Duy-ma-cật im lặng không nói. Ngài Văn-thù-sư-lợi khen rằng: Hay thay! Hay thay! Cho đến không có văn tự ngữ ngôn, đó mới thực là vào pháp môn không hai.

Khi nói phẩm Vào Pháp Môn Không Hai này, trong chúng có năm nghìn Bồ Tát đều vào pháp môn không hai, chứng vô sanh pháp nhẫn.

Đối với giáo pháp này, nếu chúng ta nghe mà hiểu ngay thì gọi là ngộ nhập; nếu nghe mà chưa ngộ thì cần phải tiếp tục thâm nhập kinh tạng, vì Phật pháp là khả thuyết; nếu không thì chúng sanh nương vào đâu mà giải thoát? Kinh Lăng-già viết: *"Ngôn thuyết là vọng tưởng của chúng sanh. Đại Tuệ! Nếu chẳng nói tất cả pháp thì giáo pháp ắt hoại. Giáo pháp hoại thì không có chư Phật, Bồ Tát, Duyên giác, Thanh văn, nếu không thì ai nói và vì ai?"* Lời chư Phật tuyệt nhiên không rơi vào tướng văn tự mà chỉ để hiển nghĩa thâm sâu. Nghĩa hiển thì thuyết lìa. Nói năng đã lìa thì sự im lặng của Duy-ma-cật quả thực là hoàn toàn vượt trên ngôn thuyết, không có gì có thể nói lại hoặc ghi chép, chỉ biết theo kinh văn thì *có năm nghìn Bồ Tát đều vào pháp môn không hai, chứng vô sanh pháp nhẫn.*

CHƯƠNG 10. PHẨM PHẬT HƯƠNG TÍCH

DUYÊN KHỞI

> **KINH VĂN**
>
> Ông Xá-lợi-phất tâm nghĩ rằng: Giờ ăn gần đến, các Bồ Tát đây sẽ thọ thực nơi đâu?

Sau lời tán thán của Văn-thù, chúng ta chờ đợi một biến cố, một sự kiện hay lời thoại nào cao siêu để lý giải sự im lặng dữ dội của ông Duy-ma-cật. Thế nhưng lại xuất hiện tình huống đột ngột đầy kịch tính: đó là khởi niệm của ngài Xá-lợi-phất.

Trong phẩm Bất tư nghị, Xá-lợi-phất khởi tâm thắc mắc về chỗ ngồi của thánh chúng là sự phối hợp để Duy-ma-cật nhận ra mà dẫn đến việc mượn tòa sư tử. Ở đây, khởi niệm của Xá-lợi-phất có ý nghĩa sâu sắc hơn. Duy-ma-cật im lặng là chỗ tột cùng của đạo lý bất nhị, không còn lời để nói, không còn nghĩa để bàn. Pháp hội đang trình bày đến chỗ đạo lý sâu xa nhất mà Xá-lợi-phất bất chợt tưởng đến việc ăn uống hết sức bình thường và có phần dung tục. Đó chẳng phải là ý mong đợi của chúng ta sau sự im lặng của Duy-ma-cật sao? Đó chẳng phải là *cái không phải văn tự ngữ ngôn* như Văn-thù tán thán sao? Chúng ta để ý ở phẩm 6, Xá-lợi-phất nghĩ: *Các Bồ Tát và các hàng đại đệ tử đây sẽ ngồi nơi đâu?* Và ở đây là: *Các Bồ Tát sẽ thọ thực nơi đâu?* Cái tưởng trước là trước khi pháp giải thoát bất tư nghị được khai triển, cái niệm sau là sau khi pháp môn bất nhị hiển lộ. Sự liên hệ đóng mở đó làm nảy bật nghĩa lý rất rõ ràng. Phải thấy cái siêu việt và cái tầm thường không khác biệt, không trước sau, không cao thấp. Chẳng trước là phàm phu, chẳng sau là hiền thánh. Chẳng phải dưới thấp là cõi đời phiền muộn, chẳng phải trên cao là thiên giới bồng lai. Chẳng phải đắc vô sanh mà chẳng cần thọ thực. Từ căn bản này ta mới có thể đi sâu vào phẩm Phật Hương Tích để thấy cõi Chúng Hương và cõi Ta-bà quả thực không hai.

> **KINH VĂN**
>
> **Ông Duy-ma-cật biết ý đó bảo ngay rằng: Phật nói tám món giải thoát, nhân giả đã vâng làm, đâu có xen cái tâm muốn ăn mà nghe pháp ư? Nếu muốn ăn, hãy đợi giây lát, tôi sẽ hiến ngài bữa ăn chưa từng có.**

Tám món giải thoát ở đây là bát bội xả đã nói ở chương 3, phẩm Đệ tử, phần Ca-diếp. Tu bát giải thoát tam-muội tức là tu chánh định. Chúng sanh tu bát giải thoát, coi đó như pháp lành, thức ăn tăng trưởng tuệ mạng, sẽ dứt trừ mọi phiền não, hoặc nghiệp mà được tự tại. Trong ý nghĩa đó, bát giải thoát được gọi chung là giải thoát thực, đại diện chung cho năm loại thức ăn xuất thế gian. Đó là thiền duyệt thực, lấy pháp thiền sanh định, từ định sanh tuệ; là pháp hỷ thực, lấy Phật pháp làm vui tăng trưởng thiện căn; là nguyện thực, lấy độ sanh làm nguyện tu vạn hạnh; là niệm thực, lấy nhớ nghĩ Tam bảo, điều phục tâm ý làm hộ niệm; là giải thoát thực, lấy quả vị Phật làm đích và nhân lục độ vạn hạnh làm phương tiện.

Theo Kinh Tăng nhất A-hàm, trong cửu chủng thực, ngoài năm loại thức ăn xuất thế gian kể trên, còn có bốn loại thức ăn thế gian mà mọi chúng sanh đều tiếp thọ để nuôi lớn mạng căn. Thứ nhất là đoàn thực (揣食), chỉ chung các thức ăn có thể nhai nuốt, nuôi lớn thân xác hay sắc ấm. Chữ đoàn (揣) nghĩa là nhồi, bóp, vò lại thành viên, là cách ăn của người Ấn Độ từ thuở xưa, dùng tay sạch để bốc những viên thức ăn. Loại thức ăn này cũng gọi là đoạn thực (段食) vì khi ăn thì thức ăn phải bị phân cắt ra thành từng phần nhỏ trước khi nuốt vào. Thứ hai là xúc thực (觸食), nghĩa là lấy sự tiếp xúc sáu trần trưởng dưỡng sáu căn, tăng trưởng cảm giác hay thọ ấm phát sanh phiền não. Thứ ba là tư thực (思食), lấy niệm tưởng phân biệt, gia tăng chấp trước lấy bỏ các pháp, nuôi dưỡng tưởng ấm và hành ấm. Thứ tư là thức thực (識食), lấy ba loại đoạn, xúc và tư thực củng cố, làm lớn bản ngã hay thức ấm.

Xá-lợi-phất là bậc thượng thủ đại trí, nghe Phật nói tám món giải thoát và đã vâng làm thì làm gì có chuyện xen cái tâm tạp dục thực, ham muốn đủ thứ mà nghe pháp? Do đó lời quở trách của Duy-ma-cật chỉ là theo lý thường mà nói; không phải là ông không biết tâm ý phối hợp của Xá-lợi-phất, chỉ là để cảnh báo người đời sau, là chính chúng ta. Không nên đem tâm lượng hẹp hòi mà hiểu lầm Xá-lợi-phất. Cũng theo lý lẽ thông thường, nếu ta cho rằng quả thực Xá-lợi-phất có niệm tưởng dung tục về ăn uống thì cũng nên cứu xét hai vấn đề là nhu cầu thọ thực và quy luật của tăng đoàn về việc ăn phi thời. Tất nhiên như vậy sẽ thấy tâm niệm của Xá-lợi-phất là chính đáng và hợp lý. Đến giờ ăn mà thấy đói, muốn ăn là hợp lý. Về luật nghi không ăn quá ngọ, nên đúng giờ mà không có thức ăn thì là sự bất tiện lớn cho đại chúng, không thể không lo ngại.

Như vậy, tâm niệm của Xá-lợi-phất không phải là không chính đáng. Thiết nghĩ Duy-ma-cật cũng thấy niệm tưởng đó là hợp lý và chính đáng khi nói: *Nếu muốn ăn, hãy đợi giây lát, tôi sẽ hiến ngài bữa ăn chưa từng có*; chưa từng có vì bát cơm Hương Tích thơm lừng hương công đức, hương từ bi và hương trí tuệ như chúng ta sẽ thấy ở văn kinh sau. Ở đây chúng ta thấp thoáng thấy phương cách bậc giác ngộ dẫn dụ chúng sanh tu giải thoát; ví dụ như vị trưởng giả trong kinh Pháp Hoa hứa hẹn cho các con ba loại xe dê, xe hươu, xe trâu, hoặc như khi thuyết tứ đế, Phật nói diệt đế trước, đạo đế sau.

Xét cho cùng, khởi tưởng của Xá-lợi-phất là cơ hội cho Duy-ma-cật triển khai phẩm kinh này. La-thập nói: *"Muốn làm cho chúng hội thấy cõi nước thanh tịnh. Vả lại, nhân nơi cơm thơm mà đạt được chủ ý hoằng đạo. Vì thế từ việc ngài Xá-lợi-phất cần thức ăn mà xin cơm ở cõi Hương Tích."*[1] Đó là nhân tố khó nhìn ra; khởi niệm của Xá-lợi-phất là đuốc châm cho lửa trí tuệ của Duy-ma-cật thuyết pháp. Thế giới chúng ta lấy âm thanh làm giáo thể. Cõi Chúng Hương lấy mùi hương để tuyên pháp. Nhân ý khởi mà có lời nói về mùi hương. Ý là thức, lời nói thuộc về căn, mùi hương là trần. Rõ ràng phẩm kinh sắp hiển bày mối tương quan của căn trần thức. Tâm niệm muốn ăn là cảm, bát cơm Hương Tích là ứng. Cảm ứng tương giao thì hiện bày phẩm kinh này. Hay nói cách khác, niệm tưởng của Xá-lợi-phất là phần duyên khởi của phẩm kinh.

Chi Khiêm cũng gọi tên phẩm này là Hương Tích Phật (香積佛), lấy chánh báo làm tên. Do tích đủ công đức và trí tuệ nên thành Phật, nên tên phẩm kinh hàm nghĩa nhân quả tương ưng. Huyền Trang dịch là Hương Đài Phật (香臺佛), nghĩa là pháp thân hiển hiện ngự trên tòa lầu cao ngát hương; là lấy y báo làm tên. Do đó mà thấy nhân quả tương xứng, chánh báo, y báo không hai. Hơn nữa, phẩm trước là Nhập Bất Nhị Pháp Môn là thể. Thể đã ngộ nhập thì liền khởi dụng phát mùi hương tràn đầy vũ trụ tam thiên, cũng như căn bản trí Bát-nhã vô tri đã hiển lộ thì hậu đắc trí Bát-nhã vô sở bất tri soi thấu tam thiên vậy. *"Tông chỉ kinh này nói về hai tuệ, trên đã nói về pháp môn bất nhị tức là thật tuệ, nay luận về xin cơm cõi Hương Tích*

---

[1] Tăng Triệu - Chú Duy-ma kinh.

là phương tiện tuệ. Từ đầu kinh đến phẩm Vào Pháp Môn Bất Nhị là nói về nhân nơi nhị mà vào bất nhị, tức là thâu dụng trở về thể. Từ phẩm này về sau là trình bày việc nhân nơi bất nhị mà có nhị, tức là từ thể khởi dụng. Từ đầu đến cuối, kinh này đều hỏi về bất tư nghị giải thoát. Bất tư nghị giải thoát gồm hai loại: một là, phẩm Pháp Môn Bất Nhị tức là nói về bản bất tư nghị; hai là, phẩm Hương Tích là luận về tích bất tư nghị."*[1]* Hòa thượng Tuệ Sỹ giải thích: "Bản hay căn bản thực chứng, là thực tại được chứng ngộ, mà từ đó mở ra lối đi cho người còn mê muội, đó gọi là tích hay dấu chân. Như vậy, nếu không có căn bản thực chứng thì chẳng thể y vào đâu để mở lối chỉ đường. Nhân bởi lý tính thực chứng mà diễn xuất giáo pháp để hội nhập."[2]

Tóm lại, phần duyên khởi của kinh này gồm hai ý chính: một là, khởi niệm của Xá-lợi-phất là căn bản bất nhị bao hàm đại ý toàn phẩm, và là cơ hội để Duy-ma-cật hiển bày cõi Chúng Hương, mang về bát cơm Hương Tích; hai là, phẩm này tiếp nối phẩm trước là khởi dụng tất nhiên của giải thoát, đồng thời phản ánh kết cấu hết sức chặt chẽ của bản kinh, cũng như là đặc điểm nghệ thuật kịch có sức hấp dẫn mạnh mẽ.

CÕI CHÚNG HƯƠNG

KINH VĂN

Ông Duy-ma-cật liền nhập chánh định, dùng sức thần thông hiện bày cho đại chúng thấy rõ cảnh giới phương trên, qua khỏi 42 số cát sông Hằng cõi Phật có nước tên là Chúng Hương, đức Phật hiệu là Hương Tích nay vẫn hiện tại. Mùi hương ở nước ấy so với mùi hương của trời, người và các cõi Phật ở mười phương nó thơm hơn hết. Nước

---

[1] Duy-ma kinh nghĩa sớ - Cát Tạng.
[2] Tuệ Sỹ - Huyền thoại Duy-ma-cật.

> ấy không có tên Thanh-văn và Bích-chi Phật, chỉ có chúng đại Bồ Tát thanh tịnh được Phật nói pháp cho nghe. Nước ấy tất cả đều dùng chất hương làm lầu các hoa viên, đi kinh hành trên đất hương, mùi hương của cơm lan khắp mười phương vô lượng thế giới.
>
> Lúc đó Phật Hương Tích cùng các Bồ Tát đang ngồi ăn, có các vị thiên tử đồng tên là Hương Nghiêm đều phát tâm Vô thượng chánh đẳng chánh giác, cúng dường Phật và các bồ-tát. Cả đại chúng bên cõi Ta-bà này đều thấy rõ tận mặt.

Kinh Phật thường mô tả cảnh trời rải mưa hoa để tán thán công đức Phật, Bồ Tát hay các bậc tổ sư và hiền thánh. Hương hoa trời tuy thơm ngát nhưng chẳng thể so với hương giải thoát của cõi Chúng Hương. *Mùi hương ở nước ấy so với mùi hương của trời, người và các cõi Phật ở mười phương nó thơm hơn hết.* Hương là cái không nhìn thấy được. Không hình tướng mà thấm đượm, lan toả và xông ướp cả vạn vật muôn loài. Đó là nghĩa của hương pháp thân thị hiện thành muôn vàn hình tướng. Cung điện, lầu các, hoa viên, mặt đất, cây cối, vạn vật trong thế giới Chúng Hương đều làm bằng hương liệu bậc nhất kết tụ bằng công đức của giới, định, tuệ, giải thoát và giải thoát tri kiến, còn gọi là ngũ phần pháp thân hương. Chính ngũ phần hương này đã kết thành cõi y báo là thế giới Chúng Hương. Điều đó rất khó hiểu đối với chúng ta, vì mắt chúng ta chỉ có thể thấy hình sắc, chẳng thể thấy mùi hương.

Thế thì cảnh giới vi diệu của thế giới mùi hương làm sao hiển hiện cho mọi người trong nhà ông Duy-ma-cật thấy được? Chính là do *ông Duy-ma-cật liền nhập chánh định, dùng sức thần thông hiện bày cho đại chúng thấy rõ cảnh giới phương trên, qua khỏi 42 số cát sông Hằng cõi Phật có nước tên là Chúng Hương, đức Phật hiệu là Hương Tích nay vẫn hiện tại.* Chúng ta vì phiền não và vô minh che lấp nên chẳng thể thấy. Chỉ khi nào chúng ta được như Duy-ma-cật, đã từng cúng dường vô lượng các đức Phật, trồng sâu cội lành; đó là công, mà đặng vô sanh pháp nhẫn, biện tài vô ngại, du hí thần thông, chứng các môn tổng trì, đặng sức vô úy, hàng phục ma oán; đó là đức, như đã nói ở phẩm Phương tiện; lúc ấy công đức viên mãn, chứng ngũ phần pháp thân hương thì thế giới mùi hương không chướng ngại liền hiện tiền. Chánh định mà Duy-ma-cật thể nhập đó là định hương vậy. Định hương là tu ba tam-muội không, vô tướng, vô tác, xả ly mọi chấp thủ vọng niệm có hai tướng tịnh uế, thiện ác, hữu vô.

Vì sao phải nhập định? Vì cõi Chúng Hương là quả nên cần khởi dụng định hương làm nhân thì cho dù cõi ấy có xa tít tận phương trên và cách xa vô lượng không gian ta vẫn có thể nhìn thấy ngay trước mắt mà không cần phải ngẩng đầu lên. Vì sao chỉ nói định, mà chẳng nói giới hương, tuệ hương, giải thoát và giải thoát tri kiến hương? Vì cõi Chúng Hương là vô tướng, nên định mới có thể thấy, mặc dù giới hương được xưng tán là vô thượng như:

Hoa chiên-đàn, đà-la,
Hoa sen, hoa vũ quý,
Giữa những hương hoa ấy,
Giới hương là vô thượng.[1]

Giới là chỗ bắt đầu, tuệ là chỗ hoàn thiện giới thể, và giải thoát, giải thoát tri kiến là chỗ thành tựu sau cùng. Hơn nữa, trong mức độ nhất định, có thể nói định có thể giữ giới và sinh tuệ giải thoát. Do vậy mà nói Duy-ma-cật nhập chánh định là biểu pháp đầy đủ cho cả ngũ phần hương vậy.

Sự hiện tiền của cõi Chúng Hương đồng thời là quả tự thọ dụng của Phật Hương Tích và tha thọ dụng cho hàng

---

[1] Kinh Pháp cú, Phẩm Hoa, kệ số 55, Hòa thượng Thích Minh Châu Việt dịch từ tạng Pali.

Bồ Tát cõi nước ấy. Tự tha không hai nên có *Phật Hương Tích cùng các Bồ Tát đang ngồi ăn.* Cõi là y báo, Phật là chánh báo. Y chánh không hai. Hương Tích là tích góp tất cả công đức thành mùi hương duy nhất tối thượng. Vì là duy nhất nên không có khổ, tập, diệt, đạo, cũng không có thập nhị nhân duyên; kinh văn viết là: *Nước ấy không có tên Thanh văn và Bích-chi Phật.* Vì là tối thượng nên chỉ thuần một hương thanh tịnh lan tỏa thấm nhuần vạn vật muôn loài, nên kinh văn viết: *Chỉ có chúng đại Bồ Tát thanh tịnh,* tức hương từ bi, *được Phật nói pháp cho nghe,* tức hương trí tuệ. Y chánh cùng trang nghiêm do lưu xuất từ tâm Bồ-đề nên có hình ảnh các vị thiên tử *cúng dường Phật và các Bồ Tát,* có cùng tên gọi là Hương Nghiêm vì tất cả đều lấy tâm bồ-đề trang nghiêm tự thân làm hương cúng dường.

Chư Phật và Bồ Tát tùy tâm lượng chúng sanh mà thường thị hiện các phương tiện giáo hóa. Thế giới chúng ta và cõi Liên hoa ảnh của Phật A-di-đà đều lấy âm thanh làm giáo thể. Đức Dược sư Lưu ly Quang Như Lai lấy ánh sáng tuyên pháp giáo hóa chúng sanh; chúng ta có thể thấy điều này qua hai lời nguyện đầu tiên trong mười hai đại nguyện của Ngài. Phật Hương Tích ở đây dùng mùi hương trang nghiêm quốc độ, thuyết pháp, làm Phật sự, ngay cả sinh hoạt thường ngày như ăn uống, tất cả đều không hình không tướng, toàn bằng mùi hương. Nghĩa là chúng sanh nơi đó, vốn đều là Bồ Tát, chẳng những có thể thấy, mà còn nghe được, chạm nếm được mùi hương. Đây là một điểm đặc sắc của đoạn kinh văn trên mà ta không thể lướt qua; vì các căn đã viên thông, tai có thể thấy, mắt có thể nghe.

Duy-ma-cật hiển bày cõi nước làm bằng hương liệu; là nghĩa mắt thấy được mùi hương. Văn kinh phía sau nói Phật Hương Tích dùng mùi hương thuyết pháp, chúng Bồ

Tát nghe mà đắc tam-muội; là nghĩa tai nghe được mùi hương. Văn trên có nói: *"kỳ tự hương khí châu lưu thập phương vô lượng thế giới"*, nghĩa là: thức ăn kỳ diệu không hình chất, là hương thơm lan khắp mười phương vô lượng thế giới; là nghĩa lưỡi chạm nếm, ăn được mùi hương. Đây chính là ngay ở căn trần mà giác tự tâm, viên thông tự tánh. Trong hội Lăng-nghiêm, Phật lấy chiếc khăn hoa do trời Kiếp-ba-la cúng dường, và buộc lại thành sáu nút; dụ cho tánh giác diệu minh của chúng sanh chỉ có một, lại bị thắt gút, kẹt nơi căn trần, tức năng kiến và sở kiến, mà thành sáu. Mắt là mắt, không thể là tai. Mũi là mũi, không thể là mắt. Dù cho ta có *"cố gắng biện bạch suốt đời, cũng không thể làm cho sáu nút (tức sáu căn) đổi tên được"* (Kinh Lăng-nghiêm). Phật dạy A-nan: *"Sáu căn của ông thì cũng như vậy; trong thể rốt ráo đồng nhau, sinh ra rốt ráo khác nhau."* Nếu giác tự tâm thì mắt chẳng những không còn dính với sắc, mà còn có thể thấy được mùi hương, lưỡi không còn dính mắc với vị mà còn chạm xúc, ăn nếm được mùi hương, tai chẳng những không còn dính với động tĩnh mà còn nghe được mùi hương mà đắc đại định. Cái diệu của cõi Chúng Hương là như vậy. Hiểu được chỗ này, lập tức *cả đại chúng bên cõi Ta-bà này đều thấy rõ tận mặt* hoạt cảnh Phật Hương Tích đang cùng ngồi ăn với các Bồ Tát, có các thiên tử đang cúng dường thức ăn. Hay nói cách khác, thần biến của Duy-ma-cật tuy khó nghĩ bàn, nhưng thực là có thể thực chứng.

KHỞI DỤNG ĐỘ SANH

KINH VĂN

Khi ấy ông Duy-ma-cật hỏi các Bồ Tát rằng: Thưa các nhân giả, vị nào có thể đến thỉnh cơm của Phật kia được?

Vì nương theo sức oai thần của Văn-thù-sư-lợi mà các vị Bồ Tát

> **thảy đều lặng thinh. Ông Duy-ma-cật nói rằng: Các nhân giả không hổ thẹn sao?**
>
> **Ngài Văn-thù-sư-lợi nói: Chớ nên khinh người chưa học.**

Duy-ma-cật hỏi trong chúng Bồ Tát có ai có thể đến cõi Chúng Hương để xin cơm là có thâm ý. Đối với các vị Bồ Tát đã chứng nhập pháp môn bất nhị, thì đây là dịp hiển lộ cái dụng của chỗ ngộ. Pháp giải thoát bất tư nghị tuy không thể nói năng, không thể chỉ bày nhưng thể đã nhập thì dụng tất nhiên có thể hiển. Ví như ở phẩm Bất tư nghị, do Bồ Tát chứng nhập thực tướng vô tướng mà có thể nhét núi Tu-di vào hạt cải, hoặc do liễu ngộ thể tánh bất động của vạn pháp mà có thể đổ nước bốn biển vào lỗ chân lông mà biển lớn vẫn y nguyên và các loài thủy tộc vẫn không hay biết. Tại sao phải hiển dụng? Vì hiển dụng là khai triển tha thọ dụng để độ thoát chúng sanh, là tánh đức từ bi lưu xuất tự nhiên vô điều kiện từ tự tánh pháp thân.

Không ai trong chúng hội trả lời yêu cầu của Duy-ma-cật. Khuy Cơ, trong Thuyết Vô Cấu Xưng kinh sớ, giải thích sự im lặng đó là *"hiển thị việc các Bồ Tát chẳng bị nhiễm ô đối với thức ăn"*. Chỗ này cũng giải thích Xá-lợi-phất khởi niệm chẳng phải vì cầu thực mà là nhịp nhàng phối hợp để Duy-ma-cật giới thiệu cõi Chúng Hương, như đã nói ở phần duyên khởi bên trên. Văn-thù dùng thần lực khiến các vị Bồ Tát thảy đều lặng thinh, vì theo phép tắc, Duy-ma-cật là chủ nhà nên phải là người mời khách dùng bữa. Hơn nữa, sự im lặng đó còn ngụ ý Văn-thù muốn Duy-ma-cật lần nữa hiển dụng pháp giải thoát bất tư nghị, vì cõi Chúng Hương là cái không thể thấy mà ai ai cũng đều đã thấy thì cơm Hương Tích là cái khó được tất cũng có thể được.

Ý tứ sâu xa này được minh chứng liền ngay khi Duy-ma-cật nói rằng: *Các nhân giả không hổ thẹn sao?* Các ông chẳng hổ thẹn với chính mình khi nãy giờ các ông thay nhau *nói thế nào là Bồ Tát vào pháp môn không hai*, mà bây giờ lại không thể đi vào thế giới mùi hương không hình tướng để xin về bát cơm pháp hương giải thoát để mọi chúng no đủ sao? Hay là các ông đã ngộ bất nhị rồi mà còn chướng ngại xa gần, trên dưới mà không dám *qua cảnh giới phương trên, khỏi 42 số cát sông Hằng cõi Phật*; như vậy chỗ ngộ của các ông chưa phải là đại triệt đại ngộ vì chưa làm được như trí chứng. Hay nói cách khác, hiển được chỗ dụng thì lý thể mới thực sự thông.

Đoạn kinh văn này có sự khác biệt trong bản dịch của Huyền Trang: *"Vì sao ngài (tức Văn-thù) không gia hộ cho đại chúng này để đến nỗi như vậy?"* Câu hỏi trong đoạn kinh văn trên, nhưng theo Huyền Trang dịch lại là hướng vào Văn-thù. Gia hộ là nói ý khuyến khích, giải thích cho hiểu thêm. Như Văn-thù nói pháp không thể nói, không thể chỉ bày, thì chẳng lẽ bỏ mặc chúng sanh không thể tự chứng? Tuy khác biệt nhưng trong cả hai cách dịch thì câu hỏi của Duy-ma-cật đều có cùng một ý tương đồng là cần thiết có sự khởi dụng độ sanh. Vì chỉ khởi dụng tự độ và độ tha thì ta và chúng sanh mới chứng đắc viên mãn, ngoài ra không có cách nào khác.

Từ trí chứng mà khởi dụng thì chẳng những chúng ta mà chính chúng sanh cũng được lợi ích lớn. Do đó mà nói bất nhị chẳng cần nói, chỉ cần thực dụng. Cũng chính vì tính thực tiễn của pháp bất tư nghị mà có câu trả lời của Văn-thù: *Chớ nên khinh người chưa học.* Chưa học ở đây có nghĩa là chưa thấu hiểu hết, chưa lĩnh hội thấu đáo, chưa liễu ngộ. Tuy sự nghi ngờ của Duy-ma-cật rằng hội chúng chưa thực đại triệt đại ngộ vì chưa làm được, nhưng chưa làm được không có nghĩa là không thể làm được. Do đó câu trả lời của Văn-thù nghĩa là chúng sanh chưa được nhưng chắc chắn sẽ được vì tính khả thi, thực dụng của pháp bất tư nghị. Trạm Nhiên viết: *"Nếu có người được giải thoát* bất tư nghị thì đến xin cơm không khó. Người chưa được cũng có nghĩa được, nên chớ khinh." Nếu chưa làm được như trí chứng, không có nghĩa là không làm được, chỉ cần tinh tấn hạ thủ công phu sẽ sớm có ngày lý sự viên mãn. Vì sao? Vì sanh tử sự đại, phải tự thấy mình đang sanh tử, tự thương xót và thực hành pháp vượt tử sanh thì mới có ngày thực chứng vô sanh hay sanh tử là bất nhị.

KINH VĂN

Khi đó ông Duy-ma-cật ngồi yên một chỗ, trước chúng hội hóa ra một vị Bồ Tát tướng tốt rực rỡ, oai đức thù thắng hơn cả đại chúng. Ông bảo vị hóa Bồ Tát ấy rằng: Ông hãy qua cảnh giới phương trên, khỏi 42 số cát sông Hằng cõi Phật, có nước tên là Chúng Hương, Phật hiệu là Hương Tích và các Bồ Tát đang ngồi ăn. Ông qua đó y theo lời tôi mà thưa rằng: Duy-ma-cật xin cúi đầu lễ dưới chân Thế Tôn, cung kính khôn cùng và thăm hỏi Thế Tôn hằng ngày khởi cư ít bệnh, ít não, sức khoẻ được an chăng? Nguyện được món cơm thừa của Thế Tôn đem về cõi Ta-bà làm việc Phật, để cho những người ưa pháp nhỏ được pháp lớn, và để cho tiếng tăm của Như Lai được khắp tất cả.

Kinh Phật tuyệt diệu ở chỗ từng câu từng chữ hết sức đủ nghĩa, không dư cũng không thiếu. *Khi đó ông Duy-ma-cật ngồi yên một chỗ*; là chẳng rời bản tâm, *hóa ra một vị Bồ Tát tướng tốt rực rỡ, oai đức thù thắng*; là trí chứng khởi dụng phương tiện lực thắng diệu. Thính chúng im lặng, chưa thể khởi dụng. Nay Duy-ma biến ra một vị hóa Bồ Tát, là làm gương biểu diễn để chứng minh sự khởi dụng có thể được.

Khởi dụng đó cũng chính là kiến tánh khởi tu. Kiến tánh là thấy được Phật tánh ở chính mình. Phật tánh đó là thật tánh không có hai tánh. Không rời tánh đó mà sửa mình cùng giúp người là khởi tu. Trí đã chứng thì không cần giải thích thế nào là không có hai tánh, chỉ một mực âm thầm đi thẳng tới quả vị Bồ-đề, sự sự vô ngại mà viên thành trí chứng. Đó là không rời tâm vô thượng bồ-đề mà trí chứng khởi bi nguyện. Bi là không quên mình và người cùng bệnh. Nguyện là tự độ và độ tha không hai.

Chẳng rời bản tâm còn có nghĩa là từ chân không đi vào diệu hữu. Do đó có việc pháp thân đại sĩ hóa hiện một thân tướng Bồ Tát đi vào thế giới mùi hương. Hiện đủ loại thân tướng nhưng tướng nào cũng là hóa thân, chẳng phải thân thực; đó là nghĩa vô tướng. Hiện thân làm đủ mọi việc như bay đến quốc độ xa xôi, thăm hỏi Phật, xin cơm mang về, nhưng thực ra thân là huyễn hóa nên không có quốc độ đây, quốc độ kia, chẳng có gặp ai chào hỏi và cũng chẳng có gì là quà cáp mang về; đó là nghĩa vô tác. Đã chẳng có cơm mang về làm Phật sự thì việc độ tận chúng sanh thực ra là không có chúng sanh nào để độ; đó là nghĩa vô nguyện. Tu chứng ba tam-muội này, không, vô tướng, vô tác là đắc định hương, thấy được mùi hương, vốn là không thể thấy được. Hay nói cách khác là diệu hữu chẳng rời chân không.

Từ đó mà có thể biết là việc không rời chỗ ngồi và việc biến hóa ra vị hóa Bồ Tát không rời nhau, là nghĩa pháp thân duy nhất và hóa thân vô số không hai. Hết thảy chúng đều thấy điều kỳ diệu đó, nên kinh văn viết: *trước chúng hội*. Do mọi người đều thấy tận mắt nên có thể tin. Do tin mà có thể làm được; chỗ này giải thích cho vấn đáp giữa Duy-ma-cật và Văn-thù ở đoạn kinh văn trước. Hiểu được thần biến của Duy-ma-cật trước chúng hội ở đây tức là thâu tóm được ý nghĩa của toàn phẩm Bất tư nghị. Pháp giải thoát tuy khó nghĩ bàn nhưng có thể thực thi được. Làm chưa được nhưng nếu nhất định làm, quyết định sẽ được. Còn nếu không thể làm được là do lỗi chúng ta chứ chẳng phải lỗi của Phật, Bồ Tát hay lỗi của ông Duy-ma-cật.

Duy-ma-cật biến ra vị hóa Bồ Tát là pháp thân khởi dụng phương tiện lực thù thắng. Thân thọ sanh lúc trước, chưa kiến tánh, chưa biết thế nào là vào pháp môn bất nhị, thì còn là vọng thân. Nay đã ngộ nhập thì cũng là thân này nhưng đã chuyển thành hóa thân. Do tín giải ở lý mà biết thân này là huyễn. Do hành chứng ở sự mà huyễn tướng thành hóa thân. Không còn thấy có thân mình nên mọi việc làm của thân khẩu ý đều chẳng vì tư dục lợi dưỡng. Cũng do không còn thấy có thân mình mà lấy thân làm công cụ, làm phương tiện thâm nhập thế giới nơi mà mọi thứ đều là hóa hiện của mùi hương; đó là huyễn tướng đi vào diệu hữu của vô tướng.

Để đến được thế giới Chúng Hương, vị hóa Bồ Tát phải *qua cảnh giới phương trên*, nghĩa là có thứ tự từ thấp dưới lên trên cao, và vượt *khỏi 42 số cát sông Hằng cõi Phật*, nghĩa là có cấp độ khác biệt. Điều này có nghĩa tuy là huyễn hóa, nhưng hóa thân Bồ Tát nhất định phải biết lý tuy viên đốn nhưng sự cần tiệm tu.

Mặt khác, sự khác biệt đó chính là vọng tưởng phân biệt cần phải vượt qua. Chúng sanh đoạn dứt được chấp trước, liền vào cảnh giới tứ thánh là Thanh văn, Duyên giác, Bồ Tát và Phật; vẫn còn sự phân biệt. Vọng tưởng phân biệt vẫn còn vi tế khi đã vượt qua hàng Thập tín. Pháp hội Hoa nghiêm có 41 vị Bồ Tát đại biểu cho 41 giai vị hay 41 phẩm vô minh vi tế mà phá được từng phẩm thì chứng được từng phần pháp thân. Đoạn dứt 40 phẩm vô minh trước là vượt qua các hàng Thập trụ, Thập hạnh, Thập hồi hướng và Thập địa, để bước vào giai vị Đẳng giác như Bồ Tát Di-lặc. Đoạn dứt phẩm vô minh thứ 41 cuối cùng thì thành Phật.

Thành Phật thì chẳng thấy mình là Phật, chúng là Bồ Tát, mà thản nhiên cùng ngồi ăn chẳng có phân biệt. Vọng tưởng phân biệt thực sự không còn, chính là đã đến cõi Chúng Hương nên gọi là vượt khỏi 42 số cát sông Hằng cõi Phật.

> **KINH VĂN**
>
> Lúc đó hóa Bồ Tát liền ở trước hội bay lên phương trên, cả đại chúng đều thấy hóa Bồ Tát ấy đi đến nước Chúng Hương lễ dưới chân Phật và nghe tiếng thưa rằng: Duy-ma-cật xin cúi đầu lễ dưới chân Thế Tôn, cung kính khôn cùng và thăm hỏi Thế Tôn hằng ngày khởi cư ít bệnh, ít não, sức khỏe được an chăng? Nguyện được món cơm thừa của Thế Tôn đem về cõi Ta-bà làm việc Phật, để cho những người ưa pháp nhỏ được pháp lớn, và để cho tiếng tăm của Như Lai được khắp tất cả.

Đoạn kinh văn này lặp lại lời dặn dò của Duy-ma-cật với hóa Bồ Tát. Chẳng phải kinh văn có chỗ dư thừa, mà là có dụng ý nhấn mạnh mọi cử chỉ, lời nói và việc làm của hóa Bồ Tát đều chẳng xa rời thế gian. Cung kính thăm hỏi là theo phép tắc của trò đối với thầy. Xin cơm là khất thực. Đem về cõi Ta-bà làm Phật sự là bố thí pháp. Giữ phép tắc, khất thực và pháp thí là những việc hằng ngày của chúng tăng. Tuy nhiên ẩn sau những việc bình thường ấy là chánh định phi thường. Cả đại chúng đều thấy hóa Bồ Tát ấy đi đến nước Chúng Hương là niệm niệm giác tự tâm, vì hóa Bồ Tát là chính mình biến hóa ra. Cúi đầu lễ dưới chân Thế Tôn là niệm niệm cầu pháp. Nghe tiếng vị hóa Bồ Tát nói với Phật Hương Tích là nghe chính tự tánh của mình, vì hóa Bồ Tát là do tự tánh pháp thân ứng hiện, là nghĩa "phản văn, văn tự tánh" trong kinh Lăng-nghiêm; ngay tại tai nghe tiếng mà nhận ra tánh nghe, ngay tại mũi ngửi mùi mà nhận ra tánh biết ở mũi, ngay tại mắt thấy sắc mà nhận ra tánh sáng như ngọc lưu ly của bản tâm. Lại nữa, *"hỏi Như Lai ít bệnh, ít não, nghĩa là tịnh uế tuy khác, nhưng đã thị hiện có thân, thì không thể không có bệnh khổ. Vả lại, chúng sanh bệnh thì Bồ Tát có bệnh, chúng sanh chưa tránh khỏi bệnh, vì thế chẳng thể không bệnh"*[1] Ít bệnh, ít não là xa lìa thân kiến và

---
[1] Cát Tạng - Duy-ma kinh nghĩa sớ.

phiền não làm nhân, và quả là sức khỏe được an. Việc xin cơm thừa là cầu pháp tha thọ dụng để tự độ và độ tha. Chỗ tự thọ dụng cũng là phần tha thọ dụng như đã nói ở phần *Kinh nghiệm bậc thầy* trong chương 8, phẩm Phật đạo. Nếu thỉnh được cơm thơm của cõi Chúng Hương, nếu Phật Hương Tích và các Bồ Tát nơi đó hưởng dụng thế nào thì chúng sanh cõi Ta-bà cũng thọ dụng như thế không khác. Cầu pháp mà được pháp, có thể làm lợi ích cho chúng sanh nhận pháp Phật là pháp tối thượng, nên kinh văn nói: *để cho những người ưa pháp nhỏ được pháp lớn.* La-thập viết: *"Sự ưa thích chẳng cao xa, đều gọi là nhỏ, chẳng phải chỉ riêng Tiểu thừa"*; cao là bản tâm vô tướng bao trùm hư không pháp giới, xa là chẳng phải chỉ có lý mà còn có sự viên dung thì mới đạt tới. Được chỗ cao xa đó tức đạt được bản tâm, là được pháp lớn; tuyệt nhiên kinh văn không có sự phân biệt pháp Đại thừa và Tiểu thừa. Phật sự lưu thông, chúng sanh được pháp, có nghĩa là Phật pháp được truyền thừa rộng sâu, nên nói: *để cho tiếng tăm của Như Lai được khắp tất cả.*

PHÂN THÂN BẤT TƯ NGHỊ

KINH VĂN

Các đại sĩ nước Chúng Hương thấy vị hóa Bồ Tát đều ngợi khen chưa từng có và nghĩ rằng: Thượng nhân này từ đâu mà đến? Cõi Ta-bà ở đâu? Sao gọi là ưa pháp nhỏ? Liền đem việc ấy hỏi Phật.

Phật bảo rằng: Phương dưới, qua khỏi 42 số cát sông Hằng cõi Phật, có cõi nước tên là Ta-bà, Phật hiệu là Thích-ca Mâu-ni, nay hiện tại ở đời ác năm trược vì những chúng sanh ưa pháp nhỏ mà diễn nói đạo giáo. Cõi Ta-bà có Bồ Tát tên Duy-ma-cật ở cảnh giới giải thoát bất khả tư nghị đang nói pháp cho các vị Bồ Tát, nên sai vị hóa Bồ Tát này đến khen ngợi danh hiệu ta và tán thán cõi này để làm cho các Bồ Tát kia được thêm nhiều công đức.

> Các Bồ Tát nước Chúng Hương thưa rằng: Vị đó như thế nào mà biến hiện ra vị hóa Bồ Tát này có đức lực vô úy, thần túc như thế?
>
> **Phật nói:** Thật lớn. Ông thường sai hóa Bồ Tát đi đến khắp mười phương làm việc Phật, lợi ích chúng sanh.

Ngay câu đầu tiên của đoạn kinh văn này đã hàm ý về sự phân thân bất tư nghị. Phân thân bất tư nghị hay hóa thân Bồ Tát đây chính là phần khai triển của trí chứng khởi dụng độ sanh đã nói bên trên. Sự hiện diện của vị hóa Bồ Tát không thể nghĩ bàn nên chúng Bồ Tát cõi Chúng Hương đều ngợi khen chưa từng có. Trong kinh Địa Tạng, Bồ Tát Địa Tạng phân thân thành trăm nghìn muôn ức hình tướng trong mỗi một thế giới của hằng hà sa số thế giới để độ sanh. Bậc pháp thân đại sĩ như Duy-ma-cật thân chứng pháp giải thoát bất tư nghị tất nhiên có thể hiển dụng đại phương tiện lực như thế, một cách tự tại vì pháp pháp chẳng thể ràng buộc được.

Niệm tưởng của Xá-lợi-phất là duyên khởi như đã nói trên, nên sự phân thân hóa hiện của Duy-ma-cật là tùy duyên, không phải là phan duyên. Hành vi do tâm phan duyên là phàm phu. Hóa hiện tùy duyên là do cảm ứng, chẳng phải có tâm hành.

Cõi Chúng Hương là nhất chân pháp giới; toàn thể hình sắc vạn vật đều là mùi hương, chẳng phải là sắc tướng do nhân duyên hòa hợp. Chúng Bồ Tát cõi nước ấy tâm vốn thuần tịnh, nên không có quan niệm về nhân duyên sanh; vì nhân duyên sanh là pháp hữu vi có tướng. Do đó, thắc mắc *Thượng nhân này từ đâu mà đến?* là để hiển rõ nghĩa hóa Bồ Tát không phải do nhân duyên sanh mà do cảm ứng hiện, tuy ứng hiện nhưng thực ra không hề ứng hiện, tuy có đến cõi Chúng Hương nhưng thực là không đến.

Cõi Ta-bà ở đâu? Sao gọi là ưa pháp nhỏ? Vì sao lại hỏi như vậy? Cõi Chúng Hương là nhất chân, hình tướng toàn là mùi hương, có tướng và không tướng chẳng khác. Là nhất chân, nên không có chúng sanh phàm phu, không có nhị thừa, Phật và Bồ Tát bình đẳng cùng ngồi ăn. Mọi phân biệt đều chẳng thể quan niệm. Sướng khổ chẳng hai; nên mới có thắc mắc về cõi Ta-bà, vì nghĩa của Ta-bà là chịu đựng khổ não. Cao thấp, lớn nhỏ cũng chẳng hai, và sự ưa ghét cũng chẳng thể quan niệm được, nên mới có nghi vấn về sự *ưa pháp nhỏ*.

Câu trả lời của Phật Hương Tích nói về cõi nước trước khi nói về Duy-ma-cật, hàm ý nghĩa thâm sâu. Phương dưới qua khỏi 42 số cát sông Hằng, là không gian. Hiện tại là đời ác ngũ trược, là thời gian. Không gian và thời gian ấy có, là do chúng sanh chấp mê pháp hư vọng, không thấy chân tướng của vũ trụ nhân sinh nên có cõi Ta-bà và có Phật, Bồ Tát thị hiện diễn nói đạo pháp. Nói là thuyết trình minh bạch, tường tận không thiếu một chút gì. Nói còn là chỉ thẳng sự thực, không giấu giếm quanh co. Diễn là phô bày, biểu diễn làm gương mẫu, chẳng phải nói suông. Đó là lý sự viên dung, có căn cứ, nền tảng là thế gian đầy ắp sự ô trược, chẳng phải chỉ là chuyện không tưởng như xây dựng quốc độ trên chỗ rỗng không. Do đó mới có đề cập đến cõi Ta-bà và đời ngũ trược.

Cõi Ta-bà (Sahā-lokadhātu) là thế giới chúng ta đang sống, nghĩa là cõi nước đầy sự khổ não chúng sanh phải chịu đựng. Khổ đau ở đây là nhìn từ trí tuệ giác ngộ, không phải theo nhận thức của chúng sinh còn si mê. Nhìn như vậy thì hết thảy chúng sinh trong cõi này không một chúng sinh nào là không chịu khổ, mà trong số đó thì bao trùm tất cả là các nỗi khổ vì sinh già bệnh chết. Những khổ đau đó là sự thực, có thể tự mỗi người nghiệm chứng được, nhưng chỉ vì si mê nên chúng sinh không rõ biết. Và đức Phật đã vì chúng sinh mà giảng nói sự thực này. Sự khổ não chúng sinh kham chịu tuy nhiều nhưng không ngoài ba loại: khổ khổ, hoại khổ, và hành khổ. Khổ khổ là các khổ không ngớt chồng chất lên nhau, là nhận biết, phân biệt có sướng khổ mà càng thêm đau khổ. Hoại khổ là cái khổ sanh ra do chấp trước tướng hoại diệt, sự mất mát cái ta và cái của ta. Hành khổ là cái khổ bởi vọng tưởng có tướng tương tục của vọng tâm và vọng cảnh. Nếu xa lìa ba sự vọng tưởng, phân biệt và chấp trước đó, liền chẳng còn ba thứ khổ trên.

Ngũ trược ác thế là diễn rộng qui mô của phiền não khổ đau đang không ngừng bức bách chúng sanh. Ngũ trược là năm sự xấu ác nhiễm bẩn thế gian, là năm lớp khuấy động, xáo trộn, làm vẩn đục, tạo nên vận kiếp chúng sanh. Đó là kiếp trược, kiến trược, phiền não trược, chúng sanh trược và mạng trược. Kiến trược có chất liệu cấu tạo là năm lợi sử gồm thân kiến, biên kiến, tà kiến, kiến thủ và giới cấm thủ, và lấy sự hiểu biết tà vạy của sáu thức làm tướng. Phiền não trược lấy năm độn sử là tham, sân, si, mạn, nghi làm tự thể, và lấy sự bức bách, xáo động thức tâm làm tướng. Chúng sanh trược lấy ba duyên là duyên cha, duyên mẹ, và nghiệp duyên hòa hợp làm thể, lấy lục đạo luân hồi làm tướng. Mạng trược lấy hơi thở, thân nhiệt và thức tâm làm tự thể, và lấy kỳ hạn thời gian của tuổi thọ làm tướng. Sự bùng cháy không ngừng gia tăng của bốn trược trên làm tự thể tạo nên tướng sanh diệt ô trược của thời gian, gọi là kiếp trược.

Thế nào là trược (濁)? Trược là vẩn đục, hỗn loạn. Tự tâm vốn chân không, bao trùm pháp giới, ta vì nhất niệm vô minh lại sanh chấp tướng không ấy làm hư không, từ hư không sanh sắc tướng, duyên nhau rối loạn sanh tình thức ưa thích, ghét bỏ các tướng; đó chính là pháp nhỏ làm uế trược bản tâm. *Pháp nhỏ* ở đây không có nghĩa là tiểu thừa. *Ưa pháp nhỏ* chính là theo tình thức tạo nghiệp luân hồi.

Tự tâm cũng vốn là trí tuệ vô tướng thường lưu xuất tánh đức từ bi, nên thị hiện thành Phật hiệu là Thích-ca Mâu-ni (Shakyamuni). Thích-ca là năng nhân (能仁), tức tánh đức từ bi thường lưu xuất; Mâu-ni là tịch mặc (寂默), là nghĩa pháp thân thường tịch cùng trí tuệ thường chiếu. Hiện thân của Thế Tôn không thể nghĩ bàn, là phân thân bất tư nghị tối thượng. Kinh Pháp Hoa nói: *"Các đức Phật Thế Tôn chỉ do một đại sự nhân duyên mà hiện ra nơi đời... vì muốn cho chúng sanh khai Phật Tri Kiến để được thanh tịnh mà hiện ra nơi đời, vì muốn chỉ Phật Tri Kiến cho chúng sanh mà hiện ra nơi đời, vì muốn cho chúng sanh tỏ ngộ Phật Tri Kiến mà hiện ra nơi đời, vì muốn cho chúng sanh chứng vào đạo Phật Tri Kiến mà hiện ra nơi đời."* Thích-ca chính là đại phương tiện lực khiến cho chúng sanh được khai, thị, ngộ, nhập tri kiến Phật.

Duy-ma-cật là một minh chứng khác cho sự hiện thân bất tư nghị. Duy-ma-cật ở *cảnh giới giải thoát bất khả tư nghị*; tức là vốn từ tự tánh pháp thân, *đang nói pháp cho các vị Bồ Tát*; nghĩa là thị hiện báo thân *diễn nói đạo giáo*. Pháp mà báo thân Duy-ma-cật đang diễn bày là pháp vô tướng. Vô tướng là không có tướng để thấy, nên có việc Duy-ma-cật hóa hiện vị hóa Bồ Tát đến cõi Chúng Hương khen ngợi công đức của ngũ phần pháp thân hương, hiện hình thế giới mùi hương không có tướng để thấy. Nếu hiểu được chỗ này, thấy được thế giới không hình tướng của mùi hương, nghĩa là chỗ nói của Duy-ma-cật đã phô diễn hết mọi thực dụng hay nói cách khác là chúng ta, cũng giống như các *Bồ Tát kia được thêm nhiều công đức.*

Vậy thì Duy-ma-cật vừa là báo thân, vừa là phương tiện lực đi vào thế giới mùi hương, hay thể nhập vô tướng; cũng giống như Phật Hương Tích, Phật A-di-đà, Phật Dược sư vừa là báo thân, cũng là đại phương tiện lực dẫn dắt chúng sanh nhập pháp tánh. Do đó khi được hỏi về uy lực của vị pháp thân đại sĩ Duy-ma-cật, Phật Hương Tích chẳng ngần ngại nói ngắn gọn: *Thật lớn!* Lớn đến mức không chỗ nào mà không có, như kinh văn viết: *Ông thường sai hóa Bồ Tát đi đến khắp mười phương làm việc Phật, lợi ích chúng sanh.* Hóa hiện khắp mười phương là vô sở bất tại, là nghĩa rộng khắp của khởi dụng độ sanh và sự phân thân bất tư nghị. Tuy phân thân khởi dụng độ sanh có muôn vàn hình tướng, nhưng hóa thân vô số và pháp thân duy nhất quả thực là không hai.

KINH VĂN

Khi đó Phật Hương Tích lấy cái bát ở nước Chúng Hương đựng đầy cơm thơm trao cho hóa Bồ Tát.

Bấy giờ chín trăm vạn Bồ Tát ở nước Chúng Hương đồng thanh thưa rằng: Chúng con muốn đến cõi Ta-bà để cúng dường Phật Thích-ca Mâu-ni và ra mắt ông Duy-ma-cật cùng các hàng Bồ Tát.

Phật bảo: Được, nên đi. Nhưng phải giữ thân hương của các ông, chớ để cho chúng sanh ở cõi kia sanh tâm mê đắm, và phải bỏ hình thể cũ của các ông, chớ để cho những người cầu đạo Bồ Tát ở nước kia phải tự hổ thẹn. Các ông đến cõi Ta-bà chớ đem lòng khinh chê mà tâm có ngại. Vì sao? Mười phương cõi nước đều như hư không, chư Phật vì muốn hóa độ những người ưa pháp nhỏ nên không hiện ra toàn cõi thanh tịnh.

Khi ấy, hóa Bồ Tát đã lãnh bát cơm rồi, cùng với chín trăm vạn Bồ Tát thừa oai thần của Phật và thần lực của ông Duy-ma-cật đang ở nước Chúng Hương bỗng nhiên biến mất, trong khoảnh khắc về đến nhà ông Duy-ma-cật.

Đoạn kinh văn này chính là nói từ pháp thân mà hiện muôn vàn hình tướng. Pháp thân vô tướng và thường trụ với vô lượng công đức nên gọi là Hương Tích Như Lai. Duy-ma-cật bảo hóa Bồ Tát xin cơm là dụ cho cơ cảm của chúng sanh. Có cảm nên có ứng, vì thế có việc *Phật Hương Tích lấy cái bát ở nước Chúng Hương đựng đầy cơm thơm trao* cho hóa Bồ Tát, dụ cho tánh đức từ bi lưu xuất và khai thị pháp vô tướng chỉ có thể thấy được ở hình tướng cơm thơm. *"Đại từ đại bi không phải là cảm xúc cá biệt, dù ở mức độ cao như thế nào. Nó là hóa thân siêu việt của chính bản thân thực tại mà chư Phật và các đại Bồ Tát cùng là một ở đó."*[1] Từ bi đó là sự đáp ứng nguyện vọng được giải thoát của chúng sanh. Cơm thơm ở đây là mượn hình tướng của cơm để chỉ mùi thơm không hình không sắc; là muốn nói thật tướng vô tướng chỉ có thể chứng thực ở thế giới hình tướng với đầy đủ tánh đối đãi như dơ sạch, tịnh uế, đẹp xấu, thiện ác...

Bấy giờ chín trăm vạn Bồ Tát ở nước Chúng Hương... muốn đến cõi Ta-bà tượng trưng cho vô số hóa thân của chư Phật, Bồ Tát đã, đang và sẽ tùy duyên ứng hiện độ sanh như Phương tiện Pháp Hoa hóa thân Bồ Tát Quán Thế Âm; chúng sanh đáng dùng thân nào để được độ thoát, thời hiện thân đó vì chúng sanh nói pháp. Nói pháp gì? Chính là pháp vô tướng vì chúng sanh từ vô thủy đã vọng tưởng, phân biệt chấp trước sâu nặng ở pháp tướng. Cũng do đó mà Phật Hương Tích khuyên các Bồ Tát nên thu nhiếp thân hương và ẩn giấu hình thể. Tuy rằng Phật nói với các Bồ Tát mà thực ra là cảnh giác chúng ta không nên mê muội trước cảnh trần. Mê đắm chạy theo hay chán ghét xa lìa sắc tướng đều là bám chấp nơi tướng. Hổ thẹn hay ngạo mạn, khinh chê hay quý trọng đều do phân biệt mà sanh. Dù do chấp trước hay do phân biệt cũng đều là chướng ngại cả. Tại sao ta phải tự gây phiền não chướng ngại mình bằng sự khinh chê phê phán mà không học theo Bồ Tát Thường Bất Khinh gặp ai cũng cung kính?

Do đó mà biết rằng *chư Phật vì muốn hóa độ những người ưa pháp nhỏ*, là chúng ta ưa thích phân biệt chấp trước, nên hóa thân vô số ở thế gian này. Thế gian này là

---

[1] Sangharakshita - Teachings of Vimalakīrti.

y báo, chúng ta là chánh báo. Y báo do chánh báo mà có, là do duy thức sở biến; nhưng nếu đi tới cùng cực thì thể tánh của thức vốn không. Không chẳng phải là không có, mà là có bình đẳng như hư không, nên kinh văn nói: *mười phương cõi nước đều như hư không*. Do tâm bình đẳng nên sự phân thân thị hiện của chư Phật, Bồ Tát không hề có chướng ngại: muốn lớn có lớn, muốn nhỏ có nhỏ, muốn tịnh có tịnh, muốn uế có uế, muốn cao thượng thì làm cao thượng, muốn hèn hạ thì làm hèn hạ; tất cả chỉ vì mục đích duy nhất là độ thoát hết thảy chúng sanh.

Đó chính là nhất niệm tự tánh biến khắp pháp giới. Mê là duy thức sở biến. Giác là duy tâm sở hiện. Không phải một, cũng chẳng phải khác. Chín trăm vạn Bồ Tát cõi Chúng Hương đến cõi Ta-bà để đảnh lễ và cúng dường Phật Thích-ca Mâu-ni, là biểu hiện lòng tôn sư và ra mắt ông Duy-ma-cật cùng các hàng Bồ Tát, là tượng trưng cho tâm trọng đạo, cầu thiện tri thức. Các vị ấy thu nhiếp thân hương và ẩn giấu hình thể mà đến cõi Ta-bà bằng phương tiện hóa thân, giống như hóa Bồ Tát Duy-ma-cật. Tất cả đều *thừa oai thần của Phật*, là dụ cho căn bản trí và *nhờ thần lực của ông Duy-ma-cật*, là dụ cho hậu đắc trí, *bỗng nhiên biến mất, trong khoảnh khắc về đến nhà ông Duy-ma-cật*, nghĩa là nhất niệm tự tánh biến khắp pháp giới hay là lý duy tâm sở hiện. Vì vậy, sự khởi dụng phân thân bất tư nghị có được nhất định phải nhờ hội đủ trí tuệ Bát-nhã vô tri vô sở bất tri vậy.

Pháp thân chẳng những thị hiện hóa thân mà còn hiện ra cõi nước, vì mười pháp giới không ngoài một tâm niệm. Cõi nước từ thanh tịnh pháp thân mà có, y chánh thảy trang nghiêm, nên mười phương các cõi đều bình đẳng không hai. Chẳng phải chỉ có cõi Ta-bà là ô trược, cõi Chúng Hương là thanh tịnh. Ngay từ cuối phẩm đầu Phật quốc, chẳng phải Thế Tôn đã ấn ngón chân xuống đất để hiển lộ bản chất cực hoàn hảo của thế giới này sao? Trong ý nghĩa này, chúng ta có thể hiểu chính tự tánh chân tâm diệu giác của chính mình mới là tính quyết định của thế giới này:

妙本虛無日日誇，
和風吹起遍沙婆。
人人盡識無為樂，
若得無為始是家。

Diệu bản hư vô nhật nhật khoa,
Hòa phong xuy khởi biến Ta-bà.
Nhân nhân tận thức vô vi lạc,
Nhược đắc vô vi thủy thị gia.

Gốc diệu hư không tự sáng là,
Gió hòa thổi dậy khắp Ta-bà.
Người người nhận biết vô vi lạc,
Nếu được vô vi mới là nhà.[1]

BÁT CƠM HƯƠNG TÍCH

KINH VĂN

Lúc ấy, ông Duy-ma-cật hóa ra chín trăm vạn tòa Sư tử trang nghiêm tốt đẹp như trước, các Bồ Tát đều đến ngồi nơi tòa ấy. Hóa Bồ Tát liền đem cái bát đựng đầy cơm thơm dâng lên cho ông Duy-ma-cật, mùi thơm xông khắp thành Tỳ-da-ly và cõi tam thiên đại thiên thế giới.

Lúc đó trong thành Tỳ-da-ly, các bà-la-môn, cư sĩ nghe mùi hương này, thân tâm thư thới, ngợi khen chưa từng có. Khi ấy, trưởng giả chủ Nguyệt Cái đem theo tám vạn bốn nghìn người đi đến nhà ông Duy-ma-cật, thấy trong nhà các Bồ Tát rất đông và những tòa Sư tử cao rộng trang nghiêm ai nấy thảy đều vui mừng, đảnh lễ các Bồ Tát và đại đệ tử rồi đứng qua một phía. Các vị thần ở đất, thần ở hư không và các vị trời ở cõi Dục, cõi Sắc nghe mùi thơm này cùng đều đến nhà ông Duy-ma-cật.

---

[1] Cảm hoài (感懷) - Thiền sư Chân Không (1045-1100).

Ở phẩm Bất tư nghị, Duy-ma-cật thỉnh ba vạn hai ngàn tòa Sư tử từ cõi nước Tu-di tướng. Chỉ có Bồ Tát Văn-thù và các pháp thân đại sĩ hàng thập địa và đẳng giác đã thể nhập pháp tánh bình đẳng mới tự tại an vị. Các vị Bồ Tát, từ thất địa đến cửu địa, đã chứng pháp vô sanh và còn tiến tu từng bước vào pháp giới nhất như, nên phải biến hiện thân cao bằng tòa ngồi mới có thể đăng tòa. Các vị Bồ Tát từ địa thứ sáu trở xuống hàng sơ phát tâm, chỉ mới chứng được tâm vọng tưởng a-lại-da, nên cần đảnh lễ Phật Tu-di Đăng vương, tức an trụ nơi tự tánh, mới có thể ngồi tòa.

Ở đây các Bồ Tát nước Chúng Hương đã kiềm giữ thân hương và ẩn giấu hình thể cũ, đến cõi Ta-bà trong hình tướng con người để phù hợp với chúng sanh. Nói rõ hơn là các ngài đến nhà ông Duy-ma-cật bằng hóa thân từ pháp thân vô tướng nên không hề ngăn ngại đều đến ngồi nơi tòa ấy. Thính chúng ngồi tòa trước kia cần thiết phải có tâm tương ưng tự tánh. Các Bồ Tát mới đến ngồi tòa là do lưu xuất từ tự tánh pháp thân nên cứ tự nhiên mà ngồi. Chỗ ngồi của các ngài cũng không thật vì do Duy-ma-cật biến hóa ra. Bồ Tát hóa hiện ngồi tòa huyễn hóa. Chúng ta lưu ý đạo lý sâu xa ở đây là chẳng gì là thật có. Ba vạn hai ngàn tòa có trước đó mà Duy-ma-cật thỉnh về vốn có sẵn từ cõi Tu-di tướng, là tướng thường trụ của trí tuệ vô tướng; và chính vì vô tướng nên có thể đặt để trong căn thất của Duy-ma-cật mà không ngăn ngại. Chín trăm vạn tòa mới có là huyễn hóa nên cũng không có chướng ngại về không gian. Chúng ta nên quán xét kỹ chỗ này mới thấy diệu nghĩa bất nhị của cái chân thật và cái huyễn hóa nằm trong câu kinh văn: *Duy-ma-cật hóa ra chín trăm vạn tòa sư tử trang nghiêm tốt đẹp như trước.*

Vở kịch chúng ta đang xem diễn ra tại nhà ông Duy-ma-cật trong bầu không khí đầy nhộn nhịp và hưng phấn. Hóa Bồ Tát trao bát cơm Hương Tích dậy mùi thơm lừng tỏa khắp thành Tỳ-da-ly và vào khắp vũ trụ. Duy-ma-cật tiếp nhận bát cơm như là pháp phương tiện để lát nữa đây sẽ phân phát cho hội chúng. Mùi cơm thơm tỏa chính là diệu lực của hương pháp bắt đầu tác dụng chẳng những đối với con người ở thế giới này mà cả với chúng sanh trong mười phương thế giới. Các bà-la-môn, cư sĩ nghe mùi hương này, thân tâm thư thới, ngợi khen chưa từng có. Lúc bấy giờ, vị trưởng giả chủ Nguyệt Cái đem theo tám vạn bốn nghìn người đi đến nhà ông Duy-ma-cật; con số này tượng trưng cho 84.000 bệnh phiền não của chúng sanh. Còn có nhiều người khác là người có duyên đáng được độ, như kinh Phật có câu: "Phật hóa hữu duyên nhân." Chúng ta được mang thân người, là một duyên lành lớn. Chúng ta lại nghe, tin và hiểu Phật pháp, dù cho ở mức độ kém nhất, là do có thiện căn từ bao đời. Sao lại hoang phí khoảng đời còn lại mà không chịu buông xuống giấc mộng điên đảo lâu nay? Hãy tự thương xót mình trước khi rỗng tuếch xưng tán từ bi của Phật, Bồ Tát trong khi mình thực sự không hiểu đó là gì.

Những người khác có duyên đó là các thần đất, thần hư không, các vị trời cõi Dục và cõi Sắc giới. Thần đất đại biểu cho chấp tướng có. Thần hư không chấp tướng không. Trời Dục giới chấp tướng lục trần do ngửi mùi hương mà đến, không biết rằng bị dẫn dụ bởi pháp phương tiện. Trời Sắc giới đã xa lìa ngũ dục, ngũ căn có phần thanh tịnh hơn, chỉ có sắc chất thanh tịnh của thân và cảnh, tuy không có tỷ thức nhưng cũng đến vì nhờ có định mà biết có mùi thơm. Dục giới có đủ ba loại khổ đã nói bên trên. Sắc giới đã đoạn dục, không còn khổ khổ, chỉ có hoại khổ và hành khổ, vì họ đã chế ngự được phiền não, không phải là đã đoạn hẳn. Chúng sanh cõi Vô sắc đã tiêu trừ sắc ấm, không có thân tướng, chỉ còn hành khổ. Tuy sắc ấm đã hết, chỉ còn thọ, tưởng, hành và thức uẩn, nhưng tướng vi tế vẫn còn, chính là hành tướng của thức. Trời Vô sắc không có khổ vui, nhưng niệm niệm lưu chuyển biến diệt nên gọi là hành. Kinh văn có nói đến thần hư không, tuy hàm ý có chúng sanh cõi Vô sắc, nhưng sự có mặt của trời Vô sắc không đề cập rõ, là vì họ không có thân tướng. Cho dù họ có mặt, cũng chẳng ai thấy. Hơn nữa, họ có mặt hay không, là không quan trọng bởi vì đối cơ để Duy-ma-cật trao cơm thơm là chúng sanh chấp tướng sâu nặng; chính là chúng ta.

> ## KINH VĂN
>
> Bấy giờ ông Duy-ma-cật bảo ông Xá-lợi-phất cùng các vị đại Thanh văn rằng: Này các nhân giả, dùng cơm vị cam lộ của Như Lai do đại bi huân tập, đừng đem ý có hạn lượng mà ăn thời không tiêu được.
>
> Có các Thanh văn khác nghĩ rằng: Cơm này ít lắm mà đại chúng người nào cũng phải ăn!
>
> Hóa Bồ Tát nói: Chớ đem trí hẹp đức nhỏ của Thanh văn mà đo lường phúc tuệ vô lượng của Như Lai. Bốn bể còn có thể cạn, chớ cơm này không khi nào hết. Dẫu cho tất cả ngươi đều ăn mỗi vắt lớn như núi Tu-di cho đến một kiếp cũng không hết được. Vì sao? Vì là món ăn dư của đấng đầy đủ công đức vô tận, giới, định, tuệ, giải thoát, giải thoát tri kiến, không bao giờ hết được.

Trước tiên, *Duy-ma-cật bảo ông Xá-lợi-phất cùng các vị đại Thanh văn* là do rõ biết căn cơ của họ. Đại Thanh văn là các đệ tử của Phật đã chứng thánh quả nhưng còn ngăn ngại đối với pháp Đại thừa vì không hiểu thấu nên không dám chạm đến bát cơm. Tuy nhiên, trong số họ vẫn có những vị không muốn thủ chứng Niết-bàn thiên không mà phát đại tâm vào Bồ Tát thừa, gọi là hồi tâm đại A-la-hán. Do khuyến khích các vị thánh còn ngăn ngại và các vị thánh phát tâm Bồ Tát nên có lời căn dặn trước của Duy-ma-cật.

Cam lộ (Hán: 甘露; Phạn: Amṛta), kinh sách Vệ-đà xưa nói đó là rượu trời uống vào được trường sinh bất tử. Trong Phật pháp, cam lộ là nước hạt sương thơm ngọt dịu mát, ví cho pháp giải thoát tiêu trừ phiền não và vì do nghĩa bất tử nên cam lộ còn ví cho Niết-bàn. *"Niết-bàn gọi là cam lộ, người ăn cơm này ắt sẽ được Niết-bàn. Đây là trong nhân nói quả."* (Cát Tạng). Pháp giải thoát, tức cơm vị cam lộ của Như Lai do đại bi huân tập. Phật là con người thật như chúng ta, đã tu chứng pháp giải thoát, và khi nhìn lại chúng sanh, Ngài hết sức ngạc nhiên vì *"tất cả chúng sanh đều có trí tuệ và đức tướng của Như Lai, chỉ vì vọng tưởng điên đảo mà không thể chứng."* (Kinh Hoa Nghiêm) Do đó Phật khởi đại bi, hiển đại trí mà chuyển pháp luân. Đại bi là đáp ứng tâm mong cầu của chúng sanh được giải thoát khỏi mọi phiền não. Đại trí là chỉ bày vô vàn phương tiện pháp môn ứng với vô lượng căn cơ của chúng sanh. Vì thế nếu chúng ta tiếp nhận pháp Phật với nhân là tâm ý thức hạn hẹp cạn cợt như mắt nhìn của người mù thì quả là không ngoài sự tối đen. Nếu ta dùng tâm sanh diệt cầu quả Niết-bàn thì Niết-bàn kia cũng là vọng tưởng. Thọ dụng bát cơm Hương Tích cũng như thế; *đừng đem ý có hạn lượng mà ăn thời không tiêu được.* Ý có hạn lượng chính là tâm phân biệt chấp trước có sanh có diệt, có cao có thấp, là tâm ý bị đóng khung trong ba thời quá khứ, hiện tại, vị lai, là tâm phan duyên với bốn tướng ngã, nhân, chúng sanh và thọ giả. Tâm ý hạn hẹp như vậy không khác với phàm phu, nên kinh văn ngụ ý khi nói: *Có các Thanh văn khác nghĩ rằng: Cơm này ít lắm mà đại chúng người nào cũng phải ăn!*

Các Thanh văn khác đây là các vị đệ tử chưa chứng quả, vẫn còn so đo tính toán như phàm phu. Nhân họ có niệm tưởng hạ liệt như thế, hóa Bồ Tát nói rõ ý nghĩa của bát cơm thơm. Ta lưu ý ở đây người nói là hóa Bồ Tát, không phải là Duy-ma-cật; vì pháp thân thì không nói, hóa thân mới có nói. Vì sao? Vì pháp thân vô tướng nên không nói, không làm, không đi, không đến, chỉ có hóa thân đi khắp mười phương, làm đủ mọi việc, nói đủ mọi lời lợi ích chúng sanh.

Hóa Bồ Tát nói gì về cơm thơm? Chỉ ngắn gọn là: *phúc*

tuệ vô lượng của Như Lai. Phúc tuệ đây không nói về Phật, mà nói về chúng ta. Tự tánh Phật là trí tuệ quang minh vô lượng mà chúng sanh đã mê mất. Chư Phật đích thực thân chứng điều này là pháp giải thoát, vì chúng ta mà diễn nói. Đó là phúc vô lượng của chính ta mà lại không tự biết, chẳng phải là đáng thương sao? Là phúc tuệ vô lượng như thế thì làm sao mà hết? Hơn nữa, cơm thơm vốn là mùi hương không hình tướng để thấy, là pháp vô tướng. Vì vô tướng nên vô tận. Cái có hình tướng dù có rộng lớn đến đâu như bốn bể còn có thể cạn, chứ cơm này không phải là hạt gạo có thể thấy được thì làm sao có chuyện tận. Một tầng ý nghĩa sâu hơn có thể chỉ ra được là cơm thơm này huân kết *đầy đủ công đức vô tận, giới, định, tuệ, giải thoát, giải thoát tri kiến* của tự thân Phật trải qua ba a-tăng-kỳ kiếp. Năm phần pháp thân hương là nhân vô lượng không thể nghĩ bàn, thì cơm thơm là quả quảng bá vô tận. Năm phần pháp thân hương là công, cơm thơm là đức. Công là vô lượng thì đức vô cùng tận vậy. *"Năm thân là chánh quả, cơm thơm là y báo. Vì chánh quả vô tận nên y báo cũng vô tận. Vả lại, năm thân là bản, cơm thơm là tích; bản đã vô tận thì tích chẳng cùng."* (Cát Tạng) Năm phần công đức ấy Phật tự thọ dụng, cũng là chỗ tha thọ dụng cho chúng sanh nương vào mà được giải thoát, nên kinh văn gọi bát cơm thơm là *món ăn dư* của Như Lai. Tự tha không hai, chẳng phải mình dùng đủ rồi, phần còn lại gọi là dư; ta nên thấu hiểu nghĩa bất nhị ở đây: tự thọ dụng vô hạn thì tha thọ dụng cũng không tận cùng.

KINH VĂN

Khi đó, với bát cơm ấy chúng hội đều no đủ mà cũng vẫn còn. Các Bồ Tát, Thanh văn, trời, người ăn cơm đó rồi thân thể nhẹ nhàng vui vẻ ví như các Bồ Tát ở cõi nước Nhất thiết Lạc Trang nghiêm, và các lỗ chân lông thoảng ra mùi hương bát ngát cũng như mùi hương các cây ở cõi nước Chúng Hương.

Do nghĩa vô cùng tận như trên nên sau khi hội chúng thọ thực xong, bát cơm Hương Tích vẫn còn. Cơm không hết là nghĩa pháp giải thoát còn trụ mãi khi nào còn chúng sanh. Nhưng chúng sanh có bao giờ tận? Vì sao? Vì cái mê không thật nên không có chuyện tận hay không tận. Hiểu được nghĩa này lập tức thông suốt nghĩa giải thoát, như vua Trần Nhân Tông (1258-1308), sơ tổ thiền phái Trúc Lâm nước ta, nhẹ nhỏm thở phào buông bỏ vạn duyên trong cảm hứng:

誰縛更將求解脫,
不凡何必覓神仙。
猿閑馬倦人應老,
依舊雲庄一榻禪。

Thùy phược cánh tương cầu giải thoát,
Bất phàm, hà tất mịch thần tiên.
Viên nhàn, mã quyện, nhân ưng lão,
Y cựu vân trang nhất tháp thiền.[1]

Ai trói buộc đâu, cầu giải thoát,
Không phàm sao phải kiếm thần tiên.
Vượn nhàn, ngựa mỏi, người thêm lão,
Về lại am mây, một tháp thiền.

Sự giải thoát bình đẳng như nhau; chẳng phải là Bồ Tát giải thoát vào trung đạo, Thanh văn giải thoát nhập Niết-bàn, trời giải thoát phát tâm Bồ Tát hay người giải thoát khỏi cõi này sanh lên cõi trời. Tuy sự tướng là như vậy, nhưng thực nghĩa chính là một giải thoát tức tất cả giải thoát, tất cả giải thoát tức một giải thoát. Đây là tự tánh giải thoát vậy. *Các Bồ Tát, Thanh văn, trời, người ăn cơm đó rồi thân thể nhẹ nhàng vui vẻ*; là sự giải thoát nằm ngay tự tâm chúng ta: buông xuống vạn duyên thì tâm an thân lạc, cho dù trời, người, Thanh văn hay Bồ Tát cũng

---

[1] Sơn phòng mạn hứng, bài 1 (山房漫興其一), Thơ văn Lý Trần (tập II), NXB Khoa học xã hội, 1988.

đều như nhau, không khác *các Bồ Tát ở cõi nước Nhất thiết Lạc Trang Nghiêm*. Chúng ta chú ý tên cõi nước ở đây bao hàm ý nghĩa một cõi Phật tức tất cả cõi Phật không khác. Nhân bình đẳng thì quả cũng bình đẳng. Chẳng cần biết là quỷ thần, trời hay người, tại gia hay xuất gia, phàm phu hay thánh nhân, chỉ cần buông xuống sạch sẽ vọng tưởng, phân biệt, chấp trước, tức thời cảnh giới chung quanh trở thành Phật quốc thanh tịnh.

Câu văn kinh cuối là kết luận cho đoạn kinh hết sức súc tích bên trên. Các lỗ chân lông là phần nhỏ nhất của thân thể, tức chánh báo. Thấy được thân thể chánh báo là vô tướng, như kinh văn viết: *các lỗ chân lông thoảng ra mùi hương bát ngát*, tức là thấy được mười pháp giới y báo chẳng thật là mười pháp giới. Mười pháp giới từ tâm tưởng sanh, tuy là như thị, không thể khác, nhưng cũng do nghĩa như mà thanh tịnh bình đẳng, đều là nhất chân pháp giới. Lục đạo luân hồi là nhất chân. Tứ thánh pháp giới cũng là nhất chân. Một lỗ chân lông là nhất chân. Khắp hư không pháp giới cũng là nhất chân, không hề có khác biệt. Mùi hương vô tướng thoát ra từ lỗ chân lông không hề khác mùi hương của cõi Chúng Hương là vậy. Đây chính là lợi ích chân thật của bát cơm Hương Tích mà hóa Bồ Tát thỉnh về cõi Ta-bà này; chẳng phải cơm Hương Tích chỉ có nghĩa chung chung là hương từ bi, là pháp hỷ thực, là thiền duyệt thực, là pháp Đại thừa vượt trội Tiểu thừa. Tất cả điều đó là những nghĩa mà chúng ta cứ bám chặt vào, cũng giống như ta chỉ ngửi được chứ không thực thấy được mùi hương.

PHƯƠNG TIỆN THIỆN XẢO

> **KINH VĂN**
>
> Bấy giờ ông Duy-ma-cật hỏi các vị Bồ Tát ở nước Chúng Hương rằng: Phật Hương Tích lấy chi để nói pháp?
>
> Các Bồ Tát kia đáp: Phật cõi tôi không dùng văn tự để nói, chỉ dùng các mùi hương làm cho các trời, người được luật hạnh. Các Bồ Tát đều ngồi dưới cây hương, nghe mùi hương mầu nhiệm ấy đều được tam-muội Nhất thiết Đức tạng. Được tam-muội ấy đều được đầy đủ tất cả công đức của Bồ Tát.

Kinh Lăng-già viết: *"Phật bảo Đại Tuệ: Có bốn thứ tướng ngôn thuyết vọng tưởng. Nghĩa là tướng ngôn thuyết, mộng ngôn thuyết, quá vọng tưởng kế trước ngôn thuyết, vô thủy vọng tưởng ngôn thuyết."* Tướng ngôn thuyết là y nơi vọng cảnh hiện ra trước mắt mà khởi phân biệt lập ngôn thuyết. *Mộng ngôn thuyết* là niệm tưởng cảnh giới quá khứ và do tánh biến kế sở chấp mà sanh ngôn thuyết; nếu thực giác thì cảnh tượng quá khứ như cảnh mộng không tự tánh, không tự tướng, là giả dối. *Quá vọng tưởng kế trước ngôn thuyết* là do nhớ nghĩ tội nghiệp quá khứ mà sanh ngôn thuyết biện minh hay hối hận. Vô thủy vọng tưởng ngôn thuyết là tập khí hư ngụy vọng tưởng phân biệt từ vô thủy do chấp trước mà sanh ngôn thuyết.

Kinh văn nói văn tự là gồm chung chữ viết thành câu và lời nói. Văn tự ngữ ngôn là tướng sanh diệt động chuyển do nhân duyên hòa hợp của đầu, ngực, cổ họng, mũi, môi, lưỡi, nướu, răng. *"Ngôn thuyết là sanh diệt dao động, lần lượt do nhân duyên khởi. Nếu lần lượt nhân duyên khởi thì nó không hiển bày đệ nhất nghĩa."* (Kinh Lăng-già)

Pháp vô tướng là đệ nhất nghĩa nên Phật Hương Tích không dùng văn tự để nói, vì văn tự chỉ là ký hiệu do ý thức cố gắng lập ra để phân biệt các tướng hữu vi. Tất cả cảnh giới do vọng tưởng phân biệt nhân lời nói mà hiện bày. Tâm là vô tướng, tuy vậy cũng có khi Phật dùng văn tự nói về tâm, chỉ là tùy theo chỗ khúc mắc của chúng sanh. Chúng sanh không hiểu, lại duyên theo ngôn thuyết chấp có chấp không, khởi thêm vọng giác mà chẳng phải chân thật tự giác bản tâm.

Nếu nói ngôn thuyết khác vọng tưởng là không đúng, vì vọng tưởng là nhân sanh ngôn thuyết. Nếu nói ngôn thuyết là vọng tưởng không khác cũng là sai, vì tướng văn tự là giải thoát, tánh nó là thanh tịnh như như, như đã nói qua ở chương 7, phẩm Quán chúng sanh: hoa mãi mãi là hoa, không thể là thân cây hay cuống rễ, quả trái hay cành lá, tướng hoa thường trụ và tịch tịnh. Do nghĩa ngôn thuyết và vọng tưởng không một không khác nên bậc thượng căn có thể do ngôn thuyết mà vào đệ nhất nghĩa.

Kinh Lăng-nghiêm là minh chứng rõ ràng cho việc sử dụng văn tự ngữ ngôn như phương tiện thiện xảo thu nhiếp căn trần thức, làm hiển lộ chân tâm tự tánh. Hương trần, tỷ căn và tỷ thức, ba thứ đó không có tự thể, chỉ giả dối duyên nhau mà có. Ví như mắt sanh ra sự thấy, và mắt chẳng thể tự thấy được mắt; cũng vậy, mùi hương sanh ra cái biết mùi thì cái biết mùi chẳng thể ngửi được mùi hương. Nhưng nếu không do mùi mà biết thì không gọi là tỷ thức. Nếu do có mũi mà biết có mùi thì xác chết cũng có mũi, sao lại không nghe ai nói xác chết có thể ngửi được mùi? Hơn nữa, nếu nói do mũi hít mùi vào nên biết cũng không đúng, vì mũi hít vào là có sự chạm xúc giữa thân và mùi, là xúc giác thì không gọi là tỷ thức. Trong hội Lăng-nghiêm, Phật đưa ra ví dụ chiên-đàn đốt thành khói có mùi hương ngào ngạt khắp nơi. Nếu cây chiên-đàn tự có mùi hương, thì khi bị đốt, khói phải xông vào mũi mới biết. Nhưng khói đã tan trong hư không mà chung quanh xa gần ai cũng vẫn còn ngửi được mùi thơm. Nếu nói mùi thơm đó trong hư không thì hư không phải thường thơm, không phải đợi đến khi đốt chiên-đàn mới có mùi. Do đó mà biết hương trần, tỷ căn và tỷ thức không có tự tánh, không có tự tướng, không phải tự nhiên, cũng không phải nhân duyên, mà vốn từ Như Lai tạng, tùy tâm chúng sanh mà hiện lượng chu biến khắp pháp giới.

Ở ví dụ trên, chúng ta thấy hương trần là không chỗ có, không chỗ được, thực tướng của nó là vô tướng. Phật Hương Tích dùng mùi hương làm biểu pháp chỉ cho tâm vô tướng. Như Lai tạng tâm và a-lại-da thức chẳng khác chẳng không khác, chỉ là nhất niệm giác hay mê. Buông bỏ cái mê, lập tức cái giác hiện tiền. Tâm vô tướng nên không có tướng để nói được, do đó cần thiết có luật hạnh để điều phục tâm không cho bị mê hoặc hay nói khác là để buông bỏ mê tâm. Luật hạnh đầy đủ là giới, định, tuệ, giải thoát và giải thoát tri kiến. Chỉ cần nhìn thấu thực tướng vô tướng thì buông bỏ được mê tâm, viên mãn niệm mê thành niệm giác. Do vậy Phật Hương Tích *chỉ dùng các mùi hương làm cho các trời, người được luật hạnh*. Chỗ này Huyền Trang dịch là: *Làm cho các Bồ Tát đều được điều phục cả*.

Các Bồ Tát cõi Chúng Hương ngồi dưới gốc cây hương thơm; là nghĩa an trú tâm bất động, dùng không, vô tướng, vô tác mà đạt định lực. Kinh văn không nói các ngài ngửi mùi hương, mà nói: *nghe mùi hương mầu nhiệm ấy*; nguyên bản ghi: *Văn tư diệu hương*. Chúng ta lưu ý Phật Hương Tích chẳng nói pháp vô tướng là gì gì cả; không nói mà nghe nên gọi là diệu. Hơn nữa, tự tánh viên thông thì thấy, nghe, ngửi, nếm, chạm hay quán đều hoán đổi được cho nhau vì cùng là tánh giác diệu minh. Chỉ việc thiền tọa dưới gốc cây hương mà đắc đạo, chẳng cần phải làm việc gì khác. Chính chỗ không làm gì mà được, nên chỗ được ấy gọi là *tam-muội Nhất thiết Đức tạng*. Vì sao? Người thế gian trồng hạt giống cam thì được quả cam; ở đây các Bồ Tát không làm gì mà lại được quả đầy đủ tất cả công đức của Bồ Tát. Quả ấy là quả vị Phật cũng được, là đẳng giác hay thập địa, hay tứ quả Thanh văn cũng được, là quả xuất thế gian hay thế gian, là địa ngục, ngạ quỷ, súc sanh, a-tu-la, nhân hay thiên thế nào cũng được. Nghĩa này chúng ta cần suy xét tường tận.

KINH VĂN

Các Bồ Tát kia hỏi ông Duy-ma-cật rằng: Còn Phật Thích-ca Mâu-ni lấy gì để nói pháp?

Ông Duy-ma-cật nói: Chúng sanh cõi này cang cường khó giáo hóa, cho nên Phật nói những lời cang cường để điều phục họ.

Cõi Chúng Hương không tướng nên Phật Hương Tích dùng mùi hương để giáo hóa. Chúng sanh cõi Ta-bà ngoan cố chấp tướng nên Phật Thích-ca dùng tướng văn tự ngữ ngôn để giải thích tường tận và phá chấp triệt để. Mười phương cõi nước thanh tịnh như hư không, không tịnh không uế, nên mùi hương là phương tiện pháp vô tướng giáo hóa chung cho chúng sanh. Không có sự phân biệt cõi kia cõi này, chỉ do căn cơ chúng sanh có khác biệt mà có phương pháp không đồng. Ngay cả cùng một pháp, ví như lấy âm thanh làm giáo thể, nếu chúng sanh lợi căn thì vừa nghe liền ngộ tánh, nhưng nếu là độn căn thì cũng là lời nói nhưng lại được diễn bày thành nhân quả, thập thiện nghiệp đạo, là ba mươi bảy phẩm trợ đạo, là lục độ vạn hạnh, là ngũ thừa có cao thấp khác nhau gồm nhân, thiên, Thanh văn, Duyên giác và Bồ Tát thừa. Lời Phật khi thì nhu hòa, khi thì cứng mạnh, khi thì dẫn dụ, khi thì khiển trách, tất cả chỉ nhằm điều phục chúng sanh.

Phật Hương Tích dùng mùi hương không hình tướng, chẳng phải ngôn từ, để thuyết pháp. Đó là từ thể hiển dụng, không thuyết mà thuyết. Phật Thích-ca vì chúng sinh quá ngoan cố nên đã nói thật nhiều, đủ lời đủ cách, nhưng như Ngài nói: "Trong 49 năm, ta chưa hề nói một lời"; đó là thuyết mà không thuyết, tức là nhiếp dụng qui thể. Thể đó chính là tự tánh chân tâm của chính chúng ta.

> **KINH VĂN**
>
> Nói đó là địa ngục, đó là súc sanh, đó là ngạ quỉ, đó là chỗ nạn, đó là chỗ người ngu sanh; đó là thân làm việc tà, đó là quả báo của thân làm việc tà; đó là miệng làm việc tà, đó là quả báo của miệng làm việc tà; đó là ý làm việc tà, đó là quả báo của ý làm việc tà.

Sự giáo hóa của Phật trước hết chỉ ra tướng trạng của khổ đau là tam đồ bát nạn. Bát nạn hay bát nạn xứ (八難處), được hầu hết các nhà chuyển dịch và chú giải xưa nay giải thích là tám chỗ hiểm nạn ngặt nghèo mà chúng sanh rơi vào. Trong thực tế, cách hiểu này không thực sự hợp lý. Chữ nạn (難) có thể đọc theo cả hai cách là nạn hoặc nan, và nan có nghĩa là khó khăn, nan xứ (難處) là nơi khó khăn, hoàn cảnh khó khăn, và khó khăn ở đây là khó khăn cho sự tu tập Phật pháp. Tám hoàn cảnh khó khăn ấy là sinh vào cõi địa ngục, sinh vào cõi ngạ quỉ, sinh vào cõi súc sanh, sinh lên cõi trời trường thọ, nạn sinh vào cảnh giới thù thắng tốt đẹp, sinh ra bị khuyết căn, sinh ra được thế trí biện thông và sanh vào thời không có Phật ra đời. Chúng ta có thể thấy ngay rằng tám hoàn cảnh này không phải đều là khổ nạn, như cõi trời trường thọ hay cảnh giới thù thắng, tức là châu Uất-đan-việt với tất cả những sự sung túc, đầy đủ, chúng sinh sống lâu ngàn tuổi và thọ hưởng đủ mọi dục lạc. Tuy nhiên, chính những nơi này là hoàn cảnh rất khó khăn cho sự tu tập Phật pháp, như cõi trời trường thọ thì rất khó nhận ra lẽ vô thường, chúng sinh ở châu Uất-đan-việt thì không thấy rõ khổ đau trong đời sống... Ngoài ra, các hoàn cảnh khác thì do quá khổ não nên cũng không thể tu tập, hoặc như chúng sinh bị căn khuyết cũng khó tu tập. Người sinh ra được thông minh sáng suốt, học rộng nghe nhiều các kiến thức thế tục thì cũng rất khó tin nhận Phật pháp.

Tam đồ (三塗) là ba đường ác, ba cảnh giới xấu ác mà chúng sinh phải sinh vào do tạo nghiệp ác, gồm địa ngục, ngạ quỷ và súc sinh, đều là những cảnh giới đau khổ của chúng sanh. Cảnh thống khổ đau đớn ở địa ngục là quả báo của sân hận và ác độc. Cảnh đói khát của ngạ quỉ là quả báo của tham lam. Cảnh bẩn thỉu giết chóc của súc sanh là quả báo của si mê không phân biệt phải trái. Ba cảnh giới này Phật chỉ rất rõ trong kinh Địa Tạng và kinh Lăng-nghiêm; chẳng phải nói ra để dọa dẫm chúng sanh mà để chúng sanh thấy và tin vào nhân quả.

Chỉ tướng trạng của khổ đau là khổ đế. Nói có khổ trước, sau mới nói nguyên nhân của khổ là tập đế. Nhân quả của chúng sanh không ngoài ba nghiệp thân, khẩu và ý. Nhân thế nào thì quả thế ấy, không hề sai chạy: *đó là thân làm việc tà, đó là quả báo của thân làm việc tà; đó là miệng làm việc tà, đó là quả báo của miệng làm việc tà; đó là ý làm việc tà, đó là quả báo của ý làm việc tà.*

KINH VĂN

Đó là sát sanh, đó là quả báo của sát sanh; đó là không cho mà lấy, đó là quả báo của không cho mà lấy; đó là tà dâm, đó là quả báo của tà dâm; đó là vọng ngữ, đó là quả báo của vọng ngữ; đó là hai lưỡi, đó là quả báo của hai lưỡi; đó là lời nói ác, đó là quả báo của lời nói ác; đó là lời nói vô nghĩa, đó là quả báo của lời nói vô nghĩa.

Quả báo đáng sợ của thân, khẩu, ý thì vô số nhưng gom lại có mười nghiệp quả bất thiện. *"Vì khó giáo hóa cho nên phải chỉ rõ tội phước như vậy."* (Tăng Triệu). Muốn trừ mười nghiệp bất thiện, cần tu mười nghiệp thiện vốn là căn bản cho chúng sanh phát tâm bồ-đề, không phân biệt phàm phu, nhị thừa hay Bồ Tát. Trong kinh Thập thiện nghiệp đạo, Phật thuyết rất rõ về những điều này. Phải biết rằng tất cả hình sắc chủng loại chúng sanh lưu chuyển trong ba cõi sáu đường đều do vọng tưởng mà thành có nghiệp tướng, chẳng có chủ thể tạo tác. Nhưng chẳng phải chẳng có chúng sanh đang chịu khổ, do đó mà Phật bảo Long vương, là đối cơ trong kinh, tượng trưng cho thức biến: "Nay có các hình sắc xấu xí, hoặc lớn hoặc nhỏ của các chúng sanh trong biển cả, đều do đủ loại tư tưởng của tự tâm, thân miệng ý tạo ra các nghiệp bất thiện. Vì thế nên tùy theo nghiệp mà tự nhận lấy kết quả. Nay ông phải nên tu học như vậy, cũng làm cho chúng sanh thấu tỏ nguyên lý nhân quả, cùng nhau tu tập nghiệp thiện. Đối với điều ấy, ông nên chánh kiến bất động, chớ để rơi vào nẻo đoạn kiến hay thường kiến."

Thường kiến là chúng sanh chấp có ngã lưu chuyển luân hồi. Đoạn kiến là chấp không có ngã tạo nghiệp nên chẳng có nhân quả nghiệp báo. Chấp thường hay chấp đoạn đều không phải là trung đạo bất nhị. Ở trung đạo mà hành thập thiện trừ mười bất thiện. "Tất cả hàng Thanh văn, bồ-đề độc giác, hạnh nguyện của các Bồ Tát và tất cả pháp Phật cũng đều nương nơi mặt đất mười nghiệp thiện này mà được thành tựu." (Kinh Thập thiện nghiệp đạo).

KINH VĂN

Đó là tham lam, ganh ghét, đó là quả báo của tham lam, ganh ghét; đó là tức giận, đó là quả báo của tức giận; đó là tà kiến, đó là quả báo của tà kiến; đó là bỏn sẻn, đó là quả báo của bỏn sẻn; đó là phá giới, đó là quả báo của phá giới; đó là giận hờn, đó là quả báo của giận hờn; đó là lười biếng, đó là quả báo của lười biếng; đó là ý tán loạn, đó là quả báo của ý tán loạn; đó là ngu si, đó là quả báo của ngu si.

Trên nói sát, đạo, dâm, vọng là nhân của sáu đường luân hồi. Tu thập thiện trừ nhân này tức là diệt đế. Sát, đạo, dâm, vọng là căn cứ trên hành vi của thân, khẩu, ý. Hành vi xuất phát từ tâm tưởng nên có thể quy về cội gốc ba độc tham, sân, si. Để ngăn chặn ba độc, Phật nói tam vô lậu học là giới, định, tuệ mà có thể diễn rộng bằng lục độ: bố thí trừ tham lam, bỏn sẻn; trì giới ngăn tội nghiệp phát sanh; nhẫn nhục làm mát cơn bừng giận; tinh tấn độ giải đãi; thiền định độ tâm động loạn; trí tuệ dứt ngu si. Đây chính là đạo đế; do thấy nhân quả mà khởi tu lục độ vạn hạnh.

KINH VĂN

Đó là kiết giới, đó là giữ giới, đó là phạm giới; đó là nên làm, đó là không nên làm; đó là chướng ngại, đó là không chướng ngại; đó là mắc tội, đó là khỏi tội; đó là tịnh, đó là nhơ; đó là hữu lậu, đó là vô lậu; đó là tà đạo, đó là chánh đạo; đó là hữu vi, đó là vô vi; đó là thế gian, đó là Niết-bàn.

Kiết giới là Phật đặt để giới luật cho chúng Thanh văn, thuận theo là giữ giới, là nên làm, trái ngược là phạm giới, và không nên làm. Phạm giới là mắc tội, sám hối là lìa tội. Chấp thủ giới là có chướng ngại, không chấp thủ giới là không chướng ngại. Cát Tạng giải thích: *"Phạm và chẳng phạm là căn cứ theo nghĩa chỉ (ngăn), nên làm và chẳng nên làm là căn cứ trên nghĩa hành (thực hành). Chướng ngại là phạm chỉ giới; chẳng hành thiện là chướng ngại thánh đạo. Hai việc đó là mắc tội. Lìa tội tức là trì chỉ và tác hành."*[1] Giới là liễu biệt tịnh cấu: *đó là tịnh, đó là nhơ*. Thấy rõ thực tánh của tịnh thì không có gì là cấu; đó mới thực là thanh tịnh.

Phàm phu có ngã chịu đựng sự khổ, gọi là khổ nhẫn; đó là hữu lậu. Thánh nhân lìa ngã mà kham nhẫn là vô

---

[1] Duy-ma kinh nghĩa sớ - Cát Tạng.

lậu. Còn pháp khổ để kham chịu là hữu lậu; đắc vô sanh nhẫn là vô lậu. Có pháp vô sanh vẫn còn là hữu lậu; tịch diệt nhẫn vô ngã vô pháp mới thực là vô lậu. *"Về hữu vi, là trung đạo phương tiện. Vô vi là phát chân thấy đế mà được đoạn gọi là vô vi."* (Trạm Nhiên). Nghĩa là còn dùng phương tiện trừ bỏ vọng tưởng, phân biệt, chấp trước là hữu vi. Chứng a-lại-da tâm, thấu đạt tánh vọng tức chân, thì không dụng công mà vọng tưởng tự tan, mới thực là vô vi. Phiền não sanh tử là hữu lậu, hữu vi. Thấy được tánh tướng của chúng vốn không; không thì không có phiền não sanh tử, tức vô lậu, vô vi. Thế gian là pháp hữu lậu, hữu vi ai cũng nghiệm chứng được; nhưng thực chứng sanh tử tức Niết-bàn, nghĩa là ở nơi hữu vi, hữu lậu mà trải nghiệm vô vi, vô lậu. Chúng ta chỉ cần giác tự tâm tức hiểu suốt văn kinh trên. Hay nói cách khác, bội giác hiệp trần là đi trên con đường tà; bội trần hiệp giác là chánh đạo. Sự lựa chọn do ta vậy.

Ở đây, Duy-ma-cật nhắc lại riêng về giới là hợp với ý văn kinh trên, dù cõi Chúng Hương hay cõi Ta-bà cũng đều cần thiết luật hạnh điều phục tâm không cho bị mê hoặc mới có thể buông bỏ sạch sẽ vọng tưởng. Luật hạnh là đặt định rõ ràng giới hạn của đúng sai, thiện ác. Muốn luôn tỉnh giác không bị mê hoặc, cần phải tỏ tường minh bạch đâu là tội nghiệp, đâu là sáng suốt; đâu là nghiệp chướng, báo chướng và phiền não chướng, đâu là nguyện lực, phương tiện thân và giải thoát; đâu là chánh, đâu là tà. Tất cả phải rõ rõ ràng ràng, tuy liễu biệt nhưng không phải là thức, tuy bất nhị nhưng chẳng bỏ sự sự có hai. Chẳng bỏ sự có hai, nghĩa là nương chánh bỏ tà, y thiện phá ác, chí hướng giải thoát, không theo sanh tử. Việc chẳng bỏ sự có hai này là pháp phương tiện tự điều phục. Nói tự điều phục vì chúng sanh chẳng thực có, mà vốn từ tâm tưởng của chính ta mà tượng hình. Thực ra không hề có chúng sanh, chỉ có tâm ta ngoan cố cang cường vọng tưởng, phân biệt, chấp trước mà thôi.

> **KINH VĂN**
>
> Vì những người khó giáo hóa lòng như khỉ vượn, nên dùng bao nhiêu pháp để chế ngự lòng họ, mới có thể điều phục được. Ví như voi, ngựa ngang trái không điều phục được, phải thêm đánh đập dữ tợn cho đến thấu xương rồi mới điều phục được. Chúng sanh cang cường khó giáo hóa cũng thế, nên phải dùng tất cả những lời khổ thiết mới có thể đưa họ vào khuôn khổ.
>
> Các Bồ Tát nước Chúng Hương kia nghe rồi nói rằng: Thật chưa từng có! Như Phật Thích-ca Mâu-ni Thế Tôn ẩn cái sức tự tại vô lượng của Ngài mà dùng những phương pháp sở thích của người nghèo hèn để độ thoát chúng sanh. Các Bồ Tát đây cũng chịu khổ sở, nhún nhường, dùng lòng đại bi vô lượng để sanh vào cõi Phật này.

Chúng sanh đã không thực là chúng sanh, nhưng cứ tự nhận mình là chúng sanh, nên Duy-ma-cật nói: *vì những người khó giáo hóa lòng như khỉ vượn*, chính là ám chỉ tâm viên ý mã của chính chúng ta. Tâm ta tưởng thế nào thì chúng sanh hiện ra thế đó; chẳng phải chúng sanh có tâm ý như vậy đối với ta. Tâm như khỉ vượn leo trèo, lăng xăng, biến chuyển. Ý như ngựa rong ruổi, chạy mãi không ngừng. Tâm viên là chỉ cho a-lại-da, mạt-na và ý thức. Ý mã là chỉ cho sáu căn vọng hướng sáu trần. Chúng sanh nghĩa là tập chúng duyên sanh, chẳng phải là người vật bên ngoài, mà là tâm thức vọng động không dừng của ta. Đối với chúng sanh có tâm ý bất định đó, khó trị như vậy thì việc dùng một vài pháp môn để nhiếp phục là không thể được. Cần thiết phải có phương tiện thiện xảo mới chế phục được. Nếu chúng ưa nhẹ thì nói lời dẫn dụ. Nếu chúng cang cường thì cần có đòn roi, dùi móc, dây buộc và mọi biện pháp cứng rắn, *phải dùng tất cả những lời khổ thiết mới có thể đưa họ vào khuôn khổ.* Sự ngoan cường cố chấp của chúng ta được Phật nói rõ trong kinh Địa Tạng: *"Chúng sanh trong cõi Nam Diêm-phù-đề tánh tình cứng cỏi, khó dạy, khó sửa... Tại vì chúng sanh trong cõi Diêm-phù-đề kết nghiệp dữ, phạm tội nặng, nên vừa ra khỏi ác đạo rồi trở vào lại."* Do đó mà văn kinh phía sau nói: *Các Bồ Tát đây cũng chịu khổ sở... để sanh vào cõi Phật này,* chính là do tập khí của chúng ta quá cang cường cứng cỏi.

Quả thực là trên nhân địa tu hành, chúng ta thường xuyên vấp ngã khi thu thúc vọng tâm. Sự chấp trước không dứt, vì chúng ta cứ mãi loay hoay trong vòng thấy, nghe, hiểu biết; đây là kiến tư phiền não. Tư duy phân biệt vẫn sắp xếp, phân loại cảnh vật và mọi người rồi khởi ưa ghét; đây là trần sa phiền não. Động niệm liên tục không ngừng nhớ nghĩ, định đoạt, nghĩa là có ý sắp đặt chiếm hữu; đây là vô minh phiền não. Tại sao ba thứ phiền não đó lại bám chặt ta như vậy? Chính là do chúng ta chưa khai mở trí tuệ, chưa thực hiểu thấu chân tướng. Chân tướng gì? Đó là chẳng gì là thực có cả. Do đó mà chư Phật, Bồ Tát, tổ sư trên quả địa mà từ bi khai thị. Phá Am Tổ Tiên (1136-1221), thiền sư Trung Quốc đời nhà Tống, một hôm thuyết pháp có người hỏi: "Tâm viên ý mã không thể nắm bắt, xin hòa thượng từ bi khai thị." Ngài đáp: "Nắm bắt nó làm gì! Hãy như gió thổi, nước tự nhiên thành gợn sóng lăn tăn." Hòa thượng Hư Vân nhân câu chuyện này mà viết:

Phá Am tổ đức cháu con đông,
Tây Thục, Đông Ngô giảng pháp Không.
Hàm công phân chú khuyên cố gắng,
Tâm vượn khó dừng nhắc kẻ ngông.
Vốn không một vật gìn chi mệt,
Nào phải vạn duyên nước giữa giòng.
Rong ruổi tìm cầu ngày tháng chết,
Cao xa mơ mộng kiếp tang bồng.

Đó là ngài Phá Am và Hư Vân trên quả địa giác ngộ mà nói rõ ra cho ta biết. Chúng ta chớ vội gật gù mà buông thả tâm ý mình vì chúng ta vẫn trên nhân địa tu hành. Chưa chứng mà đối với những vị khất sĩ hiện còn nơi phố thị với ba y một bát lại khởi tâm động niệm, dù chỉ là tâm thương xót đối với hệ phái nguyên thủy, thì điều này thực là ngu ngốc đáng thương. Nếu tự đắc ta là đại, họ là tiểu, thì sớm muộn gì cũng rơi vào đường súc sanh ngu si không trí tuệ.

Chúng ta đâu biết rằng thời mạt pháp này có vô số đại Bồ Tát thị hiện giáo hóa lũ chúng sanh ngoan cường đáng thương như ta. Họ cũng làm người thường giữa cuộc đời, cũng thọ trì ngũ giới, cũng cầu phước báo hữu lậu, cũng đi chùa lễ Phật, cũng tập tành niệm Phật, ngồi thiền thu nhiếp vọng tâm. Cái mà họ đạt được là cuộc sống bình an cho chính mình. Bao nhiêu đó cũng đủ để cho ta học hỏi. Vì họ chính là các vị Bồ Tát cũng chịu khổ sở, nhún nhường, dùng lòng đại bi vô lượng để sanh vào cõi Phật này, dùng những sở thích như chúng ta mà biểu diễn tu học để độ chính chúng ta. Vì sự phân thân bất tư nghị mà chư Phật, Bồ Tát ẩn cái sức tự tại vô lượng, nghĩa là từ pháp thân ẩn mật mà không hề chướng ngại thị hiện thành vô số hóa thân để tiếp cận chúng sanh với hình tướng, hoàn cảnh sống, tâm thức, tất cả đều giống chúng sanh để có thể tu hành làm gương mẫu cho chúng noi theo. Đây là việc chúng sanh không thể hiểu, không thể bàn mà lại có, nên nói: thật chưa từng có.

KINH VĂN

Ông Duy-ma-cật nói: Bồ Tát ở cõi này đối với chúng sanh lòng đại bi bền chắc thật đúng như lời các ngài đã ngợi khen. Mà Bồ Tát ở cõi này lợi ích cho chúng sanh trong một đời còn hơn trăm nghìn kiếp tu hành ở cõi nước khác. Vì sao? Vì cõi Ta-bà này có mười điều lành mà các tịnh độ khác không có. Thế nào là mười?

> 1. Dùng bố thí để nhiếp độ kẻ nghèo nàn; 2. Dùng tịnh giới để nhiếp độ người phá giới; 3. Dùng nhẫn nhục để nhiếp độ kẻ giận dữ; 4. Dùng tinh tấn để nhiếp độ kẻ giải đãi; 5. Dùng thiền định để nhiếp độ kẻ loạn ý; 6. Dùng trí tuệ để nhiếp độ kẻ ngu si; 7. Nói pháp trừ nạn để độ kẻ bị tám nạn; 8. Dùng pháp Đại thừa để độ kẻ ưa pháp Tiểu thừa; 9. Dùng các pháp lành để cứu tế người không đức; 10. Thường dùng tứ nhiếp để thành tựu chúng sanh.

Phật là pháp thân thường trụ nên có sức ẩn tự tại. Bồ Tát là hóa thân thị hiện đi lại các cõi nên có lời tán thán đúng như thật của các Bồ Tát cõi Chúng Hương và sự xác quyết của Duy-ma-cật: *Bồ Tát ở cõi này đối với chúng sanh lòng đại bi bền chắc.* Ở cõi Ta-bà, sự ác lây lan càng rộng, đời ác kéo dài bao lâu vô số kiếp thì Bồ Tát càng kiên trì phân thân bất tư nghị bấy lâu để hóa độ chúng sanh. Đối với Bồ Tát, độ sanh là tu hành, cũng như tu hành cần thiết phải độ sanh. Có độ sanh, tu hành mới viên mãn. Có tu hành, độ sanh mới phổ cập. Bồ Tát thị hiện ở cõi Ta-bà cũng mang thân xác người như ta, cũng khởi tâm động niệm, cũng phân biệt chấp trước. Chỉ là các ngài tự biết rõ mình không thực là mình, biết tận tường vạn pháp giai không, nhân quả bất không mà quyết chí ngay đời này tu hành, độ tận chúng sanh. Thiện tri thức giúp đỡ các ngài chính là những chướng ngại phi đạo chỉ riêng cõi này mới có. Do chỉ riêng cõi này mới có, nên lợi ích cho chúng sanh càng lớn, các cõi nước thuần tịnh không thể sánh kịp. *"Cõi này đủ mười ác nghiệp, nên có mười đức tăng trưởng. Cõi kia thuần thiện nên không có đất để lập đức. Vì thế trăm ngàn kiếp tu hành không bằng một đời."* (Tăng Triệu)

Mười đức tăng trưởng tuệ mạng và công đức ấy là *mười điều lành mà các tịnh độ khác không có.* Đó chính là thập độ ba-la-mật hay mười thắng hạnh tu tập của Bồ Tát tương ưng với mười địa, trong đó sáu độ trước là tự độ, bốn độ sau là độ tha. Nói mười độ tương ưng thập địa Bồ Tát và sáu tự độ, bốn độ tha là phân biệt cho dễ hiểu chứ thực sự quá trình tu học là sự đan kết chặt chẽ của các ba-la-mật.

Vì có tham lam, chiếm hữu và chấp thủ nên có Bố thí ba-la-mật, thành tựu Hoan hỉ sơ địa. Vì có tội nghiệp mà có Trì giới ba-la-mật, thành tựu Ly cấu nhị địa. Vì có căm phẫn, hận thù nên có Nhẫn nhục ba-la-mật, thành tựu Phát quang tam địa. Vì có giải đãi nên có Tinh tấn ba-la-mật, thành tựu Diễm tuệ tứ địa. Vì có vọng tưởng, phân biệt, chấp trước nên có Thiền định ba-la-mật, thành tựu Nan thắng ngũ địa. Vì có mê hoặc nên có Bát-nhã ba-la-mật, thành tựu Hiện tiền lục địa; ở địa này, căn bản trí đã hoàn toàn hiển lộ. Vì có khổ nạn nên có pháp trừ nạn; đây là Phương tiện ba-la-mật, thành tựu Viễn hành thất địa; ở địa này, hậu đắc trí khởi dụng thuyết pháp giải thoát; giải là giải trừ phiền não, khổ nạn, thoát là thoát ly sanh tử. Vì phá chấp sanh tử nên giảng pháp không của Đại thừa; đây là Nguyện ba-la-mật, nguyện rốt ráo bất thối chuyển, thành tựu Bất động bát địa. Vì giáo hóa chúng sanh nên có năng lực bất tư nghị diệu dụng thủ pháp phương tiện; đây là Lực ba-la-mật, thành tựu Thiện tuệ cửu địa. Theo Huệ Viễn và Cát Tạng, *nói pháp trừ nạn* là dùng pháp Tiểu thừa giáo hóa; *dùng pháp Đại thừa* là độ Tiểu thừa, *dùng các pháp lành để cứu tế người không đức* là dùng nhân thiên thừa độ phàm phu; tức là dùng ngũ thừa giáo hóa chúng sanh. Nhưng xét vì năm thừa đều là phương tiện, mà cứu cánh là nhất thừa Phật đạo, nên từ nghĩa cứu cánh mà nói: *nói pháp trừ nạn* là Phương tiện ba-la-mật, *dùng pháp Đại thừa* là chẳng ngừng ở hóa thành mà rốt ráo tiến xa hơn, tức là Nguyện ba-la-mật, và *dùng các pháp lành* là chính do thực hành toàn tận năng lực vô cùng, hay Lực ba-la-mật. Ba-la-mật sau cùng là vì độ tận chúng sanh thành Phật nên có Trí ba-la-mật, thường dùng tứ nhiếp pháp độ sanh, thành tựu Pháp vân thập địa.

Kinh Giải thâm mật có nói bốn ba-la-mật sau là tăng trưởng sáu ba-la-mật trước. Phương tiện ba-la-mật giúp cho Thí, Giới, Nhẫn. Nguyện ba-la-mật thúc đẩy Tinh tấn. Lực ba-la-mật tăng tiến Thiền định. Và Trí ba-la-mật hoàn thiện Bát-nhã. Chúng ta nên hiểu thêm, bốn độ sau cũng là tương ưng với tứ hoằng thệ nguyện. *Nói pháp trừ nạn* không những là phương tiện độ mà còn là vì *"chúng sanh vô biên thệ nguyện độ"*, vì trừ phiền não là giải thoát chúng. *Dùng các pháp lành để cứu tế* là *"phiền não vô tận thệ nguyện đoạn"*, vì tất cả pháp đều là pháp hay, pháp tốt để dứt khổ đau. *Dùng pháp Đại thừa* là *"pháp môn vô lượng thệ nguyện học"*, vì là Đại nên chẳng ngại Tiểu, cứ lợi ích chúng sanh là pháp môn đáng học. *Thường dùng tứ nhiếp để thành tựu chúng sanh* là *"Phật đạo vô thượng thệ nguyện thành"*, vì tất cả thành thì một thành, một thành thì tất cả thành.

KINH VĂN

Các Bồ Tát kia hỏi: Bồ Tát phải thành tựu mấy pháp ở nơi cõi này làm không lầm lỗi, được sanh về cõi tịnh độ?

Ông Duy-ma-cật đáp: Bồ Tát thành tựu tám pháp thời ở cõi này làm không lầm lỗi, được sanh về cõi tịnh độ. Tám pháp là gì? Một là, lợi ích chúng sanh mà không mong báo đáp. Hai là, thay thế tất cả chúng sanh chịu mọi điều khổ não. Ba là, bao nhiêu công đức mình làm đều ban cho tất cả chúng sanh. Bốn là, lòng bình đẳng đối với chúng sanh khiêm nhường không ngại, đối với Bồ Tát xem như Phật. Năm là, những kinh chưa nghe, nghe không nghi. Sáu là, không chống trái với hàng Thanh văn. Bảy là, thấy người được cúng dường cũng không tật đố, không khoe những lợi lộc của mình, ở nơi đó mà điều phục tâm mình. Tám là, thường xét lỗi mình, không nói đến lỗi của người, hằng nhất tâm cầu các công đức.

Trên là mười điều lành đại diện chung cho vạn hạnh. Vạn hạnh là phương tiện theo đó người tu đạo Bồ Tát khéo dùng sẽ đạt được cứu cánh giải thoát viên mãn. Lúc này các Bồ Tát cõi Chúng Hương vì muốn biết sự thực hành cụ thể đối với thập độ đã nói trên, nên hỏi Duy-ma-cật: *Bồ Tát phải thành tựu mấy pháp ở nơi cõi này làm không lầm lỗi, được sanh về cõi tịnh độ?* Nghĩa là phải có phương pháp thực hành cụ thể và đúng đắn để thấy được sức ẩn tự tại của Phật, tức bản chất thanh tịnh thực sự của cõi này. Thấy được toàn cõi thanh tịnh đó chính là được sanh về cõi tịnh độ. Trong chỗ thực hành giới, định, tuệ không có sai lầm là nhân, sanh về tịnh độ là quả. Ba môn học vô lậu ấy không thể thiếu một. Có định tuệ mà thiếu giới là lầm lỗi. Chỉ có giới mà định tuệ không đủ, thì đồng như nhị thừa chỉ có thể vào Niết-bàn thiên không; đây cũng là lầm lỗi. Không có định thì giới và tuệ không thành tựu. Chỉ có định thì không khác gì ngoại đạo tu thần thông. Không có tuệ thì giới và định bị lạc đường. Chỉ có tuệ thì chỉ được thế trí biện thông.

Phải thực hành tám pháp như kinh văn nêu ra trọn vì chúng sanh, không một chút vì bản thân ta mới thực là đúng đắn. Không có chút gì vì bản thân; đây là nguyên tắc.

Một là, lợi ích chúng sanh mà không mong báo đáp. Thực là không có chúng sanh nhưng chúng sanh luôn nhận mình là có thực, nên Bồ Tát tùy tâm chúng sanh mà toàn tâm toàn ý làm lợi ích ban vui cho họ. Đây chính là lòng Từ. Vì đã biết không có chính mình nên ban vui mà không mảy may có tâm cầu đến đáp báo ân.

Hai là, thay thế tất cả chúng sanh chịu mọi điều khổ não. "Nếu chẳng vì chúng sanh thì lẽ ra đã vào Niết-bàn từ lâu rồi. Vì họ mà chịu khổ, làm cho họ được độ trước; họ đi ta lưu lại, lại chẳng phải là thay thế?" (Tăng Triệu). "Vì Bồ Tát trụ ở khổ, giáo hóa làm cho chúng sanh được xa lìa, nên gọi là chịu thay." (Huệ Viễn). "Giáo hóa làm *cho người sinh thiện diệt ác, lìa khổ được vui, cho nên gọi là thay thế.*" (Cát Tạng). Để chúng sanh trút tất cả mọi phiền não của họ vào mình là nghĩa thay thế chúng sanh chịu khổ não. Đây chính là tâm Bi. Câu chuyện vị tiên nhẫn nhục, tiền thân Phật Thích-ca, và vua Ca-lợi, tiền thân của tôn giả Kiều-trần-như là một ví dụ. Vị tiên này đã nhẫn nhục để cho vua Ca-lợi trút lòng ghen tuông và sân hận qua từng nhát kiếm chém lìa tay chân; chẳng phải là chịu nhận hết mọi phiền não sao? Hiện thân bệnh như Duy-ma-cật và vô số người bình thường đang chịu đủ khổ sở mà phát tâm tu hành, âm thầm chứng đạo đều là những gương mẫu của sự thay thế chúng sanh chịu mọi điều khổ não mà chúng ta khéo nhìn thì sẽ thấy.

Ba là, bao nhiêu công đức mình làm đều ban cho tất cả chúng sanh. Vì có tâm đại bi nên mọi thiện căn công đức Bồ Tát đều hồi hướng cho tất cả chúng sanh. Đây là tâm Hỷ. Ban vui, thí lợi cho chúng sanh tức làm cho chúng sanh hoan hỉ, không còn tâm so đo, tính toán, tật đố. Chúng sanh hoan hỉ thì Bồ Tát hoan hỉ.

Bốn là, lòng bình đẳng đối với chúng sanh khiêm nhường không ngại, đối với Bồ Tát xem như Phật. Đây là tâm Xả. Xả bỏ tâm yêu tâm ghét, buông xuống phân biệt trọng khinh. Chẳng oán, chẳng thân, chẳng xa lạ, chẳng thân thiết nên không ngại. Lúc nào cũng hạ mình, nên là khiêm nhường. Bình đẳng xem chúng sanh là chính bản thân mình, nên không làm tổn hại, vì muôn loài đều cùng một sanh mạng. Sanh mạng ấy chính là hóa thân của Đại Nhật Như Lai. Đối với chúng sanh đã vậy, thời đối với Bồ Tát xem như Phật, do hiểu thấu tất cả thân đều là thân Phật.

Trong tám pháp hành cụ thể này, bốn pháp đầu là lợi tha, bốn pháp sau là tự lợi. Lợi tha cũng là tự lợi. Tự lợi là toàn tâm ý, hành vi, lời nói đều vì người, chẳng có một chút gì vì mình; vì tu hành và độ sanh là một, không phải hai. Vì chẳng có mình nên có tu hành. Vì chẳng có người nên có độ sanh.

Năm là, những kinh chưa nghe, nghe không nghi. Những gì Phật thuyết gọi chung là kinh (Hựu Phật sở thuyết giả, thông danh vi Kinh). Kinh Phật thường có bốn nghĩa: quán, nhiếp, thường, pháp. Quán (貫) là *"quán xuyên sở thuyết chi lý"* nghĩa là thông suốt chỗ lý được nói, là lý chân thực xuyên suốt, chương phẩm mạch lạc; chính do nghĩa quán này mà ở phẩm Đệ tử không nên hiểu theo cách gượng gạo phân thành các vấn đề rời rạc: thiền định, thuyết pháp, khất thực, thiên nhãn, giới luật, xuất gia, pháp thân. Nhiếp (攝) là *"nhiếp tắc nhiếp trì sở hóa chi sanh"*, nghĩa là thu tóm, giữ gìn chúng sanh đã được giáo hóa. Nhiếp là muốn nói sức thuyết phục, thu nhiếp, hấp dẫn của kinh Phật mà ai đọc và thấu hiểu cũng có kinh nghiệm này. Thường (常) là *"thường tắc cổ kim bất dịch"*, nghĩa là xưa nay là chân lý chẳng những không thay đổi theo thời gian mà cả với không gian. Kinh Phật truyền từ Ấn Độ qua Việt Nam, Trung quốc, các nước phương Tây từ xưa tới nay cho mãi về sau vẫn chắc thực là chân lý. Pháp (法) là *"pháp tắc cận viễn đồng tuân"*, phép tắc xưa nay xa gần đều tuân thủ vì thực đúng đắn.

Căn cứ trên bốn nghĩa của kinh Phật mà chúng ta cần có thái độ đúng đắn đối với việc nghe kinh. Nghe ở đây là nói chung cho nghe và đọc kinh. Chưa nghe kinh mà nghi là bất hợp lý, nếu không nói là thành kiến cố chấp trên kiến giải của mình. Nghe đọc rồi mà nghi là chỉ y theo văn tự, không hiểu ngôn ngữ của kinh là biểu pháp, cũng chẳng thấy tất cả kinh Phật chỉ nói một điều duy nhất là tự tánh chân tâm của chính chúng ta. Nghe không nghi là không xen tạp mà nghe (văn), chín chắn suy nghĩ (tư), và chân thành sửa đổi (tu). Nghe không nghi là đọc tụng thọ trì đúng như vậy.

Sáu là, không chống trái với hàng Thanh văn. Điều này không có nghĩa là Duy-ma-cật tự mâu thuẫn, vì xuyên suốt bản kinh, ông không hề có chút gì gọi là bài bác hàng Thanh văn. Không chống trái là chẳng có ngăn ngại với tu tập và kiến giải của nhị thừa. Vì sao? Vì tứ diệu đế, mười hai nhân duyên hay lục ba-la-mật đều là vì sự hiểu của chúng sanh khác nhau mà nói. Đó là nghĩa thứ nhất, còn nghĩa thứ hai, Thanh văn là nghe nói pháp, nên ý nghĩa của sự không chống trái là khuyến khích việc nghe kinh pháp. Theo chú thích của Tuệ Sỹ, bản Phạn văn ghi: *"śravaṇād apratikṣepaḥ, không bài bác sự nghe; trong bản La-thập, śravaka, Thanh văn, thay vì śravaṇa, sự nghe."*[1] Như vậy thì không chống trái với hàng Thanh văn là khuyến khích việc nghe đọc kinh pháp, ở đây là tự nhủ với chính mình; những kinh chưa nghe, nghe không nghi là nói với người. Ý kinh không có sự lặp lại dư thừa. Cùng một ý nhưng là nghệ thuật chuyển tiếp từ độ tha sang tự độ, cũng như cùng nói đến Thanh văn mà hàm chứa hai nghĩa: sự nghe kinh và hàng nhị thừa.

Bảy là, thấy người được cúng dường cũng không tật đố, không khoe những lợi lộc của mình, ở nơi đó mà điều phục tâm mình. Chúng ta thường so đo, ganh tỵ khi thấy người được lợi lạc, và tự mãn khi mình đạt được lợi dưỡng. Đó là chuyện thông thường xảy ra hằng ngày, do đó được liệt kê thành số mục cụ thể, chứ chẳng phải nói chuyện cao xa đâu đâu. Ở nơi đó mà điều phục tâm mình là khi khởi niệm tật đố và tự mãn, phải nhận ra ngay; đó là giác, và phải khắc phục ngay; đó là tu. Chỉ cần dùng trí phương tiện là chế phục được. Người có lợi lạc là do người làm người được, ta có tật đố cũng chỉ là tự chuốc phiền não, chẳng thay đổi được gì. Ta có phúc lợi gì thì cũng là nhân quả, hơn nữa, suy cho cùng thì ngã ở đâu mà làm mà được. Suy nghĩ như vậy thì tâm được điều phục.

---

[1] Duy-ma-cật sở thuyết - Nhà xuất bản Phương Đông, 2020.

Tám là, thường xét lỗi mình, không nói đến lỗi của người, hằng nhất tâm cầu các công đức. Tăng Triệu nói: *"Thường xét lỗi mình thì lỗi tự tiêu. Rao nói lỗi người thì lỗi về nơi ta... Trần cấu dễ tăng, công đức khó đủ. Nếu chẳng có nhất tâm chuyên cầu thì không biết lấy gì để thành tựu."* Huệ Viễn ghi: *"Đối với việc tu hành thì khởi tâm chuyên nhất; thường xét lỗi mình chẳng nói lỗi người là tâm lìa lỗi tinh chuyên, hằng dùng nhất tâm cầu các công đức, là tâm mến mộ pháp thiện tinh chuyên. Chẳng xen lẫn các tưởng khác gọi là nhất tâm, có thiện thì đều muốn gọi là cầu các công đức."*

KINH VĂN

Ông Duy-ma-cật và Văn-thù-sư-lợi nói pháp này rồi, ở trong đại chúng có cả trăm nghìn trời, người đều phát tâm Vô thượng chánh đẳng chánh giác, mười nghìn Bồ Tát chứng đặng Vô sanh pháp nhẫn.

Chúng ta nên lưu ý số lượng có cả trăm nghìn trời, người ở đây vượt trội hơn ở các phẩm trước về số người phát tâm Bồ-đề và cả về số người chứng Vô sanh pháp nhẫn vào Bất động bát địa Bồ Tát. Đó là con số không thấy ở các phẩm trước. Điều này cho thấy lợi ích vô cùng to lớn của trí chứng bất nhị khi khởi dụng độ sanh, của vô số phân thân bất tư nghị mở bày vô lượng phương tiện thiện xảo. Đó chính là pháp phương tiện không thể nói, không thể bàn nhưng vô cùng khả thi và thực dụng. Đây là lý do Phật giáo không phải là tôn giáo hay triết học, mà là khoa sư phạm chân thật.

CHƯƠNG 11. PHẨM BỒ TÁT HẠNH

VỀ LẠI VƯỜN XOÀI

KINH VĂN

Khi đó, Phật nói pháp nơi vườn cây Am-la, vườn ấy bỗng nhiên rộng rãi trang nghiêm, tất cả đại chúng trong pháp hội đều trở thành sắc vàng.

Ông A-nan bạch Phật: Bạch Thế Tôn! Vì nhân duyên gì mà có điểm lành này, vườn đây bỗng nhiên rộng rãi trang nghiêm, tất cả chúng hội đều trở thành sắc vàng?

Phật bảo: Này A-nan! Đây là Duy-ma-cật, Văn-thù-sư-lợi cùng cả đại chúng cung kính vây quanh phát tâm muốn đến, nên trước hiện điểm lành này.

Lúc đó ông Duy-ma-cật nói với ngài Văn-thù-sư-lợi rằng: Chúng ta nên cùng nhau đến ra mắt Phật để cho các Bồ Tát đảnh lễ cúng dường Thế Tôn.

Ngài Văn-thù-sư-lợi nói: Hay thay! Nay chính là lúc nên đi.

Pháp hội ở nhà ông Duy-ma-cật là sự kiện hi hữu nên chấn động pháp giới, ví như một viên đá ném xuống hồ nước sẽ khuấy lên muôn ngàn gợn sóng lan xa. Mọi sự trên đời đều có tương quan mật thiết. Sự tương quan ấy ngoài ý nghĩa nhân quả còn là sự dung thông hàm nhiếp lẫn nhau. Kinh Hoa Nghiêm có thể thu gọn thành câu: Một là tất cả, tất cả là một. Nhìn chồi mầm mới mọc, ta biết trong đó có cây. Nhìn một áng mây, ta biết trong đó có mưa. Nhìn màu tím, ta biết trong đó có sắc đỏ và xanh. Nhìn tuyết mùa đông, ta biết trong đó có nước, cây cỏ, hoa lá mùa xuân. Câu chuyện ở nhà ông Duy-ma-cật tỏ bày toàn bộ lý sự viên dung, đã đến lúc ra hoa kết trái, cảm ứng tâm đại chúng ở vườn cây Am-la trở nên cởi mở và thanh tịnh nên kinh văn viết là: *vườn ấy bỗng nhiên rộng rãi trang nghiêm*. Tâm thanh tịnh rộng mở ấy chính là căn cơ Đại thừa của chúng sanh đã chín muồi đón chờ thời Phương đẳng với luồng tư tưởng mới mà phẩm này gọi là Bồ Tát hạnh.

Kinh Tâm địa quán viết: *"Trong ba cõi, tâm là chủ. Người quán sát được tâm, cuối cùng được giải thoát. Người không quán sát được tâm, cuối cùng bị chìm đắm trong luân hồi. Tâm chúng sanh giống như mặt đất, ngũ cốc, quả trái đều từ đất sanh. Như vậy, tất cả thế gian, xuất thế gian, thiện ác, các nẻo luân hồi, hữu học, vô học, độc-giác, Bồ Tát cho đến Như Lai đều do tâm mà sanh."* Một sanh, tất cả sanh. Một khởi tâm động niệm có thể đánh động toàn thế giới. Tâm chuyển thì cảnh chuyển. Do đó khi *Duy-ma-cật, Văn-thù-sư-lợi* cùng cả đại chúng cung kính vây quanh phát tâm muốn đến, và khi tâm đại chúng ở vườn Am-la rộng mở, tức thì tất cả chúng hội đều trở thành sắc vàng. Điều này cũng ám chỉ sẽ có rất nhiều người chứng đắc trí tuệ quang minh. Trong Thuyết Vô cấu xưng kinh sớ, Khuy Cơ viết: *"Biến rộng lớn, vì tăng trưởng hạnh Đại thừa. Biến trang nghiêm thanh tịnh, vì diệt phiền não. Biến thành màu vàng ròng, hiển thị quả vị thù thắng bậc nhất."*

Ở đây, tôi trích dẫn một bài học do cư sĩ Tâm Minh Vương Thúy Nga ghi trong tác phẩm "Chúng Tôi Học Kinh" (Ban Hướng Dẫn GĐPT Tại Hải Ngoại - 2007):

"Đây là bài học thứ nhất của anh chị em chúng tôi: ...nhớ lại hai câu cuối của một bài thi kệ:

Một tâm niệm an lành
Làm rạng ngời mặt đất

Chỉ một tâm niệm an lành thôi cũng đủ làm rạng ngời mặt đất. Ở đây, là cả hai vị Bồ Tát thượng thặng với *đại chúng, cung kính vây quanh khởi ý muốn đến thăm Phật, hèn gì không tạo ra điềm lành đó? Chúng tôi học được ở đây, cách hiểu một hình thái ngôn ngữ trong kinh điển Phật giáo. Tùy theo cách đọc, cách hiểu mà ta thấy một sự việc, một hiện tượng là sự thật hay là huyền thoại."*

Quả đúng thế, nhưng sự thật hay huyền thoại không là vấn đề; quan trọng là ở cách hiểu mà đạt nghĩa kinh văn, từ bản tâm mà hiện cảnh.

Bắt đầu từ phẩm này, vở kịch chúng ta đang xem chuyển cảnh từ nhà ông Duy-ma-cật về lại vườn xoài. Việc quay lại vườn cây am-la ở đây giống như một trong *tám pháp chưa từng có, khó đặng* đã nói ở phẩm Quán chúng sanh: chư Phật hiện đến nhà ông Duy-ma-cật, *rộng nói tạng pháp bí yếu của chư Phật, khi nói xong các ngài đều trở về*. Chẳng phải là trở về an trú Niết-bàn, mà là lưu hoặc nhuận sanh, giữ lại một phần tập khí vô minh để thị hiện thành hóa thân độ sanh và báo thân tịnh độ. Ở đây cũng vậy, các Bồ Tát và thính chúng muốn quay lại vườn xoài chính là từ sự giải ngộ mà trở lại thâm nhập ngũ trược ác thế để thực hiện viên mãn hạnh nguyện, nhưng trước tiên cần phải ra mắt Phật cầu ấn chứng.

Hạnh nguyện là tu nhân để thành quả Phật. Do đó, phẩm này là phần chứng thực cho những điều đã được thảo luận ở nhà ông Duy-ma-cật. Tuy thảo luận bao gồm đầy đủ lý sự, nhưng để phổ cập với đại chúng về tư tưởng Bồ Tát thì cần có Phật ấn chứng, chúng sanh mới tin nhận rằng tu hành và độ sanh là bất nhị. Đó chính là từ nhân hướng quả, với đầy đủ công đức mà thực chứng pháp thân, nên kinh văn nói: *cùng nhau đến ra mắt Phật để cho các Bồ Tát đảnh lễ cúng dường Thế Tôn*. Hơn nữa, pháp hội ở vườn Am-la lần này là để cho toàn đại chúng chứng kiến thần lực bất tư nghị của Duy-ma-cật với các tòa Sư tử, tượng trưng cho hai trí thật và quyền, và hương phạn, tượng trưng cho thực tướng vô tướng; cả hai đều là tiêu biểu cho pháp môn bất tư nghị giải thoát. Nếu toàn chúng ở đây thấy, tin và hiểu được tức là nhận được chỗ khả dụng của pháp giải thoát vậy.

Do căn cơ chúng sanh đã thuần thục, cũng như do tất cả nhân duyên và ý nghĩa của pháp hội ở nhà ông Duy-ma-cật đã viên thành mà cuối cùng Văn-thù-sư-lợi kết luận: *Nay chính là lúc nên đi.*

KINH VĂN

Ông Duy-ma-cật dùng sức thần thông đem cả đại chúng và các tòa sư tử để trên tay hữu đi đến chỗ Phật. Khi đến rồi ông để xuống đất, cúi đầu lễ dưới chân Phật, đi quanh phía hữu bảy vòng, một lòng chắp tay đứng sang một bên. Các Bồ Tát kia liền xuống tòa đến cúi đầu lễ dưới chân Phật, cũng đi quanh bảy vòng rồi đứng sang một bên. Các đại đệ tử, Đế thích, Phạm thiên, Tứ thiên vương cả thảy cũng đều xuống tòa, cúi đầu lễ dưới chân Phật, đứng qua một bên.

Chúng ta đã biết qua về ý nghĩa của thần thông trong kinh Duy-ma-cật ở phẩm Bất tư nghị. Ở đây xin điểm lại những thời điểm cụ thể Duy-ma-cật sử dụng thần thông, mỗi lần như vậy đều có ý nghĩa biểu pháp thâm sâu.

Trong phẩm Bồ Tát, phân đoạn Bồ Tát Trì Thế, Duy-ma-cật dùng thần thông định hình ma vương Ba-tuần, khiến cho không thể biến đi được; là vì ma vương mượn hình tướng Đế thích là tánh y tha khởi, là nhân duyên sanh nên nhất định phải là tướng như thị, không khác là như, đúng như vậy là thị. Điều này không loại trừ ý nghĩa tâm là chủ sanh vạn pháp; vì ma vương vốn có tâm khuấy phá Bồ Tát Trì Thế đang tịnh tu nên biến hóa thành thân Đế thích, khi tâm ma còn thì thân Đế thích chẳng thể biến mất được.

Trong phẩm Văn-thù-sư-lợi thăm bệnh, Duy-ma-cật dùng thần lực biến trượng thất của ông thành trống không, nhằm hiển thị nghĩa Không chẳng rời cõi nước.

Trong phẩm Bất tư nghị, việc mượn toà sư tử vừa là biểu diễn để kích thích và khai thị cho chúng sanh ngộ nhập thực tướng, vừa là tính thực dụng và khả an trụ của pháp giải thoát.

Ở phẩm Phật Hương Tích, Duy-ma-cật biến ra hóa Bồ Tát là phân thân bất tư nghị, là trí chứng hiển lộ đại dụng và phương tiện thù thắng.

Chúng ta sẽ thấy, một lần nữa Duy-ma-cật dùng thần thông ở phẩm Phật A-súc về sau.

Ở phẩm này, *ông Duy-ma-cật dùng sức thần thông đem cả đại chúng và các tòa sư tử để trên tay hữu đi đến chỗ Phật.* Đó chính là gánh vác chuyện giải thoát cho chúng sanh và nắm vững hai trí thật và quyền để độ sanh; trong đó, các tòa sư tử đã mượn từ cõi Tu-di tướng là thật trí, các tòa hóa hiện sau này giống các tòa trước là quyền trí. *"Bàn tay chẳng lớn mà có thể nắm giữ, đại chúng chẳng ít mà lại bị chuyển đi."* (Cát Tạng). Do đại dụng này mà toàn bộ chúng đều *đi đến chỗ Phật,* gặp Phật, nghĩa là thực chứng pháp thân. Phẩm trước là từ trí chứng khởi dụng. Phẩm này và phẩm sau là do khởi dụng, từ nhân nhập thế mà thành tựu quả vị tối thượng.

Khi đến rồi ông để xuống đất, là nghĩa buông xuống vạn duyên, không mảy may dính mắc một vi trần, ngay cả việc độ sanh cũng phải buông bỏ. Trong kinh Kim Cang, Phật thuyết: *"Này Tu-bồ-đề! Bồ Tát cũng như thế. Nếu nói rằng ta phải diệt độ vô lượng chúng sanh, thời không thể gọi là Bồ Tát. Bởi vì sao? Tu-bồ-đề! Thật không có pháp chi gọi là Bồ Tát."* Bồ Tát Thế Thân trong Kim Cang kinh luận có kệ rằng:

不達真法界
起度眾生意
及清淨國土
生心即是倒

Bất đạt chân pháp giới,
Khởi độ chúng sinh ý,
Cập thanh tịnh quốc độ,
Sinh tâm tức thị đảo.[1]

Chẳng thông đạt pháp giới,
Khởi ý độ chúng sanh,
Cùng thanh tịnh cõi nước,
Sanh tâm tức điên đảo.

Chẳng phải buông xuống tất cả là không còn gì, vì sau đó Duy-ma-cật cúi đầu lễ dưới chân Phật, đi quanh phía hữu bảy vòng, một lòng chắp tay đứng sang một bên. Cúi đầu đảnh lễ là đoạn trừ ngã tướng, cái gốc rễ của mọi chấp trước. Đảnh lễ dưới chân Phật phải thể hiện ngũ thể đầu địa, nghĩa là năm vóc sát đất. Trước hết, phải quỳ gối, gồm toàn bộ đầu gối, ống chân và mu bàn chân đều chạm đất. Kế là hai tay, gồm khuỷu tay, mu bàn tay, và sau cùng là đầu và trán cũng cúi chạm đất. Đảnh lễ như vậy là biểu thị nhiếp phục tâm kiêu mạn và tỏ lòng lễ kính Phật. Khi gối bên phải chạm sát đất là nguyện cho chúng sanh đắc chánh biến tri như Phật. Khi gối bên trái sát đất là nguyện cho chúng sanh không khởi tà kiến. Khi tay phải sát đất là nguyện như Thế Tôn chứng nhập Bồ-đề, đại địa rúng động, ngồi tòa Kim cương, hiện bày tướng lành, thuyết vô thượng pháp. Khi tay trái sát đất là nguyện cho chúng sanh xa lìa ngoại đạo và an trú trong chánh pháp. Khi đầu trán sát đất là nguyện cho chúng sanh lìa tâm

---

[1] Kim Cang Bát-nhã Ba-la-mật Kinh Luận (金剛般若波羅蜜經論) - Bồ Tát Thế Thân tạo luận, Bồ-đề-lưu-chi Hán dịch. Xem Đại Chánh tạng, Tập 25, số 1511, trang_791, tờ c, dòng 23-24.

kiêu mạn, thành tựu vô kiến đảnh tướng. *"Tăng Pháp Đạt, người Hồng Châu, bảy tuổi xuất gia, thường tụng kinh Pháp Hoa, đến lễ Tổ sư (tức Lục tổ Huệ Năng) mà đầu chẳng chấm đất. Sư quở rằng: Đảnh lễ mà chẳng chấm đất bằng như chẳng lễ, trong tâm ngươi tất có chất chứa điều gì, ngày thường tu hạnh chi?"* (Pháp Bảo Đàn Kinh). Cái chất chứa trong tâm vị tăng đó là lòng ngã mạn; có kiêu mạn thì dù có tụng ba ngàn biến kinh Pháp Hoa mỗi ngày cũng chẳng thể được gọi là có hạnh tu.

Cúi đầu lễ dưới chân Phật ở đây còn có nghĩa là nhiếp dụng quy thể. Duy-ma-cật là hóa thân của Kim Túc Như Lai, thuyết kinh này là Bất khả tư nghị giải thoát pháp môn. Chỗ thuyết của Duy-ma-cật nhằm đưa tất cả chúng sanh hồi quy bản giác; chính là nghĩa của Duy-ma-cật đảnh lễ Phật Thích-ca. Cũng chính vì nghĩa này mà có hình ảnh Duy-ma-cật và đại chúng sau khi đảnh lễ đều chấp tay lại đứng sang một bên, là nghĩa nhất tâm hồi quy tự tánh.

Ý nghĩa của *đi quanh về bên phải bảy vòng*, còn gọi là nhiễu hành (padakkhiṇakarana) hay đi nhiễu, cũng nên được xét qua. Đi nhiễu quanh Phật là tỏ lòng hết sức tôn kính. Số vòng đi quanh không nhất thiết, có thể là ba vòng, tượng trưng cho qui y Tam bảo, đoạn trừ ba độc, đắc tam minh là thần túc minh, thiên nhãn minh và lậu tận minh; cũng có thể là bảy vòng, tượng trưng cho bảy chi thánh đạo. Trong văn hóa Ấn Độ, bên phải là sự kiết tường. Hầu hết mọi người đều thuận bên phải, nên bên phải còn có nghĩa là thuận theo lẽ thường, không trái nghịch. Đi nhiễu quanh Phật là lấy Phật làm tâm, nghĩa là lúc nào cũng điều phục hành vi tương ưng chân tâm tự tánh.

Duy-ma-cật đảnh lễ Phật còn là nguyện đầu tiên trong mười đại nguyện Phổ Hiền là: *Lễ kính chư Phật*. Chư Phật đây không chỉ là những vị Phật đã thành, mà còn là những vị Phật sẽ thành, tức là tất cả chúng sanh hiện đang đối diện chúng ta. Thật ra trên đời chỉ có một chúng sanh duy nhất là bản thân ta. Tất cả muôn loài đều là Phật hóa sanh để giáo hóa chính ta. Trong đoạn kinh văn trên, phần lớn nội dung đều nói về lễ kính chư Phật. Từ Duy-ma-cật, các Bồ Tát, các đệ tử Phật cho đến các vị trời đều làm việc đầu tiên khi về lại vườn xoài là đảnh lễ Phật. Như trên đã nói, việc quay lại vườn cây am-la tiêu biểu cho việc thâm nhập ngũ trược ác thế, do đó mà biết việc đầu tiên khi nhập pháp giới chúng sanh là lấy sự *cung kính tất cả mọi người làm trên hết trong sự cúng dường*, như phẩm Phương tiện nói về ông Duy-ma-cật vậy.

MÙI HƯƠNG PHÁP DƯỢC

KINH VĂN

Bấy giờ Thế Tôn như pháp an ủi hỏi thăm các Bồ Tát rồi bảo ngồi lại chỗ cũ. Cả chúng đều vâng lời dạy. Khi chúng ngồi xong, Phật bảo ngài Xá-lợi-phất rằng: Ông có thấy thần lực của Bồ Tát đại sĩ làm đó chăng?

-Dạ, con đã thấy.

-Ý ông nghĩ sao?

-Bạch Thế tôn! Con thấy các việc làm ấy không thể nghĩ bàn, không thể lấy ý mà tính được, không phải suy nghĩ mà lường được.

Sau khi tất cả chúng từ nhà ông Duy-ma-cật về đều đảnh lễ Phật, Ngài như pháp chào hỏi lại mọi người. *Như pháp* là hành xử tương ưng với pháp tánh. Hành xử đó là do tánh đức lưu xuất từ tự tánh chân tâm. Người chào hỏi, ta đáp lễ. Ai nói thì ta nghe. Đó chẳng phải là tánh biết của chính mình bao trùm hư không pháp giới sao? Một hôm, thiền sư Hoàng Bá (?-850) sau khi nghe tướng quốc Bùi Hưu thưa thỉnh chuyện, ngài bèn gọi: "Bùi Hưu." Vị tướng quốc này liền ứng tiếng đáp. Hoàng Bá hỏi tiếp: "Ở đâu?" Ngay đó Bùi Hưu liền hội diệu ý. Bùi Hưu trả lời khi tổ gọi là tánh biết. Bùi Hưu không đáp câu hỏi sau mà lĩnh ngộ là tánh biết vốn chẳng phải là cái bị biết, nên chẳng thể tìm ra chỗ có. Chúng ta thấy Thế Tôn như pháp an ủi hỏi thăm các Bồ Tát rồi bảo ngồi lại chỗ cũ. Cả chúng đều vâng lời dạy; văn kinh ở đây cũng hàm ý như vậy.

Khi chúng ngồi xong, đây chính là ba trong lục chủng thành tựu: thời thành tựu, chúng thành tựu và xứ thành tựu. *Khi*, là thời thành tựu. *Chúng*, tức tất cả người, trời, Bồ Tát từ nhà ông Duy-ma-cật về, là chúng thành tựu. *Ngồi* trong vườn cây am-la, là xứ thành tựu. Phật hỏi Xá-lợi-phất có thấy thần lực của Duy-ma-cật không và Xá-lợi-phất đáp có; đây là chủ thành tựu và văn thành tựu. *Phật bảo*, là chủ thành tựu. Phật hỏi Xá-lợi-phất là muốn chứng thực thần lực của Duy-ma-cật là chỗ dụng của trí tuệ vô tướng. Do chỗ dụng này mà sở thuyết của Duy-ma-cật được kiết tập thành kinh lưu truyền cho hậu thế. Xá-lợi-phất *đã thấy*; thấy là do mắt chứng kiến, cũng như nghe là do tai chứng thực, vì do nghĩa như nhau nên ở đây là văn thành tựu. *Không thể nghĩ bàn*, nên chỉ có thể tin, là tín thành tựu. Tăng Triệu nói: *"Yếu chỉ lớn của kinh này là nói về đạo bất tư nghị, cho nên luôn hiển bày dấu tích bất tư nghị."* Nếu chỉ vì tự thân sự bất tư nghị mà nói kinh này thì sự bất tư nghị đó chẳng ích lợi gì. Phải bộc lộ hết chân nghĩa của việc mượn tòa, của sự biến hiện ra hóa Bồ Tát, cũng như của bát cơm Hương Tích, thì chúng sanh mới khởi đại tín. Sự bất tư nghị mới có chỗ đại dụng.

Chỉ một đoạn kinh văn ngắn thôi mà đầy đủ lục chủng thành tựu cho bài thuyết pháp của Phật sắp nói về *Phật sự* và *pháp môn Tận, Vô tận Giải Thoát*. Chúng ta đã thấy ở phẩm Phật quốc, Phật nói pháp bằng sự im lặng *ngồi yên trên tòa sư tử trang nghiêm bằng các thứ báu, oai đức che trùm tất cả đại chúng*. Sau đó, Ngài diễn giảng cho cư sĩ

Bảo Tích về hạnh trang nghiêm Tịnh độ của Bồ Tát và dạy cho Xá-lợi-phất nhận chân cõi Ta-bà vốn hằng thanh tịnh. Thời thuyết pháp sắp tới của Phật, mà chúng ta sẽ thấy, do đầy đủ lục chủng thành tựu nên có thể xem là một bản kinh ngắn, chứng thực cho kinh Duy-ma-cật sở thuyết. Bản kinh ngắn này lấy sự làm chủ, tức tóm tắt đầy đủ chỗ nói của Duy-ma-cật.

> ## KINH VĂN
>
> Ông A-nan bạch Phật rằng: Bạch Thế Tôn! Mùi hương con nghe đây từ xưa chưa từng có, đó là mùi hương chi?
>
> Lúc đó Xá-lợi-phất nói với ông A-nan rằng: Lỗ chân lông của chúng tôi cũng có mùi hương ấy!
>
> Ông A-nan nói: Mùi hương ấy ở đâu đến?
>
> Phật bảo A-nan: Đó là mùi hương phát ra từ lỗ chân lông các vị Bồ Tát cõi kia.
>
> Ông Xá-lợi-phất nói: Đấy là trưởng giả Duy-ma-cật xin cơm thừa của Phật ở nước Chúng Hương đem về ăn nơi nhà ông, nên tất cả lỗ chân lông đều ra mùi hương như thế.

Trên là Xá-lợi-phất đã thấy thần lực bất khả tư nghị của Duy-ma-cật không thể lấy ý thức phân biệt suy lường; xin nhắc lại thần lực đó là sự kiện Duy-ma-cật gom hết đại chúng và tòa ngồi trong bàn tay đem về gặp Phật. Ở đây ông A-nan ngửi mùi hương *từ xưa chưa từng có*, chính là đề cập đến pháp vô tướng chẳng thể luận bàn. Pháp lực của Duy-ma-cật là để hiển pháp vô tướng. Ý tứ kinh văn đan kết hết sức chặt chẽ. Mùi hương đó không chỉ theo cách hiểu chung chung là hương trí tuệ hay hương từ bi, pháp duyệt thực hay pháp dược, mà phải được hiểu cụ thể là pháp vô tướng, vì nghĩa biểu pháp của mùi hương là không có hình sắc để thấy. Chính vì không có hình tướng để phân biệt, nhận biết nên mùi hương chỉ có giá trị thiết thực khi thấm nhuần vào người và vật, và từ đó tỏa ngát thơm lừng. Tính thấm đượm của mùi hương là tính thực dụng của pháp giải thoát.

Phật bảo A-nan: Đó là mùi hương phát ra từ lỗ chân lông các vị Bồ Tát cõi kia. Bản dịch của hòa thượng Huệ Hưng thiếu một câu này, nên tôi thêm vào phần kinh văn trên. Tại sao Phật chỉ nói từ chân lông các vị Bồ Tát cõi Chúng Hương tỏa hương, chứ không nói ai khác? Vì các Bồ Tát cõi đó đã đại triệt đại ngộ, là pháp thân đại sĩ hay Bồ Tát đẳng giác hầu như đã chứng toàn phần pháp thân, nên mùi hương toát ra có phần rõ rệt hơn là từ các đại đệ tử, Đế thích, Phạm thiên, Tứ thiên vương, dù có tỏa mùi hương, cũng chỉ là phần chứng. Mùi hương chỉ có một, chỉ khác là ở các Bồ Tát cõi kia thì đậm nét, ở các vị đại đệ tử của Phật như Xá-lợi-phất thì mờ nhạt. Lời của Xá-lợi-phất đích thực xác nhận giá trị thiết thực của mùi hương: *Lỗ chân lông của chúng tôi cũng có mùi hương ấy!* Xá-lợi-phất, vị đệ tử trí tuệ đệ nhất của Phật, trước kia lúc thiền tọa, nghe Duy-ma-cật chỉ thẳng nguồn tâm nhưng chưa hiểu, nay từ pháp hội ở nhà ông Duy-ma-cật về, đã liễu ngộ nên mới nói lời ấy chứng thực chỗ dụng của mùi hương. A-nan tuy chưa đắc quả A-la-hán, nhưng cũng là hàng Thanh văn và là đa văn bậc nhất nên cũng thoáng ngửi được hương thơm mờ nhạt từ các vị Thanh văn trở về từ nhà Duy-ma-cật. Hơn nữa, các vị Bồ Tát cõi Chúng Hương tất nhiên đã thu nhiếp mùi hương theo lời dạy của Phật Hương Tích khi đến cõi Ta-bà, nên mùi hương mà ông A-nan ngửi được chính là từ đoàn người trở về từ nhà Duy-ma-cật đã thọ dụng cơm Hương Tích, *ăn nơi nhà ông, nên tất cả lỗ chân lông đều ra mùi hương như thế.* Các Bồ Tát cõi kia thu nhiếp mùi hương là đối với chúng sanh cõi Ta-bà. Tự thân mùi hương là tánh đức lưu xuất tự nhiên, không có chuyện buông hay giữ, nên sự thu nhiếp mùi hương là thần lực bất tư nghị làm cho chúng sanh cõi này không thể ngửi được thôi. Do đó mà lời Phật nói mùi hương tỏa ra từ các Bồ Tát cõi kia chẳng phải là lời dối trá.

Ông A-nan vì là thị giả nên đã ở lại bên cạnh Phật, không theo đoàn người của Văn-thù đến thăm bệnh Duy-ma-cật. Vì vậy ông đã vì chúng ta, những chúng sanh còn mờ mịt, để hỏi xuất xứ của mùi hương: *Mùi hương ấy ở đâu đến?* Trên đã nói mùi hương là biểu trưng cho pháp vô tướng. Pháp vô tướng là thể, nên vô sở hữu. Tuy xông khắp tam thiên đại thiên, nhưng chẳng phải ai cũng có thể ngửi được; cũng như pháp thân vô tướng hiện các tướng quanh ta nhưng ta chưa từng nhận ra. Ở đây A-nan hỏi từ đâu có mùi hương, hàm ý chỗ dụng của mùi hương, tức cơm thơm như là pháp dược. Mùi hương là pháp vô tướng, là pháp dược trị bệnh chấp tướng cho chúng sanh. Pháp dược đó chính là bát cơm Hương Tích đã nói ở phẩm trước. Nếu đã bệnh thì nên uống thuốc. Uống thuốc thì dứt bệnh, nên Xá-lợi-phất nói nhờ Duy-ma-cật xin cơm thừa của Phật Hương Tích ở nước Chúng Hương đem về ăn nơi nhà ông, nên tất cả lỗ chân lông đều ra mùi hương như thế. Đoạn kinh văn tiếp theo bên dưới là nói tác dụng của pháp dược bát cơm Hương Tích.

KINH VĂN

Ông A-nan hỏi ông Duy-ma-cật rằng: Mùi hương đó còn được bao lâu?

Ông Duy-ma-cật nói: Đến khi cơm đó tiêu.

- Cơm đó bao lâu mới tiêu?

- Thế lực cơm đó đến bảy ngày mới tiêu. Lại nữa A-nan! Những Thanh văn chưa vào chánh vị, ăn cơm đó đến khi vào chánh vị rồi mới tiêu. Đã vào chánh vị, ăn cơm đó, khi tâm giải thoát rồi mới tiêu. Chưa phát tâm Đại thừa, ăn cơm đó đến khi phát tâm Đại thừa rồi mới tiêu. Đã phát tâm Đại thừa, ăn cơm đó, khi được Vô sanh nhẫn rồi mới tiêu. Đã được Vô sanh nhẫn, ăn cơm đó đến khi Nhất

> sanh bổ xứ rồi mới tiêu. Ví như có món thuốc tên là thượng vị, người uống vào trừ hết các độc trong thân rồi mới tiêu. Cơm này cũng vậy, khi trừ hết các độc phiền não rồi mới tiêu.

Bát cơm Hương Tích là pháp dược nên mùi hương là dấu hiệu cụ thể của sự ngấm thuốc, là biểu hiện của phương thuốc chữa bệnh đang tác dụng. Cơm tiêu tức bệnh dứt. Bệnh dứt là tác dụng của thuốc đã khiến chúng sanh lành mạnh. Do đó khi A-nan hỏi mùi hương tồn tại bao lâu, Duy-ma-cật trả lời: *Đến khi cơm đó tiêu*. Trạm Nhiên viết: *"Hương này tùy cơm, cơm nếu hết thì hương cũng tùy đó mà hết."* Thuốc này cũng vậy, tùy bệnh, bệnh nếu hết thì thuốc cũng chẳng cần.

Chúng sanh chỉ có một bệnh duy nhất là ngấm *các độc phiền não*. Vì thế Phật, Bồ Tát chỉ dùng một phương thuốc duy nhất là pháp giải thoát bất tư nghị, nên kinh văn viết: *Ví như có món thuốc tên là thượng vị, người uống vào trừ hết các độc trong thân rồi mới tiêu*; thượng vị chính là vị giải thoát. Tùy theo mức độ sâu nặng của vọng tưởng, phân biệt, chấp trước mà liều lượng gia cố của thuốc khác nhau. Sự giải thoát vì vậy có cạn sâu khác nhau; đó là chỗ dụng khó nghĩ bàn của pháp Phật.

Thanh văn khi vào chánh vị rồi mới tiêu. Chánh là chánh đáng, đúng đắn. Vị là vị thế, nơi chỗ. Tăng Triệu giải thích: *"Vào cảnh vô lậu gọi là vào chánh vị."* Giải thích của Tăng Triệu ngắn gọn là do căn cứ vào bản dịch của La-thập thiếu một câu mà bản dịch của Huyền Trang có: *"Nếu người chưa ly dục mà ăn thức ăn này, khi đắc ly dục rồi sau đó mới tiêu."* Ly dục là phá kiến tư hoặc. Khi hàng Thanh văn từng bước phá trừ kiến tư phiền não, đoạn trừ ngã chấp gọi là *vào chánh vị*, chứng quả vô lậu, gọi là *tâm giải thoát*. Tâm giải thoát đó chưa phải là rốt ráo, vì chưa đoạn dứt trần sa phiền não, pháp chấp vẫn còn; nếu muốn phá triệt để, cần thiết bước vào Bồ Tát đạo, là nghĩa: *đến khi phát tâm Đại thừa rồi mới tiêu*. Phát tâm Bồ Tát mà tinh tấn tu, phá trừ kiến chấp sanh trụ diệt, chứng được Vô sanh pháp nhẫn, gọi là giải thoát sanh tử. Do đó kinh văn viết: *Đã phát tâm Đại thừa, ăn cơm đó, khi được Vô sanh nhẫn rồi mới tiêu*. Vẫn còn một pháp vô sanh, nên gọi là trụ nhất sanh bổ xứ, một đời nữa mới thành Phật. Khi chẳng còn một pháp, pháp không cũng không, chính là chỗ không còn gì để nói. Vì vậy kinh văn chỉ nói: *Đã được Vô sanh nhẫn, ăn cơm đó đến khi Nhất sanh bổ xứ rồi mới tiêu*.

Đoạn kinh văn trên có một câu rất quan trọng vì tính chân thực của nó nên tôi đề cập sau khi đã nói từng phần giải thoát hay từng bước cơm tiêu. Đó là câu trả lời của Duy-ma-cật: *Thế lực cơm đó đến bảy ngày mới tiêu*. Bảy ngày mới tiêu, chính là nói có thể chứng quả trong bảy ngày; nghĩa này là xác quyết rõ ràng, không phải là nghĩa biểu pháp. La-thập nói: "Bảy ngày mới tiêu là có hai nhân duyên. Hoặc có người ăn cơm thơm, cơm tiêu chẳng đúng thời, thì chán mà xả bỏ, nên chẳng khiến để lâu. Cũng có thể nói ứng với người đắc đạo, mùi cơm đúng thời xông, không quá bảy ngày thì ắt sẽ đắc đạo." Tăng Triệu nói: "Nếu ứng với việc nhân nơi món cơm mà bước lên thềm thang của đạo, thì cần phải đạt đến chỗ nên đạt thì cơm mới tiêu." Đạo Sinh nói: "Trong bảy ngày ắt có sở đắc."

Xem vậy thì cổ nhân đều thống nhất rằng sự giải thoát là khả đắc không quá bảy ngày. Chỉ bảy ngày sau khi xuất gia theo Phật tu học, Mục-kiền-liên đã đắc quả A-la-hán. Khi Tịnh Phạn vương bị bệnh nặng, khó qua khỏi, Phật trở về thành Ca-tỳ-la-vệ thuyết pháp tiếp độ vua cha trong bảy ngày, vua đắc quả A-la-hán và nhập Niết-bàn cùng ngày. Trong Trường bộ kinh, kinh Đại Niệm Xứ, Phật dạy: "*Này các tỳ-kheo, không cần gì nửa tháng, một vị nào tu tập tứ niệm xứ này trong bảy ngày, vị ấy có thể chứng một trong hai quả sau: một là, chứng thánh trí ngay trong hiện tại; hai* là, nếu còn hữu dư y thì chứng quả Bất hoàn." Trong kinh A-di-đà, Phật chứng thực: *"Nếu có thiện nam tử, thiện nữ nhân nào nghe nói đức Phật A-di-đà, rồi chấp trì danh hiệu của đức Phật đó, hoặc trong một ngày, hoặc hai ngày, hoặc ba ngày, hoặc bốn ngày, hoặc năm ngày, hoặc sáu ngày, hoặc bảy ngày một lòng không tạp loạn, thời người đó đến lúc lâm chung đức Phật A-di-đà cùng hàng thánh chúng hiện thân ở trước người đó. Người đó lúc chết tâm thần không điên đảo nên được vãng sanh về cõi Cực lạc của Phật A-di-đà."* Duy-ma-cật cũng đã từng nói: *Hoặc có chúng sanh nào không ưa ở lâu trong đời, mà có thể độ được, Bồ Tát liền thâu ngắn một kiếp lại làm bảy ngày.*

Đối với tôi, bảy ngày có thể được đạo giải thoát là đáng tin, cho dù là với bất kỳ quả vị nào của ba thừa, miễn sao chúng ta nhất tâm và quyết định. Do đó, đoạn văn mà Khuy Cơ nói bên dưới, theo tôi là có giá trị phá trừ vọng tưởng chứng đắc, chẳng phải ý nói thành đạo nhất định phải trải qua vô số kiếp tu hành: *"Như hàng Thanh văn lợi căn đắc quả phải trải qua sáu mươi kiếp, Bồ Tát từ sơ phát tâm đến chứng vô sanh nhẫn ắt phải trải qua một đại a-tăng-kỳ kiếp. Nếu chứng đắc rồi cơm mới tiêu, há chỉ bảy ngày mà được quả Thanh văn ư, chỉ bảy ngày mà được vô sanh nhẫn ư?"* (Thuyết Vô Cấu Xưng kinh sớ). Vả lại thời gian không thực có, nên nói bảy ngày hay vô số kiếp mới chứng quả cũng chỉ là tương đối.

PHÁP ĐỘ CỦA CHƯ PHẬT

TẤT CẢ PHÁP LÀ PHƯƠNG TIỆN PHẬT SỰ

> **KINH VĂN**
>
> Ông A-nan bạch Phật: Thật chưa từng có! Bạch Thế Tôn! Như món cơm thơm ấy có thể làm Phật sự?

> Phật nói: Đúng thế, đúng thế! A-nan! Hoặc có cõi Phật lấy ánh sáng của Phật mà làm Phật sự; có cõi lấy Bồ Tát mà làm Phật sự; có cõi lấy người của Phật hóa ra mà làm Phật sự; có cõi lấy cây Bồ-đề mà làm Phật sự; có cõi lấy y phục ngọa cụ của Phật mà làm Phật sự; có cõi lấy cơm ăn mà làm Phật sự; có cõi lấy vườn rừng, lâu đài, nhà cửa làm Phật sự; có cõi lấy 32 tướng tốt, 80 vẻ đẹp mà làm Phật sự; có cõi lấy thân Phật mà làm Phật sự; có cõi lấy hư không mà làm Phật sự, chúng sanh duyên theo đó mà vào luật nghi; có cõi lấy mộng, huyễn, bóng, vang, tượng trong gương, trăng dưới nước, ánh nắng dợn, các thí dụ như thế mà làm Phật sự; có cõi lấy tiếng tăm, lời nói, văn tự mà làm Phật sự; hoặc có cõi lấy Phật thanh tịnh vắng lặng, không nói không rằng, không chỉ không biết, không tạo không tác mà làm Phật sự.

Pháp Phật là nền chân giáo dục lấy việc giáo hóa chúng sanh đưa đến cứu cánh giải thoát. Trong sự giáo hóa ấy, tất cả pháp đều có thể là phương tiện, nên nói vạn pháp đều là Phật pháp. Một nhánh hoa có thể khiến Ca-diếp mỉm cười. Một lời quát của thiền sư có thể thức tỉnh học trò. Một bát cơm thơm mà độ toàn chúng, thì đúng như A-nan tán thán là *thật chưa từng có*. Lấy cơm là một phương tiện đại biểu chung cho vô số phương tiện khai ngộ chúng sanh. Chúng sanh chấp tướng sâu nặng nên Phật sự là dùng tướng để phá tướng, đồng thời hiển lộ pháp vô tướng. Do đó mà hai lần Phật xác nhận: *đúng thế*.

Ngoài cơm thơm là đại biểu chung như đã nói, Phật lấy 13 ví dụ đều dùng tướng; đây là điểm rất quan trọng ta cần lưu ý. Để hiển thị mùi hương vô tướng mà dùng tướng cơm. Mùi thơm của cơm là biểu pháp chỉ pháp vô tướng, cũng là pháp dược, tức nghĩa là biểu pháp chỉ pháp phương tiện hay pháp độ của chư Phật. Từ đây kinh văn dẫn ra hàng loạt ví dụ; điều này cho thấy nghệ thuật dẫn ý khéo léo của kinh văn.

Để chúng sanh chứng pháp vô tướng nên dùng tất cả tướng. Tướng ở đây không riêng là tướng của hình sắc vật thể, mà còn là tướng của ánh sáng, tướng của âm thanh, mùi vị, tướng của cảm xúc, tướng của ý nghĩ, tướng của thân Phật, tướng của hư không, tướng của hư huyễn, tướng của im lặng. Tất cả tướng dùng làm Phật sự là tất cả pháp mà sáu căn nhận biết, là tướng phần của thức hay trần tướng. Phải biết căn trần duyên nhau sanh thức. Trong thức có kiến phần và tướng phần. Tướng phần chính là tất cả pháp. Do đó, từ căn trần mà đầy đủ tất cả pháp.

Phật sự chính là dùng trần tướng mà khởi nhập tánh viên thông ở sáu căn. Căn tánh nào lanh lợi hơn, thì dùng tướng trần tương ưng mà khởi viên thông, chẳng phải nhất định do một pháp mà nhập đạo. Như ông Ưu-ba-ni-sa-đà (Upaniṣad) quán thân bất tịnh, chứng tất cả sắc chẳng khác không; là viên thông ở sắc trần. Như ông A-na-luật chứng tánh thấy không do con mắt; là nhãn căn viên thông. Như ông đồng tử Hương Nghiêm quán mùi hương trầm không phải từ cây, không phải từ hư không, không phải là khói, không phải là lửa, không có chỗ đến đi, từ đó thấu suốt tướng hương tiền trần vốn không, được diệu tính mật viên của mùi hương, là viên thông ở hương trần. Còn như ông Chu-lợi-bàn-đà quán hơi thở cùng tột ở các tướng sinh, trụ, dị, diệt quán đến từng sát-na, ngộ được tánh rỗng không của hơi thở, là tỷ căn viên thông. Do đó 13 ví dụ Phật nói với A-nan chính là dùng tất cả tướng làm phương tiện chứng nhập vô tướng vậy.

Hoặc có cõi Phật lấy ánh sáng của Phật mà làm Phật sự. Ánh sáng đó là trí tuệ xuyên thủng ám chướng si mê. Kinh Viên giác gọi là tánh viên giác. Kinh Lăng-nghiêm gọi là tánh viên thông. Ánh sáng đó là phương tiện chủ yếu tuyên pháp của Phật Dược sư như hai lời nguyện đầu trong thập nhị đại nguyện của Ngài. *"Đệ nhất đại nguyện: Tôi nguyện trong đời vị lai khi được đạo Bồ-đề, ánh sáng từ nơi thân tôi chiếu soi vô lượng thế giới, dùng ba mươi hai tướng tốt, tám* mươi vẻ đẹp trang nghiêm làm cho tất cả hữu tình đều được như tôi không khác. Đệ nhị đại nguyện: Tôi nguyện trong đời vị lai khi được đạo Bồ-đề, thân tôi như lưu ly, trong ngoài thanh tịnh, sáng hơn mặt trời mặt trăng, chúng sanh ở nơi tối tăm đều được nhờ ánh sáng của tôi soi rọi." Ánh sáng chiếu rọi các sắc màu, hình trạng nên từ ánh sáng có thể khởi nhãn căn viên thông. Ánh sáng chạm xúc ngoài da, nên từ đó có thể khởi thân căn viên thông. Chẳng phải ánh sáng chỉ có liên hệ với sắc trần và bao hàm cả xúc trần, ánh sáng còn là một khái niệm trừu tượng, tức pháp trần. Trong sáu trần, ánh sáng hiện diện ở ba trần, tiện dụng chỗ nào thì chính chỗ đó là Phật sự.

Có cõi lấy Bồ Tát mà làm Phật sự; có cõi lấy người của Phật hóa ra mà làm Phật sự. Đây là nói đến pháp giải thoát chúng sanh tiếp nhận được là trực tiếp từ chư Phật, Bồ Tát pháp thân đại sĩ, các bậc tổ sư đại triệt đại ngộ. Phải có người truyền thừa pháp, chúng sanh mới được khai ngộ. Ví dụ như Kinh Hoa Nghiêm có 53 vị pháp thân đại sĩ nói pháp cho Đồng tử Thiện Tài, Bồ Tát Quán Tự Tại thuyết Bát-nhã, hóa Bồ Tát do Duy-ma-cật biến hiện đi thỉnh cơm. Hoặc như trong bản kinh này, tông chỉ bất nhị có vô số lối vào, nên có 33 vị Bồ Tát làm đại biểu diễn bày. Hoặc như sách Nhất Thiết Kinh Âm Nghĩa của Huyền Ứng có nói về Phật Tu-phiến-đa (Susànta) thành đạo buổi sáng, buổi chiều diệt độ, nhưng vẫn lưu lại hóa Phật ở cõi nước để độ sanh.

Có cõi lấy cây Bồ-đề mà làm Phật sự. Cây Bồ-đề là nơi Phật phát nguyện không rời thiền định nếu chẳng đắc đạo thấu suốt chân tướng vũ trụ nhân sinh. Do đó việc lấy cây Bồ-đề làm Phật sự tức là lấy tướng công phu làm phương tiện. Công phu của Thiền tông là dùng thiền tọa làm chủ, thu nhiếp sáu căn về tánh viên thông. Công phu của Tịnh tông, nói như Bồ Tát Đại Thế Chí trong kinh Lăng-nghiêm là: *"thu nhiếp sáu căn, không có lựa chọn, tịnh niệm tương tục".* Tướng công phu chỉ để nhiếp tâm được an trụ, nhất định không để cảnh quán thành sở trụ.

Có cõi lấy y phục ngọa cụ của Phật mà làm Phật sự; có cõi lấy cơm ăn mà làm Phật sự; có cõi lấy vườn rừng, lâu đài, nhà cửa làm Phật sự. Công phu tu hành không phải chỉ gói gọn trong những việc đặc thù mang tính chuyên môn như thiền tọa, niệm Phật, trì chú... mà phải phổ biến ở cả những việc hết sức bình thường hằng ngày. Trong kinh Kim Cang, đại định phi thường của Phật thể hiện ngay ở hành vi hằng ngày Phật đắp y trì bát vào thành Xá-vệ theo thứ lớp từng nhà khất thực.

Ở đây kinh văn lấy tướng sinh hoạt hằng ngày của chúng ta mà làm Phật sự. Phật sự chẳng ngoài việc mặc đồ, nằm ngồi, tức *y phục ngọa cụ*, việc ăn ở, tức *cơm ăn*, hay *vườn rừng, lâu đài, nhà cửa.* Y phục ngọa cụ liên hệ đến thân chạm xúc, nên từ đó khởi thân căn vào viên thông. Y phục sinh cảm xúc ấm. Ngọa cụ sinh cảm xúc êm. Cảm xúc ấm êm và cái biết có cảm xúc đó chẳng phải là hai tánh biết trong cùng một thân thể. Quán tận cùng thì thân căn không chỗ có, chỉ thuần là một tánh giác viên thông. Cơm ăn, nhà ở, hoa vườn là y báo, dù đầy đủ hay thiếu thốn thì thọ dụng cũng không khởi tâm chấp trước phân biệt. Ngoài ra, lấy cơm thơm là dùng cơm làm hương trần khởi tánh viên thông ở tỷ căn. Lấy vườn rừng, lâu đài, nhà cửa là lấy sắc trần khởi nhãn căn viên thông. Ăn mặc là nói về chúng sanh hữu tình. Nhà cửa, lâu đài, vườn rừng là chỗ ở, nơi sinh sống dung nạp chúng sanh, tức là khí thế gian vô tri. Do đó mà nói hữu tình, vô tri là diệu dụng của Đại Nhật Như Lai.

Nói lấy tướng sinh hoạt hằng ngày làm Phật sự thì cũng nên nhắc đến cư sĩ Bàng Uẩn (740-808), thường được tôn xưng là Duy-ma-cật thứ hai, có bài kệ:

Việc hằng ngày không khác,
Riêng tôi tự thấy vui.
Mọi việc chẳng nắm bỏ,
Mọi chốn chẳng nghịch xuôi.
Gò núi hết bụi đời,
Xách nước bổ củi thôi.

Có cõi lấy 32 tướng tốt, 80 vẻ đẹp mà làm Phật sự; có cõi lấy thân Phật mà làm Phật sự. Đây là nói lấy báo thân trang nghiêm và hóa thân phương tiện để làm Phật sự. Tướng hảo của Phật là báo thân ở các cõi tịnh độ thù thắng. Như báo thân Phật A-di-đà hiện cõi nước Cực lạc hoặc Phật Dược sư hiện cõi nước Lưu Ly làm Phật sự. Dùng tướng hảo làm Phật sự là từ sắc trần và nhãn căn thể nhập tánh viên thông. La-thập nói: *"Thân Phật là thân hóa hiện."* (Chú Duy-ma kinh- Tăng Triệu). Tất cả thân tướng đều là thân Phật. Phải biết tất cả thân là một thân, tất cả tướng là một tướng. Thân Phật, thân chúng sanh không phải là hai.

Chúng sanh chấp tướng quá sâu nặng nên Phật, Bồ Tát thị hiện làm thân chúng sanh để khai mở tuệ nhãn cho chúng sanh. Ai thấy được hai gã cuồng si, ăn mặc xốc xếch ở chùa Quốc Thanh, tức Hàn Sơn và Thập Đắc, chính là Văn-thù và Phổ Hiền, thì người đó hiểu được nghĩa trên. Phật sự là vì chúng sanh, chẳng phải vì bản thân Phật hay Bồ Tát. Do chúng sanh cơ cảm nên Phật, Bồ Tát ứng hiện. Sự ứng hiện đó lưu xuất từ tánh đức, không do khởi tâm động niệm, không do phân biệt chấp trước. Ví như ta cầm dùi gõ trống, ngay khi gõ thì tiếng vang vọng, gõ mạnh thì tiếng lớn, gõ nhẹ thì tiếng nhỏ, không gõ thì không tiếng. Tiếng vang vọng là hóa thân ứng hiện. Gõ mạnh nhẹ là do tâm ý và căn cơ chúng sanh. Tiếng lớn nhỏ là tùy loại hóa thân, tùy cơ thuyết pháp. Kinh Lăng-nghiêm nói về hóa thân của Phật, Bồ Tát là *"tùy chúng sanh tâm, ứng sở tri lượng"*, là tùy tâm ý chúng sanh, hợp với chỗ hiểu biết của chúng sanh mà Phật, Bồ Tát đến với cuộc đời này. Kinh Pháp Hoa có nói về 32 hóa thân của Bồ Tát Quán Thế Âm, là đại biểu cho vô lượng vô biên thân thị hiện tùy loài mà ứng hóa, mỗi loài lại có vô số loại chúng sanh.

Có cõi lấy hư không mà làm Phật sự, chúng sanh duyên theo đó mà vào luật nghi; có cõi lấy mộng, huyễn, bóng, vang, tượng trong gương, trăng dưới nước, ánh nắng dợn, các thí dụ như thế mà làm Phật sự. Có là một tướng. Không cũng là một tướng. Chúng sanh chấp hữu, Phật thuyết vô. Do chúng sanh chấp không, Phật nói có. Đó là khéo dùng các tướng đối đãi mà trừ chấp tướng. Phật vì thế không có thuyết pháp quyết định. Từ đó có thể nói tất cả có và không là báo thân của Đại Nhật Phật. Do quán tam giới như hư không, chúng sanh nhàm chán cái có, lại ưa thích cái không. Do chúng sanh sợ sanh tử vô thường mà Phật chỉ bày diệt đế và đạo đế, biến hiện Niết-bàn hóa thành để dẫn dụ, *chúng sanh duyên theo đó mà vào luật nghi*. Tam giới là hữu. Căn bản của cái có là bốn đại chủng cùng với không đại chẳng khác, nên nói vạn pháp giai không. Cái không này là Phật sự.

Khi chúng sanh đã thuần thục, Phật mới hiển bày cái không cũng là không. *"Do quán hư không đều không có tánh tướng, ngộ nhập sinh và pháp sở chấp, hai ngã vô thể cũng thế. Do đó hữu tình điều phục đoạn chấp, ngộ được hai tánh là không, đạt được lý nhị không."*[1] *Ngộ nhập sinh và pháp sở chấp* là chứng pháp vô sanh. *Hai ngã vô thể* là phá ngã của ngã chấp và ngã của pháp chấp, *đạt được lý nhị không* là ngã không và pháp không. *Ngộ được hai tánh là không*, là chứng tánh rỗng không của biến kế sở chấp và y tha khởi, thể nhập viên thành thật; từ đây mà nói muốn phá trừ vọng tưởng, trước phải trừ phân biệt chấp trước.

---
[1] Thuyết Vô Cấu Xưng kinh sớ - Khuy Cơ.

Muốn trừ phân biệt chấp trước cần phải quán thật sâu cái mà chúng ta cho là thực tại trước mắt thực ra chỉ là mộng huyễn bào ảnh. Tất cả các tướng huyễn ở các ví dụ như mộng, huyễn, bóng, vang, ở chúng sanh là thức biến, ở bậc giác là tâm hiện, cùng là một nguyên lý nhưng bản chất không đồng, vì chúng sanh theo thức biến mà trôi lăn, bậc giác do tâm hiện nên lấy đó làm Phật sự. Từ hư không và mộng huyễn mà nói tam giới và hư không đều về pháp độ của Đại Nhật Như Lai, đều có thể lấy đó làm Phật sự.

Có cõi lấy tiếng tăm, lời nói, văn tự mà làm Phật sự; hoặc có cõi lấy Phật thanh tịnh vắng lặng, không nói không rằng, không chỉ không biết, không tạo không tác mà làm Phật sự.

Thế giới chúng ta đang sống, người người giao tiếp với nhau bằng lời nói, ngay cả động vật cũng phát ra âm thanh để biểu cảm. Do nhĩ căn sắc bén, tâm thức chúng sanh ở cõi Ta-bà rất dễ bị tác động bởi âm thanh. Do đó âm thanh lời nói chính là phương tiện hiệu quả nhất để hoằng pháp lợi sanh.

Bồ Tát Quán Thế Âm do quán chiếu sự nghe âm thanh mà chứng nhĩ căn viên thông. Ngài dùng trí Bát-nhã khởi tác dụng quán chiếu âm thanh, dùng tánh trong căn chứ không dùng nhĩ thức. Tánh giác diệu minh vốn sẵn có ở nhĩ căn nên là viên ngộ. Khi nghe liền thấu đạt lý tánh của sự nghe, nên gọi là viên thông; đó là thấu triệt tánh tướng nhất như, thanh và vô thanh không hai. Từ thanh trần mà khởi tánh viên thông là viên ứng; viên ứng còn có nghĩa là nghe âm thanh khổ nạn của chúng sanh mà liền ứng hiện cứu giúp.

Trong Kinh Lăng-nghiêm, Bồ Tát Văn-thù nhận xét: *"Thử phương chân giáo thể, thanh tịnh tại âm văn."* (Ở cõi này, lối giáo dục chân thật và thanh tịnh nhất là do nói và nghe.) Do nghe lời giảng mà có thể vào chân nghĩa. Nghe lý duyên khởi liền biết các pháp chẳng hề đến với nhau, phá được tánh y tha khởi. Nghe nói tâm bất giác vọng động, liền ngộ tri kiến lập tri là nguyên nhân sanh khởi thức phân biệt do lập thành năng kiến và sở kiến, từ đó mà biết tánh biến kế sở chấp thực ra là vọng kiến. Nghe những ví dụ về mộng huyễn bào ảnh liền sáng tỏ ba tướng tương tục thế giới, chúng sanh và nghiệp quả từ vọng tưởng mà có. Đó là nhờ ngôn ngữ văn tự mà thấu hiểu thế nào là ba tâm hai ý; ba tâm là vọng tưởng, phân biệt, chấp trước, hai ý là ý căn hay mạt-na thức và ý thức.

Thuyết pháp của Phật không có tính quyết định tuyệt đối, chỉ tùy căn cơ chúng sanh thuần thục đến đâu mà nói nguyên nghĩa hay mãn tự, thuyết nghĩa đầy đủ hay liễu nghĩa; hoặc là nói một nửa hay bán tự, nghĩa không rốt ráo hay bất liễu nghĩa. Kiến giải của phàm phu do ba tâm hai ý mà sanh phiền não, đó là bán tự. Phật dạy mọi thiện pháp trừ bỏ phiền não là mãn tự. Chúng sanh chấp thế gian thực có, Phật thuyết vô thường, khổ, vô ngã. Chúng sanh lại chấp vô thường là vĩnh viễn, chấp khổ là thực có, cần phải lìa, chấp thực không có ngã nên cầu Niết-bàn thiên không. Chính sự chấp trước đó biến pháp Phật thuyết trước kia thành pháp nhỏ, bất liễu nghĩa. Do đó Phật khai triển thời Phương đẳng, Bát-nhã, Pháp Hoa, Niết-bàn nói nghĩa đầy đủ. Học Phật và hoằng pháp lợi sanh cần phải phân biệt rõ ràng thế nào là mãn tự và bán tự, mới có thể *y nghĩa bất y ngữ, y kinh liễu nghĩa bất y kinh vị liễu nghĩa*.

Bốn mươi chín năm Phật thuyết pháp chỉ nhằm mục đích duy nhất là khai thị tri kiến Phật cho chúng sanh. Tất cả chư Phật đều cùng hạnh nguyện như vậy. Do đó mà nói chúng sanh lục đạo đều xuôi dòng hành nguyện của Đại Nhật Như Lai. Tuy vậy, cuối đời Phật lại bảo là Ngài chưa hề nói một lời một chữ: *"Ta từ đêm được* chánh giác tối thượng cho đến đêm nhập Niết-bàn, trong khoảng thời gian ấy, chưa hề thuyết một chữ nào, cũng chưa đã thuyết hay sẽ thuyết. Không thuyết mới là Phật thuyết." (Kinh Lăng-già). Tại sao? Vì thực ra không hề có một pháp khả thuyết. Hơn nữa, Phật thuyết pháp là ứng hiện mà thuyết, chẳng phải do khởi tâm động niệm. Đó là nói mà như không nói. Thánh nhân xưa nay đều vậy, như Trang tử thản nhiên thốt: *"Chung thân ngôn, vị thường ngôn. Chung thân bất ngôn, vị thường bất ngôn."* (Suốt đời nói mà chưa từng nói, suốt đời không nói mà chưa hề không nói.) Xem thế thì thuyết và không thuyết chẳng có hai tướng, vì nói hay không nói đều là dụng của tự tánh. Đây mới thực là nghĩa kinh văn: *lấy Phật thanh tịnh vắng lặng, không nói không rằng, không chỉ không biết, không tạo không tác mà làm Phật sự*. Không nói, là để phá tướng vọng tưởng ngôn thuyết. Vì pháp vô tướng không có tướng có thể chỉ ra, nên không chỉ. Không bày, vì bày là đặt để Phật pháp thành một pháp riêng, vì tất cả pháp là Phật pháp đã sẵn có khắp nơi, chẳng có riêng pháp nào là Phật pháp. Không biết, vì là liễu bất khả đắc, chỉ có thể tự chứng. Không làm, vì thực ra nghiệp như bóng ảnh, không có người tạo nghiệp nên không có người tu chứng. Không nói, là tương ưng với pháp tánh như như tịch tịnh. Duy-ma-cật không nói, là cảnh giới bất tư nghị. Duy-ma-cật nói, thì mỗi lời mỗi chữ đều đúng nghĩa tịnh danh. Khi Duy-ma-cật không nói, thì sự im lặng ấy cũng đầy đủ nghĩa như cả một bộ kinh. Khi ông nói, thì chỗ nói im ắng thanh tịnh như chưa thốt lời nào.

PHƯƠNG TIỆN TRỰC DIỆN NGHỊCH HÀNH

KINH VĂN

Như thế A-nan! Những oai nghi tấn chỉ, các việc thi vi của chư Phật đều là Phật sự cả. A-nan! Có bốn ma và tám muôn bốn nghìn phiền

> não mà chúng sanh phải bị nhọc nhằn mỏi mệt. Chư Phật lại dùng các pháp ấy mà làm Phật sự, đó gọi là vào pháp môn của tất cả chư Phật.

Tăng Triệu ghi: *"Phật sự là lấy việc có lợi ích làm sự nghiệp. Các oai nghi đi đứng, cử động, cúi ngước của Như Lai cho đến động tay giơ chân của Ngài đều có ích lợi, vì thế các việc làm, không việc gì chẳng phải là Phật sự."* Chúng ta không nên đứng trên vị trí của Phật và Bồ Tát mà luận Phật sự. Chỉ nên vì chúng ta là chúng sanh cầu được độ mà nhận biết chỗ nào là Phật sự để có thọ dụng lợi ích. Thế giới bản nhiên thanh tịnh là oai nghi của Phật. Động tịnh không sanh là đi đứng của Phật. Các chỗ tạo tác thọ dụng của chúng sanh là các việc thi vi của Phật. Tất cả mọi tướng và vô tướng, tất cả có thể hay không thể thấy, nghe, hiểu biết đều là Phật sự cả, vì không có gì không thể là pháp độ của chư Phật, Bồ Tát cả. Trong nghĩa đó, dù sự thuận hay nghịch chúng sanh, đều có thể học tập, sử dụng để tự độ và độ tha. Từ góc độ của chư Phật, Bồ Tát thì mọi pháp mọi sự đều là Phật sự độ sanh; còn từ góc độ chúng sinh còn si mê thì chúng ta cũng có thể khéo quán xét mọi sự việc trong ngoài thân tâm ta đều là Phật sự mang lại lợi ích cho sự tu tập. Do đó như kinh văn nói, *có bốn ma và tám muôn bốn nghìn phiền não,* chúng ta có thể xem các pháp ấy cũng chính là Phật sự lợi lạc.

Bốn ma là ngũ ấm ma, phiền não ma, thiên ma và tử ma. Phiền não ma là kiến tư phiền não, trần sa phiền não và vô minh phiền não. Tử ma là nói thọ mạng của chúng ta không đợi ta thành đạo, bất cứ lúc nào cũng có thể cắt đứt con đường tu hành của ta. Thiên ma, lấy ma Ba-tuần làm đại biểu, luôn khuấy phá người tu, nhưng nói gần gũi thực tế hơn, chính là ngũ dục lục trần, tư dục lợi dưỡng không lúc nào ngưng sức cám dỗ.

Ngũ ấm ma đã ở cùng ta ngay từ khi chào đời, chính là thân tâm ta, và lộ mặt rất rõ khi người tu có công phu nhất định. Phiền não ma và thiên ma lúc nào cũng hiện diện trong sinh hoạt mỗi ngày. Tử ma rình rập trong từng hơi thở. Bị vây bủa tứ phía như thế, nếu chúng ta không tinh tấn trong từng sát-na thì biết đến bao giờ mới thoát khỏi ấm, giới, nhập? Kinh Bát Đại Nhân Giác viết: *"Đệ tứ giác tri: Giải đãi trụy lạc. Thường hành tinh tấn, phá phiền não ác, tồi phục tứ ma, xuất ấm giới ngục."* (Điều thứ tư cần nên giác biết: kẻ biếng lười hạ liệt trầm luân. Thường tu tinh tấn vui mừng, dẹp trừ phiền não ác quân nhiều đời; bốn ma hàng phục như chơi, ngục tù ấm giới thảnh thơi ra ngoài.)

Tại sao nói có thể xem tứ chủng ma là Phật sự? Trong bốn ma, ngũ ấm ma bao gồm hết cả. Trong ngũ ấm có phiền não, cám dỗ và lý lẽ của sống chết. Trong ngũ ấm, sắc ấm kiên cố nhất nên có thể lấy đây làm ví dụ. Từ sắc ấm có sự phân biệt ngã và ngã sở như đã nói trong phần Bồ Tát Đức Thủ chứng nhập bất nhị. Phân biệt đó là do chấp ngã và thân kiến. Thân và ngã là hai pháp hư dối nương nhau mà có. Nếu nói có ngã, thì khi thân tắt thở, ngã ở đâu và khi thân sanh ra, ngã từ đâu đến? Nếu nói là ngã không có, thì khi thân còn sống, ai nói năng cử động, ai cảm xúc và suy nghĩ? Nếu nói thân là ngã, thì khi ngã vừa chết, lẽ ra thân phải biến mất, tại sao vẫn nằm bất động nơi đó? Do đó mà biết ngã chấp là căn bản của sắc ấm. Phật dạy A-nan trong hội Lăng-nghiêm: *"Thân thể của ông trước kia, nhân cái tưởng của cha mẹ mà sanh, tâm của ông, nếu không phải là cái tưởng, thì không thể đến gá cái mạng vào trong tưởng. Như trước tôi đã nói: tâm tưởng vị chua, trong miệng nước bọt sanh ra; tâm tưởng lên cao, trong lòng bàn chân nghe ghê rợn; dốc cao không có, vật chua chưa đến, cái thân thể của ông nếu không phải cùng loài hư vọng, thì làm sao nhân nghe nói chua, trong miệng nước bọt lại chảy ra. Vậy ông nên biết sắc thân hiện tiền của ông gọi là vọng tưởng kiên cố thứ nhất.*" Thọ, tưởng, hành, thức cũng vậy; nếu quán thật sâu, liền biết đúng như Phật nói: "*bản nhân của ngũ ấm đồng là vọng tưởng*". Như vậy chẳng phải ngay nơi ngũ ấm ma có thể xem là Phật sự giúp hướng đến giải thoát đó sao?

Phiền não ma thì càng ám ảnh hơn, vì nó bám dai dẳng nơi suy nghĩ và cảm xúc của ta không rời. Có ba loại lớn: kiến tư phiền não, trần sa phiền não và vô minh phiền não. Nói chi tiết theo Tướng tông thì phiền não gồm căn bản phiền não, tức kiến tư phiền não, và thêm hai mươi loại tùy phiền não. Thật ra, phiền não là vô số, nói như vậy chỉ là tóm gọn. Kiến tư phiền não là căn bản phiền não có tham, sân, si, mạn, nghi và ác kiến; trong ác kiến lại có thân kiến, biên kiến, kiến thủ kiến, giới thủ kiến và tà kiến. Nếu đoạn dứt kiến tư phiền não là vượt ra ngoài lục đạo luân hồi, chứng A-la-hán, Bích-chi Phật, vào pháp giới tứ thánh. Đoạn tiếp trần sa phiền não là vượt qua mười pháp giới, vào pháp giới nhất chân, ví dụ như cõi thật báo của Phật A-di-đà, Phật Dược sư hay Phật Hương Tích. Vẫn còn vô minh phiền não có 41 phẩm. Mỗi mười phẩm vô minh lần lượt bị phá ở các địa vị thập trụ, thập hạnh, thập hồi hướng, cộng lại là 30 phẩm vô minh. Mười phẩm sau nữa từng bước được phá, quả vị tu chứng nâng cấp từ Bồ Tát sơ địa đến Bồ Tát thập địa. Sau thập địa, 40 phẩm vô minh đã bị phá, là Bồ Tát đẳng giác chỉ còn phẩm vô minh cuối cùng, nếu đoạn dứt thì chứng Phật quả.

Phiền não vô lượng nên kinh văn nói pháp số tượng trưng là tám mươi bốn nghìn. Duy-ma kinh nghĩa sớ của Cát Tạng dẫn lời Phật dạy các Bồ Tát trong kinh Hiền Kiếp: "*Có pháp tam-muội tên là Liễu pháp bản, Bồ Tát tu tập tam-muội ấy có thể nhanh chóng đạt được 84.000 pháp vượt qua [84.000 phiền não]. Các pháp vượt qua ấy là, [dựa vào] công đức của Phật có 350 môn loại, mỗi một* *[môn loại] đều lấy sáu ba-la-mật làm nhân, [khi tu tập theo đó] liền được 21.000 pháp vượt qua, dùng để đối trị với mối họa từ sáu sự suy diệt*¹ *của 4 đại [mà thành 84.000 pháp vượt qua].*"² Theo cách giải thích này, có thể hiểu rằng con số 84.000 cũng chỉ mang ý nghĩa tượng trưng mà thôi, không phải là một sự tính đếm chính xác. Như vậy, nói tóm gọn là lục độ, nói rộng ra là tám vạn bốn nghìn pháp độ đối trị với tám vạn bốn nghìn phiền não.

Tu các pháp độ như thế sẽ đắc tam-muội mà kinh Hiền Kiếp gọi là Liễu pháp bản, thông suốt cội nguồn vạn pháp, ở đây kinh Duy-ma-cật gọi là *Pháp môn của tất cả chư Phật* (Nhất thiết chư Phật pháp môn) cũng có nghĩa tương tự, vì thông suốt tất cả pháp Phật là đến tận cùng cội nguồn của vạn pháp. Tam-muội là dùng trí tuệ quán sâu các pháp để điều phục vọng tâm. Khi nào ta tu pháp định ý này? Chính là mọi nơi mọi lúc mỗi ngày trong giao tiếp với người khác, trong đối mặt với cảnh giới bên ngoài. Tại sao? Vì sinh mạng của chúng ta là cái sống của ngũ ấm và chuyện thường ngày xảy ra không ngoài tám mươi bốn ngàn phiền não.

Tại sao nói có thể lấy phiền não làm Phật sự? Vì để thực chứng phiền não không thực có; trong tự tánh không hề có dâm nộ si. Kinh Đại Bát Niết-bàn ghi: *"Do từ nơi*

---

¹ Phần sau của sách này giải thích về sáu sự suy diệt (lục suy) là sáu trần cảnh lôi kéo khiến cho người tu hành bị suy diệt các pháp lành.

² Duy Ma Kinh Nghĩa Sớ (維摩經義疏), quyển 6, thuộc Đại Chánh tạng, Tập 38, số 1781, trang 983, tờ c, dòng 3-6: "有三昧名了法本, 菩薩行之疾得八萬四千諸度。諸度者, 佛功德有三百五十種門, 一一皆以六度為因, 便有二千一百諸度, 用此對治四大六衰之患。- Hữu tam muội danh Liễu pháp bản, Bồ Tát hành chi tật đắc bát vạn tứ thiên chư độ. Chư độ giả, Phật công đức hữu tam bá ngũ thập chủng môn, nhất nhất giai dĩ lục độ vi nhân, tiện hữu nhị thiên nhất bá chư độ, dụng thử đối trị tứ đại lục suy chi hoạn." Mặc dù trong sách này ghi rõ là dẫn từ kinh Hiền Kiếp, nhưng nội dung kinh này hiện nay không thấy có đoạn này. Có thể Cát Tạng đã dẫn theo trí nhớ, hoặc cũng có thể bản kinh được sử dụng trước đây đã không được lưu giữ nguyên vẹn đến ngày nay.

duyên sanh ra tham nên nói là chẳng phải không, lại vì vốn không có tánh tham nên nói là chẳng phải có... Vì có nhân duyên mà tâm cùng với tham sanh ra, chung với tham cùng diệt"; đây là hàng phàm phu vì lẫn lộn, đồng nhất tâm và tham. *"Có nhân duyên tâm cùng với tham sanh mà chẳng chung với tham cùng diệt"*; đây là bậc A-la-hán và Bồ Tát bát địa đã đoạn dứt phiền não, tham diệt chẳng phải tâm diệt. *"Có nhân duyên tâm không cùng tham sanh mà lại cùng với tham diệt"*; đây là bậc pháp thân đại sĩ đã dứt tâm tham, lại thị hiện có tham để độ sanh, nghĩa là tâm như hư không vốn sẵn có, tham như hoa đốm huyễn hóa nương nhờ hư không mà hiện, hiện rồi lại mất; đây là trí khởi dụng, thị hiện thân chúng sanh tham dục, khởi tu và thành đạo. *"Có nhân duyên tâm chẳng cùng với tham sanh cũng chẳng cùng với tham diệt"*; đây là nghĩa rốt ráo tham không hề có, xưa nay chỉ một tâm.

Do những nghĩa trên, nên nói dù có nhân duyên mà tâm sanh tham, nhưng thực ra tâm tánh vốn thanh tịnh, không cùng với dâm nộ si hòa hợp, vì chúng vốn là vọng tưởng, và vì tất cả pháp không có tự tánh.

Trên là quán duyên khởi mà biết tự tâm không hề có tánh dâm, nộ, si. Nhưng để thực chứng tam độc là không thực có, chúng ta cần quán thật sâu hơn để bản chất vọng tưởng của chúng bộc lộ. Câu chuyện dưới đây trích từ Kinh Hoa Nghiêm là một ví dụ.

Đó là chuyện đồng tử Thiện Tài cầu đạo ở cô gái Bà-tu-mật-đa. Bà-tu-mật-đa là một cô gái tuyệt sắc, ai nhìn cũng phải động lòng. Người không biết công đức trí tuệ của cô gái ấy sẽ nghĩ cô là hiện thân của cám dỗ. Cô ở thành Bảo Trang Nghiêm, nước Hiểm Nạn; đây ám chỉ trí tuệ, Phật tánh ở ngay trong cõi chúng sanh. Khi Thiện Tài đến hỏi đạo, Bà-tu-mật-đa nói: *"Ta được Bồ Tát giải thoát môn tên là Ly tham dục tế, tùy chỗ sở thích của chúng sanh mà hiện thân.*" Bà-tu-mật-đa tượng trưng cho quyền trí tùy loại hóa thân. Ở cõi trời, nàng là thiên nữ. Ở cõi người, nàng là tuyệt thế giai nhân. Ở cõi phi nhân, nàng là phi nhân nữ đẹp hiếm có. Pháp môn giải thoát nàng thành tựu gọi là pháp lìa bờ mé tham dục *(Ly tham dục tế)*, theo đó Bà-tu-mật-đa dẫn ra mười tam-muội.

"Nếu có người vì lòng dục mà tìm đến ta, gặp ta thuyết pháp, họ nghe pháp rồi thời hết tham dục được Bồ Tát vô trước cảnh giới tam-muội." Hiện tướng nữ của Bà-tu-mật-đa là biểu pháp cho tâm dâm dục của chính chúng ta. Chúng sanh nào tìm đến nàng, là nghĩa tượng trưng cho lòng dục đang tràn ngập. Đây chính là lúc thực hành công phu quán lìa bờ tham dục, quán tâm dâm do duyên khởi như trên đã nói, nhận ra tướng giải thoát của dục vọng, là nghĩa bản chất của tham dục không trói buộc được tâm ta, liền xa lìa được tâm dâm, chẳng còn chấp trước sắc tướng trước mắt, đắc Vô trước cảnh giới tam muội.

"Nếu có chúng sanh tạm thấy ta, thời lìa tham dục mà được Bồ Tát hoan hỷ tam-muội." Trên là quán nhận biết dục chẳng từ tâm mà có. Đây là quán thẳng vào sắc tướng, dục không từ sắc mà ra. Sắc chỉ là tứ đại giả hợp, là do y tha khởi; do đó nói: *tạm thấy ta.* Dục duyên vào cái giả, tự thân của dục cũng là giả dối, do y tha khởi. Sáng tỏ như vậy, liền không cố gắng mà cũng tự xa lìa tâm dâm dục, được vui tự tại, đắc Hoan hỉ tam-muội.

"Nếu có chúng sanh tạm cùng ta nói chuyện, thời lìa tham dục mà được Bồ Tát vô ngại âm thanh tam-muội." Đây là nhận ra những lời đường mật của dục vọng trong chính mình. Phải biết đó là tánh biến kế sở chấp của thức thứ sáu đang lừa gạt ta. Đây cũng là khó khăn đầu tiên trong việc nhiếp phục vọng tâm, chưa phải là hàng phục. Phải nhẫn chịu, vượt qua chặng đầu này là đắc Bồ Tát âm thanh vô ngại tam-muội.

"Nếu có chúng sanh tạm cầm tay ta, thời lìa tham dục mà được Bồ Tát tam-muội đến tất cả cõi Phật." Nắm tay liền biết cảm giác xúc chạm, cọ xát rỗng không như các cõi Phật vô tướng. Trong kinh Lăng-nghiêm, Phật biện giải rất rõ ràng: *"Cảm xúc và thân căn đều không có xứ sở; tức cái thân biết cảm xúc cùng cái cảm xúc, hai thứ đều luống dối, vốn không phải tính nhân duyên, không phải tính tự nhiên."* Cảm xúc do hai duyên hợp ly mà có, chẳng phải sanh ra từ thân căn. Cảm xúc cũng không do xúc trần mà có, vì rời thân căn, chẳng có cái biết hợp thì sanh cảm xúc, ly thì mất cảm xúc. Nội căn, ngoại trần không thành lập được thì làm sao có cái biết cảm xúc ở giữa? Vậy, nên biết thân căn, xúc trần và chạm cạ, cọ xát, ba chỗ đều rỗng không. Thấy ba chỗ đều rỗng không tức đến được các cõi Phật. Biết được lý lẽ này tức lìa tham dục đến được các cõi Phật.

"Nếu có chúng sanh tạm lên trên chỗ ngồi của ta, thời lìa tham dục mà được Bồ Tát giải thoát quang minh tam-muội." Đây là biết rõ mùi hương thoát ra từ cơ thể người đẹp còn vương ở chỗ ngồi, như ánh sáng không hình không tướng, không thể nắm bắt. Dâm dục khởi từ động niệm tưởng về chạm xúc, mùi hương mà sanh ái nhiễm. Để đối trị tưởng, nên quán, gọi là quán tưởng. Cũng như trên quán về cảm xúc, đây là quán mùi hương từ không có chỗ sanh và do mùi hương là cái không có hình tướng như ánh sáng, nên khi đoạn được niệm tưởng gọi là đắc tam-muội giải thoát quang minh. Như ví dụ về hương chiên-đàn ở phẩm trước, mùi hương chẳng do lỗ mũi mà có, chẳng từ cơ thể mà ra, thì cái biết có mùi hương rốt cuộc chỉ là vọng tưởng.

"Nếu có chúng sanh tạm nhìn ta, thời lìa tham dục mà được Bồ Tát tịch tịnh trang nghiêm tam-muội." Đây là đã dứt trừ được niệm tưởng về sắc tướng thực có, muốn đụng chạm, ngửi mùi thì nhìn lại cái cơ thể kia giống như hư không, nên đắc tam-muội tịch tịnh trang nghiêm.

"Nếu có chúng sanh thấy thân ta, thời lìa tham dục mà được Bồ Tát tồi phục ngoại đạo tam-muội." Đây là lột trần bản chất của thân tướng. Khởi tâm động niệm muốn thấy cơ thể của mỹ nhân, liền khởi quán thân bất tịnh, thấy rất rõ da thịt mượt mà kia thực ra là một túi da đựng đồ dơ, đáng vứt bỏ, liền không còn lầm mê cái sắc bên ngoài, nên gọi là đắc tam-muội tồi phục ngoại đạo.

"Nếu có chúng sanh thấy mắt ta nháy, thời lìa tham dục mà được Bồ Tát Phật cảnh giới quang minh tam-muội." Cảnh giới bên ngoài không có đẹp xấu. Chúng sanh chẳng có thiện ác, không có thân thiện hay hận thù. Thấy mắt ta nháy, mà cho đó là tình ý đưa đẩy của dục vọng thì là sự lầm lẫn lớn. Tất cả thấy, nghe, nhận biết đều là biến kế sở chấp do vọng tưởng mà có. Thấy rõ điều này là cảnh giới, ngoại vật và tha nhân liền trong sáng; gọi là đắc tam-muội cảnh giới Phật quang minh.

"Nếu có chúng sanh ôm ta, thời lìa tham dục mà được Bồ Tát tam-muội nhiếp tất cả chúng sanh hằng chẳng bỏ lìa." Ôm giữ là chiếm hữu. Do quán sâu và chứng thực tâm dâm gá duyên mà khởi, sắc tướng vốn không, cảm xúc vuốt ve do tưởng, mùi hương như hư không, cơ thể xú uế, tình ý là vọng, nên tâm chiếm hữu không còn. Từ đó nhận ra chúng sanh cũng giống như ta, vì ái nhiễm mà sanh phiền não. Do trí chứng mà khởi đại bi ứng với tâm cầu giải thoát của chúng sanh. Đó là Bồ Tát đắc tam-muội nhiếp tất cả chúng sanh chẳng bỏ lìa.

"Nếu chúng sanh hôn môi ta, thời lìa tham dục mà được Bồ Tát tam-muội tăng trưởng phước đức tạng cho tất cả chúng sanh." Xúc chạm, ngửi mùi là nhiễm. Hôn môi là ái. Đây là quán tưởng nụ hôn là lúc dục vọng bộc lộ trọn vẹn, nhận ra ái tình thực ra là ngôn từ hoa mỹ che đậy tâm dâm, từ đây mà đoạn được tình ái. Dứt bỏ được ái tức là đoạn đứt chúng sanh tương tục. Đó là đưa tất cả chúng

sanh vào diệt độ, là chỗ vô lượng công đức tạng của chúng sanh; gọi là Bồ Tát đắc tam-muội tăng trưởng phước đức tạng cho tất cả chúng sanh.

"Phàm có chúng sanh nào thân cận ta, tất cả đều lìa tham dục mà được nhập Bồ Tát nhất thiết trí hiện tiền giải thoát vô ngại." Đây là quán tưởng rốt ráo để triệt để buông xuống tâm dâm. Khi động niệm tưởng liền quán quan hệ gần gũi thể xác như ôm ấp một xác chết hôi thối. Nghĩa là thân thể người kia, thân thể ta đây, đều do ái nhiễm đã sanh, nhất định rồi sẽ chết, khi chết chỉ còn là thi thể vô hồn thì tình ái ở đâu? Quán được thế, liền xa lìa ái nhiễm, chuyển mình thành thân Bồ Tát hóa hiện độ sanh. Đó là nhập tam-muội nhất thiết trí hiện tiền giải thoát vô ngại.

Trở lại nghĩa phiền não là Phật sự của bản kinh này, các bậc tôn túc cổ đức chú thích rằng đó là phương tiện thiện xảo lấy dục trừ dục, lấy sân si phá sân si, dĩ độc trị độc. *"Nếu bệnh trừ thì độc là thuốc. Vì thế bậc đại thánh là bậc y vương chữa tâm bệnh, chạm việc đều là pháp lương dược."* (Đạo Sinh) Điều này rất khó đối với chúng ta vì ta chưa thành tựu tu học, chưa là y vương nên không đủ bản lãnh dùng phương pháp chữa trị đó; chỉ có chư vị đắc đạo mới đủ khả năng dùng dục dẫn dụ ta ra khỏi nhà lửa dục vọng. Như thế, đoạn kinh văn về Phật sự trên nên hiểu với tinh thần của một chúng sanh đang tu. Theo tinh thần đó, phiền não, dục vọng, ma chướng chính là cơ hội tốt để thực hành thiền quán.

CHỖ ĐẾN CỦA PHẬT SỰ

PHẬT SỰ LÀ ĐỘ SANH

Chư Phật, Bồ Tát dùng tất cả sự, làm tất cả việc chỉ nhằm một mục đích duy nhất là độ sanh. Chúng sanh nhận sự giáo hóa đó, tức là biến chỗ tha thọ dụng của

Phật, Bồ Tát thành chỗ tự thọ dụng cho mình. Điều này nghĩa là chúng sanh cũng có thể ở tất cả sự trong thế giới này, và ở tất cả việc trong sinh hoạt hằng ngày mà tu học. Làm được vậy là chúng ta đã hiểu lời Phật khai thị cho cư sĩ Bảo Tích: *Tất cả chúng sanh là cõi Phật của Bồ Tát... Nguyện lãnh lấy cõi Phật chẳng phải ở nơi rỗng không vậy.* Từ đây mà có thể hiểu bài pháp Phật nói về Phật sự chính là phần trả lời tiếp theo, làm trọn nghĩa cho thỉnh cầu của Bảo Tích xin Phật *dạy cho những hạnh của Bồ Tát được tịnh độ.* Do đó phẩm này lấy Bồ Tát hạnh làm tên.

Hạnh Bồ Tát là để trang nghiêm tịnh độ, là cương lĩnh phương tiện của bản kinh để đạt nghĩa tông chỉ Phật quốc, nên Phật hiện quốc độ sau khi thuyết pháp cho đoàn cư sĩ Bảo Tích. Ở đây cũng cùng lý lẽ đó, sau khi nói về phương tiện Phật sự, Phật liền diễn bày ý nghĩa của cứu cánh là cõi nước và chư Phật như phần kinh văn tiếp theo.

Nhưng tại sao Phật không nói ngay từ phẩm đầu tiên của bản kinh? Đây là chỗ diệu dụng của Thế Tôn; phải đợi chúng ta thông hiểu sau khi chứng kiến Duy-ma-cật đối thoại với mười vị đại đệ tử ở phẩm ba, gặp gỡ bốn vị Bồ Tát ở phẩm bốn, cùng đi thăm bệnh với Văn-thù ở phẩm năm, thấy thần lực của Duy-ma-cật và nghe nói về pháp giải thoát bất tư nghị ở phẩm sáu, quán tường tận chúng sanh và nghe thiên nữ thuyết pháp ở phẩm bảy, hiểu rõ thế nào là Bồ Tát hành phi đạo là Phật đạo ở phẩm tám, nghe các vị Bồ Tát nói đạo lý bất nhị ở phẩm chín, và thấm mùi hương của bát cơm Hương Tích ở phẩm mười. Phải qua một quá trình dài như vậy thì cơ duyên mới chín muồi để chúng ta thấu suốt và thi hành Phật sự để thâm nhập tất cả các cõi nước và sắc thân của chư Phật; đây chính thực là chỗ đến của Phật sự.

> **KINH VĂN**
>
> Bồ Tát vào môn này hoặc thấy tất cả các cõi Phật nghiêm tịnh không lấy làm mừng, không ham muốn, không cao hảnh; hoặc thấy tất cả cõi Phật bất tịnh cũng không lo, không ngại, không bỏ qua, chỉ phải ở nơi chư Phật sanh tâm thanh tịnh, vui mừng cung kính khen ngợi chưa từng có. Chư Phật Như Lai công đức bình đẳng, vì giáo hóa chúng sanh mà hiện ra các cõi Phật không đồng.

Bồ Tát vào môn này, là chỉ những người muốn tu đạo Bồ Tát như chúng ta, không ai khác. Vào môn này là vào vạn pháp, xem đó là pháp độ của chư Phật, là phương tiện chúng ta sử dụng để phá trừ vọng tưởng. Muốn đoạn dứt vọng tưởng, trước tiên phải buông xuống phân biệt, chấp trước. Chấp trước là thấy tướng thế giới trước mắt, tướng y báo ở ta và chúng sanh đều là thực có. Trong những tướng có đó mà chúng sanh phân biệt chọn lựa, tranh đoạt, gây tạo nghiệp dính mắc lẫn nhau. Đã biết vạn pháp là Phật pháp thì thấy thế giới thanh tịnh trang nghiêm mà chẳng mừng, thấy người giàu sang, đẹp đẽ, sung sướng mà không sanh tâm so đo, ham muốn, biết mình may mắn hơn người cũng chẳng lấy đó làm kiêu hãnh; thế giới có trồi sụt hay tan chảy thì cũng chỉ thấy giống như một giấc mộng dữ chẳng lo, thấy lòng dạ người hung ác hiểm độc mà chẳng ngại, thấy cuộc đời mình đang thời bĩ cực, bế tắc cũng không lui sụt.

Chỉ phải ở nơi chư Phật sanh tâm thanh tịnh, vui mừng cung kính khen ngợi chưa từng có. Chư Phật đây chính là tự tánh của chính mình; phải hiểu rõ điều này là chính bản tâm mình chu biến khắp pháp giới *mà hiện ra các cõi Phật không đồng*. Hiểu điều này là giác tự tánh; không hiểu điều này là mê mất bản tâm, cần phải dựa vào các tướng đối đãi thiện ác, tịnh uế, xem đó như là chư Phật Như Lai công đức bình đẳng vì giáo hóa chính chúng ta mà thị hiện.

Thế nào là dựa vào các tướng đối đãi xem đó như là chư Phật thị hiện? Chúng ta sẽ dễ hiểu nếu lấy ví dụ về pháp sân hận. Khi dòng pháp ác đang ngự trị, ta phải biết rõ nó là ác, chẳng phải thiện, và quán thật sâu tánh tướng của nó.

Kinh Hoa Nghiêm kể chuyện vua Vô Yểm Túc là pháp thân đại sĩ thị hiện làm vua đang áp dụng chế độ pháp trị để trị an một đất nước mà dân chúng không tội ác nào không phạm. Vua dùng nhiều hình pháp thật tàn khốc như chặt tay chân, xẻo tai mũi, chặt đầu, thiêu đốt phạm nhân. Khi Thiện Tài hỏi đạo, vua nói: *"Ta được Bồ Tát như huyễn giải thoát. Này thiện nam tử! Nước của ta, dân chúng nhiều người làm việc trộm cướp giết hại nhẫn đến tà kiến. Dùng phương tiện khác không thể làm cho họ bỏ ác nghiệp. Này thiện nam tử! Ta vì điều phục chúng sanh đó mà hóa hiện những người ác tạo tội nghiệp bị hành hình khốn khổ. Làm cho những dân chúng làm ác nghe thấy mà kinh sợ chừa ác làm lành phát tâm Bồ-đề."* Việc vị vua này làm cũng giống như trong phẩm trước nói: *Ví như voi, ngựa ngang trái không điều phục được, phải thêm đánh đập dữ tợn cho đến thấu xương rồi mới điều phục được.* Những hình pháp tàn khốc kể trên là biểu pháp cho lửa sân hận. Sự sân hận ở ta thật khó kiềm nén, nên ta chỉ có thể quán chúng biểu hiện ở người khác. Nếu trí thật sự đã quán thông các pháp như huyễn, chúng sanh không thật có, thì trong sự tướng, thực tế giao tiếp, cho dù hành vi, lời nói, tâm địa người khác có hung dữ, tàn độc tới đâu cũng là tuồng huyễn hóa chẳng có gì đáng sợ, cũng chẳng thể làm gì được ta; đây là quán sự sân hận ở người để ngăn sân hận ở mình vậy, cũng là làm như trí chứng. Tâm sân ở người chẳng thật, thì hung hãn không khởi nơi ta. Khi nghe vua Vô Yểm Túc nói, chúng ta thường có khuynh hướng khen việc làm nghịch hạnh của một đại Bồ Tát mà quên ý nghĩa huyễn hóa của việc làm; đó là *y ngữ bất y nghĩa*.

QUÁN CÕI NƯỚC PHẬT

> **KINH VĂN**
>
> A-nan! Ông thấy cõi nước của chư Phật, đất có bao nhiêu mà hư không không bao nhiêu? Như thế, thấy sắc thân chư Phật, thân có bao nhiêu mà trí tuệ không ngại thì không có bao nhiêu. A-nan! Sắc thân chư Phật, oai tướng, chủng tánh, giới, định, trí tuệ, giải thoát, giải thoát tri kiến, lực vô sở úy, các pháp bất cộng, đại từ đại bi, giữ oai nghi, thọ mạng, nói pháp giáo hóa thành tựu chúng sanh, nghiêm tịnh cõi Phật, đủ các pháp Phật, thảy đều đồng đẳng, cho nên gọi là Tam-miệu Tam-Phật-đà, gọi là Đa-đà-a-dà-độ, gọi là Phật-đà.

Cõi nước của chư Phật tức là cõi chúng sanh khắp pháp giới. Do đó muốn nhận lấy cõi Phật thì phải từ cõi chúng sanh mà quán, nên Phật bảo A-nan: *Ông thấy cõi nước của chư Phật*. Quán cái gì? Là quán thẳng vào tướng các pháp; ở đây kinh văn lấy đất hay tướng địa đại làm đại diện cho cái có tướng. Đất có đất ở đồng bằng, đất ở núi cao, đất ở lòng đại dương, nói chung là đất ở tinh cầu này. Nhìn rộng ra vũ trụ, hàng tỷ tỷ tinh cầu chẳng ra ngoài khoảng không bao la. Cái có tướng không ra ngoài cái vô tướng. Chúng ta thường thấy có hai tướng đối đãi là hư không và vật thể. Tức hư không là một tướng, đất là một tướng. Nếu thực sự đất có tướng, thì ngoài hư không phải có đất, nhưng hư không là vô tận, không thể quan niệm được bên ngoài hư không là gì, huống hồ là có vật gì. Như vậy nhìn lại cái sắc tướng đang có trong hư không chẳng phải là sắc thực; chẳng có sắc thực thì tướng hư không kia cũng chẳng thể thực; chỉ là tướng giả dối đối đãi với tướng của vật thể. Đây là nghĩa *sắc tức thị không, không tức thị sắc*.

Sắc sở dĩ là sắc là do quan hệ với ý thức mà có, là căn cứ trên hai tánh biến kế sở chấp và y tha khởi. Do đó mà nói hiện tướng không phải là tự tướng thực có; hay hiện tướng thực ra là vô tướng. Đây là *sắc bất dị không*. Cũng vì tất cả tướng là vô tướng nên tất cả tướng bình đẳng. Do có vật mà hư không trở thành một tướng đối đãi với sắc. Nếu chẳng thấy có hư không đối đãi sắc, tức là nghĩa *không bất dị sắc*. Đã là hư không thì chỗ nào cũng không. Chẳng phải có một vật ở đây mà nói ở đây không có hư không. Chẳng phải một vật đang chiếm hữu chỗ này mà nói ngoài vật này là hư không. Trạm Nhiên viết: "*Các cõi nước có các thứ chẳng lìa được cái không (vốn) chẳng có các thứ, trọn chẳng lìa ngoài các thứ mà riêng có một cái không chẳng có các thứ.*" Chúng ta do chấp chỗ thấy có vật mà phân biệt có và không khác nhau.

Chúng ta có thể lấy ví dụ để làm rõ nghĩa bất nhất bất dị của cái có tướng và cái vô tướng mà kinh văn lấy đất và hư không làm biểu pháp. Hạt giống là một tướng, và cây là một tướng; cũng như hư không là một tướng, đất là một tướng. Ngoài hạt giống không có cây; hạt giống bao hàm nghĩa cây trong nó. Cũng vậy, ngoài hư không chẳng có đất; hư không bao hàm nghĩa đất trong nó. Nhưng cây không tồn tại trong hạt giống, cây chỉ hiện diện khi hạt giống nảy mầm, không còn gọi là hạt giống. Cũng vậy, nếu đất, tượng trưng cho vật thể, thực có sanh ra thì hư không phải mất đi như khi cây mọc thì hạt mất. Nhưng thực ra hư không chẳng mất. Như vậy không thể nói hư không và sắc tướng là một hay là khác. Đây là chỗ bình đẳng của tướng và vô tướng. Trước là quán sắc, thấy tánh biến kế sở chấp và y tha khởi mà hiểu tất cả tướng đều bình đẳng; vì vậy kinh văn nói: đất có bao nhiêu, là nghĩa tuy sắc tướng có nhiều, nhưng tuyệt nhiên không có khác biệt. Kế là do quán quan hệ sắc không mà được nghĩa tướng và vô tướng bình đẳng; vì thế kinh văn viết tiếp trọn nghĩa: *đất có bao nhiêu mà hư không không bao nhiêu*, sắc tướng tuy vô số nhưng thực ra không có một vật, đồng như hư không.

Chúng ta đang ở cõi chúng sanh, không thể rõ biết cõi Phật, muốn nhìn ra cõi chúng sanh chính là Phật quốc, tất phải mượn tướng địa đại và hư không mà quán. Do quán sâu suốt địa đại không khác hư không, chẳng những biết được Phật quốc và cõi nước chúng sanh không khác, mà còn nhìn thấy các cõi nước của chư Phật tuy nhiều vô lượng nhưng chẳng mảy may khác biệt. Thế giới gò nổng, hầm hố nơi đây chẳng khác cõi Chúng Hương của Phật Hương Tích. Thế giới rộn ràng tiếng thuyết pháp của muôn chim, suối nguồn, hoa lá của Phật A-di-đà không hề khác với thế giới rực rỡ quang minh của Dược sư Lưu Ly Quang Như Lai. Chẳng những thế, mười pháp giới, nhất chân pháp giới và cõi thường tịch quang, thảy đều bình đẳng. Không riêng có cõi thường tịch quang ngoài nhất chân pháp giới. Cũng chẳng riêng có nhất chân pháp giới ngoài chúng sanh giới. Cũng không riêng có mười pháp giới ngoài thường tịch quang và thật báo trang nghiêm độ. Còn một vi trần phân biệt là còn cõi Phật khác, cõi chúng sanh khác. Do quán tướng đất và hư không mà thành tựu viên mãn nghĩa của phẩm Phật quốc.

QUÁN SẮC THÂN CHƯ PHẬT

Đoạn kinh văn bên trên ẩn chứa phép quán pháp tướng sâu sắc, đi từ hiện tướng vào thực tướng, từ sắc thân vào trí tuệ, gồm hai đề mục sâu lại càng sâu hơn: cõi nước và sắc thân của chư Phật. Khuy Cơ viết: *"Nói về thân Phật đồng dị, do nơi cõi đồng dị cho nên phải nói đến thân."* Kinh văn nói: *Như thế, thấy sắc thân chư Phật* là Phật dạy chúng ta cùng một cách quán như trên đối với tướng đất và hư không mà quán chiếu ứng hóa thân của chư Phật trong ba đời và mười phương, tuy vô lượng vô biên nhưng đồng đẳng và không ngoài trí tuệ vô tướng.

Tại sao chỉ quán ứng hóa thân mà không phải là pháp thân hay báo thân? Pháp thân vô tướng nên lìa giác quán.

Báo thân ở cõi Thật báo Trang nghiêm, nên chỉ chúng sanh sanh về đó mới thấy. Chúng sanh phàm phu chỉ có thể cảm ứng với hóa thân. Ví như thân tướng Phật Thích-ca chỉ tầm cỡ người bình thường như chúng ta. Khi Mục-kiền-liên thi triển thần thông xem âm thanh Phật vang đi bao xa, đã lạc tới cõi nước của Phật Thế Tự Tại Vương, hình tướng của tôn giả bé xíu như con trùng đi quanh miệng bát của một vị tỳ-kheo nơi đó; đủ biết đức Phật cõi đó cao lớn bao nhiêu. Thân tướng chư Phật có lớn nhỏ, nhưng trí tuệ vô tướng không hề sai biệt. Chúng sanh phàm phu do thức biến mà có hình hài sai khác. Chư Phật, Bồ Tát từ trí tuệ vô tướng mà tùy loài hóa thân, tùy quốc độ ứng hiện. Vì trí tuệ vô tướng nên bình đẳng và diệu dụng vô ngại chẳng thể nghĩ bàn. *"Sắc thân là ứng hiện bên ngoài, xuất sanh từ tuệ vô ngại, không phải sắc thân. Sắc thân chư Phật tuy có rất nhiều, nhưng mỗi một vị Phật đều gom đủ, nên không gì không bình đẳng."* (Đạo Sinh). Do quán sắc thân chư Phật bình đẳng mà nhận ra trí tuệ vô tướng xuất sanh diệu dụng; đó là đầy đủ nghĩa của phẩm Phương tiện, từ đây xác quyết tất cả pháp là pháp độ, không gì không là Phật sự.

Phật lại bảo: *A-nan! Sắc thân chư Phật*, lần này chính là nói pháp thân. Pháp thân là vô tướng và duy nhất nên Phật không nói gì thêm. Tuy không nói về pháp thân, nhưng lại diễn bày các đức tướng: *oai tướng, chủng tánh, giới, định, trí tuệ, giải thoát, giải thoát tri kiến, lực vô sở úy, các pháp bất cộng*; đây là báo thân. Tiếp theo, Phật nói: *đại từ đại bi, giữ oai nghi, thọ mạng, nói pháp giáo hóa thành tựu chúng sanh, nghiêm tịnh cõi Phật, đủ các pháp Phật*; đây chính là ứng hóa thân. Pháp thân là thể, các oai đức là báo thân hay tướng. Hóa thân là tướng từ bi, tướng ứng hóa hiện, tướng thuyết pháp, tướng lục độ, đầy đủ, chẳng bỏ một pháp tướng, nhằm độ sanh nên là dụng. Ba thân, gồm đủ thể, tướng, dụng, đều bình đẳng làm chỗ tha thọ dụng cho chúng sanh. Do ba thân bình đẳng nên ba thân tức là một; trong mỗi thân đều đủ nghĩa ba thân, nên một thân tức là ba. Quán sắc thân chư Phật rốt ráo bình đẳng như trên thì tạm hiểu được chỗ Phật nói: *thảy đều đồng đẳng, cho nên gọi là Tam-miệu Tam-Phật-đà, gọi là Đa-đà-a-dà-độ, gọi là Phật-đà.*

Tam-miệu Tam-Phật-đà (Samyaksaṃbuddha) là chánh biến tri. Bình đẳng chẳng khác, không điên đảo là chánh. Tận hư không, khắp pháp giới là biến. Thấu suốt tánh tướng các pháp là tri. Lấy nghĩa pháp thân mà nói thì thường tịch duy nhất là chánh, hiện tất cả tướng là biến, quang minh thường chiếu là tri. *Đa-đà-a-dà-độ* (Tathāgata), Hán văn dịch là Như Lai, nghĩa là bậc giác ngộ chân như không từ đâu đến, cũng không đi về đâu (*Như Lai giả, vô sở tùng lai diệc vô sở khứ, cố danh Như Lai - Kinh Kim Cang*). Như Lai cũng có nghĩa là như pháp mà đến đi; pháp đến mà không phải là sanh ra, là mới hay thêm vào, pháp đi mà chẳng phải là mất đi, là cũ hay giảm bớt. Chư Phật cũng vậy, từ như mà đến, từ như mà đi, xưa nay không khác. Như Lai còn là như pháp tướng giải, như pháp tướng thuyết. Như pháp tướng giải là thấu suốt pháp tướng hợp lý chân như. Như pháp tướng thuyết là do liễu đạt pháp tướng mà được trí tuệ biện tài vô ngại. Từ đây mà có thể hiểu *Phật-đà* là bậc tự giác, giác tha và giác hạnh viên mãn. Khuy Cơ tóm tắt: *"Phật có mười hiệu nhưng ở đây chỉ kể ba, tức: Chánh đẳng giác là trí đức vì giác ngộ các pháp; Như Lai là đoạn đức vì đã đoạn tất cả phiền não, hiển thị chân lý đoạn nên gọi là đoạn đức; Phật-đà tức ân đức vì khiến cho người khác giác ngộ."*

NGHĨA QUYẾT ĐỊNH CỦA PHẬT SỰ

KINH VĂN

A-nan! Nếu ta nói đủ nghĩa ba câu này, dầu suốt đời của ông cũng không lãnh thọ hết được. Giả sử chúng sanh đầy dẫy trong cõi tam

> thiên đại thiên thế giới như A-nan đa văn thứ nhứt, được niệm tổng trì, những người đó suốt cả đời cũng không lãnh thọ được. Như thế A-nan! Chư Phật Vô thượng chánh đẳng chánh giác không có hạn lượng, trí tuệ biện tài không thể nghĩ bàn.

Quán cõi nước và sắc thân chư Phật rốt ráo liền nhận ra thật tướng các pháp chính là tâm tánh thanh tịnh của chính mình. *"Tâm tánh mình đã là thật tướng. Thật tướng ắt là các pháp, các pháp tất mười như, mười như tất mười giới, mười giới tất là thân (sắc thân) và độ (cõi nước)."*¹ Toàn hư không biến pháp giới là chính mình. Đây là chỗ đại triệt đại ngộ của duy tâm sở hiện, duy thức sở biến; thức ở đây không còn là thức vọng tưởng A-lại-da mà là chân thức A-ma-la, nếu phải tạm gọi tên là vậy. Chân thức tức là tánh biết, khởi tác dụng ở mắt là thấy, ở tai là nghe, ở mũi là ngửi, ở lưỡi là nếm, ở thân là chạm xúc, ở ý là suy nghĩ. Quán cõi nước và sắc thân chư Phật cuối cùng sẽ nhận ra cõi và thân bất nhị, tất cả cõi là một, tất cả thân cũng là một. Do đó mà biết tất cả chúng sanh là chính mình; nếu vậy thì không có lý lẽ mình phải nhiễu hại chúng sanh vì làm vậy là tự diệt chính mình.

Chúng ta cũng không nên quá tập trung vào nghĩa của ba thân Phật vì dễ lạc hướng chủ ý kinh văn đang nói là Phật sự. Chẳng thể nói hết vô lượng nghĩa của ba thân Phật, như Phật bảo A-nan: *Nếu ta nói đủ nghĩa ba câu này, dầu suốt đời của ông cũng không lãnh thọ hết được.* Nhưng Phật không thể không giới thiệu qua, vì đó chính là chỗ đến bất tư nghị của Phật sự. Hay nói cách khác, ba thân tuy có vô lượng nghĩa khó nói hết, nhưng chúng sanh nhờ Phật sự mà có thể thành tựu ba thân vốn là chính mình.

Chúng ta cứ quán tường tận sắc thân ta, cõi nước ta đang ở, chọn lọc trong chỗ sáu căn tiếp xúc sáu trần mà

---

¹ Trí Viên - Duy-ma kinh lược sớ thùy dụ ký.

lấy đó làm Phật sự. Nghĩa là phải có hành động thực tiễn chứ chẳng phải thuyết lý suông. Ở chính thế giới này mà rõ biết đây là Phật quốc. Ở ngay thân tướng cha mẹ sanh ra mà nhận xuất sanh là pháp thân Đại Nhật. Điều này khó có thể bằng biện giải mà chứng minh; chỉ có thể dùng trí tuệ vô tướng mà tin, dùng trí Bát-nhã mà làm. Đó là ẩn ý khi Phật dạy: *Giả sử chúng sanh đầy dẫy trong cõi tam thiên đại thiên thế giới như A-nan đa văn thứ nhứt, được niệm tổng trì, những người đó suốt cả đời cũng không lãnh thọ được.* Phải thấy được nghĩa tu mới chứng trong câu nói này. Đa văn là học rộng hiểu nhiều. Niệm tổng trì (smṛtidhāraṇī) là khả năng nhiếp giữ tất cả Phật pháp. Dù cho suốt thông và thuộc làu tất cả kinh sách Phật thuyết, nhờ đó mà nhìn thấu chân tướng vũ trụ nhân sinh, cũng chẳng thể nói là đã hội nhập chân lý. Phải cần đến Phật sự để thực sự buông xuống vạn duyên, được đại triệt đại ngộ. Chư Phật *không có hạn lượng*, nên không thể nói được, là thể. *Trí tuệ biện tài không thể nghĩ bàn*; tuy nhiên có thể nhờ đó mà thực thi, nên là dụng. Thể dụng đầy đủ là nghĩa viên mãn của Phật sự. Vậy Phật sự ở đâu? Chính là nơi sáu căn tiếp xúc với sáu trần mà hạ thủ công phu.

KINH VĂN

A-nan bạch Phật rằng: Dạ! Con từ nay về sau không dám tự cho mình là đa văn nữa.

Phật bảo A-nan: Chớ nên khởi tâm thối lui, vì sao? Ta nói ông đa văn hơn hết trong hàng Thanh văn chớ không phải nói với hàng Bồ Tát. Hãy thôi A-nan! Người có trí không nên so sánh với các hàng Bồ Tát. Biển sâu còn có thể dò được, chớ thiền định, trí tuệ, tổng trì, biện tài, tất cả công đức của Bồ Tát không thể đo lường được. A-nan! Các ông hãy để riêng việc Bồ Tát ra. Duy-ma-cật đây hiện bày sức thần thông trong một lúc mà tất cả hàng Thanh văn, Bích-chi Phật trải trăm nghìn kiếp tận lực biến hóa đều không làm được.

Nếu giải thích đoạn kinh văn trên như là sự so sánh Bồ Tát và nhị thừa, thì theo ni sư Như Đức chú thích: *"Đây chỉ là tượng trưng cho việc xả bỏ Thanh văn mà hướng về Bồ Tát."* (Bồ Tát Có Bệnh- 2003). Đây cũng là ý kiến tinh tế rất hay. Cách hiểu như vậy không khác với chú giải của cổ đức về đoạn kinh văn này. Huệ Viễn viết: *"Vì nghĩa Phật rộng lớn nhiều vô lượng, hàng Thanh văn không thể bằng được, cho nên không thể thọ trì, chứ chẳng phải A-Nan lui sụt."* Cát Tạng trong so sánh, có ý cho rằng hàng nhị thừa không thể bằng được Bồ Tát về trí tuệ, tánh đức và công hạnh. Khuy Cơ giải thích đây là *"...so sánh hơn kém. Ông chớ nên suy nghĩ đến tất cả cảnh giới của Bồ Tát, vị thấp mà suy lường vị trên cao thì chẳng đến, vì căn cơ, giai vị, nhân độ đều sai khác."*

Mới nhìn vào, kinh văn dường như có sự so sánh Bồ Tát và nhị thừa, nhưng thực ra không phải vậy. A-nan *không dám tự cho mình là đa văn nữa*; là khẳng định nghĩa thuyết lý tuy cần thiết, nhưng chưa viên mãn, phải cần có việc làm, nhìn thấu phải cần có buông bỏ, mới thực là lý sự viên dung. Chúng ta thấy rất rõ là từ đầu kinh đến phẩm này, kinh Duy-ma-cật không phải là bộ luận giáo điều mà là kim chỉ nam tu học, chẳng những cho tăng nhân mà gồm cả cư sĩ. Ẩn ý về thực tiễn hành động trong câu nói của A-nan cho thấy mạch lạc liên tục của kinh văn sẽ dẫn chúng ta đến pháp môn *Tận, Vô Tận Giải Thoát* mà Phật sẽ nói bên dưới.

Sau khi A-nan không còn tự cho là học rộng hiểu nhiều, Phật bảo A-nan: *Chớ nên khởi tâm thối lui, vì sao? Ta nói ông đa văn hơn hết trong hàng Thanh văn chớ không phải nói với hàng Bồ Tát.* Câu nói này của Phật không hề có ý so sánh Thanh văn và Bồ Tát. Chúng ta xem lại đoạn kinh văn trước đó, Phật bảo giả sử tất cả chúng sanh đều đa văn như A-nan; là ở phạm vi rộng bao gồm mọi chúng sanh phát tâm tu đạo Bồ Tát. A-nan là Thanh văn xuất gia, trong phạm vi tăng nhân cũng có đủ công phu tu tập, đầy đủ lý sự, không phải là đối tượng Phật muốn nhắn nhủ; nên Phật khuyên A-nan cứ thế mà tiếp tục tinh tấn. Phật muốn nói với hàng Bồ Tát ở đây chính là chúng sanh phát tâm bồ-đề, không ai khác hơn là chính tôi và quý vị. Nghĩa là ở đoạn kinh văn trên, Phật không nói với hàng tăng nhân mà hướng tới hàng cư sĩ, hàng đại tâm phàm phu. Vì tăng nhân tu tập gồm cả lý sự nên Phật không nói đến. Đối với hàng cư sĩ tu học đạo Bồ Tát thì khác. Do cuộc sống bề bộn nên chúng ta khi đến với đạo thường có khuynh hướng cho rằng đạo nằm trong kinh điển, trong tự viện già lam. Phật sự, do đó đối với chúng ta, chỉ là những việc làm trong khuôn viên chùa chiền, và bên ngoài kia là thế sự hỗn độn cần phải quên đi. Chúng ta không biết rằng y phục, ngọa cụ, nhà ở, những chuyện hằng ngày đều là Phật sự; tức là, thế sự là Phật sự.

Làm những việc mang hình tướng của tự viện như lễ bái, tụng kinh, phóng sanh, từ thiện mà cho đó là công đức thì quả là một lầm lẫn lớn. Dựa vào kinh luận, ngữ lục mà đắc *thiền định, trí tuệ, tổng trì, biện tài* là điều không thể. Chúng ta nhờ miệt mài nghiên cứu kinh sách, có phần thông tuệ hơn người thường, vội cho mình đã cao siêu, tưởng đâu với đôi chút Phật pháp đó mà có thể hoằng pháp độ sanh; lại là vọng tưởng ngông cuồng. Không thể lấy Bồ Tát làm tiêu chuẩn cho sự thành tựu. Tại sao? Vì nếu ta lý giải được việc làm của Bồ Tát thì ta đã là Bồ Tát rồi. Do đó Phật dạy A-nan: *Người có trí không nên so sánh với các hàng Bồ Tát*. Nhưng thực lạ lùng, vì chúng ta cứ thích bàn việc của Bồ Tát, nức nở khen Bồ Tát này từ bi, ca tụng Bồ Tát kia đang thị hiện nghịch hạnh, và hình như chúng ta rất hiểu thấu Bồ Tát nên cuối cùng thốt lời rỗng tuếch là Bồ Tát hạnh bất khả tư nghị; quả là sự hợm hĩnh của quý tộc.

Chính vì vậy mà có cái tát nảy lửa từ bi của Phật: *Các ông hãy để riêng việc Bồ Tát ra*, để chúng ta kịp thời tỉnh thức cơn say của sự thông thái.

Lời này của Phật cùng một lý lẽ với lời của Văn-thù sau đôi lời chào hỏi kỳ lạ với Duy-ma-cật ở phẩm Văn-thù thăm bệnh: *Thôi việc ấy hãy để đó*. Chúng ta còn nhớ sau khi căn nhà của Duy-ma-cật đã được dọn dẹp trống rỗng, và khi Văn-thù đến thăm, hai vị đại sĩ chào hỏi nhau bằng luận bàn về sự đi đến. Như tôi đã có viết trong phần đó: "Dọn dẹp nhà trống là lấy cái Không lập đề. Luận về sự đi đến là tùy Không hiển lộ Có, tức bệnh tình đang có của Duy-ma-cật, hay rõ hơn là hiện trạng sanh tử của chúng sanh. Điều này giải thích tại sao cuộc chào hỏi lạ thường bỗng dưng bị Văn-thù đột ngột dừng ngắt: *Thôi việc ấy hãy để đó*, để chuyển tiếp qua mục đích của cuộc viếng thăm. Điều này cũng phù hợp với yêu cầu thâm nhập cuộc sống trần tục là con đường Bồ Tát đạo chân chính." Luận bàn về sự đi đến là mối quan hệ gắn chặt giữa huyễn tướng và vô tướng, chân đế và tục đế, giữa trung đạo và giả danh, cũng như giữa tướng thể bất động và tướng dụng tương tục. Luận bàn đó là bước đầu nhìn thấu pháp tướng, nhưng vẫn không đủ sức mạnh đoạn dứt phiền não, nên Văn-thù bảo để sang bên.

Ở đây cũng cùng một lý lẽ, Phật bảo chúng ta *để riêng việc Bồ Tát ra*, nghĩa là có ý dẫn dắt chúng ta từ sự quán thông cõi nước và sắc thân chư Phật trở về chủ đề Phật sự mới chính là cái quyết định đoạn dứt phiền não, chữa lành bệnh sanh tử của chúng sanh; chẳng phải là biện giải việc làm siêu việt của Bồ Tát giúp ích cho sự giải thoát. Phật sự ấy phải thấy ngay trong sự *hiện bày sức thần thông trong một lúc* của Duy-ma-cật. Đây là Phật lấy ví dụ ở hai sự kiện Duy-ma-cật chỉ một bàn tay phải nắm vững hai trí thật và quyền, gánh vác chuyện giải thoát cho chúng sanh, và sự kiện ông khiến hóa Bồ Tát xin cơm cho đại chúng thọ thực nên có mùi hương thơm ngát cả vườn Am-la. Những sự kiện này biểu hiện cho việc làm của Bồ Tát, mà hội chúng chứng kiến tận mắt, tức là *trong một lúc*. *Trong một lúc*; còn có nghĩa là chỉ trong sát-na đại triệt đại ngộ mà hiển lộ thần lực độ sanh. Đại triệt đại ngộ bản tâm vô cùng cực như thế, nên giới hạn hữu vi của tu học theo tứ đế hay thập nhị nhân duyên chẳng thể nào so sánh; nên kinh văn viết: *tất cả hàng Thanh văn, Bích-chi Phật trải trăm nghìn kiếp tận lực biến hóa đều không làm được*. Lại nữa, trong một lúc; còn có thể hiểu là trong sát-na đối diện các pháp tướng mà triệt ngộ bản tâm; sát-na kiến tánh đó vượt xa mọi tư duy về khổ, không, vô ngã, tức pháp Thanh văn, ngay cả sự giác ngộ về nhân duyên sanh, tức pháp Bích-chi Phật cũng không thể sánh bằng.

Chúng ta còn sơ cơ, chưa thể sát-na triệt ngộ, chỉ nên nhờ Phật sự ngay trước mắt mà tập tu. Nghĩa là chỉ nên ở ngay thân tâm mình đang thực sự là một chúng sanh lúc nào cũng bị cảnh giới lục trần xoay chuyển, ngay đó mà quán thật sâu. Ngay ở sắc trước mắt, chẳng những thấy nó là mộng huyễn, mà còn biết rõ nó là chính tâm mình hóa hiện. Ngay ở tiếng bên tai mà rõ nó là vang vọng không thực, chứng được tánh nghe. Ngay ở mùi hương quyến rũ mà thấu triệt chỗ xuất sanh của nó là không thực có, ngộ thực tướng của mùi hương là vô tướng. Ngay ở xúc chạm và nghĩ tưởng mà nhận ra hai duyên hợp và ly, nhớ và quên là phạm vi của tưởng ấm và thức ấm. Vì thế, do soi chiếu (quán) mà được ngừng hẳn (chỉ). Từ đó mà biết rời các duyên sáng tối không có sắc, rời động tĩnh không có thanh, rời thông bịt không có hương, rời vị và nhạt không có cái biết vị, rời hợp và ly không có cái biết xúc, rời sanh diệt thì cái biết của thức chẳng thể gá vào đâu. Chẳng dính vào các tướng hữu vi đó, xoay vào trong mà nhận ra tánh giác diệu minh; gọi là kiến tánh.

> **KINH VĂN**
>
> Bấy giờ các Bồ Tát ở nước Chúng Hương đến đó, chắp tay bạch Phật rằng: Bạch Thế Tôn! Chúng con khi mới thấy cõi này, tâm tưởng cho là hạ liệt, nay chúng con tự hối trách bỏ tâm ấy. Vì sao? Phương tiện chư Phật không thể nghĩ bàn, vì độ thoát chúng sanh nên theo chỗ nhu cầu như thế nào mà hiện ra cõi Phật như thế ấy. Dạ, bạch Thế Tôn! Xin Thế Tôn ban chút ít pháp cho chúng con để trở về cõi kia được nhớ nghĩ đến Như Lai.

Các Bồ Tát cõi Chúng Hương tự trách đã sai lầm khi cho thế giới Ta-bà này là thấp kém. Sau khi nghe Phật thuyết về Phật sự, về cõi nước và sắc thân chư Phật, các vị mới sáng tỏ nghĩa phương tiện thị hiện. Tám vạn bốn ngàn pháp độ là phương tiện. Bốn ma, vô lượng phiền não gom lại thành dâm, nộ, si đều là phương tiện. Nhất chân pháp giới, thiên đường, địa ngục đồng là phương tiện. A-di-đà, Dược sư Phật, Thích-ca, cùng Duy-ma-cật, Quán Thế Âm đều là phương tiện chẳng khác biệt. Sáu căn tiếp xúc sáu trần thường xuyên là phương tiện mà chúng ta chẳng lưu ý tới. Tứ đế, thập nhị nhân duyên, trung đạo, bình đẳng như nhau là phương tiện.

Phương tiện không có cao thấp, lâu mau, không thiện lành, cũng không độc ác. Chư Phật *vì độ thoát chúng sanh nên theo chỗ nhu cầu như thế nào mà hiện ra* phương tiện là tất cả cõi nước, các pháp môn, và tất cả pháp tướng. Phật sự là nghĩa cụ thể của phương tiện. Phương tiện là nghĩa hướng đến cứu cánh tối hậu của Phật sự. Phải thấy được nghĩa bình đẳng và cứu cánh của phương tiện và Phật sự chính là giải thoát cho tất cả chúng sanh.

Các Bồ Tát cõi Chúng Hương, tượng trưng cho thật trí vô tướng, vì hiểu rõ nghĩa Phật hiện các cõi nước sai biệt như là phương tiện nên thỉnh cầu Phật ban pháp hiển dụng quyền trí. *"Đối với thật tuệ trung đạo mau thông suốt, nhưng ở quyền đạo còn nghi. Bồ Tát muốn dạo khắp mười phương hóa độ, cần phải hành đủ ba đế nên cần phải xin pháp."* (Trạm Nhiên)

Nghĩa là Bồ Tát tuy trụ ở vô tướng, nhưng để làm Phật sự độ sanh, cần phải có trí quyền biến để soi chiếu và sử dụng thuận tiện tất cả pháp tướng. Nói cách khác là, tuy thông hiểu nghĩa phương tiện Phật sự, nhưng cần phương hướng chung cho sự vận dụng. Do đó các Bồ Tát *xin Thế Tôn ban chút ít pháp*; chút ít pháp này là pháp tổng trì nhất thiết phương tiện; chính là pháp môn Tận, Vô tận Giải thoát mà Phật sắp nói.

Đối với Bồ Tát độ sanh thì nghĩa quyền trí như trên. Như đã nói, Bồ Tát độ sanh là Bồ Tát tu hành, Bồ Tát tu hành là để độ sanh. Do đó việc xin pháp quyền trí ở đây cũng là để tu học. Việc tu học nhằm mục đích là nhận lại bản lai diện mục ta đã quên đi bấy lâu, cũng nhằm chứng thực tướng vô tướng. Nhận lại khuôn mặt xưa nay của chính mình mà vẫn chẳng quên chúng sanh, vì chúng sanh là Như Lai tự tâm ta hóa hiện. Chứng thực tướng vô tướng nhưng vẫn soi chiếu tận hư không khắp pháp giới, vì tự tâm vô tướng vẫn thường tịch thường chiếu. Do đó kinh văn viết: *trở về cõi kia được nhớ nghĩ đến Như Lai*.

Khác với phẩm ba và bốn, khó mà nhận ra mối liên kết giữa những cuộc đối thoại của Duy-ma-cật với các vị đại đệ tử và các Bồ Tát, trong phẩm này chúng ta thấy rất rõ các tình huống kịch và lời thoại diễn biến chặt chẽ, như các khớp bánh răng khít khao để vận hành cơ chế một bộ máy.

Bắt đầu với hình ảnh Duy-ma-cật nắm *toàn bộ đại chúng và các tòa sư tử để trên tay phải đi đến chỗ Phật* là thần lực mà Xá-lợi-phất phải công nhận là *không phải suy nghĩ mà lường được*. Chính hình ảnh này đưa đến câu hỏi của Phật đối với suy nghĩ của Xá-lợi-phất, là nhân duyên tạo nên lục chủng thành tựu cho bài pháp về Phật sự. Chẳng những thế, mùi hương thơm lừng tỏa ra từ lỗ chân lông của đại chúng cũng là điều kỳ diệu đưa đến thắc mắc của A-nan, từ đó Duy-ma-cật nói về mùi hương pháp dược của bát cơm Hương Tích có thể tiêu trừ các mức độ phiền não trong bảy ngày. Duy-ma-cật trình bày công dụng của cơm thơm trước khi Phật nói về Phật sự, là có dụng ý chỉ ra quả thiết thực của nhân Phật sự để chúng sanh nhận thấy mà phát tín tâm; đây là chỗ khéo léo của kinh văn.

Ngay trong bài pháp về Phật sự, cách trình bày của Phật cô đọng một cách hoàn mỹ. Trước là lấy những sự việc khó có thể thấy như ánh sáng, Bồ Tát, hóa Phật. Kế là những sự vật cụ thể như cây bồ-đề, y phục, ngọa cụ, cơm ăn, nhà cửa, vườn tược, thân tướng cụ thể của hóa thân Phật. Đó là một cặp đối đãi của khái niệm trừu tượng và sự vật cụ thể. Một cặp đối đãi khác cũng được sử dụng làm Phật sự là cái không hình tướng như hư không, không có thực như mộng, huyễn, bóng, vang, và cái thực có mà chúng ta thấy, nghe, biết rành rành như tiếng tăm, lời nói, văn tự, sự lặng thinh, sự đi đứng, nằm ngồi. Đó là dùng các tướng đối đãi làm Phật sự, giúp chúng sanh chứng thực tướng vô tướng và thật tánh bất nhị; là dùng tất cả tướng để phá tướng chấp của chúng sanh như đã nói bên trên. Điều bất ngờ nhất là sau cùng Phật nói đến việc sử dụng ma chướng và phiền não làm Phật sự; ma chướng và phiền não hết sức thật đối với chúng sanh, nhưng nếu khéo quán, sẽ chứng thực chúng chỉ là vọng tưởng. Đây là ở ngay nơi tướng mà phá tướng.

Trong sự quán tưởng cõi nước và sắc thân chư Phật, cũng như ở thần lực của Duy-ma-cật, nếu chúng ta không xem xét và suy nghĩ thật thấu đáo, lại cứ mê mẩn khen ngợi Phật, Bồ Tát bất tư nghị thế này thế nọ, thì thật uổng công Phật khéo dẫn dắt chúng ta nhận ra nghĩa phương tiện Phật sự từ khi Phật gợi ý hỏi Xá-lợi-phất về thần lực của Duy-ma-cật cho đến lúc Phật bảo A-nan bỏ qua các việc của Bồ Tát mà nhìn lại lần nữa thần lực trong một lúc của Duy-ma-cật. Chúng ta nên lưu ý lúc bắt đầu nói pháp và khi kết thúc bài pháp, chỗ Phật muốn chúng ta tập trung vào là thần biến của Duy-ma-cật, nghĩa là phải ở ngay việc làm đó mà hiểu nghĩa phương tiện thiện xảo, chứ chẳng phải Phật muốn chúng ta trầm trồ tâng bốc Bồ Tát. Đây là lấy hành sự bất tư nghị chỉ ra chỗ có thể hiểu thấu và làm được.

Lời thỉnh cầu của các Bồ Tát cõi Chúng Hương là cao trào đẩy sự thấu hiểu lên thành mong muốn. Vì sao? Vì phương tiện thì vô số, Phật sự thì vô biên, cần có phương hướng chung để dễ dàng vận dụng. Do đó các vị Bồ Tát xin Phật ban cho pháp tổng trì nhất thiết phương tiện. Nắm giữ được phương pháp này tất không khó cùng một lúc mà thâm nhập pháp tướng và độ sanh trọn vẹn; điều này giải thích tại sao Duy-ma-cật trong một lúc lại có thể thi triển thần biến như trên: vì ông hoàn toàn nắm giữ được tất cả các phương tiện. Đến đây thì từ sự nắm vững nghĩa quyết định của Phật sự mà chúng ta có thể sẵn sàng nghe Phật thuyết pháp quyết định cho sự thành tựu việc tu học của chúng sanh.

TẬN, VÔ TẬN GIẢI THOÁT PHÁP MÔN

BẤT TẬN HỮU VI, BẤT TRỤ VÔ VI

KINH VĂN

Phật bảo các Bồ Tát rằng: Có pháp môn Tận, Vô tận Giải thoát các ông nên học. Sao gọi là tận? Nghĩa là pháp hữu vi. Sao gọi là vô tận? Nghĩa là pháp vô vi. Như Bồ Tát thời không tận hữu vi, không trụ vô vi.

Các Bồ Tát cõi Chúng Hương thỉnh cầu Phật *ban chút ít pháp*; nguyên bản Hán văn là *thiểu pháp* (少法). Thiểu là chút ít, thiểu pháp là một ít pháp. Tuy ít nhưng lại là nguyên tắc bao gồm tất cả. Khi có được pháp này, có thể vận dụng tất cả phương tiện làm Phật sự mà không hề có chướng ngại. Đó là ý nghĩa *pháp môn Tận, Vô tận Giải thoát* (bản của Huyền Trang ghi: Tận vô tận vô ngại giải thoát pháp môn) là phương hướng chung cho sự nắm giữ phương tiện, tức pháp tổng trì nhất thiết phương tiện.

Tận là pháp hữu vi. Hữu vi là pháp vô thường, sanh diệt và tương tục. Vô thường là tướng hay biến đổi của các pháp. Sanh diệt là tướng hình thành và mất đi của các pháp. Tương tục là tướng động chuyển không ngừng của các pháp. Do có ba tướng này mà phiền não sanh. Có sanh ra, biến đổi không ngừng, có diệt mất nên gọi là hữu vi có tận. Pháp hữu vi là pháp chúng ta hiện thấy trước mắt. Thật ra pháp hữu vi có tận hay vô tận đều không có tướng tận như Bồ Tát Hiện Kiến đã trình bày.

Chúng sanh vì chấp tướng, lầm tưởng ba tướng này là thật có, muốn thoát khỏi đau khổ nên tìm đủ cách để đoạn dứt, gọi là tận hữu vi. Phàm phu tìm cách thoát khỏi cái khổ hiện tại mà vọng cầu những cái vui tạm bợ khác của thế gian. Người sáng suốt hơn thì tìm cách trốn chạy khỏi địa ngục, sanh tử, hướng tới thiên đường, Niết-bàn. Nghĩa tận như vậy chưa thực là tận. Vì sao? Vì phiền não không thực có, nên vấn đề không phải là tận hay vô tận, mà là nhận chân ra bản chất giả dối của pháp hữu vi, tức nghĩa vọng tưởng của ba tướng vô thường, sanh diệt và tương tục.

Cũng chính vì phiền não không thực, nên có thể dứt trừ được; đây là nghĩa tận rốt ráo. Bằng cách nào đoạn dứt phiền não? Đó là như bên trên Phật dùng 13 ví dụ dạy A-nan, tức là dùng tất cả tướng để trừ tướng, ngoài ra không có cách khác. Vì dùng tất cả tướng trừ tướng nên chẳng phải nhất định rời bỏ pháp hữu vi để tận hữu vi. Do đó, *không tận hữu vi* chính là phương cách duy nhất để đoạn dứt ba tướng vô thường, sanh diệt và tương tục của pháp hữu vi; là ở pháp hữu vi mà không nhiễm trước, lại có thể dùng tướng đối đãi để giải trừ lẫn nhau, như lấy thiện trừ ác, lấy tịnh trừ động. Không thủ không xả như vậy mà được vô ngại giải thoát khỏi sự ràng buộc của nghĩa tận.

Vô tận là pháp vô vi. *"Pháp vô vi xa lìa giác tri, nên gọi là vô tận."* (Thánh Đức Thái tử). *"Chân đế thường trụ, nên gọi là vô vi, vì không làm; vì chẳng thể ngừng dứt, tiêu diệt nên gọi là vô tận."* (Huệ Viễn) Phật, Bồ Tát, cùng các tổ sư nói pháp vô vi là tùy dụng mà nói. Chúng ta không hiểu lại lầm chấp thực có pháp gọi là vô vi. Tại sao? Chính là vì chúng ta chấp pháp hữu vi có ba tướng thế giới, chúng sanh và tương tục là thực, nên lập ra pháp vô vi đối đãi, và bị chính tướng vô vi ràng buộc. Chân lý vô tướng liền trở thành cái có tướng cần phải đắc, tướng thường còn vĩnh viễn, tướng bất động tuyệt đối, tướng không đối lập với có. Chỗ thủ chấp này là sự ràng buộc. Cũng như pháp hữu vi xa lìa tận và vô tận, pháp vô vi chẳng có hai nghĩa có và không; nêu ra pháp vô vi chỉ là giả danh, tùy dụng độ sanh mà nói. Chúng sanh lại chấp vào danh làm tướng nên bị ràng buộc an trú ở vô vi. Kinh văn nói: *không trụ vô vi*, nghĩa là dùng trí phương tiện thâm nhập và thực hành đầy đủ các pháp hữu vi để xả bỏ tướng giả dối của cái vô tướng, thường còn, cái bất động và cái không; tức là giải thoát khỏi sự ràng buộc của nghĩa vô tận.

Chư tôn đức xưa nay thường giải thích bất tận hữu vi là đi trên đường vô tận cứu độ chúng sanh, viên mãn công đức vô lượng; bất trụ vô vi là không thủ chứng, nhập pháp giới, thành tựu trí tuệ vô thượng. Đó là trên hạnh quả mà nói. Chúng ta phải từ trên duyên nhân mà hiểu nghĩa sâu xa của vọng chấp thì trên quả mới thực hành được *không* tận hữu vi, không trụ vô vi. Đó chính là do ba tâm vọng tưởng, phân biệt và chấp trước duyên nhau lập thành hai tướng đối đãi là hữu vi và vô vi, tận và vô tận, sanh tử và Niết-bàn. Vì thế mà chúng ta bị ràng buộc bởi sự đối đãi giả dối đó. Lìa hai tướng đó gọi là giải thoát khỏi nghĩa tận và vô tận mà vào trung đạo, tức là *pháp môn Tận, Vô tận Giải thoát*.

KHỞI TỪ BI CHỨNG SỰ SỰ VÔ NGẠI

KINH VĂN

Sao gọi là không tận hữu vi? Nghĩa là không lìa đại từ, không bỏ đại bi, sâu phát tâm cầu Nhất thiết trí mà không khinh bỏ, giáo hóa chúng sanh quyết không nhàm chán; đối pháp tứ nhiếp thường nghĩ làm theo; giữ gìn chánh pháp không tiếc thân mạng; làm các việc lành không hề nhàm mỏi; chí thường để nơi phương tiện hồi hướng; cầu pháp không biếng trễ; nói pháp không lận tiếc; siêng cúng dường chư Phật; cố vào trong sanh tử mà không sợ sệt.

Pháp hữu vi có phạm vi rất rộng. Do đó khi Phật đưa ra các ví dụ để nói nghĩa bất tận hữu vi, thoạt xem qua chừng như chúng là lựa chọn ngẫu nhiên và riêng lẻ, nhưng nếu suy xét kỹ tìm mối liên hệ thì thấy rõ các ví dụ đó đều xuất phát từ trí Bát-nhã phá trọn ba tướng hữu vi là vô thường, tương tục và sanh diệt. Ba tướng này do ba tâm vọng tưởng, phân biệt, chấp trước mà có, chỉ có thể trực diện mới đoạn dứt được, tức ở ngay tướng mà phá tướng. Thấy được nguyên lý phá chấp tướng ở đây tức đã nắm vững nguyên tắc vận dụng nghĩa bất tận hữu vi vậy. Đây là cảnh giới sự sự vô ngại của Hoa nghiêm.

Hơn nữa, do đã phá trừ thân kiến và ngã kiến, đồng thời quán chúng sanh như thật là một hiện hữu với đầy đủ phiền não mà trí chứng lưu xuất bi tâm chẳng rời bỏ chúng sanh, tức *không tận hữu vi*. Do vậy kinh văn trước hết nói: *không lìa đại từ, không bỏ đại bi.* "Từ bi là nền móng để vào hữu, là gốc để lập đức, cho nên phát khởi thì liền nói đến." (Tăng Triệu). Nói từ bi trước là điều kiện tối cần thiết khi thể nhập pháp giới để ấn chứng đạo lý bất nhị đã triệt ngộ; vì đã thực ngộ nên đây là lý chủ đạo sự.

Và cũng vì đã triệt ngộ nên nay khi vào sanh tử, tâm đại từ đại bi càng tăng trưởng trí tuệ. Nguyên bản Hán văn ghi: "深發一切智心而不忽忘 - *thâm phát Nhất thiết trí tâm nhi bất hốt vong*"; Hòa thượng Tuệ Sỹ dịch là: "sâu sắc phát tâm cầu Nhất thiết trí không quên lãng".

Nhất thiết trí Phật nói ở đây có hai nghĩa chung và riêng. Theo Viên giáo, ba quán giả, không và trung nhiếp hợp ở một tâm; quán thông một lẽ, tức đạt cả ba lẽ, gọi là Nhất tâm Tam quán. Trong sách Ma-ha Chỉ Quán, quyển năm, Đại sư Thiên Thai viết: "Một Không, hết thảy Không, không có Giả Trung nào mà chẳng Không, đó là tổng Không quán. Một Giả, hết thảy Giả, không có Không Trung nào mà chẳng Giả, đó là tổng Giả quán. Một Trung, hết thảy Trung, không có Không Giả nào mà chẳng Trung, đó là tổng Trung quán. Đó tức là bất khả tư nghị Nhất tâm Tam quán." Theo lý đó thì Nhất thiết trí đây có nghĩa chung là Nhất thiết chủng trí, hay Phật trí viên minh; do đó kinh văn viết: *sâu phát tâm cầu Nhất thiết trí*.

Về nghĩa riêng, *Nhất thiết trí* đây là trí tuệ nhị thừa soi chiếu tánh Không của vạn pháp; kinh văn viết: *bất hốt vong*, ý chỉ nhập giả mà chẳng quên không, vào sanh tử mà không chấp hữu, không lạc vào đại bi ái kiến; hiểu nghĩa này nên trí tuệ càng tăng tiến viên mãn. Do nghĩa của Nhất thiết trí, và do sự sánh đôi của từ bi và trí tuệ nên có thể biết chỗ Phật nói đây là đối với hàng Bồ Tát trong mười địa và hàng hồi tâm đại A-la-hán.

Từ trí chứng mà từ bi lưu xuất, nương bi mà khởi nguyện. Bi, trí, nguyện, cả ba đều có tầm quan trọng như nhau, không thể thiếu một. Kinh văn tiếp theo viết: *giáo hóa chúng sanh quyết không nhàm chán*, chính là nói về nguyện; *"mà nguyện chưa đầy đủ, sao được tận hữu vi?"* (Trạm Nhiên). Biểu hiện cụ thể của nguyện là việc làm; chính là tám câu tiếp theo Phật dạy về: tứ nhiếp pháp, hộ trì chánh pháp, vun trồng thiện căn, chí thường hồi hướng, cầu pháp, thuyết pháp, cúng dường Phật và nhập sanh tử.

Tám sự việc này có thể bao gồm tất cả công đức và hạnh nguyện Bồ Tát.

Một là, *pháp tứ nhiếp thường nghĩ làm theo*; là bố thí, ái ngữ, lợi hành và đồng sự; đây là phương pháp hiệu quả nhất để tiếp cận và giáo hóa chúng sanh.

Hai là, *giữ gìn chánh pháp không tiếc thân mạng*; là nghĩa tự lợi, thường niệm trên cầu Phật đạo. Thân mạng là tướng tương tục hư vọng nên chẳng tiếc; chánh pháp là phương tiện giữ ta không rơi vào đoạn diệt.

Ba là, *làm các việc lành không hề nhàm mỏi*; là nghĩa lợi tha, luôn nhớ nghĩ dưới độ chúng sanh. Vì để trừ tướng tương tục của thế giới, chúng sanh và nghiệp quả mà không ngừng vun trồng thiện căn; đây là lấy việc vun bồi thiện căn liên tục để trừ tướng tương tục của pháp hữu vi.

Bốn là, *chí thường để nơi phương tiện hồi hướng*; là cứu cánh rốt ráo quả vị Phật cho tất cả chúng sanh, chẳng có một niệm vì mình. Vì muốn mình và chúng sanh vượt thoát tướng vô thường của lục đạo luân hồi nên tâm ý và việc làm trọn an trú trong phương tiện Phật sự.

Năm là, *cầu pháp không biếng trễ*; là tu trí và tự lợi.

Sáu là, *nói pháp không lận tiếc*; là khai thị và làm lợi ích chúng sanh.

Bảy là, *siêng cúng dường chư Phật*; là tu phước và tự lợi. Cúng dường chân chánh là chân thật buông bỏ vọng tưởng, phân biệt, chấp trước. Bỏ xuống triệt để ba tâm ấy để tin nhận pháp Phật, là tín; để đọc tụng kinh Phật, là giải; và để thọ trì giáo, là hành; nghĩa này của sự cúng dường là tiếp nối bổ sung cho nghĩa cầu và thuyết pháp bên trên.

Tám là, *cố vào trong sanh tử mà không sợ sệt*; là lợi tha, vào sanh tử làm gương mẫu, chúng sanh nào tin làm theo, sẽ được công đức và phước đức vô lượng. Ở trong sanh tử mà vô ngại vì đã rõ biết tướng sanh diệt của tất cả pháp hữu vi là giả dối. Vào sanh tử còn là để cùng với chúng sanh đồng chứng cứu cánh rốt ráo. Như thế, ở tám việc làm này mà có đủ tín, giải, hành, chứng vậy.

LY TỨ TƯỚNG

> **KINH VĂN**
>
> Đối với việc vinh nhục, lòng không lo không mừng; không khinh người chưa học, kính người học như Phật; người bị phiền não làm cho phát niệm chánh, cái vui xa lìa không cho là quý, không đắm việc vui của mình mà mừng việc vui của người; ở trong thiền định tưởng như địa ngục, ở trong sanh tử như vườn nhà.

Bi, trí, nguyện là hành trang vào sanh tử, trực diện với pháp hữu vi mà không ngăn ngại vì vốn dĩ chẳng có gì có thể khủng bố, gây sợ hãi cho hành giả tu Bồ Tát đạo. Vì sao? Vì người này đã thực chứng bốn tướng ngã, nhân, chúng sanh và thọ giả đều không. Đoạn kinh văn trên tuy ngắn nhưng nghĩa lý rộng và sâu, chúng ta cần tinh ý nhận ra.

Vinh nhục đại biểu cho bát phong, tức tám thứ gió lay động lòng người là: lợi suy (ích lợi và hao tổn), hủy dự (hủy báng và ngợi khen), xưng cơ (tán dương và chê bai), và khổ lạc (phiền não và vui mừng). Ngã đã không thì lấy ai có vinh nhục, nên nói: *lòng không lo không mừng*. Ta chẳng có, người cũng không. Người chưa biết gì về đạo pháp cũng ngang bằng như người thông hiểu, người hiểu biết pháp cũng đáng kính như Phật. Lòng chẳng khởi một niệm: người này thế này, người kia thế nọ. Do đã chứng nhân không mà có thể làm được rốt ráo như Duy-ma-cật lúc trước lấy chuỗi anh lạc chia làm hai phần, một phần đem cho người ăn xin hèn hạ nhất trong hội, còn một phần đem dâng cho đức Nan Thắng Như Lai. Đây là đã xa lìa ngã tướng và nhân tướng.

Phiền não hay vui vẻ là những chuyện sanh ra, hằng ngày xảy đến với chúng ta khởi từ nhiều nguyên nhân phức hợp; là tướng tập chúng duyên sanh hay chúng sanh tướng, nghĩa bao quát này đã nói qua. Nghĩa chính của chúng sanh tướng (sattvasaṃjñā) là trong pháp ngũ uẩn, do tánh biến kế mà khởi chấp có các loài chúng sanh khác biệt với mình thọ sanh ở các cảnh giới khác nhau và có đầy đủ cảm xúc phiền não và hoan lạc. Phiền não ở ta không thật không giả, nhưng với người là thực có hoàn toàn. Dù hiện ra ở ta hay người, muốn trừ phiền não, phải thực hành chánh niệm. Như đã nói ở phẩm Quán chúng sanh: "Chánh niệm là không khởi tà niệm, là không thấy hai tánh đối đãi mà động tâm." Khởi tâm động niệm, hành vi tạo tác cần được luôn quán sát và kiểm soát sao cho không trái lời Duy-ma-cật: Pháp bất thiện không sanh, pháp thiện không diệt. Tướng phiền não đã không, tướng hỷ lạc cũng thế. Người chẳng thấy có tướng chúng sanh thì cái vui ở mình như gió thoảng, cái vui của người mới đáng trọng vì người trân quý nó. Người có trí nên nghĩ như La-thập: *"Xuất gia lìa dục và thiền định trí tuệ xa lìa vọng tưởng đều gọi là niềm vui xa lìa. Nhờ vào đó để cầu đạo, chứ chẳng phải là việc đáng tôn quý nhất."* Đây là đã xa lìa chúng sanh tướng.

Thiền định là phương tiện, nếu chìm đắm trong đó tức là biến nó thành tướng thọ giả. Nghĩa là nếu trụ vào tứ thiền bát định, nhất định thọ sanh vào các cõi trời sắc giới và vô sắc giới, vẫn chưa thoát ba cõi sáu đường. Như lời Duy-ma-cật nói với Xá-lợi-phất: *Ở trong ba cõi mà không hiện thân ý... không khởi diệt tận định mà hiện các oai nghi, mới là ngồi yên lặng.* Chưa chắc chúng ta ngồi thiền mấy mươi năm đã gọi là tịnh. Chưa hẳn cả đời như Duy-ma-cật vào chợ búa, quán rượu, chính trường, kinh doanh mà cho là động. Tăng Triệu viết: *"Thiền định tuy vui thích, nhưng an trụ nơi đó thì đạo lớn chẳng thành. Bồ Tát chẳng vui thích nên tưởng như địa ngục."*

Ở trong sanh tử như vườn nhà; câu kinh văn này là giải thích câu bên trên: *vào trong sanh tử mà không sợ sệt*; chính là do đã thông suốt tướng thọ giả vốn không. Thọ giả tướng (Jīvasaṃjñā) là trong ngũ uẩn, do tánh biến kế mà khởi chấp mỗi chúng sanh có một sanh mạng thật đang có và sẽ chết theo tuổi thọ; là sự sống có đủ cảm xúc và nghĩ tưởng của mỗi chúng sanh. Bồ Tát thấu triệt lý vô sinh, không thấy thực sự có sự sinh ra hay chết đi nên không sợ sệt sinh tử. Đây là xa lìa thọ giả tướng.

Bồ tát do thực chứng tất cả tướng là phi tướng, nên ở bốn tướng ngã, nhân, chúng sanh và thọ giả mà chẳng dính mắc, cũng chẳng lìa bỏ. Kinh Kim Cang viết: *"Tướng ngã tức chẳng phải là tướng, tướng nhân, tướng chúng sanh, tướng thọ giả tức chẳng phải là tướng. Vì sao? Vì ly tất cả các tướng tức là chư Phật."* Ly tất cả tướng đây không phải là rời bỏ mà đích thực là vào tất cả tướng, chứng tất cả tướng là một tướng. Một tướng ấy chính là thật tướng vô tướng. Đó là nghĩa của bất tận hữu vi vậy.

Ở TƯỚNG DỤNG CHỨNG LÝ SỰ VÔ NGẠI

KINH VĂN

Thấy người đến cầu pháp tưởng như thầy lành; bỏ tất cả vật sở hữu tưởng đủ nhất thiết trí; thấy người phá giới, tâm nghĩ cứu giúp;

> các pháp ba-la-mật tưởng là cha mẹ; các pháp đạo phẩm tưởng là quyến thuộc; làm việc lành không có hạn lượng; đem các việc nghiêm sức ở các cõi Tịnh độ trau giồi cõi Phật của mình.

Trên nói ly bốn tướng, ngay ở pháp hữu vi chứng thật tướng là thể. Kinh văn đang nói về bất tận hữu vi là tướng. Đoạn kinh này là nói đến dụng của nghĩa bất tận hữu vi. Lấy một pháp như *người đến cầu pháp, vật sở hữu, người phá giới* để biểu trưng tính khả dụng của pháp hữu vi như là Phật sự; tức lý sự vô ngại. Lấy nhiều pháp như *các pháp ba-la-mật, các pháp đạo phẩm,* tất cả *việc lành, các việc nghiêm sức,* là kết luận về nghĩa sâu rộng của bất tận hữu vi. Thấu hiểu chỗ dụng của pháp hữu vi thì một và nhiều chẳng khác. Sử dụng tinh chuyên một pháp là chẳng ngại tất cả pháp. Vì chẳng ngại tất cả pháp nên bất kỳ một pháp nào cũng có chỗ dùng được.

Đoạn kinh văn này cũng là diễn giảng cho nghĩa *vào trong sanh tử* lúc đối nhân tiếp vật, xem đó là mọi phương tiện làm mọi Phật sự để làm tròn nghĩa bất tận hữu vi. *Thấy người đến cầu pháp tưởng như thầy lành*; là lúc tiếp xúc với người. Giao tiếp với người khác, do chẳng thấy có nhân tướng, nên người người không phải tướng chuyển sanh do nghiệp mà là chư Phật, Bồ Tát hóa sanh. Nhân tướng là tướng phi tướng. Như trong chương 7 đã nói: "Sự hiện diện của tướng phi tướng nếu không phải do cái gì đó diệt ở kia rồi sanh ở đây, cũng không phải do tự nhiên có, thì phải là sự biến hiện. Cái gì biến hiện? Chính là tánh thể, là chân tâm bản tánh. Phật hóa sanh là tánh thể hóa hiện thành tướng dụng, tuyệt đối không hai." Còn thấy người này thế này, người kia thế kia, là còn do tánh y tha mà khởi chấp trước. Thấy được người người đều là Phật, Bồ Tát thì chẳng những chỉ người tìm ta hỏi pháp, mà tất cả mọi người đến với ta hiện tướng cư xử như thế nào, đều là thầy lành cả.

Bỏ tất cả vật sở hữu; là khi tiếp vật, nói cụ thể hơn là khi thọ nhận những chuyện hằng ngày xảy ra với ta. *Bỏ tất cả vật sở hữu* chính là phải buông bỏ mọi kiến giải sai lầm, mọi suy nghĩ và cảm tưởng lệch lạc của chính mình. Phải hiểu rằng tất cả các thứ đó của ta đều là do tánh biến kế mà khởi phân biệt. Làm được vậy là cái thấy biết suy tưởng trước kia nay được đầy đủ là chánh tri chánh kiến; đó là nghĩa của *tưởng đủ nhất thiết trí.*

Cũng do đã ly tứ tướng, nên thấy ta cùng chúng sanh vạn vật đều cùng một thể, chính là nhất niệm tự tánh của chính mình. Từ đây mà nói chúng sanh bệnh nên Duy-ma-cật bệnh. Phải chân thật thấy không còn tự tha, mới hiểu được chúng sanh chính là lý lẽ cho sự hiện hữu của ta. Chỗ này là tánh đức từ bi lưu xuất từ trí tuệ Bồ Tát, không thể dùng lời nói biện giải được. Thể pháp thân ví như thân thể hiện giờ của chúng ta; nếu có một chỗ đau thì toàn thân đều khó chịu. Chỗ đau chẳng rời thân, nên phải chữa trị chỗ đau. Cũng vậy, chúng sanh chẳng rời pháp thân, nên *thấy người phá giới, tâm nghĩ cứu giúp.* Đây giống lý lẽ một niệm động, tất cả hư không pháp giới đều động, một niệm thanh tịnh, toàn pháp giới thanh tịnh, như ở phẩm đầu tiên Phật dạy: Tùy kỳ tâm tịnh tắc Phật độ tịnh. Chỗ này là cảnh giới lý sự vô ngại của Hoa nghiêm. Nghĩa này rất sâu, do thấu suốt ta và chúng sanh vạn vật đồng một lý thể nên tất cả pháp là Phật pháp, tất cả sự là Phật sự.

Do đó, kinh văn tiếp theo chỉ toàn nói về sự: *các pháp ba-la-mật tưởng là cha mẹ; các pháp đạo phẩm tưởng là quyến thuộc; làm việc lành không có hạn lượng; đem các việc nghiêm sức ở các cõi Tịnh độ trau giồi cõi Phật của mình.* Sự là nói việc làm để tăng trưởng trí tuệ cho mình và chúng sanh. Việc làm đó giống như sự trưởng thành của một người là do cha mẹ nuôi dưỡng, ví cho các pháp ba-la-mật, do họ hàng thân thuộc giúp đỡ, ví cho các pháp đạo phẩm. Sự thì không hề ngừng dứt, ví cho việc lành không có hạn lượng. Sự là nghĩa lấy chỗ tha thọ dụng của báo thân, hóa thân chư Phật, Bồ Tát và các cõi Phật thanh tịnh làm chỗ tự thọ dụng, nói rõ hơn là gương mẫu học tập và thanh tịnh cho chính bản thân mình.

HÀNH THẬP ĐỘ CHỨNG SỰ VÔ NGẠI

> **KINH VĂN**
>
> Thực hành bố thí vô hạn, đầy đủ tướng tốt; trừ tất cả điều xấu, trong sạch thân khẩu ý; nhiều số kiếp sanh tử mà lòng vẫn mạnh mẽ; nghe các đức của Phật quyết chí không mỏi; dùng gươm trí tuệ phá giặc phiền não; ra khỏi ấm, giới, nhập; gánh vác chúng sanh để được hoàn toàn giải thoát; dùng sức đại tinh tấn phá dẹp quân ma; thường cầu vô niệm, thật tướng trí tuệ; thực hành ít muốn, biết đủ mà chẳng bỏ việc đời, không sái oai nghi mà thuận theo thế tục, khởi tuệ thần thông dắt dẫn chúng sanh.

Đây là cảnh giới sự vô ngại của Hoa nghiêm, tức nói về các việc làm rốt ráo của hành giả Bồ Tát đạo. Chính là thập ba-la-mật tương xứng với mười địa Bồ Tát.

Thực hành bố thí vô hạn, đầy đủ tướng tốt; là Bố thí ba-la-mật, ứng với Hoan hỷ sơ địa. Cho đi tất cả tài vật, thân mạng; tức tài thí. Chỉ dạy hết mọi hiểu biết về pháp Phật, tức pháp thí. Khích lệ, an ủi, nói lời an tâm làm cho chúng sanh không còn phiền muộn, sợ hãi, tức vô úy thí. Buông bỏ triệt để vọng tưởng, phân biệt, chấp trước; đó là nhân bố thí vô ngại, vô hạn. Quả thù thắng vô lượng là đắc báo thân Phật đầy đủ tướng tốt.

Trừ tất cả điều xấu, trong sạch thân khẩu ý; là Trì giới ba-la-mật, ứng với Ly cấu nhị địa. Xa lìa pháp ác là nhân, giới đức và giới hạnh viên mãn là quả. Kinh Bồ Tát Địa Trì ghi: *"Ba mươi hai tướng không có nhân khác nhau, đều là trì giới. Nếu chẳng trì giới, chẳng thể được thân người hạ tiện, huống gì có tướng đại nhân."*

Nhiều số kiếp sanh tử mà lòng vẫn mạnh mẽ; là Nhẫn nhục ba-la-mật, ứng với Phát quang tam địa. Bản Huyền Trang chỗ này dịch là: *Thân tâm được cứng rắn chịu đựng do xa lìa tất cả phiền não sân hận; tu hành mau được cứu cánh do trải qua vô số kiếp sanh tử;* theo đây thì nghĩa nhẫn trong sanh tử rõ hơn; vì có nhẫn nên mới qua nhiều số kiếp, nếu chẳng nhẫn thì đã sớm lìa pháp hữu vi mà trụ vô vi. Nhẫn mà không có gì để chịu đựng nên dù vô lượng kiếp cũng như một sát-na. Nghĩa sự vô ngại rất rõ ở đây.

Nghe các đức của Phật quyết chí không mỏi; là Tinh tấn ba-la-mật, ứng với Diệm tuệ tứ địa. Do học tập các công đức của Phật, mãnh liệt tinh tấn nên trí tuệ rực lửa thiêu hủy nhị chướng phiền não và sở tri, phát hơi ấm từ bi.

Dùng gươm trí tuệ phá giặc phiền não, ra khỏi ấm, giới, nhập; là gồm chung Thiền định và Bát-nhã ba-la-mật, gồm chung lại là có ý chỉ định tuệ sánh đôi. Phá giặc phiền não do tuệ, ra khỏi ấm, giới, nhập nhờ định. Gồm chung định tuệ còn có ý làm hiển lộ tác dụng giải thoát. Chúng sanh rơi vào sanh tử là do mê hoặc. Đoạn dứt phiền não là trừ nhân của mê hoặc. Xa lìa ấm giới nhập là trừ quả của hoặc. Đây là giai đoạn tương ưng với Nan thắng ngũ địa, nhập pháp môn bất nhị và Hiện tiền lục địa, chứng từng phần pháp thân, đắc trí tuệ chân như hiện tiền.

Trên là pháp lục độ ta thường nghe, thứ tự tiếp theo là: Phương tiện, Nguyện, Lực, và Trí ba-la-mật. Về Phương tiện ba-la-mật, vì mức độ quan trọng liên hệ nghĩa bất tận hữu vi đang nói đến, nên kinh văn xếp nó sau cùng, như ta sẽ thấy. Kinh văn đến đây viết: *Gánh vác chúng sanh để được hoàn toàn giải thoát;* là Nguyện ba-la-mật, mà sự thành tựu đã được Duy-ma-cật biểu diễn cho ta xem qua hình ảnh nâng tất cả thính chúng và các tòa sư tử trên lòng bàn tay phải đưa đến vườn Am-la gặp Phật. Do nguyện thật rộng lớn là độ tận tất cả chúng sanh nên gọi là ba-la-mật; ứng với Bất động bát địa.

Kinh Phật không có cách hiểu nhất định, vì cách thuyết pháp của Phật hết sức vi diệu, nghĩa lý thoát ngoài văn cú. Ví dụ như ở trên, nếu ta kết hợp cụm từ *xuất ấm giới nhập* với câu văn kinh trước là *dĩ trí tuệ kiếm phá phiền não tặc*, thì ta có thể hiểu như đã viết là định tuệ sánh đôi; nhưng nếu kết nối với câu văn sau là *hà phụ chúng sanh* (gánh vác chúng sanh) thì có thể giải thích khác là do thấu hiểu tướng ấm giới nhập của chúng sanh là huyễn tướng nên việc độ tận chúng sanh chẳng thực là gánh nặng. Hiểu chỗ này, ta sẽ không còn nhận mình là hiểu đúng, kẻ khác hiểu sai. Sự kết hợp các cụm từ có sai khác dẫn đến giải thích khác nhau ở đoạn kinh văn này và đoạn bên dưới. Tuệ Sỹ cũng có cùng nhận xét: *"Đoạn trên và đoạn tiếp theo, có nhiều chỗ mà La-thập và Huyền Trang phân tích khác nhau về quan hệ giữa các cụm từ trong nguyên bản Phạn, nên có nhiều điểm mâu thuẫn nghĩa giữa hai bản dịch."* (Duy-ma-cật Sở Thuyết). Ở đây, tôi không đặt vấn đề về nghĩa, vì Phật thuyết một âm, chúng sanh do *ứng sở tri lượng* mà hiểu khác nhau. Vấn đề nêu ra đây là văn kinh diễn đạt qua các cụm từ nối kết chặt chẽ, khó tách rời, liên tục trôi chảy, không một khe hở, phản ánh tinh thần văn nói của lời thuyết pháp; nghĩa là bộ kinh ta đang xem nhất định là lời nói ra được ghi chép lại, chứ không phải là suy nghĩ được viết ra. Từ đây có thể biết kinh này không phải ngụy tạo về sau.

Dùng sức đại tinh tấn phá dẹp quân ma; là Lực ba-la-mật, là sức mạnh do công đức huân tu có khả năng hàng phục bốn ma là ngũ ấm ma, phiền não ma, thiên ma và tử ma; tương ưng với Thiện tuệ cửu địa. Bồ Tát nhờ sức mạnh này mà được thập lực, tứ vô sở úy, khai mở trí tuệ Như Lai, được biện tài vô ngại.

Thường cầu vô niệm, thật tướng trí tuệ; đây là Trí ba-la-mật, ứng với Pháp vân thập địa. Bồ Tát thập địa biết tất cả pháp, không lấy không bỏ, dùng trí thiện xảo diễn nói các pháp nghĩa, thấy tất cả tướng chẳng phải là tướng nên chính là tướng; đây là vào môn nhất tướng vô tướng. Phá được tướng không này, Bồ Tát vào ngôi đẳng giác. Thường cầu vô niệm chẳng phải là cầu cái tướng không có niệm, mà là không khởi tâm động niệm, tức lìa vọng tưởng. Lìa vọng tưởng thì thật tướng giác ngộ hiển lộ. Chỗ này Thánh Đức Thái tử nói có hai cách giải thích: một là, Bồ Tát đã nhập Bất động bát địa, nên tâm chẳng còn khởi niệm; hai là, tâm đã vượt khỏi phạm vi thức nên ở hành vi chẳng có niệm; cũng cùng một ý là lìa vọng tưởng.

Thực hành ít muốn, biết đủ mà chẳng bỏ việc đời, không sái oai nghi mà thuận theo thế tục, khởi tuệ thần thông dắt dẫn chúng sanh; đây là Phương tiện ba-la-mật, ứng với Viễn hành thất địa. Vì ở đây đang nói về pháp môn Tận, Vô tận giải thoát, nên nghĩa phương tiện Phật sự cần chú trọng, vì vậy, Phật đặt nó ở vị trí cuối của thập ba-la-mật. *Ít muốn biết đủ* là tri túc, là nghĩa của cõi trời Đâu Suất tức trú xứ của Bồ Tát nhất sanh bổ xứ; điều này là nói đến quả vị rốt ráo thành Phật. Muốn thành Phật, trước phải *chẳng bỏ việc đời, không sái oai nghi mà thuận theo thế tục*; đây là nghĩa vào sanh tử, trực diện pháp hữu vi. *Khởi tuệ thần thông dắt dẫn chúng sanh*; đây là trí tuệ vô ngại sử dụng tất cả pháp làm Phật sự, thành tựu nghĩa bất tận hữu vi.

TU LỤC NIỆM CHỨNG LÝ VÔ NGẠI

> **KINH VĂN**
>
> Đặng niệm tổng trì đã nghe không quên; khéo biết căn cơ, dứt lòng nghi của chúng sanh, dùng nhạo thuyết biện tài diễn nói pháp vô ngại; thanh tịnh mười nghiệp lành hưởng thọ phước trời người, tu

> bốn món vô lượng, mở đường Phạm thiên, khuyên thỉnh nói pháp; tùy hỷ ngợi khen điều lành, đặng tiếng tốt của Phật, thân khẩu ý trọn lành đặng oai nghi của Phật; công phu tu tập pháp lành sâu dày càng tiến nhiều lên; đem pháp Đại thừa giáo hóa thành tựu Bồ Tát tăng; lòng không buông lung, không mất các điều lành.
>
> Làm các pháp như thế gọi là Bồ Tát không tận hữu vi.

Đoạn kinh văn này là lý vô ngại của Hoa nghiêm thể hiện ở niệm lực của pháp môn Lục niệm: niệm Phật, niệm Pháp, niệm Tăng, niệm Giới, niệm Thí, niệm Thiên. Niệm là tư duy như lý, là suy nghĩ khế hợp pháp tánh. Trong niệm gồm cả định tuệ, vì không định thì niệm là vọng, không tuệ thì niệm là tưởng; có định tuệ, niệm là chân, là chánh. Hơn nữa, niệm là trí tuệ dẫn đạo phương tiện, như Duy-ma-cật nói về sự cần thiết có tuệ phương tiện khi Bồ Tát có bệnh nên điều phục tâm ở phẩm Văn-thù. Theo nghĩa niệm nhiếp định tuệ: niệm định là giữ gìn chánh niệm, luôn nhớ nghĩ tất cả pháp là Phật pháp; niệm tuệ là trí diệu quán sát thường khởi phát tác dụng đoạn dứt nghi hoặc, nên nói và hiểu cách nào cũng thông. Do vậy mà nói niệm là lý vô ngại. Do nghĩa trên mà Tăng Triệu nói niệm tổng trì là niệm định trì biện, biện tài vô ngại là niệm trì tuệ biện.

Đặng niệm tổng trì; nghĩa chung là niệm lực tổng nhiếp và chấp trì không gián đoạn đối với tất cả pháp Phật, nên kinh văn viết: *đã nghe không quên*. Do nghĩa này, nên khi bắt đầu nói về sức mạnh của tư duy có thể lèo lái chiếc bè phương tiện, Phật trước hết đề cập đến niệm thí, dẫn dắt ta vào lục niệm. Cần phải thấy dụng ý đó của Phật khi nói đến văn tổng trì và thuyết vô ngại. Do đó, đặng niệm tổng trì đã nghe không quên; là văn tổng trì hay niệm lực.

Khéo biết căn cơ, dứt lòng nghi của chúng sanh, dùng nhạo thuyết biện tài diễn nói pháp vô ngại; là thuyết vô ngại hay niệm thí pháp.

Trong pháp bố thí gồm tài thí, pháp thí và vô úy thí, pháp thí vượt trội hơn. Chúng ta nên hiểu sâu nghĩa hơn là trên bề mặt văn tự. Pháp thí là buông bỏ vạn pháp, chứ không chỉ có nghĩa đơn thuần là giảng nói, bố thí giáo pháp. Do vậy, ở đây Phật đang nói về niệm thí. Niệm thí là tư duy về sự thí xả. Thuyết pháp cần phải rõ căn cơ chúng sanh, gọi là khế cơ. Cũng vậy, buông bỏ vạn pháp phải tùy lúc. Tùy lúc là ngay khi khởi tâm động niệm, liền khởi quán, sẽ hiệu quả tức thời. Do đó, trong Kinh Đại Bát Niết-bàn, Phật nói về niệm thí: *"Bố thí dù chẳng thể rốt ráo dứt kiết sử mà có thể trừ hiện tại phiền não."* Tâm phiền não, tâm phân biệt, chấp trước tướng trần là chúng sanh độn căn. Khởi quán bản chất của dâm nộ si, tâm lìa phân biệt chấp trước là chúng sanh lợi căn. Từ trí quán mà chắc chắn rõ biết chỗ vọng động của thức tâm vốn thực không. Tùy lúc mà khởi quán thật sâu, thật xuyên thấu là rõ biết lúc nào tâm ta đang mê muội, lúc nào tâm đang sáng suốt, dứt trừ chỗ nghi hoặc mê mờ. Khởi hậu đắc trí dùng ba quán giả, không, trung thật dung thông, hiểu thấu và biện giải thế nào cũng thông, chẳng một chút chướng ngại. Làm được vậy gọi là niệm thí.

Niệm thiên đích thực là suy nghĩ về nhân quả tương ưng. Chúng sanh do tu tập mười nghiệp lành mà thọ sanh hưởng phước ở các cõi trời. Chúng ta do kiếp quá khứ tu ngũ giới nên hiện tại sanh vào cõi người. Trong cõi người lại có sai biệt về thân thế, hoàn cảnh sống là do nghiệp nhân đã tạo tội phước khác nhau. Y báo do chánh báo mà có, nên quán nhân quả là để chuyển đổi quả hiện tại tốt đẹp hơn.

Niệm thiên lấy chư thiên làm đối tượng quán. Chư thiên do tích tập nhiều công đức từ tu thập thiện, trì giới, nghe pháp được trí tuệ, bố thí được phước báo, nên sanh thiên. Chư thiên làm được, ta cũng có thể làm được. Từ quán công đức chư thiên mà ta hưng khởi thiện pháp, đoạn trừ ác nghiệp, từ đây vun trồng phước đức như là phương tiện an lạc, thuận lợi cho việc tu hành. Sanh thiên là phương tiện, nên tu các công đức là nhân thanh tịnh. Trì giới thập thiện là nhân, thọ sanh trời Dục giới là quả. Tứ thiền bát định là nhân, thọ sanh trời Sắc và Vô sắc là quả. Tu bốn vô lượng tâm là nhân, sanh thân Phạm thiên vương là quả. Sanh làm thiên vương để giáo hóa chư thiên, vì chúng sanh thỉnh Phật nói pháp. Nhân tu và quả đắc đều không có một niệm vì mình. Niệm thiên rốt ráo là *"vì chúng sanh mà cần cầu trời đệ nhất nghĩa vì trời đệ nhất nghĩa có thể làm cho chúng sanh dứt trừ phiền não... vì chúng sanh giảng thuyết phân biệt trời đệ nhất nghĩa này. Đây gọi là đại Bồ Tát niệm thiên."* (Kinh Đại Bát Niết-bàn); trời đệ nhất nghĩa chính là tự tánh chân tâm vậy. Làm được vậy gọi là niệm thiên.

Lục niệm pháp môn theo thứ tự là niệm Tam bảo, niệm giới, niệm thí, niệm thiên. Tại sao ở đây Phật lại nói về niệm thí và niệm thiên trước? Phải biết rằng Phật đang nói về nghĩa bất tận hữu vi trong pháp môn Tận, Vô tận giải thoát. Bất tận hữu vi là ở pháp hữu vi mà làm Phật sự không cùng tận. Tuy làm không tận mà chẳng có tâm hành, đó mới là thí xả triệt để. Tuy không có tâm hành, nhưng trong việc làm phải có quyền trí diệu dụng tướng trừ tướng như đã nói bên trên; nên nói cõi trời để dẫn dụ chúng sanh ra khỏi ba đường ác. Chẳng có tâm hành nhưng có phương tiện thiện xảo nên Phật nói niệm thí và niệm thiên trước.

Chỗ khéo léo của kinh văn càng rõ hơn khi ta hiểu nghĩa Phạm thiên vương khuyên thỉnh nói pháp là bước đệm chuyển tiếp từ niệm thiên sang niệm Phật. Phật có vô lượng nghĩa, gom lại thành mười danh hiệu chúng sanh thường niệm là Như Lai, Ứng cúng, Chánh biến tri, Minh hạnh túc, Thiện thệ, Thế gian giải, Vô thượng sĩ, Điều ngự trượng phu, Thiên nhân sư, Phật Thế Tôn. Mỗi danh hiệu lại có vô lượng vô biên nghĩa, kinh văn chỉ nêu một nghĩa chung làm dụ là pháp âm Phật, vì chúng sanh cõi này được độ thoát là do nghe pháp. Nghe pháp mà tùy hỷ ngợi khen điều lành, là do Phật nói một âm, chúng sanh theo chỗ hiểu biết của mình mà được giải thoát. Pháp âm Phật vô cùng tận mà thường trụ; chỗ thuyết pháp của Phật ba đời chẳng biến đổi, Phật quá khứ, hiện tại hay vị lai đều nói các đạo phẩm, các ba-la-mật, đều chỉ Phật tánh và khai thị Phật tri kiến như nhau. Pháp âm Phật rộng lớn bao nhiêu, tầm hiểu của tự tâm chúng sanh càng vươn đến bấy nhiêu; đây chính là nói khả năng lãnh hội của chúng sanh do tác dụng không thể nghĩ bàn của pháp âm Phật, nên gọi là đặng tiếng tốt của Phật (đắc Phật âm thanh). Do đó, niệm Phật là thường nhớ nghĩ, suy ngẫm về diệu âm Phật, nhờ đây mà đạt diệu lý vô ngại.

Niệm Phật còn là tâm thường nghĩ tất cả tướng đều là tướng Phật, tất cả chúng sanh là thân Phật. Do vậy mà *thân khẩu ý trọn lành*, không tổn hại chúng sanh mà còn sanh tâm khiêm cung hòa kính. Do điều phục được thân tâm mà mọi hành vi, lời nói, ý nghĩ đều như pháp; ví dụ như ở đoạn kinh văn thính chúng về lại vườn Am-la bái thỉnh Phật và được Phật chào hỏi đáp lại. Thân khẩu ý tương ưng pháp tánh. Ba nghiệp thanh tịnh, toàn thiện nên *đặng oai nghi của Phật không khác*.

Công phu tu tập pháp lành sâu dày càng tiến nhiều lên; đây là tâm thường niệm Pháp biểu hiện thành tướng thực hành công phu do thấu suốt pháp chẳng phải tướng, chẳng phải phi tướng mà cũng là tướng. Niệm Pháp là tư duy về lý sâu nhiệm của tất cả pháp. Pháp chẳng hư chẳng thật, dứt tất cả thật, mà cũng là thật. Pháp chẳng phải hữu, dứt tất cả hữu, mà cũng là hữu. Pháp chẳng sanh chẳng diệt, dứt mọi sanh diệt, mà cũng là diệt. Pháp không là nhân, dứt tất cả nhân, mà cũng là quả. Pháp thường trụ, chẳng động, mà cũng chẳng thường chẳng đoạn. Quán pháp được vậy, có thể chứng quả ngay hiện tại.

Quán pháp được như thế, nên gọi là *pháp Đại thừa*; nghĩa đại là rộng lớn, bao trùm, chẳng phải là lớn đối với nhỏ. Từ trí quán mà thực hành, gọi là công phu tự lợi và lợi tha nên gọi là *giáo hóa thành tựu Bồ Tát tăng*. Đây chính là niệm Tăng. Tăng không chỉ là người xuất gia vào chùa tu hành, mà là tất cả ai đang trên đường tu tập ra khỏi phiền não và tam giới. Tăng là người đúng như pháp tu hành. Tăng là người thực hành tâm bình đẳng không hai, thật sự thanh tịnh, không loạn trược.

Lòng không buông lung, không mất các điều lành; đây là niệm Giới. "Bồ Tát suy nghĩ có giới, chẳng phá, chẳng lậu, chẳng hoại, chẳng tạp, dù không hình sắc mà nên hộ trì, dù không xúc đối, nhưng khéo tu phương tiện có thể đặng đầy đủ không có lỗi lầm... Nếu trụ nơi giới này đặng vô thượng bồ đề, thời tôi cũng có phần; đây là chỗ mong muốn của tôi. Vì nếu đặng vô thượng bồ-đề, tôi sẽ vì chúng sanh giảng thuyết diệu pháp để cứu hộ. Đây là đại Bồ Tát *niệm Giới*." (Kinh Đại Bát Niết-bàn).

Chỉ riêng ở nghĩa bất tận hữu vi mà chúng ta đã thấy đủ bốn pháp giới vô ngại nên có thể nói kinh này đáng thực là tiểu bản của Kinh Hoa Nghiêm vậy. Kinh Duy-ma-cật chủ về sự, không một phẩm nào không nói việc thực hành. Đây là chỗ đặc sắc của kinh. Ta thấy Phật kết luận nghĩa bất tận hữu vi: *Làm các pháp như thế gọi là Bồ Tát không tận hữu vi*.

SÁU PHÁP VÔ VI

Tướng tông gom tất cả pháp thế gian và xuất thế gian gồm 100 pháp chia ra năm vị. Bốn vị trước là Tâm pháp,

Tâm sở hữu pháp, Sắc pháp, và Tâm bất tương ưng hành pháp, cộng lại có 94 pháp hữu vi. Vị thứ năm có 6 pháp vô vi: Hư không vô vi, Trạch diệt vô vi, Phi trạch diệt vô vi, Bất động diệt vô vi, Thọ tưởng diệt vô vi và Chân như vô vi.

Pháp vô vi không do nhân duyên mà có, nên không sanh không diệt. Pháp vô vi không phải là tướng đối đãi với pháp hữu vi. Vô vi và hữu vi không phải một (bất nhất) không khác (bất dị) như Long Thọ nói về trung đạo bát bất (bất sanh bất diệt, bất thường bất đoạn, bất nhất bất dị, bất lai bất khứ). Ngoài pháp hữu vi, không riêng có pháp vô vi; do ý nghĩa này nên Phật nói: bất tận hữu vi, bất trụ vô vi. Không thể tách rời để riêng biệt có, nên pháp vô vi hiển thị ở bốn vị trước của bách pháp, nên còn gọi là tứ sở hiển hiện. Trong sáu pháp vô vi, chỉ có Chân như vô vi là chân thật, còn năm vị trước chỉ là tương tự vô vi.

Hư không vô vi (akasha) không phải là không gian. Không gian là khái niệm trừu tượng được liệt vào Tâm bất tương ưng hành pháp. Không gian còn là một tướng đối đãi với vật thể. Hư không là tánh rỗng không của các pháp. Hư không phi sắc, chẳng có chất ngại của sắc pháp, nên lìa mọi chướng ngại. Hư không phi tâm, vì tâm không thể duyên tới, nên hư không chẳng phải do tạo tác mà có sanh diệt. Nói hư không vô vi là nói thể trống rỗng, thể vô ngại của các pháp; qua đó hiển lộ chân lý không một vật.

Trạch là chọn lựa, diệt là đoạn dứt. Do trí Bát-nhã chọn lựa và dứt hết phiền não, hiển bày pháp vô sanh nên gọi là Trạch diệt vô vi (Pratisamkhyanirodha). Đây là nói dụng của trí Bát-nhã, do dụng mà đoạn trừ nhị chướng là phiền não chướng và sở tri chướng. Dụng đó là năng lực trí tuệ giản trạch và phân biệt các pháp hữu vi mà đạt đến diệt đế là thể tịch diệt, nên gọi là vô vi.

Phi trạch diệt vô vi (Apratisamkhyanirodha) là nói thể tánh thanh tịnh như như của các pháp. Các pháp vốn thanh tịnh trong sạch, chẳng cần phải làm gì mới trở nên tịnh sạch, nên nói pháp giới là nhất chân, không tạp loạn, không uế trược. Các pháp ở chánh vị như như, thiếu duyên không sanh, hết duyên thì diệt mà không thực diệt, nên "tướng thế gian thường trụ" như kinh Pháp Hoa nói. Ở tướng hữu vi do duyên khởi mà thể tánh thanh tịnh như như tự hiển bày nên gọi là Phi trạch diệt vô vi.

Bất động diệt vô vi (Aninjya) do thánh nhân chứng tứ thiền, hỷ lạc không động tâm; từ đây năng hiển chân lý nên có tên. Tứ thiền xa lìa tám họa là: tầm, tứ, khổ, lạc, ưu, hỷ, niệm hơi thở vào (nhập tức), niệm hơi thở ra (xuất tức), và xả luôn niệm thanh tịnh nên gọi là bất động. Tầm là tâm hướng về pháp. Tứ là tâm luôn suy xét, nghĩ tưởng về pháp. Tầm tứ chỉ xuất hiện khi có sự phân ly tâm chủ thể và pháp đối tượng. Sơ thiền động vì tầm tứ như lửa dữ nên cảm hỏa tai. Nhị thiền động vì hỷ thọ và lạc thọ khinh an như nước mát nên cảm thủy tai. Tam thiền động vì niệm hơi thở nên cảm phong tai. Tứ thiền xa lìa tám họa ở trên nên tam tai chẳng thể đến. *"Pháp vô vi xa lìa tất cả nói năng, một vị bình đẳng, vốn không khác nhau, chỉ tùy theo khả năng mà hiển lộ như căn cơ có nhanh chậm, ngộ có cạn sâu; nên phương tiện nói có khác nhau. Giờ thì tùy theo hành giả vào thiền thứ tư bất động định thì pháp vô vi được hiển lộ, tạm gọi là Bất động diệt vô vi."*[1]

Thọ tưởng diệt vô vi (Samjnavedayitanirodha) là do thánh nhân chứng Diệt tận định, thọ tưởng không còn hiện hành mà pháp vô vi hiển bày. Đoạn dứt gốc rễ của sanh tử là tâm ái dục của nam nữ say đắm nhau; là diệt thọ. Trừ tuyệt dục niệm gá thai của thân trung ấm là diệt tưởng. Diệt thọ tưởng là vượt qua thọ ấm và tưởng ấm. Sự đoạn dứt này vì còn có chỗ đoạn dứt nên là nhân hữu vi vô

---

[1] Luận Đại Thừa Trăm Pháp Minh Môn - Nguyên tác: cư sĩ Giản Kim Võ, Việt dịch: Lê Hồng Sơn, 2013.

lậu, vì thế quả không thực là vô vi. Hơn nữa chỗ này chưa phải là dứt tuyệt hành ấm và thức ấm, nên chỉ có thể là tương tự vô vi. *"Tu đến cảnh giới này có thể sanh lên cõi trời vô sắc giới, cũng chính là ngũ bất hoàn thiên, nơi trụ của ba quả thánh nhân."*[1]

Chân như vô vi (Tathata) là pháp tánh chân thật, tướng thì luôn thường như vậy, không biến đổi. Năm loại vô vi trước đều dựa vào đây mà giả lập tương tự. Tất cả phần vị thế gian và xuất thế gian, tất cả nhân quả phàm thánh đều từ Như hiện ra; là chân như bất biến tùy duyên. Ở thánh không tăng, ở phàm không giảm, trong sanh tử mà chẳng phải là nhiễm, chứng Niết-bàn mà chẳng phải là trở thành tịch tịnh; là chân như tùy duyên bất biến. Chân như là tánh không thực không hư của các pháp. Các pháp lìa tánh này thì không hiện tướng. Tánh này lìa các pháp thì các pháp không có thuộc tánh riêng của mình. Cho nên chân như và vạn pháp không một không khác; từ đây mà chẳng thể trụ vô vi. Vì không là một nên chân như là bản thể thường còn. Vì không khác nên chân như chỉ hiển hiện khi bất tận hữu vi. Sự hiển hiện trọn vẹn là do lìa hai tánh y tha và biến kế, hiển bày viên thành thật tánh. Còn biết nó là chân như, tức chẳng thật là chân như; đây là nghĩa của bất trụ vô vi.

BẤT TRỤ VÔ VI

> **KINH VĂN**
>
> **Sao gọi là không trụ vô vi? Nghĩa là tu học môn Không, không lấy không làm chỗ chứng; tu học môn vô tướng, vô tác, không lấy môn vô tướng, vô tác làm chỗ chứng; tu học pháp vô sanh, không lấy pháp vô sanh làm chỗ chứng; quán vô thường mà không nhàm việc lành; quán thế gian là khổ mà không ghét sanh tử; quán vô ngã mà dạy dỗ người không nhàm mỏi.**

---

[1] Luận Đại Thừa Trăm Pháp Minh Môn Lược Giảng - Hòa thượng Tuyên Hóa.

Đoạn kinh văn này có hai phần lý sự dung thông nhau. Lý là tam giải thoát môn. Sự là tam pháp ấn. Xét kỹ lý sự để giải thích *sao gọi là không trụ vô vi*.

Nhị thừa tu học môn không, chứng ngã không. Đại thừa tu pháp không, chẳng thấy có một pháp. Bồ Tát ở trung đạo, ngay cả pháp không cũng không; nếu trụ vào bất kỳ một trong sáu pháp vô vi, tức bị trói buộc. Nghĩa *không lấy không làm chỗ chứng* tức là bất trụ vô vi.

Do chẳng có một pháp, pháp không cũng không, nên gọi là tu học môn không. Trong nghĩa không rốt ráo chẳng có một tướng, gọi là *tu học môn vô tướng*. Nhị thừa tu vô tướng, diệt ngã tướng. Đại thừa tu vô tướng, đoạn cả bốn tướng ngã, nhân, chúng sanh, thọ giả. Bồ Tát nhất thừa thấy tất cả tướng tức phi tướng, phi tướng là tất cả tướng. Pháp thân đại sĩ thấy tất cả tướng là tướng hóa sanh của chân tâm tự tánh. Lý thì lìa bốn tướng, nhưng nếu ở sự trụ vào Phi trạch diệt vô vi, chấp trước chánh vị như như của các pháp thì chưa thấu rõ nghĩa tự tánh thông qua duyên khởi mà tự hiển bày, và cũng là chưa đến chỗ tất cả tướng là tướng Phật.

Tu học môn vô tác cũng có mức sâu cạn khác nhau. Nguyên bản ghi: *tu học vô khởi*. Bản Huyền Trang dịch là *vô nguyện* và *vô tác*. Khởi bao gồm nghĩa của *nguyện* và *tác*; cả ba đều chủ ý nói về hành vi. Bản Việt dịch của hòa thượng Huệ Hưng dịch là *tu học pháp vô sanh*, nghĩa lý có phần nới rộng thành lý duyên khởi tức không của các pháp, vô tình chuyển nghĩa không của hành vi thành nghĩa không của các pháp. Không có tâm tạo tác hay muốn làm nên gọi là vô khởi vô tác. Thiên thừa tu vô tác diệt trừ hỷ lạc và xả tịnh niệm, an trú ở Bất động diệt vô vi, chỉ trừ được sắc ấm. Nhị thừa tu vô tác, đoạn dứt việc tạo nghiệp sanh tử, ngừng ở diệt đế, diệt được thọ ấm và tưởng ấm, an trú ở Diệt thọ tưởng định. Tuy thánh nhân Nhị thừa ở cõi ngũ bất hoàn thiên của Vô sắc giới nhưng vẫn còn hành ấm và thức ấm và chưa vượt khỏi tam giới. Nếu lợi căn thì ngay ở diệt thọ tưởng định mà chứng diệt tận định, đoạn dứt hành ấm, xả thức ấm phần thô, chứng A-la-hán; nếu độn căn thì phải thông qua tứ không thiên mới xuất ly tam giới, chứng A-la-hán trụ ở Niết-bàn thiên không, tức vẫn còn trong phạm vi của hư không vô vi. Đại thừa tu vô tác, không thấy có một pháp do tạo tác mà có. Nghĩa là tướng hành vi cũng chẳng thực có, nên Bồ Tát ở trung đạo vào sanh tử làm tất cả việc, gọi là hành mà chẳng có tướng tạo tác. Hành là do giải, tức là theo lý mà có sự làm. Đang ở việc làm, tức là chưa chứng rốt ráo, không ngừng ở những pháp tương tự vô vi, nên gọi là không trụ vô vi. Hơn nữa, làm mọi việc nhưng thực chưa từng động tay nhấc chân, tức tuy bất trụ vô vi mà nghĩa chân như vô vi thực hoàn toàn hiển hiện.

Tóm lại, ở tam giải thoát môn mà không khởi phân biệt chấp trước, gọi là bất trụ vô vi. Do không trụ trước mà có thể làm tất cả để độ sanh, gọi là bất tận hữu vi. Bất tận hữu vi, bất trụ vô vi là hai cách nói đồng một nghĩa. Ở tam giải thoát môn mà thông suốt lý, không chấp trụ pháp vô vi tức là giải thoát. Ở tam pháp ấn mà quán chúng sanh và nhân sinh thực là vậy không khác. Chính là các pháp đúng là vô thường, khổ, vô ngã. Do ấn chứng các pháp phải đúng là như vậy, nên cần thiết khởi tu. Do tu mà ngộ chứng ba môn giải thoát là chân thực. Tức là do thị mà chứng như.

Chính trong sự trải nghiệm của vô thường mà không chối bỏ sự thực của khổ đế. Muốn đoạn dứt tất cả khổ, phải tiện dụng tất cả tướng hữu vi để phá tướng một cách triệt để. Cũng như có thể dùng các tướng đối đãi để giải trừ lẫn nhau, như tốt trừ xấu, thiện trừ ác; nên kinh văn viết: *quán vô thường mà không nhàm việc lành*. Tuy biết khổ không thực là khổ, nhưng cũng chẳng phủ nhận ta có thân nên có khổ, ta có si ái nên có khổ. Vì chẳng phủ nhận khổ đế, nên phải trải qua khổ mới chứng thực khổ chỉ là hư vọng, nên nói: *quán thế gian là khổ mà không ghét sanh tử*. Biết chúng sanh tưởng thực có khổ, tưởng thực có ngã, nên thị hiện vào sanh tử *mà dạy dỗ người không nhàm mỏi*: cũng có thân, có khổ, có ngã, cũng tu hành và chứng đắc.

QUÁ TRÌNH TU CHỨNG

KINH VĂN

Quán tịch diệt mà không tịch diệt hẳn; quán xa lìa mà thân tâm tu các pháp lành; quán không chỗ về mà về theo pháp lành.

THẬP TÍN KIẾN ĐẠO VỊ

Trên là Phật nói tam pháp ấn để chúng ta thể nghiệm vũ trụ nhân sinh đúng thực là vô thường, khổ, vô ngã. Từ đó mà tín tâm phát khởi vào con đường Bồ Tát đạo; được tín tâm này là kiến đạo vị của Bồ Tát ngoại phàm hay hàng thập tín vị. Phật là cứu cánh rốt ráo, tu đạo Bồ Tát để thành Phật được các kinh luận phân làm 52 giai vị: thập tín, thập trụ, thập hạnh, thập hồi hướng, thập địa, đẳng giác và diệu giác; trong đó, thập tín là phàm phu kiến đạo vị, thập trụ, thập hạnh và thập hồi hướng là Bồ Tát tu đạo tam hiền vị, thập địa là Bồ Tát chứng đạo thánh vị, đẳng giác là bậc nhất sanh bổ xứ và diệu giác là quả Vô thượng bồ-đề.

Ở thập tín vị, người tu Bồ Tát đạo thường điều phục vọng tâm, ngăn ngừa hiểm họa của kiến tư phiền não, khi thuần thục liền vào thập trụ bước đầu tam hiền vị của Bồ Tát đạo. Đây là từ trải nghiệm khổ đế mà từ kiến đạo vị vào tu đạo vị.

TAM HIỀN TU ĐẠO VỊ

Tu hành là đạo đế, là *xa lìa mà thân tâm tu các pháp lành*. Chứng đắc là diệt đế, là biểu diễn cho chúng sanh thấy có Niết-bàn tịch diệt *mà không tịch diệt hẳn*, vì chư Phật, Bồ Tát vẫn ở đây hướng dẫn chúng sanh; điều này là thực nên tin và khéo hiểu. Ở đây Phật cũng theo trình tự khổ, tập, diệt, đạo, nên nói *quán tịch diệt* trước, *quán xa lìa* sau. Chỗ này hết sức tinh tế vì nếu kết hợp quán tịch diệt, quán viễn ly và *quán không chỗ về* (quán vô sở quy), ta sẽ thấy rõ sự áp dụng của ba pháp quán giả, không và trung trong quá trình tu chứng của Bồ Tát.

Quán tịch diệt là trọn quá trình tu đạo của tam hiền vị, tức giai đoạn thập trụ, thập hạnh và thập hồi hướng. Ở thập trụ vị, tuy chưa đoạn hẳn kiến tư hoặc, nhưng đã điều phục, ngăn ngừa và từng phần đoạn trừ phiền não, không còn gia tăng nghiệp lực. Thập trụ vị là giai đoạn tập trung đoạn kiến tư hoặc, đến đệ thất trụ thì chứng vị bất thoái. Công phu này có được là do trí quán từ giả nhập không, thấu suốt tất cả pháp vốn là tướng tịch diệt, thấy được chân đế, khai tuệ nhãn, đắc nhất thiết trí. Tiến tu hơn, trí quán từ không nhập giả, không phủ nhận mình và chúng sanh đang hiện có, thấy lý tục đế. Trí quán khởi tác dụng quyền biến, thông đạt tất cả pháp môn, tự cứu mình và cứu chúng sanh, nên gọi là *không tịch diệt hẳn*.

Quán xa lìa mà thân tâm tu các pháp lành là giai đoạn thập hạnh tập trung đoạn trần sa hoặc, vì vẫn còn thấy giả tướng của mình và của chúng sanh, bắt đầu phá từng phần vô minh, chứng từng phần pháp thân. Thập hạnh vị đắc pháp nhãn, phát huy đạo chủng trí.

Như đã nói ở trước, mỗi giai vị Bồ Tát phá một phẩm vô minh, 30 giai vị trước Bồ Tát địa phá 30 phẩm vô minh thô trọng đầu tiên là thập trụ, thập hạnh và thập hồi hướng.

Ở thập hồi hướng vị, Bồ Tát đã thấy rõ vô minh là chẳng thực, liễu bất khả đắc, là chỗ tận cùng thấy được các pháp vô sở hữu (không chỗ có). Kinh văn ghi: *quán không chỗ về*. Không chỗ về là do không chỗ có được. Vô sở hữu là các pháp vốn như, tùy duyên hiện khởi; lúc khởi chẳng phải là sanh ra, tức nghĩa không từ đâu đến; lúc mất đi không phải là thực diệt, tức chẳng đi về đâu. Tuy các pháp không chỗ có, nhưng thực ra đang hiện có như là quả phiền não của quá khứ và nhân luân hồi của tương lai. Đây là trên nghĩa mê mà nói. Do đó, muốn trừ mê, cần thiết vun trồng thiện căn, tu tập thiện pháp, nên kinh văn ghi: *mà về theo pháp lành*. Chúng ta chú ý chỗ này chỉ nói giải ngộ mà tu, chưa phải là chứng ngộ. Tăng Triệu nói: *"Các pháp khởi đầu không có chỗ đến, chung cuộc chẳng có nơi về, mà luôn trở về pháp thiện."*

Bản Huyền Trang chỗ này ghi: *Quán không có a-lại-da nhưng không vứt bỏ pháp tạng thanh bạch*. Như đã nói ở phẩm Bất Nhị Pháp Môn, đoạn Bồ Tát Phổ Thủ, nghiệp tướng a-lại-da như hư không vô biên huân tập các chủng tử thiện ác, đợi nhân duyên hiện hành cảnh giới quả báo. A-lại-da và Như Lai tạng bất nhất bất dị do mê ngộ mà gọi tên. Thực tướng của a-lại-da là vô tướng; vô tướng là không có hai tướng đối đãi là a-lại-da và Như Lai tạng. Quán sâu hiện tướng của ta và chúng sanh, không thể phủ nhận tướng mê của vọng tâm và tướng ngộ của chân tâm. Từ đây mà nói huân tập thiện pháp như là phương tiện đạt đến triệt ngộ. Khuy Cơ nói: *"Không có a-lại-da thì không có nghĩa năng chấp tàng; tuy không có thể năng chấp tàng, thì cũng vẫn có pháp này tàng tức pháp trong trắng cất giữ giáo Đại thừa."*

Như vậy, ở tu đạo vị của thập hồi hướng, do giải ngộ không có chỗ về, không có vô minh mà sự tu tập trung lấy chúng sanh làm chỗ hồi hướng. Vì sao? Vì đối với Bồ Tát, một pháp còn không có, thì pháp vọng lấy gì làm căn bản tồn tại? Đây là nghĩa bất thực của trung quán. Nhưng đối với chúng sanh, tất cả đều là thực có; đây là nghĩa bất hư của trung quán, do nghĩa này mà lấy chúng sanh làm chỗ hồi hướng vậy. Trên là xét nghĩa của *quán tịch diệt, quán xa lìa,* và *quán không chỗ về* ở tu đạo vị của tam hiền. Dưới đây là xét nghĩa của ba chỗ quán trên ở chứng đạo vị của Bồ Tát.

THẬP ĐỊA BỒ TÁT CHỨNG ĐẠO VỊ

Đoạn trừ ba hoặc không có thứ tự nhất định vì mức độ thô tế của các hoặc có khác nhau. Do đó sự chứng đắc có cạn sâu khác nhau, nhưng về lý giải ngộ thì ở các giai vị cấp bậc Bồ Tát lại căn bản như nhau không khác; chẳng phải chỉ ở thánh vị chứng đạo là thập địa mới ngộ được a-lại-da tâm thức vốn không, mà ở tu đạo vị thập hồi hướng cũng hiểu được lẽ này. Do điều này, trong đoạn kinh văn trên, từ quán tịch diệt, quán xa lìa, đến quán không chỗ về, có thể đồng thời được hiểu và giải thích cho chỗ tu của tam hiền vị và cho chỗ chứng của các địa Bồ Tát.

Đoạn 88 phẩm kiến hoặc và 81 phẩm tư hoặc thì ra khỏi tam giới, vượt qua thập tín, thập trụ, vào thập hạnh vị. Thập hồi hướng vị tập trung vào phục đoạn vô minh hoặc, vốn là chướng ngại của đạo trung quán. Từ đệ bát trụ của thập trụ vị đến viên mãn thập hồi hướng đã là tu hành trung đạo đến hạnh bất thoái. *Quán tịch diệt* là ở niệm sau cùng của thập hồi hướng mà phá được một phần vô minh thô trọng cuối cùng thì chứng niệm bất thoái, vào chứng đạo vị của sơ địa Bồ Tát. Tuy nhiên hạnh bất thối chuyển ở thập địa lại có sắp xếp khác: vị bất thối ở sơ địa, hạnh bất thối ở thất địa, niệm bất thối từ bát địa trở lên. *Quán tịch diệt* không phải là đoạn diệt tất cả để trụ vào hư không trống rỗng, mà là buông bỏ không chút luyến tiếc mọi vọng tưởng, phân biệt, chấp trước như thí xả tiền tài thân mạng; đây là sơ địa Bồ Tát.

Do không trụ vô vi, chẳng dứt bỏ, chẳng phải không đoái hoài thân mạng, nên thân tu giới ly cấu nhiễm, chứng nhị địa Bồ Tát, tâm tu định, trí tuệ phát sáng, chứng vào tam địa; đây là *quán xa lìa mà thân tâm tu các pháp lành*. *"Quán đệ nhất nghĩa lìa tướng thân tâm gọi là quán xa lìa, nương vào thân tâm để tu trí hành thiện; địa thứ hai trì giới gọi là thân tu thiện, địa thứ ba tu định gọi là tâm tu thiện."* (Huệ Viễn)

Quán không chỗ về mà về theo pháp lành; câu kinh văn này rất quan trọng vì bao gồm từ địa thứ tư đến địa thứ bảy, vì pháp vô sở hữu và thật tướng của a-lại-da chỉ có thể thấu suốt được thông qua quá trình quán đệ nhất nghĩa, không phải chỉ ở một giai vị nhất định nào mà thành tựu. Bồ Tát cần thiết trải qua thực hành sâu xa lục độ ở sáu địa trước để đầy đủ phương tiện ba-la-mật. Tâm kinh Bát-nhã nói: *"Quán Tự Tại Bồ Tát hành thâm Bát-nhã Ba-la-mật-đa thời chiếu kiến ngũ uẩn giai không"*; trước là làm thật rốt ráo, sau mới soi thấy rõ năm ấm chẳng thực, mà gốc của các ấm chính là a-lại-da. Quán vô sở hữu, thấy rõ mê là không, khổ cũng không, nhưng chẳng vì thế mà làm ngơ các tập khí phiền não đã bao đời tập nhiễm. Tự tánh vốn giải thoát, chẳng thể bị ràng buộc bởi tham sân si, nhưng vẫn thường tự điều phục và bày chỗ điều phục cho chúng sanh. Tuy thấu suốt các pháp vốn tịch diệt, dâm nộ si là giải thoát, mà vẫn quyết liệt xả bỏ y tha và biến kế vì đây là gốc nhân làm hiện tướng muôn vàn phiền não. Tinh tấn quyết liệt là địa thứ tư.

Quán không chỗ về đó chính là thực hành thiền định xả bỏ vọng tưởng, phân biệt, chấp trước, thông suốt nhị đế, viên dung lý bất nhị là địa thứ năm. *Về theo pháp lành* là lục độ ba-la-mật để đắc chân như hiện tiền ngay ở Niết-bàn vô trụ, tức chỗ rốt ráo của Bát-nhã Ba-la-mật chứng lục địa, bắt đầu bước vào cuộc viễn hành trở vào sanh tử giáo hóa chúng sanh ở địa thứ bảy.

> **KINH VĂN**
>
> Quán vô sanh mà dùng pháp sanh để gánh vác tất cả; quán vô lậu mà không đoạn các lậu; quán không chỗ làm mà dùng việc làm để giáo hóa chúng sanh; quán không vô mà không bỏ đại bi; quán chánh pháp vị mà không theo Tiểu thừa; quán các pháp hư vọng, không bền chắc, không nhân, không chủ, không tướng, bổn nguyện chưa mãn mà không bỏ phước đức thiền định trí tuệ.
> **Tu các pháp như thế gọi là Bồ Tát không trụ vô vi.**

Ở Viễn hành địa thứ bảy, *quán vô sanh* có nghĩa là trí chứng thật không có một pháp, rằng bổn lai vô nhất vật, nên thiện xảo dùng tất cả tướng hữu vi làm phương tiện Phật sự chỉ duy nhất một mục đích độ sanh. Pháp không có sanh; nếu pháp sanh tức là huyễn, nay dùng huyễn pháp độ chúng sanh huyễn nên chẳng thực là gánh vác nặng nhọc; nên nói: *dùng pháp sanh để gánh vác tất cả*.

Các pháp tướng sanh còn không có, thì đâu thể có hai tướng lậu và vô lậu. Lậu là còn rơi rớt, còn phiền não. Vô lậu là đoạn dứt phiền não. Pháp hữu vi ô nhiễm sanh phiền não, gọi là hữu lậu. Khổ đế và tập đế là hữu lậu, hữu vi. Đạo đế tiêu trừ phiền não nên là vô lậu, nhưng còn phải tu đạo nên là hữu vi. Diệt đế mới thực là vô lậu vô vi. Tuy rõ pháp vô lậu, Bồ Tát đã tận trừ các lậu, nhưng vẫn tùy nguyện thị hiện trong sanh tử, cũng có ngã, có phiền não, có tu, nên gọi là *không đoạn các lậu*. Bản Huyền Trang ghi: *dù quán vô lậu nhưng lại luân hồi không dứt trong sanh tử*.

Bồ Tát địa thứ bảy *"vào tất cả pháp bổn lai vô sanh, vô khởi, vô tướng, vô thành, vô hoại, vô tận, vô chuyển, vô tánh"* (Kinh Hoa Nghiêm), lìa tất cả chấp trước, lìa tưởng phân biệt của tâm ý thức, vào pháp tánh như như; đây gọi là Bồ Tát thành tựu Vô sanh pháp nhẫn, nhập Bất động bát địa. Tất cả tâm hành, pháp hành không hiện tiền nên gọi là *quán không chỗ làm* (quán vô sở hành); hành (行) nghĩa là tạo tác, cũng có nghĩa là biến đổi không ngừng. Do thấy không có sự động chuyển mà tâm như như bất động. Chính ở chỗ bất động mà nhìn thấu vô lượng sai biệt của các quốc độ, thế giới, chúng sanh và nghiệp quả mà biết tất cả đều là giả danh sai biệt. Từ đây không chấp trụ như như bất động, tùy tâm sở thích của chúng sanh không đồng mà thị hiện vô lượng thân khác biệt độ sanh; tức là *dùng việc làm để giáo hóa chúng sanh*. Đây là căn cứ trên nghĩa hành là biến động mà giải thích. Chư tăng và thiện tri thức xưa nay chú giải dựa trên nghĩa hành là tạo tác, nhìn chung đều như Tăng Triệu viết: *"Pháp tánh vốn không có nghiệp, đâu có gì để tu hành? Tuy biết không có tu hành mà ắt dùng các hành để giáo hóa người."*

Bồ Tát bát địa đã thấu suốt không một pháp có thể có, tiếp tục khai mở Nhất thiết chủng trí, thâm nhập pháp tạng bí mật của Như Lai, tu tập thập lực, các pháp vô úy, và các pháp bất cộng mà nhập vào địa thứ chín, đắc tứ vô ngại trí và tất cả các đà-la-ni. *Quán không vô*, là trí chứng của Bồ Tát cửu địa, là chân như nhị không. Không là pháp ngã không. Vô là nhân ngã không. Tuy Bồ Tát liễu nghĩa vô sanh của các pháp, nhưng cũng đồng thời thực chứng hiện tướng đối đãi sai biệt của các pháp vốn như thị. *"Bồ Tát trụ bậc Thiện Tuệ Địa này, đúng như thật mà biết các pháp hành thiện, bất thiện, vô ký, hữu lậu, vô lậu, thế gian, xuất thế, tư nghì, bất tư nghị, định, bất định, Thanh văn, Độc giác, Bồ Tát, Như Lai địa và pháp hành hữu vi, vô vi."* (Kinh Hoa Nghiêm).

Tuy biết mình không phải là mình, chúng sanh không thực là chúng sanh, mà Bồ Tát dùng Phật nhãn soi chiếu hiện tướng của chúng sanh đúng thật như thị. Như vậy mà chẳng hề là như vậy, nên từ bi lưu xuất từ trí chứng; kinh văn nói: *không bỏ đại bi*. *"Bồ Tát này dùng trí tuệ như vậy, đúng như thật mà biết những rừng rậm của chúng sanh: tâm, phiền não, nghiệp, căn, giải, tánh, lục dục, tùy miên, thọ sanh, tập khí tương tục, và rừng rậm tam tụ sai biệt."* (Kinh Hoa Nghiêm); rừng rậm tam tụ sai biệt đây là vô lượng căn tánh của chúng sanh có thể quy kết thành tam thừa mà giáo hóa. Phía sau đoạn trên trong Kinh Hoa Nghiêm viết tiếp: *"Bồ Tát tùy thuận trí tuệ như vậy gọi là trụ bậc Thiện Tuệ Địa. Đã trụ bậc này, biết rõ những hành sai biệt của chúng sanh mà giáo hóa điều phục cho được giải thoát. Chư Phật tử! Bồ Tát này có thể khéo diễn thuyết pháp Thanh văn thừa, pháp Độc giác thừa, pháp Bồ Tát thừa, pháp Như Lai địa."*; nghĩa là ở địa thứ chín, tuy hành ấm đã dứt, nhưng Bồ Tát tùy thuận như thị thấu suốt tất cả hành tướng của chúng sanh mà thực hành độ sanh.

Quán chánh pháp vị mà không theo Tiểu thừa; theo La-thập là: *"Tức quán không sanh diệt, thủ chứng các pháp."* Theo Tăng Triệu, *"chánh pháp vị tức giai vị quán vô vi mà thủ chứng."* Quán chánh pháp vị, Huệ Viễn ghi: *"là kiến phần kiên cố của địa thứ mười; quán thể các pháp là không, là chánh pháp vị, chẳng chấp trước không, nên chẳng rơi vào Tiểu thừa."* Câu kinh văn này, bản Huyền Trang ghi: *Dù quán vô sanh, nhưng đối với nhị thừa không rơi vào chánh vị.*

Trên nói *quán không vô* là trí quán của Bồ Tát cửu địa, chứng chân như nhị không. Vượt qua trí chứng nhị không, Bồ Tát thập địa quán đệ nhất nghĩa không, chính là *quán chánh pháp vị*. Đây là giai đoạn xét tột cùng tánh không của hành ấm, sanh diệt đã diệt, nhưng chưa viên mãn tính tinh diệu của tịch diệt, vẫn còn trong phạm vi thức ấm. Chỗ này phải trực nhận nghĩa không cũng không, vì khi hành ấm đã dứt, còn lại chỗ tinh minh lặng lẽ dường như không lay động. Tuy không tịch nhưng vẫn chưa ra ngoài tánh biết. Phật dạy trong kinh Lăng-nghiêm: *"Trong tính tinh minh đứng lặng, không lay động ấy, từng niệm từng niệm chịu huân tập, không thể tính toán hết được. A-nan, nên biết cái đứng lặng đó không phải thật, như nước chảy gấp, trông như đứng lặng, vì chảy gấp trông như đứng lặng, vì chảy gấp mà không thấy, chứ không phải không chảy."* Chỗ đứng lặng đó nếu không phải là hư vọng thì đâu lại chịu để hư vọng huân tập? Chỗ đứng lặng giả dối đó là tướng không của A-lại-da; niệm niệm chẳng dừng cái biết của sáu căn là duyên hợp với cái đứng lặng ấy. Hai duyên ấy chính là biên giới của thức ấm, đồng là vọng tưởng.

Nếu ở tánh giác minh của thức thể đồng với mọi loài, nhân nơi sự hay biết cùng khắp, khiến các căn viên thông, tự tại, thay dùng lẫn nhau thì phá được thức ấm. Thức ấm là gốc vô trụ của năm ấm, *"năm ấm ấy vốn trùng điệp sinh khởi; sinh, nhân thức ấm mà có, diệt từ sắc ấm mà trừ; lý thì ngộ liền, nhân cái ngộ đều tiêu; sự không phải trừ liền, theo thứ lớp mà diệt hết."* (Kinh Lăng-nghiêm)

Quá trình tu chứng ngũ uẩn giai không chẳng có thứ tự nhất định mà tùy theo mức độ rốt ráo sâu cạn của sự đoạn trừ. Do đó trong kinh Lăng-nghiêm, Phật nói khi thức ấm hết, Bồ Tát vào bậc Càn Tuệ Địa, sau vượt lên hàng thập tín, thập trụ, thập hạnh, thập hồi hướng vào thập địa. Sự đoạn hoặc không cố định ở bất cứ giai vị nào, nên sự phân chia sắp xếp giai vị là tương đối tùy mức sâu cạn của thực chứng. Theo kinh Đại Phẩm Bát-nhã, Càn Tuệ Địa là địa thứ nhất trong mười địa chung cho tam thừa, do đó, *quán chánh pháp vị* ở đây có thể hiểu là quán thức ấm ở mức thô thiển, nếu vượt qua được thì vào chánh vị tu tập mười địa Bồ Tát.

Vào thập địa, mức độ quán chiếu sâu sắc và chứng ngộ tánh không của thức ấm càng tăng theo từng bậc giai vị cho đến Pháp vân thập địa thì *quán chánh pháp vị* là trong đệ nhất nghĩa không mà hoàn toàn triệt ngộ bản chất vọng tưởng của A-lại-da. Từ đây mà thấy cho dù thập địa cũng chẳng lìa pháp môn quán của bậc thềm trước của thập tín vị, tức càn tuệ địa. Cho dù chỉ mới dứt ái dục, mới phát tuệ khô khan là càn tuệ địa, nhưng vẫn thực hành quán bản chất của thức tâm. Đây là viên tu; một pháp là tất cả pháp, một tu là tất cả tu, và ngược lại tất cả pháp, tất cả môn đều hàm nhiếp ở một.

Kinh văn viết: *Quán chánh pháp vị mà không theo Tiểu thừa*; là khẳng định đây không phải là giai đoạn quán thức ấm thô thiển trước bậc Càn Tuệ Địa. Kinh Lăng-nghiêm viết: *"Nơi thức thể viên minh, cội gốc của sinh mạng... chỉ thấy khổ đế, đoạn tập đế, chứng diệt đế, tu đạo đế, ở nơi diệt đế đã yên rồi, lại không cầu tiến thêm nữa và quyết định như thế là đúng, thì người ấy sa vào hàng định tánh Thanh văn... viên mãn tâm tinh ứng, thành cái quả thú tịch, trái xa tính viên thông, đi ngược đạo Niết-bàn, sinh ra giống triền không."* Lại nữa, *"nếu ở nơi tánh giác minh thanh tịnh viên dung, phát minh tính thâm diệu, liền nhận là Niết-bàn mà không tiến lên và quyết định như thế là đúng, thì người ấy sa vào hàng định tánh bích-chi... viên thành giác tâm vắng lặng, lập ra cái quả trạm minh, trái xa tính viên thông, đi ngược đạo Niết-bàn, sinh ra giống giác ngộ viên minh nhưng không hóa được tính viên."* Nhị thừa đã quán thông thức ấm như trên, tùy chỗ chứng tương đương mà an lập giai vị trong mười địa Bồ Tát, tiếp tục tiến tu. Nay ở Bồ Tát địa thứ mười, do trí quán sâu vào nơi không tịch, chứng cội gốc là vọng tưởng điên đảo, giả dối rỗng không nên tự tại biến nhập khắp hư không pháp giới như ra vào mây trên không trung, gọi là Pháp vân địa. Ở đây tâm và pháp quả thực là bất nhị. Bồ Tát Pháp vân địa quán tất cả pháp chỉ có danh tướng, toàn là hư vọng, nên đối với các pháp, không lấy không bỏ, đồng thời thấy mình và chúng sanh không khác biệt mà vào môn nhất tướng khởi tất cả nghiệp phước đức, thiền định, trí tuệ, không chút chướng ngại dùng tất cả pháp tướng làm Phật sự để viên mãn bổn nguyện. *Tu các pháp như thế gọi là Bồ Tát không trụ vô vi.*

LÌA HAI TƯỚNG QUY VỀ VÔ SỞ ĐẮC

> **KINH VĂN**
>
> Lại vì đủ các phước đức mà không trụ vô vi; vì đủ cả trí tuệ mà không tận hữu vi; vì đại từ bi mà không trụ vô vi; vì mãn bổn nguyện mà không tận hữu vi; vì nhóm thuốc pháp mà không trụ vô vi; vì tùy bệnh cho thuốc mà không tận hữu vi; vì biết bệnh chúng sanh mà không trụ vô vi; vì dứt trừ bệnh chúng sanh mà không tận hữu vi.
>
> Các Bồ Tát chánh sĩ tu tập pháp này thời không tận hữu vi, không trụ vô vi; đó gọi là pháp môn Tận, Vô tận giải thoát, các ông cần phải học.

Như đã nói, không tận hữu vi, không trụ vô vi, là hai cách nói của cùng một nghĩa viên mãn sự tu chứng. Viên mãn là tròn đầy; tròn nên bao gồm hạnh tu và quả chứng, đầy nên gộp đủ phước đức và trí tuệ. Bổn nguyện là từ bi, từ bi là bổn nguyện. Tu hành tăng trưởng phước đức; phước đức đã sung mãn thì thí xả cho chúng sanh, nên không an lập ở vô vi. Tánh trí tuệ là tịch mà thường chiếu; vì thường chiếu nên hữu vi chẳng tận. Từ bi là tánh đức lưu xuất tự nhiên từ trí tuệ viên mãn, lưu xuất vô tận nên thành bổn nguyện chẳng tận hữu vi, chẳng trì trệ ở vô vi.

Nói về pháp dược là ứng dụng của phước trí nhị nghiêm, và là giải thích cho từ bi và bổn nguyện. Pháp dược không đâu xa, chính là vạn pháp sẵn có. Tập hợp dược liệu, điều nghiên, bào chế dược phẩm là dụng của trí tuệ, nên không trụ vô vi. *Tùy bệnh cho thuốc* là làm công đức hồi hướng cho chúng sanh; biểu hiện cụ thể của công đức chính là việc giáo hóa chúng sanh. Biết rõ ràng chúng sanh không thực có, bệnh chúng sanh là huyễn, nhưng không tịch diệt mà vẫn thị hiện vào sanh tử là từ bi. Chúng sanh còn tự nhận mình là thực, còn thấy có khổ, có mê, Bồ Tát chưa mãn bổn nguyện *dứt trừ bệnh chúng sanh* là không tận hữu vi.

Tóm lại, *bất tận hữu vi* là dùng tất cả tướng để đoạn dứt ba tướng tương tục là thế giới, chúng sanh và nghiệp quả; sử dụng phương tiện hết sức thiện xảo, rốt ráo và không chút chướng ngại, nên được giải thoát khỏi nghĩa tận của pháp hữu vi.

Bất trụ vô vi là thâm nhập và tận dụng tất cả tướng hữu vi để xả bỏ tướng giả dối của cái thường còn, cái bất động, cái không, giải thoát khỏi nghĩa vô tận vô vi. Hữu vi, vô vi thực ra là một niệm phân biệt trong tu hành. Còn phân biệt chấp trước hai tướng hữu vi, vô vi thì con đường tu đạo chẳng được thông. Lìa hai tướng ấy chính là pháp môn Tận, Vô tận giải thoát, hay nói rõ ràng hơn là pháp môn tổng trì nhất thiết phương tiện vậy.

> **KINH VĂN**
>
> **Bấy giờ các Bồ Tát nước Chúng Hương nghe Phật nói pháp này rồi hết sức vui mừng, đem các thứ hoa đủ màu sắc thơm tho rải khắp cả cõi tam thiên đại thiên cúng dường Phật và kinh pháp này cùng các Bồ Tát, rồi cúi đầu lễ dưới chân Phật ngợi khen chưa từng có, nói rằng: Phật Thích-ca Mâu-ni mới có năng lực ở cõi này mà làm được phương tiện. Nói rồi bỗng nhiên biến trở về nước Chúng Hương.**

Các Bồ Tát cõi Chúng Hương thâm nhập nghĩa lý nắm giữ phương hướng chung cho việc sử dụng phương tiện Phật sự nên ba nghiệp thanh tịnh. Huệ Viễn chú thích đoạn này rất hay. *Nghe Phật nói pháp này rồi hết sức vui mừng* là ý nghiệp thanh tịnh hoan hỷ. Rải hoa khắp tam thiên cúng dường tam bảo là *Phật và kinh pháp này cùng các Bồ Tát* và kính lễ Phật là thân nghiệp thanh tịnh trang nghiêm. *Ngợi khen chưa từng có* là ngữ nghiệp thanh tịnh tán thán.

Lời tán thán của các Bồ Tát cõi Chúng Hương mới thật là diệu, vì đó là kết luận súc tích và đầy đủ nhất cho phẩm Bồ Tát hạnh này. Phật Thích-ca Mâu-ni không ai xa lạ mà là chân tâm thanh tịnh, bình đẳng và diệu giác của chính chúng ta. Phật là bản tâm vốn hằng thanh tịnh; lại thường năng biến nhập khắp pháp giới. Thích-ca là năng nhân, tức nghĩa từ bi; từ bi nên luôn bình đẳng. Mâu-ni là tịch mặc, tức nghĩa trí tuệ; thường tịch lại thường chiếu. Ngộ được tâm này tức thấy thế giới y báo này là sắc thân chính mình, tất cả pháp tướng chẳng ngoài bản tâm. Một chúng sanh bệnh là một phần thân ta bệnh mà pháp được chữa trị chính là muôn vàn pháp tướng kia. Ở tướng y báo mà trực nhận bản tâm thì chẳng phải làm gì. Ở tướng thế giới mà sanh mê hoặc đối với các pháp vốn do tâm biến hiện thì ý nghĩa hiện hữu của các pháp là tướng phương tiện chứng nhập vô tướng, cũng chính là phương tiện tự độ và độ tha; đây là nghĩa tâm tức Phật *có năng lực ở cõi này mà làm được phương tiện*. Tuy nói rằng tâm có hiện, có biến, có giác, có mê, nhưng lý rốt ráo là không hề có một pháp. Tất cả chỗ mê của chúng sanh, chỗ giác của chư Phật, Bồ Tát, đều là vô sở hữu. Do đó tất cả Bồ Tát hạnh đều quy về vô sở đắc. Chính thế mà kinh văn kết lại: các Bồ Tát *nói rồi bỗng nhiên biến trở về nước Chúng Hương*, tức cõi vô tướng, không một tướng có thể được. Nguyên bản ghi: *hốt nhiên bất hiện*, nghĩa là bỗng nhiên không còn hiện, tức nghĩa tướng đang hiện vốn dĩ là không; *hoàn đáo bỉ quốc*, nghĩa là trở về cõi nước kia; tướng đang hiện là không thì cõi nước từ đó mà đến cũng chẳng thể có được, tức ý chỉ quy về vô sở đắc vậy.

CHƯƠNG 12. PHẨM THẤY PHẬT A SÚC

QUÁN PHÁP THÂN

LY NHẤT THIẾT TƯỚNG TỨC DANH CHƯ PHẬT

> **KINH VĂN**
>
> Bấy giờ Thế Tôn hỏi ông Duy-ma-cật rằng: Ông muốn thấy Như Lai thì lấy chi quan sát?
>
> Ông Duy-ma-cật thưa: Như con quán thật tướng của thân, quán Phật cũng thế.

Lý do Phật hỏi Duy-ma-cật về phép quán Như Lai là vì Phật muốn ông chỉ ra phương tiện diệu dụng trực nhận bản tâm, tức minh tâm kiến tánh. Kiến tánh mới khởi tu. Đây là điều Thế Tôn muốn xác nhận ở hội chúng, bao gồm tất cả mọi người, từ những vị đã ở lại vườn Am-la với Phật đến hội chúng trở về từ nhà Duy-ma-cật; bởi vì Bồ Tát hạnh phải từ kiến tánh mà phát khởi. Kiến tánh tức là căn bản trí hiển lộ, làm nhân phát khởi Bồ Tát hạnh. Đây chính là lúc quyền trí, mà Duy-ma-cật là đại diện, khởi dụng viên tu để viên chứng pháp thân, nên Phật mới hỏi: *Ông muốn thấy Như Lai thì lấy chi quan sát?* Phải thấy ở đây nhân quả tương dung, trong nhân có quả, trong quả có nhân. Căn bản trí phát khởi Bồ Tát hạnh, đồng thời Bồ Tát hạnh viên chứng trí tuệ vô tướng viên mãn, tức pháp thân. Do đó mà nói muốn thực chứng pháp thân, chẳng phải chỉ có tu hành và độ sanh là đủ, trước hết phải có trí chứng từ quán thật sâu nghĩa pháp thân.

Như Lai tức lý bản thể. *"Đại chúng không biết về lý bản thể, chẳng thể thấy Phật; cũng không hiểu nghĩa của bản thể và biểu hiện của nó. Do đó khi thấy các tướng biểu hiện, họ sẽ nghĩ thân tướng Phật thật có như họ đang hiện thấy. Vì lý do này, Duy-ma-cật giải thích, chỉ rõ ra thân Phật chẳng thể thấy được và không nằm trong nghĩa giác tri; ông đưa ra các phủ định phá trừ sự mê hoặc bắt rễ từ chấp trước vào hiện tướng và từ mê lầm về bản thể."* (Thánh Đức Thái tử). Lý do này có thể đúng với phần ít hội chúng căn cơ chưa vững chắc. Nhưng nếu nhìn lại, ta thấy con số người phát tâm Bồ-đề và chứng quả vô sanh ở phẩm Phật Hương Tích thực sự vượt trội hơn ở các phẩm trước. Đồng thời nếu nhìn tổng quát từ lúc Văn-thù thăm bệnh đến khi Duy-ma-cật đưa mọi người về lại vườn Am-la, pháp hội diễn ra ở nhà ông Duy-ma-cật đã viên mãn lý sự, thính chúng đã sẵn sàng cho con đường Bồ Tát hạnh để thực chứng pháp thân. Toàn hội chúng ở nhà Duy-ma-cật tuy mức độ có sâu cạn, khác biệt từng phần chứng, nhưng nói chung ít nhiều đều thực chứng pháp thân, nên khi Duy-ma-cật đề nghị trở lại vườn Am-la, Bồ Tát Văn-thù, đại diện cho căn bản trí, đã xác nhận *chính là lúc nên đi*. Vì thế mà câu hỏi của Phật là xứng hợp với ước muốn thấy Phật và vị thế sẵn sàng thấy Phật của hội chúng.

Kinh văn ghi: *Như con quán thật tướng của thân, quán Phật cũng thế.* Đây là đi từ quán thân cụ thể mà vào thật tướng. Bản dịch của Huyền Trang ghi: *"Con quán Như Lai hoàn toàn không có chỗ thấy, nên quán như vậy."* Không có chỗ thấy, nhưng đâu đâu cũng là chỗ dụng; nên cách dịch của Huyền Trang là từ căn bản vô tướng của lý thể mà quán và nhận ra chỗ hiển dụng của thể. Trạm Nhiên nói: *"Ở phương trượng giả bệnh nằm để hưng giáo, tức là đồng Phật có ứng thân phương tiện tiếp dẫn. Ở cõi Diệu Hỷ trợ giúp đức Vô Động, tức là đồng chư Phật có tịnh quốc. Ở cõi*

Ta-bà mà giúp đức Thích-ca hoằng hóa, tức là đồng chư Phật mà thị hiện có cõi uế tùy duyên lợi ích chúng sanh. Tịnh uế song hành, viên thông vô ngại, là đồng chư Phật có được quyền thật."

Quán thật tướng của thân nghĩa là quán tướng rỗng không của thân này mà chứng thực tướng vô tướng không thể là đối tượng của giác quán. Từ nhân duyên sanh mà biết thân này *"đương thể tức không, liễu bất khả đắc"*. Đương thể tức không là vượt qua huyễn tướng, thấy nghĩa phi tướng. Trong phẩm Quán chúng sanh, thiên nữ đã nói *"tất cả người nữ hiện thân nữ mà không phải người nữ"*. Huyễn tướng là phi hữu phi vô; phi tướng là chưa hề là tướng, nghĩa sâu hơn. *"Rõ biết được phi tướng là đã bỏ sắc. Rõ được chẳng phải phi tướng là loại bỏ cả tâm. Đó gọi là cùng một lúc bỏ cả sắc tâm. Nhân pháp đều không, sắc tâm đều bỏ, vì thế chứng Bồ-đề phi không phi sắc, phi nhất phi dị. Nói pháp thân chẳng phải là sắc thân, mà sắc thân chưa từng chẳng phải là pháp thân. Pháp thân vốn chẳng thể dùng tướng để thấy, mà cũng chẳng thể dùng ly tướng để thấy. Tướng mà vô tướng, vô tướng mà tướng; đây là điều vô cùng nhiệm mầu."*[1]

Quán thân cụ thể này, được nghĩa phi tướng, nhưng không phải là không có hay tự nhiên mà có thân này. Thân này do nghiệp thức mà thành. Nếu quán sâu tới mức nhận ra nghiệp thức a-lại-da cũng chỉ là hư vọng, như phẩm trước nói *quán không vô*, tức cái không cũng không, liền giác tự tâm mà liễu ngộ sắc thân là tướng hóa sanh từ chân tâm tự tánh. Thân Phật đang thấy trước mắt kia cũng vậy, giống thân ta lưu xuất cùng từ một chân tâm tự tánh vốn đồng như hư không, ở Phật và ta không hề khác biệt; đây là thật tướng bất nhị rốt ráo. Chứng thật tướng này là thấy Phật. Do đó chẳng cần tư duy lý luận mà quán

---

[1] Tăng Phụng Nghi - Kinh Kim Cang Tông Thông.

thẳng vào bản tâm, nếu giác tự tâm liền biết sự hiện diện của thân tướng hiện tại chính là do tâm tưởng sanh. Nhận ra tướng hóa sanh tức là nghĩa pháp thân vậy. Lúc này nghiệp thân chuyển hóa thành hóa thân. Từ đây mà thấy nghiệp thân hay hóa thân cũng chẳng thật; cái chân thật thực sự là pháp thân duy nhất và đồng với chư Phật. Do đó thiên nữ ở phẩm bảy nói "Phật và chúng sanh *không phải chết rồi mới sanh*"; nghĩa này sâu sắc, cần phải suy ngẫm kỹ.

Quán Phật cũng thế, nghĩa là vô lượng thân viên mãn gom lại ba thân: pháp thân, báo thân và ứng hóa thân. Tuy ba thân nhưng thực là bất nhị. Nếu chấp vào sắc thân Thích-ca là Như Lai thì là thiên kiến. Kinh Kim Cang dạy: "*Nếu lấy sắc thấy ta, lấy âm thanh cầu ta, là người hành tà đạo, chẳng thể thấy Như Lai.*" Nhưng nếu chấp vào phi tướng mà không tu hành viên mãn công đức và trí tuệ thì rơi vào đoạn kiến. Do đó Phật dạy Tu-bồ-đề: "Tu-bồ-đề! Ông chớ nghĩ rằng Như Lai chẳng lấy tướng cụ túc mà được Vô thượng chánh đẳng chánh giác." Tuy như Huyền Trang ghi, thân Như Lai hoàn toàn không có chỗ thấy, nhưng *"không có ai biết, không ai chẳng biết, không ai thấy, không ai chẳng thấy"* (Kinh Đại Bát Niết-bàn, phẩm Kim cang thân); chỉ vì trí tuệ bị che lấp nên chúng sanh không biết, mắt có bệnh nên chúng sanh không thấy. Tuy thế, vì vô minh không thực, bệnh mắt là hư tưởng, nên pháp thân Phật chưa hề bị mờ mịt, lúc nào cũng hiển nhiên thường trụ. Phật, Bồ Tát giác ngộ viên mãn nên thân Như Lai *"không thể thấy mà cũng thấy rành rành, không nơi chỗ cũng là nơi chỗ"* (Kinh Đại Bát Niết-bàn); diệu là chỗ này.

Ở phẩm Phương tiện, để dẫn dụ chúng sanh ra khỏi sanh tử phiền não, Duy-ma-cật bắt đầu đề cập đến pháp thân *do vô lượng công đức trí tuệ sanh*, do tứ vô lượng tâm, tứ nhiếp pháp, các ba-la-mật, các phẩm trợ đạo, *do vô lượng pháp thanh tịnh như thế sanh ra thân Như Lai.*

Ở phẩm Đệ tử, Duy-ma-cật nói: *thân Như Lai chính là pháp thân, không phải thân tư dục*; ở chư Phật thì hiển lộ hoàn toàn, ở Bồ Tát thì chứng hiện từng phần, ở chúng sanh thì bị vô minh che lấp, ở nhị thừa là thân tịch diệt vô lậu vô vi, hoàn hảo riêng biệt khác với mọi thân tướng lậu hoặc của thế gian.

Ở phẩm Quán chúng sanh, thiên nữ bắt đầu hé lộ nghĩa pháp thân qua tướng hóa sanh.

Ở phẩm Phật đạo, nếu rõ thân là do tâm hóa sanh thì vào Nhất thừa Phật đạo, thấy rõ vạn pháp là pháp thân hiện thân tha thọ dụng cho chúng sanh tiếp nhận.

Ở phẩm Bất nhị pháp môn, Bồ Tát Tịch Căn ở tự tánh Tam bảo mà chứng bất nhị, nên Phật chẳng ngoài tâm, là nói kiến tánh thành Phật.

Ở phẩm Phật Hương Tích, bát cơm thơm huân kết năm phần pháp thân hương thành công đức tha thọ dụng vô tận.

Ở phẩm Bồ Tát Hạnh, hội chúng quay về vườn Am-la diện kiến Phật là quyền trí vào sanh tử hành Bồ Tát đạo lập tức chứng từng phần đến toàn phần pháp thân.

Như vậy ta thấy theo diễn tiến tuần tự của kinh văn, nghĩa pháp thân từ khái niệm mơ hồ dần được mở rộng và sâu thẳm đến phẩm này thì đạt chỗ bất nhị tột cùng. Rốt ráo bất nhị là tự tha không hai, là tâm, Phật và chúng sanh đều trong nghĩa nhất như, lìa tứ cú, tuyệt bách phi mà sự xa lìa đoạn dứt đó cũng không có nghĩa nhất định. *"Được pháp quán bất nhị mới gọi là thấy Phật."* (Cát Tạng). Chính do thấy thật tánh không hai mà có những giải thích bên dưới.

> **KINH VĂN**
>
> Con quán Như Lai đời trước không đến, đời sau không đi, hiện tại không ở; không quán sắc, không quán sắc như, không quán sắc tánh; không quán thọ, tưởng, hành, thức, không quán thức như, không quán thức tánh.

Đoạn kinh văn trên là sự phủ định triệt để phép quán Như Lai như là đối tượng của nhận thức. Quán có nghĩa là có sự phân ly thành hai: năng quán và sở quán, tức chủ thể nhận biết và sự vật được nhận biết. Có hai tức có mâu thuẫn đối lập và động chuyển. Động chuyển đây chính là chủ thể năng quán thay đổi góc nhìn khiến sự vật bị quán trở thành năng động. Nếu thấy Như Lai là thân Thích-ca hơn hai ngàn năm trăm năm trước, thì thân ấy đã diệt ở quá khứ. Nếu quán thân đức Đạt-lai Lạt-ma ở hiện tại mà cho đó là Phật hiện thân, thì Ngài đang già dần từng sát-na đến cái chết. Nếu quán thân Di-lặc triệu triệu năm sau sẽ thành Phật thì Ngài chưa đến. Do đó chẳng thể nói Phật là ai trong ba thời quá khứ, hiện tại, vị lai. Vì sao? Vì thời gian là ảo tưởng về sự động chuyển. Trong cái không thực mà tìm cái thực thì không thể được.

Phật chẳng những không có trong ba thời mà cũng không thể thấy bất kỳ đâu trong mười phương thế giới. Nếu có chỗ có, tức Phật thân là pháp hữu vi sanh diệt. Nói Phật thân tức là pháp thân. Pháp thân là thân tự thọ dụng nên chúng sanh chẳng thấy. Nếu ở báo thân và hóa thân, chúng sanh tiếp nhận được thân tha thọ dụng ấy làm chỗ tự thọ dụng cho chính mình thì gọi là thấy pháp thân. *"Chỗ thấy của chúng sanh chẳng đồng; hoặc thấy trăng nửa, hoặc thấy trăng tròn, hoặc thấy trăng ẩn, nhưng thật ra mặt trăng không có thêm bớt, vẫn luôn là mặt trăng đầy đủ."* (Kinh Đại Bát Niết-bàn, phẩm Nguyệt Dụ); trăng nửa là pháp thân phần chứng của Bồ Tát, trăng tròn là pháp thân viên giác của Phật trong mười pháp giới, trăng ẩn là chúng sanh trong vô minh phiền não mà chẳng tự nhận thấy Như Lai tánh ở chính mình. Từ đây mà biết thân Phật *"chẳng phải thời gian, chẳng phải không thời gian"*; chẳng phải thời gian là không có trong ba thời, chẳng phải không thời gian là không phải chúng sanh tự nhiên mà chứng pháp thân, phải trải qua tu tập, công phu mới thành tựu, do đó *"chẳng phải làm, chẳng phải chẳng làm"* (Kinh Đại Bát Niết-bàn).

Trên đã nói *quán thật tướng của thân* tất được nghĩa phi tướng. Được nghĩa phi tướng thì quán sắc chẳng thể thành tựu nghĩa pháp thân, nên kinh văn nói: *không quán sắc*, tức là triệt để lìa tất cả tướng vì tướng là vọng tưởng. Chẳng những lìa tướng vọng tưởng, mà ngay cả tưởng biết vọng cũng phải lìa. Trong kinh Lăng-nghiêm, Phật chỉ A-nan rõ tánh thấy không sanh diệt, nhưng đó chỉ là mặt trăng thứ hai, một thứ tương tự mà thôi. Tánh thấy, tánh tri vọng chẳng phải là tự nhiên sáng suốt soi thấu tất cả, vì nếu lấy sáng làm tự thể thì lẽ ra khi nhắm mắt, ta không thấy được tối. Do đó tánh biết lìa nghĩa tự nhiên. Tánh biết nếu không phải tự nhiên thì là nhân duyên; nhưng thực sự tánh biết cũng ra ngoài nghĩa nhân duyên, vì hễ cái gì do nhân duyên sanh thì cũng do nhân duyên diệt. Tánh thấy biết chẳng nương hai duyên sáng và tối, vì nếu nhờ sáng mà thấy thì khi không còn sáng, sẽ không thấy. Tánh biết ra ngoài nghĩa tự nhiên, cũng ra ngoài nghĩa nhân duyên nên không nằm trong thị và phi thị; chỗ này có thể tư duy thấu đáo được. Tánh thấy, tánh biết đó không rời các vật mà có tự tánh gọi là thấy biết, soi chiếu; đang khi không rời các vật mà phát ra thấy biết, gọi là khởi dụng của tâm tánh diệu minh, là trí bát-nhã vô sở bất tri; nếu lầm chỗ dụng là thể, là chấp ngón tay làm mặt trăng vậy. Tâm tánh chân thực đó không rời các vật mà có sự soi chiếu, nên ra ngoài nghĩa thị, nghĩa hữu; khi soi chiếu, nó không phải là vật, không do vật sanh ra, cũng chẳng mất đi khi vật không còn, nên ra ngoài nghĩa phi thị, nghĩa vô.

Hiểu trọn vẹn như trên, tức là liễu ngộ pháp thân, tự tánh ra ngoài nghĩa phi tướng và chẳng phải phi tướng. Pháp thân phi tướng thì không thể quán sắc mà được. Pháp thân chẳng phi tướng nên không thể quán tâm mà thành, nên kinh văn tiếp theo nói: *không quán thọ, tưởng, hành, thức*. Tóm lại, từ ngữ mấu chốt trong đoạn kinh văn trên là *bất quán*. *Bất quán sắc* là lìa tất cả tướng, vì "phàm sở hữu tướng giai thị hư vọng", như kinh Kim Cang viết. Bất quán sắc là được tánh viên thành thật của tất cả pháp, vì trong thật tánh tuyệt nhiên sắc tức là không.

Không quán sắc như, không quán sắc tánh là giải thích tại sao phải *không quán sắc*. Đây là thuận theo sự quán không thành tựu, nên mới nói không thể quán. Sắc là do y tha khởi, hiện thành như vậy, gọi là sắc như. Do y tha khởi nên sắc không có tự tướng; hay nói khác là, ở sắc hiện là như vậy thì chẳng thể thấy bản thể thực sự, nên nói: *không quán sắc như*. Không quán sắc như, chính là lìa tánh y tha khởi, tức lìa thức chấp trước mạt-na. Không quán sắc tánh, là lìa tánh biến kế sở chấp, tức lìa ý thức phân biệt thứ sáu. Các pháp không có tự tánh chân thực riêng nó; tánh của sắc là do thức phân biệt mà có. Nếu ở sắc tánh thì chẳng thể thấy thể tánh thực sự, nên nói: *không quán sắc tánh*.

Theo Hòa thượng Tuệ Sỹ, để làm rõ nghĩa chỗ này cần so sánh hai bản dịch của La-thập và Huyền Trang với bản Phạn văn duy nhất hiện còn lưu trữ trong điện Potala, thủ phủ Lhasa của Tây Tạng, thuộc Trung quốc; bản Phạn văn này do Giáo sư Takahashi Hisao phát hiện năm 1999, được ước định có niên đại sớm nhất cũng là sau bản dịch của Huyền Trang cả trăm năm. Bản Phạn văn này ghi: *rūpatathāsvabhāvam arūpaṃ, vedanātathāsvabhāvam avedanāṃ*, tự tánh Như của sắc là phi sắc, tự tánh Như của thọ là phi thọ.[1] Bản La-thập ghi: *Bất quán sắc, bất quán sắc như, bất quán sắc tánh. Bất quán thọ, tưởng, hành, thức. Bất quán thức như, bất quán thức tánh.* Bản Huyền Trang ghi: *Quán tánh Như của sắc Như Lai, tánh ấy thực chẳng phải tánh như của sắc thọ; tánh ấy chẳng phải tánh như của thọ tưởng; tánh ấy chẳng phải tánh như của tưởng hành; tánh ấy chẳng phải tánh như của hành thức; tánh ấy chẳng phải thức.* Cả hai cách Hán dịch đều cùng ý nghĩa là tánh chân như của Pháp thân không phải là tánh hiện là như vậy được ngũ ấm nhận biết, tức là tự tánh chân như của sắc không phải là sắc đang là, tự tánh chân như của thọ không phải là thọ đang là v.v... Cách dịch của Huyền Trang, nếu suy nghĩ thấu đáo sẽ hiểu tại sao. *Tánh như của sắc thọ*, là thuộc tánh hiện có của sắc tướng đang là như vậy là do thọ mà có; ví dụ như mắt thấy hình tướng như vậy là do nhãn nhập, tướng bị thấy chẳng phải là tướng thật của vật, như nước là nhà ở của loài cá, nhưng lại là nơi không phải là nhà của loài người. *Tánh như của thọ tưởng*, là cảm thọ như hiện có như vậy là do tưởng mà thành; ví dụ như nghĩ đến me là cảm thấy chua. *Tánh như của tưởng hành*, là tưởng nghĩ như vậy là do tâm động, sinh chấp trước phân biệt. *Tánh như của hành thức*, là tâm đang động chuyển, biến đổi không ngừng là do bất giác vô minh sanh nghiệp thức. Nghiệp thức vô minh lại là hư vọng, không thực đang là vô minh, nên nói *tánh ấy chẳng phải thức*. Đối với đa số người, câu kinh văn trên không phải là dễ hiểu nên cần suy xét thấu đáo.

Theo như trên, ở nơi ngũ ấm thấy tánh tướng của các pháp đang là như vậy, đó chẳng phải bản thể chân thật

---

[1] Dẫn theo chú thích trong Duy-ma-cật Sở thuyết của Tuệ Sỹ.

như vậy, tức không phải là Chân như. Kinh văn lấy sắc làm phủ định đầu tiên. Vì sắc do thọ, thọ do tưởng, tưởng do hành, hành do thức mà khởi, và vì tất cả đều là giả lập, nên nếu không thể quán sắc mà thấy bản thể chân như, tức Phật, thì ở thọ, tưởng, hành, thức cũng đều như vậy. Cũng giống cách nói của Tâm kinh: *Sắc tức thị không, không tức thị sắc; thọ, tưởng, hành thức diệc phục như thị.*

Không thể quán ngũ ấm mà thấy Phật. Vì sao? Nếu quán sắc, cuối cùng chỉ đạt nghĩa không của tục đế, dễ rơi vào đoạn kiến; ví dụ núi không có gì gọi là núi, nếu quán tất cả pháp như vậy, dễ sa vào chấp không; Phật chẳng phải là cái không đó. Nếu quán như là tánh sắc của chân đế thì không thoát khỏi thường kiến; ví dụ núi chẳng phải không có, khi có thì tướng nó cao, tánh nó vững, nếu khăng khăng chấp chặt núi phải cao vững như vậy, tức nghĩa như thị, như chẳng khác sắc, nên sanh chấp sắc thường; Phật chẳng phải là ba mươi hai tướng tốt, tám mươi vẻ đẹp. Nếu quán sắc tánh là phi hữu phi vô, rốt cuộc cũng chẳng thoát khỏi phân biệt đối đãi; ví dụ như thấy núi cao vững là so với thấp yếu mà nói; Phật chẳng phải do so sánh mà nói khi có khi không, hoặc là phi hữu phi vô. Ba đế là phương tiện, không nên lầm chấp; do đó nói quán mà không quán; đây là nghĩa rốt ráo của *không quán sắc, không quán sắc như, không quán sắc tánh,* cho đến thọ, tưởng, hành và thức cũng không quán như vậy.

KINH VĂN

Không phải tứ đại sinh, cũng như hư không; sáu nhập không tích tập, mắt, tai, mũi, lưỡi, thân, tâm đã vượt qua.

Pháp thân không phải do tứ đại hòa hợp mà có; *cũng như hư không,* là cách nói ví dụ cho sự không ngăn ngại, chẳng nói hư không là thân Phật. Nếu pháp thân Phật do tứ đại sanh thì đồng như thân sanh tử. Do đó pháp thân Phật không phải là tướng người, cũng chẳng phải như nhị thừa quán chiếu rồi kết giải tướng không là tướng Phật. Tánh tứ đại vốn không, nên chẳng thể thấy chân thân Phật trong đó, giống như trong hư không chẳng có một vật; ý là loại bỏ sự tìm kiếm, không phải nói thân Phật là hư không.

Pháp thân không phải là thân sanh tử nên không thể ở sáu nhập mà thấy. Vì sáu nhập là căn trần hợp nhau giả dối sanh thức là cái biết sai lầm, nên nói: *sáu nhập không tích tập*. Tuy pháp thân không phải là thân sanh tử, nhưng hóa thân tùy tâm chúng sanh mà ứng hiện, cũng là tứ đại, cũng có sáu nhập, nhưng ở tướng trần không khởi sanh thức, vì sáu căn đã viên thông nên nói: *mắt, tai, mũi, lưỡi, thân, tâm đã vượt qua*. Trạm Nhiên viết: *"Lục nhập là hay chứa nhóm sáu trần mà tạo sanh tử. Không đồng sáu nhập chứa nhóm của phàm phu. Cho nên nhãn nhĩ đã qua, khác với cảnh giới sáu căn của phàm phu."* Do đó, sáu nhập không tích tập, ngoài nghĩa duyên hợp giả dối, còn có nghĩa là không ở sáu nhập mà tạo nhân sanh tử.

Tứ đại hòa hợp mà sanh vạn vật. Nói như khoa học hiện đại là vật chất có kết cấu phân tử. Nếu tứ đại hay các yếu tố có thể kết hợp được với nhau, thì tự thân mỗi đại cũng là một tổ hợp, như các phân tử là kết hợp của các nguyên tử. Nguyên tử lại là tổ hợp các hạt cơ bản. Hạt cơ bản lại có thể phân tích thành các lượng tử cực vi. Phật gọi các hạt vô cùng nhỏ này là lân hư trần. Nếu có thể tiếp tục chia chẻ các hạt cực nhỏ này mãi cho đến không còn gì như hư không, thì hư không bao la kia cần bao nhiêu lân hư trần chia chẻ ra, tức là bao nhiêu sắc tướng phân hủy mới thành hư không? Lại nữa, nếu chia chẻ được thì gộp lại được; như vậy mới thành nghĩa duyên hợp duyên tan. Do đó có thể nói sắc tướng chia chẻ thành sắc tướng nhỏ hơn, cũng như sắc tướng nhỏ hơn có thể hợp lại thành sắc tướng lớn hơn; điều này có thể được. Tương tự vậy, nếu sắc tướng có thể chia chẻ thành hư không, thì hư không cũng có thể hợp lại thành sắc tướng. Sắc tướng chia chẻ thành hư không còn có thể hiểu được, nhưng hư không gom lại thành sắc tướng thì không thể quan niệm được. Bạn có thể lý luận rằng nếu phá vỡ hạt nhân vật chất, ta sẽ có năng lượng. Năng lượng là cái có thể đo, nên năng lượng cũng là một dạng vật chất; vì vậy, vấn đề vật chất và năng lượng chuyển hóa sanh lẫn nhau cũng nan giải quanh co như nghịch lý con gà và quả trứng vậy. Phật dạy trong kinh Lăng-nghiêm: *"Nếu tính của các đại là hòa hợp, thì cũng đồng như các thứ biến hóa, thủy chung thành nhau, sinh diệt nối nhau, sinh rồi diệt, diệt rồi sinh, sinh sinh diệt diệt, như vòng lửa quay tròn chưa hề dừng nghỉ. A-nan, như nước thành giá, giá thành nước."*

Điều quan trọng cần lưu ý là ở tứ đại và sáu nhập mà ta có thể đột phá được nghĩa duyên hợp, tích tập mà sanh tướng. Hiểu thấu chỗ phá trừ này là ngay ở tướng mà chẳng thấy tướng; chẳng thấy tướng tức chứng pháp thân vậy. Kinh Kim Cang viết: "Ly nhất thiết tướng tức danh chư Phật." Tại sao phải lìa tất cả tướng? Vì chúng đều là tướng vọng tưởng. Lìa tất cả tướng chính là không vương mắc, không duyên với tướng mà sanh tâm kiến, văn, giác, tri và tâm phiền não. Muốn thật xa lìa, trước hết cần quán thật sâu để liễu ngộ tứ đại duyên hợp và sáu nhập tích tập vốn là luống dối, không phải tính tự nhiên, không phải tính nhân duyên. Chính vì vậy mà trước đó kinh văn nói không quán sắc, thọ, tưởng, hành, thức để tránh sa lầy vào hữu vô, thị phi nhị biên; đây lại nói tứ đại không sanh, sáu nhập không tích tụ, hàm ý giải thích tại sao không quán, đồng thời không hoàn toàn bác bỏ sự quán chiếu. Điều này cho thấy Phật pháp không có pháp nhất định.

Tứ đại không có tánh hòa hợp để sanh muôn vàn sự vật hiện tượng. Tánh tứ đại là chân không, tánh chân không là tứ đại, tùy chúng sanh tâm ứng sở tri lượng mà biến khắp pháp giới. Khi hiện khi biến thì cũng hòa cũng hợp. Chính vì vậy mà có báo thân và hóa thân cùng khắp pháp giới; và pháp giới chính là pháp thân Như Lai. Lục nhập là sáu căn; ở sáu căn mà chẳng thấy căn trần hòa hợp, không dính mắc huyễn tướng, cũng không đoạn dứt cái đang thấy biết, mà khởi nghi tình rằng cái tướng đang được chúng ta thấy biết kia khởi từ đâu; nhất định có lúc sẽ tỏ ngộ chân tâm diệu giác cùng khắp pháp giới chính là pháp thân của chính mình; đó cũng là lúc sáu căn viên thông hiển lộ chân tánh, cũng có căn có trần nhưng chẳng hề tích tập. Đoạn kinh văn ở đây có hơi khác so với phần trình bày của ba vị Bồ Tát Hỷ Kiến, Minh Tướng và Diệu Ý đã nói qua ở chương 9, phần tiểu mục Bất nhị thu ấm giới nhập. Các Bồ Tát trên trình bày sở chứng bất nhị ở sắc tướng, tứ đại, và căn trần. Kinh văn chỗ này nói thẳng lìa tâm duyên tướng tức thấy Phật.

KINH VĂN

Không ở ba cõi đã lìa ba cấu; thuận ba môn giải thoát; có đủ ba minh, cùng ngang vô minh.

Trên là phá nghĩa hòa hợp, tích tụ mà sanh tướng; tức là đã phá sở tri chướng. Pháp thân không nằm trong sở tri. Đây nói đến ba cõi và ba cấu, tức là phiền não chướng vì ba cõi là quả y báo của phiền não, ba cấu tham, sân, si là nhân chánh báo của phiền não. Pháp thân vô tướng nên *không ở trong ba cõi*. Dù sanh ở cõi trời phi tưởng phi phi tưởng vẫn còn một niệm si nhỏ nhiệm. Pháp thân bản nhiên thanh tịnh nên ba cấu tuyệt nhiên là không; cái không đó cũng chẳng phải nghĩa pháp thân. Cát Tạng nói: *"Trên là nói không có quả ba cõi, đây là luận không có nhân ba cõi, vì không có ba cấu, vì không có ba cấu nên chẳng ở ba cõi.*" Do đó quán phiền não chỉ là pháp phương tiện đối trị chấp trước phiền não là thực có, nên nói phiền não là không; chẳng phải lấy nghĩa giải thoát khỏi phiền não là chân Phật.

Bản chất của phiền não là không, nên lìa phiền não chướng thực ra là chẳng lìa, mà lại xem ba cõi ba cấu là hạt giống Như Lai. Vun trồng tưới tẩm hạt giống ấy là *thuận ba môn giải thoát*. Tam giải thoát môn là tất cả pháp như mộng huyễn bào ảnh, rỗng không, không có tự tánh, không có tự tướng, cũng chẳng có tánh mê hoặc chúng sanh. Thuận theo, là không ngừng ở trí quán mà nhập sự biện lý, khởi công phu tu định lực nhằm giải trừ tập khí của nghiệp lực và phiền não, thoát khỏi kiềm tỏa của vọng tưởng, phân biệt chấp trước như Bồ Tát Thâm Tuệ phát biểu: *nếu không, vô tướng, vô tác, thời không có tâm ý thức.*

Thuận theo ba môn giải thoát nên phiền não được giải trừ, nên pháp thân không phải là quả báo, nhưng lại là quả chứng viên mãn. Vì sao? Vì thuận ba môn giải thoát là tương ưng với pháp tánh, vì tánh các pháp là giải thoát, bản chất các pháp là tự tại không gì ràng buộc. Thực chứng pháp giới sự sự vô ngại nên không hề chướng ngại dùng pháp phương tiện độ sanh.

Do thuận theo ba giải thoát môn mà *có đủ ba minh* là thiên nhãn minh, túc mạng minh và lậu tận minh. Thiên nhãn minh là Phật nhãn chiếu khắp pháp giới. Túc mạng minh là thấu suốt đầu mối của vô minh hay cội nguồn sanh tử là hư vọng; chính là con mắt vô sanh của Bồ Tát. Lậu tận minh là rốt ráo không có vô minh, là mê không, khổ không, trí chứng cũng không; đây là chỗ mà Tâm kinh thuyết: Vô khổ, tập, diệt đạo, vô trí diệc vô đắc. Thiên nhãn minh là thường chiếu. Lậu tận minh là thường tịch. Túc mạng minh là thường tịch thường chiếu. Được cả ba nghĩa minh này, tức thể và dụng của Bát-nhã viên mãn. Thể là bất động tịch tĩnh, nên là vô tri; kinh văn gọi là vô minh, nghĩa là chẳng có tuệ tánh thường biết, chứ không phải là si mê ám muội. Tại sao thể là vô tri vô minh? Vì thực sự bổn lai vô nhất vật nên chẳng có gì cần biết. Dụng của Bát-nhã là không gì không biết, nên là minh. Thể dụng viên mãn, gọi là Bát-nhã vô tri vô sở bất tri, nên minh và vô minh đồng đẳng; *đủ ba minh, cùng ngang vô minh*. Bản dịch của Huyền Trang sáng tỏ nghĩa này: *"Thuận theo ba môn giải thoát, đạt ba minh; chẳng phải minh mà lại minh, chẳng phải thông đạt nhưng lại thông đạt tất cả pháp không bị chướng ngại."*

Chỗ này cũng có thể hiểu là thuận theo ba môn giải thoát là đạt nghĩa bất nhị của minh và vô minh như Bồ Tát Điện Thiên nói: Minh, vô minh là hai; thật tánh vô minh tức là minh. Minh là rõ biết, sáng tỏ tường tận; là thức tinh nguyên minh am-ma-la. Ở đây vô minh không có nghĩa như trên là không có tự tánh là thường biết. Đây muốn nói vô minh là một niệm bất giác thành nghiệp tướng a-lại-da. Bất giác vọng động là vô minh. Bản nhiên thanh tịnh là minh. Minh và vô minh chỉ là tên gọi của một tâm, do đó là đồng đẳng. Cần lưu ý chỗ này là sau khi kinh văn nói nghĩa phủ định lìa tất cả tướng, nhằm tránh sa vào đoạn kiến do chấp thủ lìa tướng nên liền nói nghĩa xác định pháp thân chẳng phải không có; tức là để hiển nghĩa phi vô của Phật thân, nên nói thuận ba môn giải thoát được tròn đầy Bát-nhã, mà Bát-nhã là mẹ chư Phật vậy.

Bản dịch của Huyền Trang có một đoạn tiếp theo mà bản dịch này không có: *"Thật tế chẳng phải tế; chân như chẳng phải như. Đối với cảnh chân như, thấy không có chỗ trụ, đối với trí chân như không sáng suốt tương ưng; tánh của trí và cảnh chân như đều lìa cả hai. Chẳng phải do nhân sanh ra, chẳng phải do duyên khởi."*[1] Tế là ranh giới.

---

[1] Kinh Thuyết Vô Cấu Xưng, bản Việt dịch của Thích Nữ Tịnh Nguyên.

Thật tế là sự thật bên ngoài ranh giới của hư vọng. *Thật tế* là pháp thân, là chân như tự tánh ra ngoài giới hạn của các pháp thế gian và xuất thế gian, vượt hơn hữu vi và vô vi. Chẳng phải lìa tất cả tướng vọng tưởng là đoạn diệt, không có pháp thân chân như, nên gọi đó là *thật tế*. Nhưng pháp thân không nằm trong giới hạn, vượt ra ngoài các giới hạn, phạm vi, nên gọi là *chẳng phải tế*. Chỗ này ta cần ví dụ: ta thường nói ngoài một vật có vật khác. Sự tồn tại của vật khác đó chỉ có nghĩa khi vật khác đó có đầy đủ các hạn lượng của nó như đặc tánh, hình dáng, vị trí và thời gian tồn tại của nó. Chân như tự tánh, pháp thân hay bản tâm; nghĩa không phải vậy; tức chân tâm tự tánh chẳng phải là một vật có đủ các hạn lượng như đặc tánh, hình dáng, vị trí, thời gian tồn tại. Pháp thân chân như càng không phải là vật-tự-nó (thuật ngữ triết học tiếng Đức: Das Ding an sich) của Kant (1724-1804), vốn là khái niệm mơ hồ chứng tỏ sự bất lực của nhận thức. Miễn cưỡng mà nói thì pháp thân hay chân như tự tánh không có tự thể, cũng chẳng có tự tánh, nhưng không phải không có. Trong luận Đại Thừa Khởi Tín, Bồ Tát Mã Minh (Ásvaghosha, khoảng năm 80-150) nói: *"Bản giác bổn hữu, bất giác bổn vô."* Cái vốn có thì có thể tu chứng được. Cái vốn không thì có thể đoạn trừ được. Từ đây mà ta khởi tín tâm, hạ thủ công phu, nhất định có ngày thành tựu.

Nói lìa tất cả tướng là lấy nghĩa phủ định mà đáp. Kinh văn tiếp theo lấy ý xác định mà trả lời. Tuy nhiên nếu xác định bằng lời nói phân biệt, mô tả được thế nào là pháp thân thì rơi vào ý thức thứ sáu có hai năng kiến và sở kiến, năng tri và sở tri; tức là đã tạo ra phạm vi giới hạn cho chân như tự tánh. Do đó mà nói: *Chân như chẳng phải như*. Pháp thân là cảnh giới quả địa của Như Lai nhưng thực ra là vô sở hữu, không có chỗ có nhất định, nên nói: *Đối với cảnh chân như, thấy không có chỗ trụ*. Pháp thân cũng chẳng do trí chứng mà hiện, vì nếu vậy, ngoài trí có cảnh, ngoài cảnh có trí, chẳng thể gọi là chân thật nhất như; nên nói: *Đối với trí chân như, không sáng suốt tương ưng.* Không có cảnh sở duyên cũng không có trí năng duyên nên gọi là: *Tánh của trí và cảnh chân như đều lìa.* Chỗ này ta lấy gương làm ví dụ sẽ rõ. Gương là bản tâm, cảnh hiện là pháp giới, tánh sáng của gương là trí chân. Cả ba chẳng lìa nhau là nghĩa pháp thân.

Câu kinh văn trong bản Huyền Trang: *Chẳng phải do nhân sanh ra, chẳng phải do duyên khởi,* là kết luận cho phân đoạn *Ly nhất thiết tướng tức danh chư Phật.* Vì sao? Vì tất cả tướng đều do nhân duyên sanh. Cái do nhân duyên sanh cũng phải do nhân duyên diệt. Pháp thân chẳng như vậy, vì lìa tất cả tướng, không bị giới hạn trong sắc tướng nên bất sanh bất diệt, tạm xưng danh là Tỳ-lô-giá-na.

LÌA HAI TƯỚNG ĐỐI ĐÃI

KINH VĂN

Không một tướng, không khác tướng, không có tự tướng, không có tha tướng, không phải không tướng, không phải chấp tướng.

Chỗ này bản Huyền Trang có thêm một đoạn: *Chẳng phải sở tướng, chẳng phải lìa sở tướng; chẳng phải đồng sở tướng, chẳng phải khác sở tướng. Chẳng phải năng tướng, chẳng phải lìa năng tướng; chẳng phải đồng năng tướng, chẳng phải khác năng tướng.*[1]

Kinh văn từ đây chỉ ra thế nào là lìa tất cả tướng vọng tưởng; chính là lìa hai tướng đối đãi, là ở pháp tướng mà không so sánh phân biệt, chấp trước đó là tướng nhất định.

Một tướng, tự tướng, không tướng, cùng một nghĩa nhưng cách diễn bày khác nhau. *Một tướng* là tướng nhất

---
[1] Kinh Thuyết Vô Cấu Xưng, bản Việt dịch của Thích Nữ Tịnh Nguyên.

chân, tướng duy nhất thường còn. Còn thấy một tướng chân thực, thuần nhất là chưa dứt cái thấy có một tướng tồn tại độc lập với các tướng sai biệt của sanh tử. *Một tướng* là chân, *khác tướng* là vọng. Thật tướng không chân không vọng, nên lìa cả hai tướng một và khác.

Tự tướng là pháp thân có tướng riêng biệt độc lập với tất cả pháp. Nếu pháp thân có tự tướng, có biên tế khác với tướng hư vọng của các pháp, thì cũng đồng như pháp hữu vi hư vọng; nên nói *không có tự tướng*. Tướng hư vọng ở đây là *tha tướng*, khác với tự là chân thật. Pháp thân không có tự tướng, cũng chẳng thể tìm thấy trong tha tướng là tất cả pháp hoặc bất cứ pháp tướng nào. Tự tướng là giác, tha tướng là mê. Thật tướng chẳng giác chẳng mê, nên lìa hai tướng đối đãi ấy. Pháp thân tùy tâm chúng sanh ứng hiện, nên không phải là tự tướng; lại ứng hiện mà tùy duyên bất biến nên không là tha tướng. Tuy không có tự tướng, nhưng thực khác với tướng hư vọng, nên chẳng tự mà tự, tự mà chẳng tự. Tuy không là tha tướng, nhưng pháp thân tự tánh hay ứng hiện, nên chẳng tha mà tha, tha mà chẳng tha. Cát Tạng nói: *"Ứng thân do chúng sanh cảm mà có, cho nên chẳng phải tự. Pháp thân thì thể vắng lặng cho nên chẳng phải tha."*

Nếu không phải tự, không phải tha, ắt dễ rơi vào tướng không. Để ngăn điều này, kinh văn tiếp: *Không phải không tướng*; chính là ý pháp thân chẳng phải là tướng không, vì tướng không thì chẳng có nghĩa và rơi vào đoạn diệt. Ngược lại, nếu khăng khăng phủ định, một mực lìa tất cả tướng mà cho là có pháp thân khác với tướng sanh diệt, tức rơi vào thường kiến, như ngoại đạo chấp vào đại ngã hay thượng đế; nên kinh văn nói: *không phải chấp tướng*. Phật nói vô thường, khổ, không, vô ngã là pháp phương tiện tạm thời đối trị ngã chấp của chúng sanh phàm phu, chẳng phải là pháp chân thật, như trong kinh Niết-bàn nói. Chúng sanh lại si mê chấp thật có cảnh giới vô sở hữu nên sanh nỗi sợ đoạn diệt. Phật lại nói Như Lai tạng, nhị thừa mê lầm tự tánh, rơi vào ngoan không, chẳng thoát khỏi biên tế của thức vọng tưởng a-lại-da, ngoại đạo càng mê hơn, chấp thức là tướng thần ngã tạo tác. Chỗ sợ của phàm phu chính là chỗ lầm của ngoại đạo và nhị thừa. Phật dạy Bồ Tát Đại Tuệ trong kinh Lăng-già: *"Ta nói Như Lai tạng chẳng đồng cái ngã của ngoại đạo nói. Đại Tuệ! Có khi nói không, vô tướng, vô nguyện, như thật tế, pháp tánh, pháp thân, Niết-bàn, ly tự tánh, bất sanh bất diệt, bản lai tịch tịnh, tự tánh Niết-bàn; những câu như thế đều nói Như Lai tạng. Như Lai Ứng cúng Đẳng chánh giác vì đoạn cái sợ vô ngã của ngu phu, nên nói lìa vọng tưởng cảnh giới vô sở hữu có Như Lai tạng."*

Cổ đức giải thích câu: *không phải không tướng, không phải chấp tướng* (phi vô tướng phi thủ tướng), đều trên căn bản phá tướng hữu vô của pháp thân, nhưng cách diễn giảng có hơi khác nhau. Tăng Triệu chú thích: *"Đã chẳng phải là tướng không vật, lại chẳng phải là tướng có thể chấp thủ."* Huệ Viễn và Cát Tạng có ý mở rộng hơn khi cùng nói pháp thân tùy duyên ứng hiện, nên không phải không tướng, nhưng thể tướng thường tịch vắng lặng nên chẳng phải là tướng có thể chấp thủ được. Trạm Nhiên nghiêng về lý bất nhị: *"Không phải vô tướng, là không phải Niết-bàn. Không phải thủ tướng, là không phải sanh tử. Không phải sanh tử, không phải phàm phu. Không phải Niết-bàn, không phải nhị thừa."* Đạo Sinh nhấn mạnh hơn đến mức xa lìa cả nhị và bất nhị: *"Nếu vô tướng là một, thì lại chẳng thể chấp thủ tướng không nhất và không dị."*

Sở tướng là y tha khởi. *Năng tướng* là biến kế chấp. Thật tướng các pháp chẳng đồng hai tánh này, vì pháp tướng dựng lập bởi y tha và biến kế, là do gốc bất giác vọng động. Bất giác vọng tưởng lại chỉ là những ngọn sóng nổi trên biển tâm. Thấu suốt biển tâm, chẳng trừ sóng nổi mà thuận theo thế lưu bố tưởng thì núi vẫn là núi, sông vẫn là sông. Đây là nghĩa *không phải lìa sở tướng, chẳng phải lìa năng tướng*. Chỗ này Khuy Cơ có cách giải thích khác: *"Tướng sở tức chỗ biểu hiện, tướng năng tức hay biểu hiện, cả hai đều có; tức lìa đồng dị, tất cả đều chẳng phải."* Nghĩa là nói riêng trong phạm vi các pháp, *năng tướng* là cộng tướng, tướng đồng, tức khái niệm chung; ví dụ như nói khái niệm cái bàn. *Sở tướng* là biệt tướng, tướng dị, tướng cụ thể, ví dụ như nói bàn vuông, bàn tròn, bàn dài. Tướng chân thật của cái bàn tạm gọi là không có tự tướng, thể đồng như pháp tánh không mà như, như mà không. Lìa cả hai cộng tướng và biệt tướng mới thể nhập thật tướng.

> ### KINH VĂN
>
> **Không bờ bên này, không bờ bên kia, không giữa dòng mà hóa độ chúng sanh; quán tịch diệt cũng không diệt hẳn; không đây, không kia, không nương nơi đây, không nương nơi kia; không thể dùng trí mà hiểu được, không thể dùng thức mà biết được.**

Bờ bên này là sanh tử, bờ bên kia là giải thoát. Giữa dòng là tu hành. Do tu hành nên từ bờ này vượt thoát sang bờ kia. Chính vì nghĩa này mà bản dịch của Huyền Trang có thêm một đoạn: *"Chẳng phải ở đây, chẳng phải ở kia, chẳng phải ở chặng giữa. Chẳng phải trong, chẳng phải ngoài; chẳng phải cả hai, chẳng phải không cả hai; chẳng phải đã đi, chẳng phải sẽ đi, chẳng phải đang đi; chẳng phải đã đến, chẳng phải sẽ đến, chẳng phải đang đến."* Nếu ngộ vô sanh thì không có ràng buộc để cầu giải thoát. Hai bờ đều không thực thì tu hành giữa dòng chỉ là gương mẫu biểu diễn cho chúng sanh noi theo. Đây chính nói hóa thân ứng hiện chẳng thật là pháp thân.

Câu kinh văn này tuy ngắn nhưng nghĩa thật rộng sâu. Chúng ta không nên chia cắt thành từng cụm từ để giải thích, mà cần hiểu nghĩa trong mạch liên tục của câu văn. Tu hành là tự độ và độ tha. Sanh tử vốn không thực nên việc tu hành giáo hóa chúng sanh giữa dòng cũng như huyễn như hóa. Do đó, tự độ mà chẳng thực là tự độ, nên nói: *chẳng phải trong*; độ tha cũng không thực là độ tha, nên nói: *chẳng phải ngoài*. Không phải tự độ độ tha là *chẳng phải cả hai*, cũng không phải không có tu hành và giáo hóa, nên gọi là *chẳng phải không cả hai*. Pháp thân không phải là quả của một nhân, cũng chẳng phải tự nhiên mà có được; đó là lìa hai tướng tu và vô tu. *Chẳng phải đã đi, chẳng phải sẽ đi, chẳng phải đang đi*; ý nói tu mà như không tu mới thực là tu. *Chẳng phải đã đến, chẳng phải sẽ đến, chẳng phải đang đến*; ý nói chứng mà như không chứng mới thực là chứng. Đạo Sinh nói: *"Nếu có đến thì chẳng đến, không đến không phải chẳng đến, mới thực là đến."*

Bờ bên này là trụ xứ sanh tử của chúng sanh; bờ bên kia là Niết-bàn tịch diệt của chư Phật. Đã lìa sanh tử nên *không đây*, được giải thoát mà không trụ Niết-bàn là *không kia*. Hơn nữa, tướng là có chỗ có nhất định, pháp thân lìa tất cả tướng nên vô sở hữu, nên *chẳng phải ở đây, chẳng phải ở kia, chẳng phải ở chặng giữa*. Không đây không kia là bất nhị, lìa hai tướng đối đãi chính nghĩa pháp thân vậy. *Chẳng ở chặng giữa*; tức là nghĩa trung đạo chỉ là phương tiện, không phải pháp cứu cánh. Pháp thân vô sở hữu, cõi nước đều Như nên xa lìa tất cả phương đây, kia và giữa.

Tất cả những phủ định như trên có thể dẫn chúng ta tới quan niệm pháp thân là tịch diệt. Để ngăn chặn sai lầm này, kinh văn viết: *quán tịch diệt cũng không diệt hẳn*, vì giáo hóa chúng sanh nên nói có Niết-bàn tịch diệt. Câu kinh văn này, Cát Tạng giải thích rất hay: *"Đã nói giáo hóa chúng sanh tựa như thấy có chúng sanh thì chẳng tịch diệt, cho nên nay nói tuy giáo hóa mà thường tịch, vì* thế nói *quán tịch diệt. Tuy tịch diệt mà thường giáo hóa cho nên chẳng phải vĩnh viễn tịch diệt."* Tuy sanh tử Niết-bàn không phải hai, nhưng thực không phải đồng, nên pháp thân có ứng hiện thành hóa thân khắp pháp giới để giáo hóa chúng sanh. Ứng hiện bình đẳng mọi nơi mọi lúc, không riêng chỗ nào, lúc nào, nên gọi là *không nương nơi đây, không nương nơi kia.*

Không thể dùng trí mà hiểu được. Trí là Bát-nhã vô sở bất tri, soi chiếu huyễn hữu, là khởi dụng phá bốn tướng ngã, nhân, chúng sanh và thọ giả; chẳng phải để kiến lập tướng. Hơn nữa, pháp thân vô tướng nên không là cảnh sở duyên của trí chân. Pháp thân là tự tánh. Trong tự tánh chẳng có hai nghĩa năng kiến và sở kiến. Trong kinh Lăng-nghiêm, Phật chỉ ra tánh biết ly các duyên sáng tối, động tĩnh, ngăn bít, có hay không vị, hợp ly, nhớ quên, tức ly tâm duyên sáu trần: sắc, thanh, hương, vị, xúc, pháp. Nhưng tánh biết hay kiến tinh ấy vẫn còn nằm trong kiến phần, là chân vọng hòa hợp. Nếu đạt đến phần chân tánh thanh tịnh, thể đồng pháp tánh, tức tự chứng phần; thì đây là chỗ mà người tu gọi là tánh tri vọng, là kiến tánh. Nếu an trụ ở đây mà cho là cứu cánh thì là chấp lầm ngón tay làm mặt trăng. Kinh Lăng-nghiêm gọi chỗ này là: *Kiến kiến chi thời, kiến phi thị kiến;* nghĩa là thấy được tánh thấy, thấy đó chưa thực là thấy. Vì sao? Vì còn một phần năng kiến vi tế, *kiến do ly kiến, kiến bất năng cập*; nghĩa là xa lìa tướng thấy mới thực là thấy; là chỗ mà tự chứng phần hay kiến tinh cũng chẳng thể duyên được. Đây chính là chứng tự chứng phần, là thể Bát-nhã vô tri trong tự tánh, là Phật tánh vậy. Câu kinh văn này và câu tiếp theo chính là kết luận pháp thân chẳng thể đắc trong quan hệ năng sở đối đãi của tâm duyên tướng. Tức là chẳng những lìa hai tướng đối đãi ở pháp tướng mà cần phải không vướng mắc trong hai tướng năng sở của trí chân và cảnh như hoặc của kiến phần và tướng phần của thức. Bản Huyền Trang có thêm hai câu: *"Chẳng phải trí, chẳng phải cảnh; chẳng phải năng thức, chẳng phải sở thức."*

Không thể dùng thức mà biết được. Thức là nhóm họp kiến phần và tướng phần. Tướng phần là cảnh giới được nhận biết, chỉ là hình ảnh hư vọng chẳng thể phản ánh đúng thế giới, được dựng lập bởi y tha khởi và biến kế chấp. Y tha khởi là tướng vọng tưởng hòa hợp duyên sanh. Biến kế chấp là tướng vọng tưởng do vọng tình chấp ngã. Trí còn không thể thấy pháp thân, thức làm sao chứng được? Bản của Huyền Trang có thêm một câu: *"Chẳng phải ẩn, chẳng phải hiện."* Tánh biết không rời các pháp mà có tự tánh, nên không ẩn; tánh biết hay tự chứng phần không thể duyên tới bản thể vô tri, gọi là không hiện. Giống như mắt lúc nào cũng thấy, là không ẩn, nhưng mắt chẳng tự thấy, là không hiện. Bồ Tát Thế Thân trong Kim Cang kinh luận có kệ rằng:

唯見色聞聲，
是人不知佛。
以真如法身，
非是識境故。

Duy kiến sắc văn thanh,
Thị nhân bất tri Phật.
Dĩ chân như pháp thân,
Phi thị thức cảnh cố.

Chỉ thấy sắc nghe tiếng,
Người này chẳng biết Phật.
Vì pháp thân chân như,
Chẳng phải cảnh của thức.[1]

---

[1] Luận Kinh Kim cang Bát-nhã Ba-la-mật-đa (金剛般若波羅蜜經論), quyển thượng, Bồ Tát Thế Thân tạo, Bồ-đề-lưu-chi Hán dịch. Xem Đại Chánh tạng, Tập 25, số 1511, trang 795, tờ a, dòng 15-16.

NGÔN NGỮ ĐẠO ĐOẠN

> **KINH VĂN**
>
> **Không tối không sáng; không danh không tướng; không mạnh không yếu; không phải sạch, không phải nhơ; không ở phương sở, không lìa phương sở; không phải hữu vi, không phải vô vi; không bày không nói.**

Kinh văn lấy sáng tối làm ví dụ cho danh tự, ngữ ngôn, là tất cả những định danh, định hình, định tánh mà ý thức dựng lập cho các pháp. Tất cả chúng đều là giả định do sự so sánh phân biệt. Sáng tối là hai duyên đối đãi để vật hiện trước mắt. Do sáng mà thấy vật có tướng và đặt tên gọi vật; nên kinh văn nói sáng tối trước, danh tướng sau. Sáng tối chỉ có trong so sánh phân biệt, vật tự nó không tối không sáng. Đó chính là pháp tánh bất nhị; thể của pháp, tức pháp thân đồng như vậy, *không tối không sáng*. Cũng có thể giải thích là thật tướng chẳng ở sanh tử, tức không tối, chẳng ở Niết-bàn, tức không sáng. Lìa hai tánh chính là thật tánh Phật. Hoặc có thể nói như Cát Tạng: *"Pháp thân vô tri nên chẳng sáng nhưng không gì không biết nên chẳng tối."*

Bản của Huyền Trang có thêm câu: *"Chẳng đứng chẳng đi"*; cũng trước khi đề cập đến danh tướng, là chỉ thẳng pháp thân vô tướng. *Chẳng đứng chẳng đi* là không có hai tướng động tịnh. Nếu nói là tịnh, chúng sanh liền liên tưởng hình tướng thấy được ngay trước mắt. Bản tâm chưa bao giờ động; nếu động thì là thức, chẳng phải tâm. Động là tướng sanh diệt, mà pháp thân bất sanh bất diệt. *Chẳng đứng chẳng đi* còn có nghĩa là bất trụ bất biến; bất trụ vì vô sở hữu, bất biến vì biến thì vô thường.

Trên đã nói xa lìa tất cả tướng vọng tưởng là ly tâm duyên tướng. Kinh văn nói ly tướng trước là có chủ ý, trước phải ngay trên thức thứ bảy chấp trước mà hạ thủ công phu quán chiếu đoạn trừ. Đoạn trừ chấp trước thì ra khỏi lục đạo. Kinh văn đến đây nói ly danh tự và ngôn thuyết tướng là đoạn trừ thức phân biệt. Đoạn trừ phân biệt thì vào tứ thánh pháp giới.

Tại sao phải lìa danh tự ngữ ngôn? Vì do biến kế chấp mà các pháp có tên gọi, tính chất và các thứ tư biện. Tức là tướng cảnh giới sai biệt do vọng niệm mà có. Chư Phật, Bồ Tát lìa vọng niệm nên không thấy có cảnh giới. Nếu cảnh giới không do vọng tưởng sanh thì nhất định nó có thật. Nếu nó thật có, tại sao Phật, Bồ Tát lại chẳng thấy? Do đó nói cảnh giới là hư vọng. Phàm phu biết nó là điên đảo hư vọng, gọi là giác ngộ. Mê giác là do vọng niệm mà nói. Bồ Tát Mã Minh nói: *"Tất cả pháp chỉ do vọng niệm mà có sai biệt; nếu lìa vọng niệm tức chẳng có tất cả tướng cảnh giới. Thế nên tất cả pháp xưa nay đều rời tướng ngôn thuyết, rời tướng danh tự, rời tướng tâm duyên, tuyệt đối bình đẳng, không có biến đổi, chẳng thể bị hoại, chỉ là nhất tâm nên gọi là Chân Như."* (Luận Đại Thừa Khởi Tín)

Danh từ chỉ là giả định. Đây là cái này; cái này là giả tướng. Cái này thì thế này; đó là giả tánh. Để trừ giả danh nên tạm lập cái thật, gọi là chân, có thể chứng thực như vậy, gọi là như. Chân như cũng là giả danh, thực không có tướng. *"Nói là chân như, cũng không có tướng; đây là chỗ cùng cực của ngôn thuyết, dùng ngôn ngữ khiển trừ ngôn ngữ."* (Luận Đại Thừa Khởi Tín) Ví như thầy giáo muốn dẹp tiếng ồn trong lớp nên dùng thước gõ mạnh lên bảng. Khi cả lớp im lặng thì tiếng gõ bảng chẳng còn. Khi các tướng hư vọng do danh tự ngôn thuyết giả lập không còn, thì cái chân thật giống như tiếng gõ bảng kia cũng chẳng còn. Do chẳng còn, nên trước tạm gọi là chân, thực không phải chân, tức *không danh*. Đã không danh thì tướng như cũng chẳng có để chứng, tức là *không tướng*. *"Danh tự* ngôn thuyết đã là y tâm niệm hư vọng phân biệt để an lập, nên lìa tâm niệm hư vọng phân biệt thì không có danh tự ngôn thuyết có thể nắm bắt."[1]

Giả danh là gì? Đó chỉ là tên gọi, không phải là thật tướng của các pháp. Bê tông cốt sắt không phải là nhà. Tường gạch không phải là nhà. Nóc mái không phải là nhà. Cửa cái, cửa sổ không phải là nhà. Phòng ốc cũng chẳng phải là nhà. Nhà tồn tại như một khái niệm, vì nhu cầu trú ngụ của ngã mà có; đây là do biến kế chấp. Nhà không phải là từng bộ phận như trên, cũng chẳng phải là toàn bộ tất cả các bộ phận, vì nếu thế thì từng bộ phận lại là kết hợp của các bộ phận nhỏ hơn; và như vậy thì chẳng thể đi đến cái tận cùng, như ta đã xét qua khi nói tứ đại không có tánh hòa hợp để sanh vạn vật. Giả danh là bản chất giả dối của y tha khởi, mà kinh Lăng-già gọi là vọng tưởng duyên sanh. Vật chất cũng vậy; vật chất tồn tại như khái niệm của ý thức, vì vọng tình chấp ngã mà có đủ các vật thể; đây là biến kế chấp. Vật thể lại không phải là từng hạt cơ bản kết hợp, cũng chẳng phải là toàn bộ các hạt cơ bản có gia giảm phân lượng; sự sự vật vật đều nương thức mà có; đây là y tha khởi; nhỏ như hạt cơ bản, lớn như các thiên hà đều vậy cả.

Nếu pháp thân có thể gọi tên, có phân lượng thành tướng, thì đồng như vật thể bên ngoài ý thức. Huệ Viễn viết: *"Thể của danh vốn không, nên nói là không danh; hình trạng chẳng thật, nên gọi là không tướng."* Do vọng niệm mà có vật. Có vật rồi định danh. Định danh rồi định tánh cho vật. Danh đó là giả danh. Tánh đó là phi tánh. Do đó muốn thấy thật tướng và thật tánh các pháp, cần phải xa lìa những đối đãi mà kinh văn ví dụ là mạnh và yếu, sạch và nhơ, tại và bất tại, hữu vi và vô vi.

---

[1] Đại Thừa Khởi Tín Luận Giảng Ký - Đại sư Ấn Thuận giảng tại Hồng Kông, năm 1950. Việt dịch: Hạnh Bình và Quán Như, Nhà xuất bản Phương Đông.

Nói *không danh không tướng* là loại trừ hư vọng để hiển chân. Để tránh rơi vào đoạn kiến, chúng ta cần quán các pháp sanh diệt tuy không có tự tánh, nhưng sạch vẫn là sạch, dơ vẫn là dơ, mạnh là mạnh, không thể là yếu. Không thể lẫn lộn nên nói thật tánh các pháp là phi tánh, là bất nhị mà vẫn chân vẫn như. Pháp tánh đó là *"thể chân như không thể bỏ, vì tất cả pháp thảy đều chân; cũng không thể lập, vì tất cả pháp thảy đều như"* (Luận Đại Thừa Khởi Tín). Vì sao? Vì chân như không đồng nhưng cũng không lìa sanh diệt, pháp thân không đồng cũng chẳng rời pháp giới.

Không mạnh không yếu là thật tướng chẳng có hai tướng đối đãi, là muôn vàn pháp tướng không ngoài chân tâm tự tánh; đây là nghĩa tướng thế gian thường trụ như kinh Pháp Hoa nói. *Không phải sạch, không phải nhơ* là thật tánh không có hai tánh; tuy vậy, pháp tánh đi vào các pháp hiển nghĩa chân như nên hai tánh phải rõ ràng liễu biệt; như Duy-ma-cật nói với Mục-kiền-liên ở phẩm ba: *pháp đồng pháp tánh, khắp vào các pháp*. Thông suốt hai nghĩa này của tánh tướng các pháp tức thấy pháp thân. Do hai nghĩa trên mà kinh văn tiếp theo nói: *không ở phương sở, không lìa phương sở; không phải hữu vi, không phải vô vi*.

Không ở phương sở là nghĩa vô tại. *Không lìa phương sở*, là nghĩa vô bất tại. Vô tại là xả bỏ năng kiến, đoạn trừ chấp trước. Vô bất tại là phá trừ sở kiến phân biệt. Lìa phân biệt chấp trước là giác tự tâm do vọng tưởng mà thành vọng thức, nhưng thể tánh tự tâm vẫn là chân như bất biến. Pháp thân không có sanh tử nên chẳng ở nơi nào trong ba cõi, lại thường ứng hiện giáo hóa tùy tâm chúng sanh nên không chỗ nào không có.

Thân Như Lai không có danh để gọi, không là tướng để thấy, nên *không phải hữu vi*. Muôn vàn pháp tướng trong pháp giới đều là tướng hóa sanh của chư Phật như đã nói ở chương bảy, vì một tâm niệm có thể hóa hiện mười pháp giới, hay pháp giới duy tâm sở hiện; do đó nói pháp thân *không phải vô vi*. Pháp thân là thật tướng bất biến và không thể nghĩ bàn, nên Cát Tạng nói: *"Tướng chẳng thể đổi dời, nên không phải hữu vi; có diệu dụng vô cùng, nên chẳng phải vô vi."* Nói không phải hữu vi, không phải vô vi chẳng phải chỉ là nói riêng về pháp thân, mà còn là nói xa lìa vọng niệm phân biệt về tướng; một niệm về tướng cũng không có. Còn chấp trước hai tướng hữu vi và vô vi là còn bị ràng buộc bởi thế đối đãi của tận và bất tận ở pháp hữu vi, cũng như trụ và vô trụ ở pháp vô vi. Bản Huyền Trang có thêm câu: *"Chẳng tịch diệt hẳn, chẳng phải không tịch diệt"*, là giải thích thêm cho rõ nghĩa. Báo thân tha thọ dụng và hóa thân ứng hiện, chưa hề tịch diệt nên Phật *không phải vô vi*. Pháp thân thường chiếu thường tịch, chẳng phải không tịch diệt, nên không phải hữu vi.

Do một niệm về tướng cũng phải xa lìa, nên không còn lý luận; chẳng có gì để chỉ, không một nghĩa để nói nên *không bày không nói*. Vật có tướng, nên có thể chỉ ra. Pháp thân vô tướng nên không thể giải bày. Vật có hình, có tánh nên có thể nói. Tự tánh vô tánh thì không có một nghĩa lý gì để luận bàn. Muôn sự do thấy nghe mà hiện, Phật chẳng trong chẳng ngoài căn trần thức nên mọi đường ngôn ngữ đều đoạn dứt.

TÂM HÀNH XỨ DIỆT

> **KINH VĂN**
>
> **Không bố thí, không bỏn xẻn; không giữ giới, không phạm giới; không nhẫn, không giận; không tinh tấn, không giải đãi; không định, không loạn; không trí, không ngu; không thật không dối; không đến không đi; không ra không vào; bặt đường nói năng.**

Câu kinh văn: *bặt đường nói năng* (nhất thiết ngôn ngữ đạo đoạn); lẽ ra phải tiếp theo câu: *không bày không nói* (vô thị vô thuyết) ở trên, mới trọn nghĩa đoạn dứt đường ngôn ngữ. Tại sao ở giữa lại xen một đoạn ngắn? Vì danh tự và ngôn thuyết nghĩa không rời nhau; tên gọi cần có biện giải, và thuyết lý luôn bắt đầu bằng danh tự. Mặt khác, trước khi kết luận cần phải tuyệt đường nói năng đàm luận, nên kinh văn đưa ra một loạt phủ định những thế đối đãi của tâm hành; như là bố thí và bỏn xẻn, giữ giới và phạm giới v.v. Thực ra, ngôn ngữ và tâm hành cũng giống như danh tự và ngôn thuyết chẳng thể rời nhau.

Pháp thân chính là tự tâm. Đại sư Tuệ Tư (515-577) viết: *"Cái tâm ấy tức là tự tánh thanh tịnh tâm, lại gọi là chân như, cũng gọi là Phật tánh, cũng gọi là pháp thân, lại xưng là Như Lai tạng, cũng gọi là pháp giới, cũng gọi là pháp tánh. Những tên như thế, vô lượng vô biên, nên gọi là nhiều tên."*[1] Vô lượng tên như vậy chỉ là cố gắng tạm gọi để chúng sanh hiểu chỗ không thể nghĩ bàn. Bặt hết lời nói, đoạn dứt niệm tưởng, là cảnh giới mà văn tư tu chẳng thể đạt đến. *"Chỉ ra nghĩa ly tướng thì cái tâm đó tức là cái tâm chân như đệ nhất nghĩa đế. Tự tính của nó viên dung, thể nó đầy đủ đại dụng, chỉ tự giác thánh trí mới biết được, chứ không phải so đo theo tình chấp mà có thể lường được. Thế nên bảo là đường nói năng dứt, chỗ nghĩ ngợi diệt, không thể dùng tên mà gọi, không thể dùng tướng mà nhận."* (Tuệ Tư - sách đã dẫn)

Lìa danh tự và ngôn thuyết tướng vì vậy là pháp môn đắc pháp thân chân như vốn không phải là lý nghĩa mà tư duy biện giải có thể duyên tới, cũng chẳng phải là cảnh giới mà chấp trước vào sự tu hành có thể đạt được. Chấp trước vào sự tu hành chính là có tâm hành pháp, chẳng phải bác bỏ pháp hành. Ở đây kinh văn lấy lục độ làm dụ. Nếu có tâm hành thì pháp tu rơi vào thế đối đãi. Tự tánh

---

[1] Đại Thừa Chỉ Quán Pháp Môn - 大乘止觀法門, Đại Chính tạng tập 46, kinh số 1924, Tâm Minh Lê Đình Thám dịch, 1965.

vốn thanh tịnh không bị ràng buộc nên chẳng có buông xả. Tâm vốn không có tánh xan tham nên không có bố thí. Tội nghiệp vốn không nên chẳng có luật nghi. Không có một vật gây chướng ngại hay áp lực nên chẳng có nhẫn nhục hay sân hận. Không có tu để thành nên chẳng có tinh tấn hay lười biếng. Động loạn không có nên chẳng có thiền định. Không có vô minh nên chẳng có trí tuệ. Chỉ tùy thuận thế tục nên nói có hành pháp lục độ để trừ bỏn xẻn, không phạm giới, ngăn sân hận, trừ giải đãi, an vọng động và phá mê muội. Hành pháp độ mà không có tâm hành thì lục độ mới thành ba-la-mật.

Theo trên, tâm hành xứ diệt là không có chỗ cho tâm theo đuổi bám víu. Được tất cả chỗ không tâm tức là vô niệm; vô niệm tức là giải thoát. *"Dùng lời nói để hiển bày nghĩa; được nghĩa phải bặt lời. Nghĩa tức là không. Không tức là đạo. Đạo thì bặt lời, nên nói ngôn ngữ đạo đoạn. Được nghĩa thật tế thì chẳng khởi quán; vì chẳng khởi quán nên vô sanh; vì vô sanh nên tất cả tánh sắc đều không; vì tánh sắc không nên muôn duyên đều dứt. Muôn duyên đều dứt; ấy là tâm hành xứ diệt."*[1] Quán không triệt để rốt ráo thì một niệm về không cũng không còn. Từ đây chẳng khởi có chỗ quán hay chỗ thấy. Không chỗ quán, không chỗ thấy, nên năng quán sở quán, năng kiến sở kiến đều dứt; chính là chỗ không có tâm, không có niệm. Vô niệm là không còn các thứ thức vọng tưởng, phân biệt, chấp trước; nếu không phải tự tánh giải thoát thì là gì?

Như Lai vô tướng nên pháp thân chỉ có thể được nhận biết qua hóa thân. Hóa thân vốn huyễn hóa như chúng sanh, nên mọi hành vi của thân khẩu ý đều không tâm, chẳng phải là do nghiệp thúc đẩy. Ở ứng thân thì chẳng có việc đi đến, vì đến đi là ứng hóa; pháp thân thì thường trụ, nên cũng *không đến không đi*. Ở khẩu thì như Huệ

---

[1] Đốn Ngộ Nhập Đạo Yếu Môn - Thiền sư Tuệ Hải.

Viễn viết: *"Thật và dối đều không, nên nói không thành thật, không dối trá, vì không lời vậy."* Nói chân như là tùy thuận chúng sanh tạm lập giả danh, thực không thể nắm bắt, nên gọi là *không thật*. Tự tánh chẳng phải không có, nên gọi là *không dối*. *"Ngày hôm qua không thể đem đến được, chẳng phải không có ngày hôm qua. Ông tự không thấy tánh, chẳng phải không có tánh."* (Đốn Ngộ Nhập Đạo Yếu Môn). Ở ý thì từ pháp thân tùy tâm chúng sanh mà ứng hiện, lại không thực là hiện, gọi là *không ra*, thị hiện vào sanh tử mà không thực là sanh tử, nhập Niết-bàn mà không thực tịch diệt, gọi là *không vào*.

Pháp thân không có một tướng để nhận, chẳng phải do lìa tướng hư vọng mà được tướng chân thật. Trạm Nhiên nói: *"Niết-bàn thẩm đế là thành thật. Sanh tử hư giả là dối trá."* Khuy Cơ viết: *"Đế tức thật, vọng tức hư dối."* Chẳng những ở tướng, ngay ở tánh cũng phải lìa thế đối đãi luận bàn, khả dĩ mới hội nhập. Lập ba thừa phương tiện là *không thật*, chúng sanh nhờ tu ba thừa mà đắc cứu cánh Phật tri kiến là *không dối*. Do đó tranh biện về tính chánh thống hay đúng đắn về giáo lý hoặc trường phái là sai lệch con đường đạo. Tăng Triệu và Cát Tạng cùng giải thích ngắn gọn *không thật không dối* là *"chẳng thể cho thiện là thiện, chẳng thể cho ác là ác"*. Chúng sanh chấp có hai sự đối đãi, nên nếu nói thiện không phải là thiện, ác không phải là ác, cái này không thực là cái này, cái kia không phải là cái kia, chúng sanh liền cho đó là lời nói không thật. Nhưng nếu chúng sanh giác ngộ tất cả đối đãi là do vọng niệm phân biệt chấp trước, tất cả tướng là huyễn vọng thì lời phá chấp của Phật, Bồ Tát thực sự là không dối, như lời kệ sau đây:

起諸善法本是幻，
造諸惡業亦是幻。
身如聚沫心如風，
幻出無根無實性。

Khởi chư thiện pháp bổn thị huyễn,
Tạo chư ác nghiệp diệc thị huyễn.
Thân như tụ mạt, tâm như phong,
Huyễn xuất vô căn, vô thực tính.

Pháp lành khởi sanh, vốn là huyễn,
Tạo bao ác nghiệp cũng là huyễn.
Thân như bọt nổi, tâm như gió,
Huyễn vốn không căn, không thật tánh.[1]

Không thật không dối là ly danh tự và ngôn thuyết tướng; tức nghĩa ngôn ngữ đạo đoạn. Đến là chứng đạo, đi là tu đạo. Nếu tâm khởi có chỗ đến, tưởng đến việc đi, là rơi vào niệm; nếu niệm đã khởi, chớ theo thì tâm đi đến tự dứt. *Không đến không đi* là như Tuệ Hải nói: *"Chẳng có tâm giải thoát, cũng chẳng không tâm giải thoát, gọi là chân giải thoát."* (Sách đã dẫn) Xuất là ra khỏi sanh tử. Nhập là vào Niết-bàn. *Không ra không vào* là không tận hữu vi, không trụ vô vi. Không đến không đi, không ra không vào là lìa tất cả tâm niệm; tức nghĩa tâm hành xứ diệt.

Cũng có thể hiểu: *không thật không dối, không đến không đi, không ra không vào* nghĩa là trí tuệ vô tướng không phải là ba tâm vọng tưởng, phân biệt và chấp trước.

Kinh văn nói: *không thật không dối*, trong bản dịch của Huyền Trang ghi: *không nhớ kỹ, không quên mất*. Có thật có dối, là có thức phân biệt. Nhớ quên là ý thức thứ sáu. Ngay cả khi tiền ngũ thức không duyên với năm trần, thức thứ sáu vẫn có hoạt dụng vi tế khó thấy; đó chính là khi ta nhớ tưởng lại, hay nói theo Tướng tông, ký ức là công dụng của độc đầu ý thức. Quên là khi thức thứ sáu ẩn phục công năng như lúc ngủ, lúc chết lâm sàng, hay lúc bị chụp thuốc mê. Tánh của thức là biết, là cái biết thanh tịnh, lúc nào

---

[1] Kệ truyền thừa của Phật Thi Khí, trích từ Cảnh Đức Truyền Đăng Lục (景德傳燈錄), quyển 1. Đại Chánh tạng, Tập 51, số 2076, trang 204, tờ d, dòng 10-11.

cũng biết nhưng không nhiễm ô bởi phân biệt. Kinh Lăng-nghiêm gọi là thức tinh nguyên minh, không phải là cái biết của thức thứ sáu. Cái biết của ý thức là phân biệt do chấp trước mà sanh. Nói không thật không dối, không nhớ không quên, chính nghĩa là chân trí không phải là thức phân biệt.

Không đến không đi, là không có tướng vọng động của thức thứ tám A-lại-da. Nếu ngộ vọng tưởng cũng không, thì tánh biết thuần là thức tinh nguyên minh, lại là cái tự biết rõ ràng, tức tự chứng phần vốn là chỗ khởi ra hai tướng kiến phần và tướng phần. Tánh biết ấy ví như gương sáng chiếu soi các vật; tánh sáng ấy không động và chẳng hề mất đi khi không có vật.

Không ra không vào, là tướng giả dối của thức thứ bảy mạt-na đã trở về bản chất chân thật là Bình đẳng tánh trí. Nếu thức thứ sáu duyên với tướng phần của chính nó mà khởi phân biệt, thì mạt-na thức duyên với kiến phần của thức thứ sáu mà khởi chấp trước cho cảnh giới bên ngoài là thực có. Từ đó mạt-na thức khởi dụng truyền tống cái biết của nó vào a-lại-da làm chủng tử; là có nhập. Khi nhân duyên đầy đủ lại khởi hiện hành, gọi là có xuất. Do chấp trước a-lại-da làm tự ngã và chấp chặt cảnh giới bên ngoài là thực có, nên tính năng xuất nhập của mạt-na thức là giả dối. Quán như thế là thật hiểu mạt-na thức chẳng có hành tướng.

Bản Huyền Trang ghi: *không nhớ kỹ, không quên mất; không xuất không nhập, không đến không đi*, là theo thứ tự thức thứ sáu, bảy và tám. Ở bản này nói: *không đến không đi*, đặt xen ở giữa, là ý nói thức vọng tưởng là trung tâm, là gốc khởi ý thức phân biệt và mạt-na thức chấp trước.

Câu: *bặt đường nói năng*, là ngôn ngữ đạo đoạn, là hoạt dụng phân biệt của ý thức không còn. Đây là kết luận có tính quyết định nên nói thật ngắn.

ỨNG DỤNG BẤT NHỊ

> **KINH VĂN**
>
> Không phải phước điền, không phải không phước điền; không phải xứng cúng dường, không phải không xứng cúng dường.

Từ đây đến hết phần trả lời của Duy-ma-cật đối với câu hỏi của Phật về phép quán Như Lai là nội dung ứng dụng bất nhị trong quá trình tu học. Quá trình tu học là đạo tràng trải nghiệm đạo lý bất nhị, thể hiện qua tín giải hành chứng. Tại sao nói là ứng dụng? Vì quán chiếu đã tới cuối đường bất nhị, bặt dứt ngôn thuyết và tâm hành nên giờ chỉ tùy tín giải mà thực hành kinh nghiệm và thực chứng.

Pháp thân Phật bình đẳng, không có tâm thọ nhận cúng dường, gọi là *không phải phước điền*, lại tùy thuận giáo hóa mà thị hiện thọ nhận lễ kính của chúng sanh, nên *không phải không phước điền*. Chúng sanh bội giác hiệp trần sanh lao khổ, nên tâm chẳng phải là phước điền. Chúng sanh giác tự tâm, được giải thoát khỏi mọi phiền não, nên tâm là phước điền.

Nói *phước điền* và *xứng cúng dường* là nói về tín tâm của chúng sanh. Tùy tâm chúng sanh mà Phật là vị thần hiển linh đáng cúng dường cầu phước báo; đó là tâm mê tín. Có chúng sanh chân thành nhớ tưởng Phật như bậc thầy chỉ ra con đường giác ngộ, nên có tâm kính lễ, theo lời Phật dạy mà tu hành, được lợi ích to lớn; đó là công đức. Có chúng sanh y giáo phụng hành, thọ trì đọc tụng kinh điển, giảng bày cho chúng sanh khác những điều học được từ Phật, tin chắc rằng nếu mình và chúng sanh làm đúng lời Phật dạy nhất định sẽ thành Phật; đó là trực tâm, thâm tâm và bồ-đề tâm. Nhân nào quả nấy, do đó là phước điền và đáng cúng dường hay không là tâm chúng sanh, không phải tâm Phật. Hiểu như vậy là có niềm tin chân chánh.

> **KINH VĂN**
>
> **Không phải thủ, không phải xả; không phải có tướng, không phải không tướng; đồng với chân tế, bình đẳng như pháp tánh; không thể cân, không thể lường, quá các sự cân lường, không lớn không nhỏ; không phải thấy, không phải nghe, không phải giác, không phải tri, lìa các kiết phược, bình đẳng các trí, đồng với chúng sanh.**

Nói duy tâm sở hiện; ở tâm mà *"chấp giữ thì mất chân thật, xả bỏ thì trái với đạo"* (Tăng Triệu). Nói duy thức sở biến; đối với thức mà thủ chấp thì trôi lăn theo cảnh trần, ngược lại một mực phủ nhận thì chấp thức là thực có. Tâm đồng như pháp tướng, đều không thể nắm bắt, nên như Bồ Tát Bất Thuấn nói: *Vì không có được nên không thủ xả.* Dùng trí Bát-nhã liễu biệt thế nào là tâm, thế nào là thức, gọi là ngộ giải.

Không phải có tướng, không phải không tướng, là nói xác quyết không còn một niệm về tướng. Quan hệ bất nhị của hai tướng hữu vô đã được Bồ Tát Thiện Nhãn nói: *Nếu biết một tướng tức là không tướng, cũng không chấp không tướng mà vào bình đẳng.* Do đó ở đây kết luận hai tướng hữu vô đều bình đẳng là hư vọng. Phải buông xuống thói quen tư duy phân biệt do một niệm khởi về tướng. Tâm còn vương víu vào tướng, thì dù có nói chân, chân đó cũng thành vọng. Chỗ này bản Huyền Trang ghi: *"Chẳng phải tướng, chẳng phải không tướng, chẳng phải vi, chẳng phải bất vi; không có số, lìa các số; không chướng ngại, lìa các sự chướng ngại; không tăng không giảm"*; nghĩa cũng đồng, chỉ là rõ hơn. Có tướng tức là có số nhiều, có chướng ngại, có tăng giảm; lìa tướng tức là lìa các số, lìa các chướng ngại và không tăng giảm.

Hai tướng hữu vô đều là hư vọng. Hư vọng tức là không. Sự trống không bao trùm ấy cũng như thể tâm vô tướng chân thật, hay chân tế, cũng là pháp tánh. Vì vậy kinh văn tiếp theo viết: *Đồng với chân tế, bình đẳng như pháp tánh.*

Cũng có thể hiểu pháp thân đồng với trí vô phân biệt là *đồng với chân tế*, và vì các pháp thực chẳng hề có sai biệt nên là *bình đẳng như pháp tánh. Quán Như Lai như thế* gọi là liễu giải.

Bản Huyền Trang có thêm các câu: *"Chẳng phải năng xưng, chẳng phải sở xưng, vượt qua các xưng tánh; chẳng phải năng lường, chẳng phải sở lường."* Khuy Cơ giải thích: *"Năng xưng tức là năng thuyết, sở xưng tức sở thuyết; lượng nghĩa là trù lượng."* Bản La-thập ghi: *"Bất khả xưng, bất khả lượng, quá chư xưng lượng."* Trong các bản Việt dịch, bản của Tuệ Sỹ dịch chỗ này rất hay: *"Không thể định danh, không thể đo lường, vì vượt ngoài định danh và định lượng."*

Không thể cân, không thể lường, "vượt qua các sự cân lường, nghĩa là lời nói chẳng thể đến được" (Đạo Sinh). Trạm Nhiên gọi là *pháp bất khả tư nghị*. Cân lường đây là lý giải biện biệt. Không thể cân lường là tâm không thể duyên tới, lời nói chẳng thể đạt nghĩa. Số lượng là tác dụng của ý thức phân biệt, và là tâm hành của mạt-na thức chấp trước. Phải có định tuệ đồng đẳng mới có chỗ liễu ngộ như Bồ Tát Tịnh Giải nói: *Lìa tất cả số thời tâm như hư không*. Tâm ấy không tướng nên không thể gọi tên, và chẳng gì có thể so sánh được nên nói: *Quá các sự cân lường, không lớn không nhỏ*. Lớn thì bao trùm khắp pháp giới, nhỏ thì trong đó ngay cả một vi trần cũng chẳng chứa. Chỗ này bản của Huyền Trang ghi: *"Vượt ra khỏi các tánh lường; không hướng đến, không quay ngược, vượt khỏi các sự hướng đến quay ngược; chẳng mạnh chẳng yếu, vượt ra khỏi các mạnh yếu; chẳng lớn chẳng nhỏ, chẳng rộng chẳng hẹp."* Không hướng đến Niết-bàn, không quay ngược lại sanh tử vì pháp thân bất nhị, chẳng phải sanh tử hay Niết-bàn. Thể của tâm vô tướng nên chẳng có lớn nhỏ rộng hẹp. Quán tâm như thế chính là được tịnh giải.

Pháp thân cũng chẳng phải nhận được do kiến văn giác tri. Không phải là hình sắc nên chẳng thể thấy. Không phải là âm thanh nên chẳng thể nghe. Không phải là hương, vị, xúc nên chẳng thể biết. Không phải là pháp nên ý chẳng thể hiểu. Cái mà ta thấy, nghe, hiểu biết thực ra là tướng trần do thức biến. Pháp thân chẳng phải là tướng trần nên kinh văn viết: *Không phải thấy, không phải nghe, không phải giác, không phải tri.* Đã không phải do kiến văn giác tri thì chẳng bị thắt chặt trong sở duyên. Nếu trừ được tập quán phiền não là rời các sự trói buộc. Vả lại, phiền não vốn không thực thì tâm tự giải thoát.

Bình đẳng các trí tức nói trí Bát-nhã vô tri vô sở bất tri, thể dụng đồng đẳng. Hoặc có thể hiểu là tứ trí từ diệu quán sát cho đến đại viên cảnh trí đều bình đẳng. *Bình đẳng các trí, đồng với chúng sanh* là như Kinh Hoa Nghiêm nói chúng sanh vốn có trí tuệ đức tướng Như Lai không hề khác. Từ đây mà hiểu câu kinh văn trong bản Huyền Trang: *"Chứng đắc chúng sanh không có hai, thông đạt các pháp không sai khác." Đối với các pháp không phân biệt*; câu này mở rộng nghĩa bất nhị từ chúng sanh cho đến các pháp đều không có sai biệt. Nghĩa bất nhị còn đến mức tận cùng là tự tánh chân tâm và vạn pháp, pháp thân và pháp giới không phải là hai. Từ đây mà dứt bặt mọi niệm tưởng và tâm hành. Quán Như Lai như vậy là nhận hiểu chân thật.

KINH VĂN

Tất cả không tổn thất; không trược không não, không tác không khởi, không sanh không diệt, không sợ không lo, không mừng không chán.

Đoạn kinh văn này không có ý đề cập nghĩa pháp thân, vì đã ngừng mọi suy nghĩ giải bày. Vì sao? Vì cứ tiếp tục thuyết giải mãi cũng chẳng thể đạt nghĩa như đã nói trên. Do đó kinh văn không còn nói pháp thân không phải thế này, không phải thế kia, mà chuyển thành hướng dẫn người tu không nên thế này, không nên như thế kia; nghĩa là xa lìa mọi sự đối đãi trong tâm trạng, niệm tưởng, và hành vi. Đó là chọn lựa đúng đắn trên sự tu hành để thực chứng pháp thân. Cần phải thấy sự chuyển hướng đó của kinh văn từ lý thành sự. Điểm mấu chốt là ở đây.

Nếu nghe đến phải bặt đường nói năng suy nghĩ thì chúng sanh có thể bị hụt hẫng, không thể quyết định đường tu. Do đó kinh văn nói đến hành; hành trong tín giải hành chứng. Để tránh nguy cơ rơi vào đoạn kiến, trước tiên phải xác định *tất cả không tổn thất* (Nguyên bản: 一切無失 - nhất thiết vô thất). Bản Huyền Trang không dịch câu này. Tất cả không tổn thất, không mất đi, ý nói nhân quả bất không. Trên cơ sở đó mà đoạn ác tu thiện, đồng thời không ngại xa lìa các thế đối đãi trong đối nhân tiếp vật.

Không trược không não là không đục dơ, không phiền não. Không thấy đây là đục dơ phải xa lánh, kia là tịnh sạch nên tiếp cận, là vượt qua sở tri chướng. Tuy nhân quả bất không, nhưng tánh tướng của tội lỗi vốn không, nghiệp như bóng ảnh nên có quả báo mà chẳng thực có người thọ nhận. Không thọ nhận nên chẳng phiền não và người tu không bị chướng ngại; là vượt qua phiền não chướng. Nếu thực biết là chẳng có ta để thọ lãnh nghiệp quả thì dại dột gì ta phải ủ rũ hay phấn khởi. Đây là trên quả mà nói; nếu trên nhân mà vin vào lý này làm càn quấy thì ta tự mở cửa địa ngục cho mình. Bản của Huyền Trang dịch rõ ý này: *"Không tội không lỗi, không đục không dơ, không bị chướng ngại, lìa các phân biệt."* Không trược không não thì chẳng tạo nghiệp hay không tác, chẳng thọ thân sau hay không khởi. Không còn lậu hoặc rơi vào ba cõi gọi là *không sanh không diệt. Không tác* còn nghĩa là chẳng có ý, *không khởi* vì thế là chẳng có niệm. Vô niệm đây không phải là trơ trơ mụ mẫm như đá; mà từ thấu lý nhập sự nên vô niệm là niệm ác không sanh, niệm thiện chẳng diệt. *Không sợ không lo, không mừng, không chán,* không tham luyến, không phủi bỏ; tức là không bị trói buộc trong những phản ứng trái ngược, những tâm trạng đối đãi trong sinh hoạt thường ngày.

> ### KINH VĂN
>
> **Không đã có, không sẽ có, không hiện có; không thể lấy tất cả lời nói phân biệt chỉ bày được.**
>
> **Bạch Thế Tôn! Thân Như Lai như thế, con quán cũng thế. Nếu người nào quán theo đây gọi là chánh quán, quán khác gọi là tà quán.**

Vọng tình đã dứt thì chẳng nương nơi đâu mà khởi ngôn luận. Đây là chỗ tận cùng của ngôn ngữ đạo đoạn, tâm hành xứ diệt. Hay nói khác, là chỗ giác tự tâm là pháp thân thường trụ, chẳng phải là các thứ đã, đang và sẽ có. *Thân Như Lai như thế*, là năng quán. *Con quán cũng thế*; tức chỗ Duy-ma-cật quán không khác, là nghĩa sở quán; cũng thế, là đồng như vậy, chẳng khác. Năng sở bất nhị là *chánh quán*. Còn năng quán là còn tâm hành và ngôn thuyết. Còn sở quán là chưa lìa tất cả tướng vọng tưởng. Còn cả hai năng quán và sở quán là *tà quán*.

QUÁN HÓA THÂN

> ### KINH VĂN
>
> **Lúc ấy ông Xá-lợi-phất hỏi ông Duy-ma-cật rằng: Ông ở đâu chết rồi sinh nơi đây?**
>
> **Ông Duy-ma-cật nói: Pháp của ngài chứng đặng có chết rồi sinh không?**
>
> **Ông Xá-lợi-phất nói: Không chết không sinh.**
>
> **- Nếu các pháp không có tướng chết rồi sinh, tại sao ngài lại hỏi: Ông ở đâu chết rồi sinh nơi đây? Ý ngài nghĩ sao? Ví như hình nam nữ của nhà huyễn thuật hóa ra có chết rồi sinh không?**
>
> **Ông Xá-lợi-phất nói: Không có chết rồi sinh.**

Trước khi Xá-lợi-phất hỏi Duy-ma-cật, tôn giả đã hỏi Phật cùng một câu hỏi. Bản Huyền Trang ghi một đoạn mà bản này không có: *"Bấy giờ Xá-lợi-tử bạch Phật: Thưa Thế Tôn! Vô Cấu Xưng này thác ở cõi nào mà đến sanh vào cõi kham nhẫn này? Thế Tôn dạy: Ông hãy hỏi ông ta thử xem."*

Đoạn kinh văn này là quán hóa thân. Pháp thân không ở phương sở, nên không thể do kiến văn giác tri mà được nghĩa; lại không lìa phương sở, tùy chúng sanh tâm ứng sở tri lượng, tùy loại hóa thân, tùy cơ thuyết pháp. Vì lẽ này mà khi Xá-lợi-phất hỏi Phật về sự chuyển sanh của Duy-ma-cật, Phật bảo tôn giả hãy trực tiếp hỏi cư sĩ; tức quán hóa thân mà được câu trả lời.

"Đó là thân ứng hóa tùy theo loại, tùy theo thời. Đó là thân mà hết thảy phàm phu có thể thấy, có thể nghe; nhờ đó mà được biết pháp, thấy được đạo, để dẫn đến chứng đắc giải thoát, Niết-bàn."[1] Tuy dấu vết của hóa thân khó thể nắm bắt, tức tích bất tư nghị, nhưng thông qua dụng của hóa thân là làm lợi ích cho tất cả chúng sanh, chúng ta có thể chứng từng phần pháp thân.

Xá-lợi-phất hỏi: *Ông ở đâu chết rồi sanh nơi đây?* Câu hỏi này là đặt vấn đề bản chất sanh tử của hiện tướng đang là của chúng sanh mà thân Duy-ma-cật là đại diện; nhân minh học Phật giáo gọi là lập tông.

Duy-ma-cật hỏi lại: *Pháp của ngài chứng đặng có chết rồi sanh không?* Pháp mà Xá-lợi-phất chứng là pháp vô ngã tướng. Vì không và vô ngã nên chẳng có sanh, chẳng có diệt; đây là nhân. Ví như hình nam nữ của nhà huyễn thuật vốn không thật, nên không thể cho chúng có sanh diệt; đây là dụ. Duy-ma-cật phản bác Xá-lợi-phất, chứng tỏ câu hỏi của tôn giả không thể thành lập vì tự nó đã sai.

---

[1] Tuệ Sỹ - Huyền thoại Duy-ma-cật

> **KINH VĂN**
>
> - Ngài không nghe Phật nói các pháp tướng như huyễn đó sao?
> - Có nghe thế.
> - Nếu các pháp tướng như huyễn thời tại sao ngài hỏi: Ông ở đâu chết rồi sanh nơi đây? Ngài Xá-lợi-phất! Chết là cái tướng hoại bại của pháp hư dối, sanh là tướng tương tục của pháp hư dối, Bồ Tát dù chết không dứt mất gốc lành, dù sống không thêm các điều ác.

Duy-ma-cật là pháp thân đại sĩ hóa thân. Đã là hóa thân thì đồng huyễn hóa như thân tướng chúng sanh. Do đó một lần nữa Duy-ma-cật dùng lập luận của nhân minh học ngăn chúng ta sai lệch khi quán hóa thân. *Các pháp tướng như huyễn* là tông. Vì pháp như huyễn, Duy-ma-cật cũng huyễn nên không có chuyện *Duy-ma-cật ở đâu chết rồi sanh nơi đây*; đó là nhân. *Chết là cái tướng hoại bại của pháp hư dối, sanh là tướng tương tục của pháp hư dối*; đây là dụ, ví như hoa đốm là hư vọng nên không có việc hoa đốm sanh diệt ra sao.

Đoạn kinh văn này Duy-ma-cật chứng thực cho đàm luận của thiên nữ và Xá-lợi-phất ở phẩm Quán chúng sanh về tướng hóa sanh của Phật và chúng sanh, *không phải chết rồi mới sanh*. Thân tướng của Thích-ca và Duy-ma-cật, của tôi và bạn, là phi tướng, không phải do diệt nơi kia rồi sanh nơi đây mà là do tâm hiện thức biến. Ở chương bảy đã nói: "Trên nghĩa tướng phi tướng thì hóa thân Phật và chúng sanh đồng như huyễn hóa. Trên nghĩa biến hiện, thì Phật, Bồ Tát do giác tự tánh nên vô ngại hóa sanh. Còn chúng sanh thì bị nghiệp mê mà chuyển sanh."

Hai lần lập luận của Duy-ma-cật là pháp quán hóa thân từ cạn vào sâu. Cạn là pháp vô ngã tướng. Sâu là pháp tướng duy tâm sở hiện. Thấy được vô ngã tướng là pháp không thật. Hiểu lý duy tâm là pháp không hư. Liễu ngộ pháp không thật không hư là chính ngay hóa thân mà chứng nhập pháp thân vậy.

Hóa thân do giác tự tánh nên vô ngại hóa sanh. Phải hiểu đạo lý này mới nhận ra chỗ giống nhau trong sự khác biệt ở câu hỏi của Xá-lợi-phất đối với thiên nữ ở phẩm bảy và đối với Duy-ma-cật ở đây. Xá-lợi-phất hỏi thiên nữ: *Nàng ở đây chết rồi sẽ sanh nơi đâu?* Nhưng với Duy-ma-cật thì ngược lại: *Ông ở đâu chết rồi sanh nơi đây?* Khuy Cơ viết: *"Thiên nữ đã nói bản trụ nên hỏi chỗ đến mà chẳng hỏi từ đâu đến. Tịnh Danh đã vì chúng sanh nên hỏi từ đâu đến mà chẳng hỏi chỗ đi."* Bản trụ của thiên nữ là tự tánh như như, từ đó khởi dụng hiện tướng rải hoa thuyết pháp. Duy-ma-cật thị hiện thân bệnh ở tịnh thất làm cơ duyên thuyết bộ kinh này. Tuy khác biệt nhưng đồng một tâm nguyện độ sanh mới có hóa thân.

Huyễn tướng có đến có đi nhưng hạnh nguyện như nhau không hề đổi. Kinh văn vẫn trung thành với lối chủ sự: *Bồ Tát dù chết không dứt mất gốc lành, dù sống không thêm các điều ác.* Đây là kết luận chuyển tiếp và là dẫn nhập lời Phật đề cập cõi Diệu Hỷ là nơi từ đó Duy-ma-cật hóa sanh. *Không dứt mất gốc lành* là tâm nguyện làm lợi ích tất cả chúng sanh. *Không thêm các điều ác* là thân khẩu ý không làm tổn hại chúng sanh. Do đó quán hóa thân viên mãn là độ sanh và tu hành thực là không hai.

Khuy Cơ giải thích câu kinh văn này rất hay: *"Thị hiện có chết, nhưng chẳng đoạn hạnh lành, nên không có tướng đoạn; thị hiện có sinh, mà không tương tục hạnh ác, nên chẳng có tướng thường. Ở đây tuy có chết sinh, nhưng không có tướng đoạn thường."* Từ quán hóa thân mà thể nhập pháp tướng không có hai tướng đoạn thường, tận hay vô tận, hữu vi hay vô vi. Tuy hóa thân mang hình tướng như chúng sanh nhưng nếu khéo quán, chúng ta sẽ nhận ra diệu dụng của đạo bất nhị. Mặt khác, thân tướng tuy không khác biệt với chúng sanh, nhưng bản chất không đồng; *"không đồng chứa nhóm như phàm phu, cũng không dứt mất gốc thiện, không đồng diệt hết như hàng nhị thừa"* (Trạm Nhiên).

> **KINH VĂN**
>
> **Bấy giờ Phật bảo ông Xá-lợi-phất: Có cõi nước tên là Diệu Hỷ, Phật hiệu là Vô Động, ông Duy-ma-cật này ở nước đó chết rồi sanh nơi đây.**
>
> **Ông Xá-lợi-phất thưa: Chưa từng có vậy, bạch Thế tôn! Người này chịu bỏ cõi thanh tịnh mà thích đến chỗ nhiều oán hại.**

Cát Tạng viết: *"Vô sanh tức là pháp thân, sanh là ứng tích."* Lần theo dấu tích của sự thị hiện sẽ thấy nguồn tâm. Do nghĩa này mà Phật chứng thực gốc gác của Duy-ma-cật đến từ cõi Diệu Hỷ (Abhirati) của Phật Vô Động (Abṣobhya). Cõi nước là y báo, thường an lạc nên gọi là Diệu Hỷ. Phật Vô Động hay Bất động Như Lai, hoặc A-súc Phật là chánh báo, là tâm như như bất động, là quả địa chứng nhập pháp tánh chân như. Chúng ta nên bỏ qua mọi cố gắng vô ích lý giải tâm như. Thói quen bác học của chúng ta chẳng có ích lợi gì ngoài việc dìm sâu chúng ta hơn vào biển luân hồi. Câu kết luận bên trên của Duy-ma-cật về sống chết huyễn hóa, mà thiện pháp không mất, ác pháp không sanh, chính là để đưa chúng ta về nhân địa tu hành sao cho tương xứng pháp tánh. Mở đầu pháp hội Bất Động Như Lai trong Kinh Đại Bảo Tích, Thế Tôn nói ngay vào nhân địa tu hành của Phật Vô Động khi còn hành Bồ Tát đạo. Bồ Tát Bất Động khi ấy phát đại tâm Nhất thiết chủng trí hồi hướng Vô thượng bồ-đề, và đại nguyện độ sanh, quyết định không tổn hại chúng sanh; đó là nghĩa quyết định của sự tu hành tâm như.

Phật chứng thực: *Ông Duy-ma-cật này ở nước đó chết rồi sanh nơi đây.* Đến mà không thực là đến, chỉ tùy thuận chúng sanh nên nói là có đến. Nếu đã đến thì tất nhiên không khác chúng sanh cõi này; cũng có cha mẹ, cũng mê muội, cũng tu hành đắc quả. Lời Phật còn nghĩa là không trụ Niết-bàn mà vào sanh tử. Do đó Xá-lợi-phất tán thán là chưa từng có. *Chịu bỏ cõi thanh tịnh*, là không trụ thân tự thọ dụng riêng mình; *đến chỗ nhiều oán hại*, là dấn mình làm thân tha thọ dụng cho chúng sanh.

KINH VĂN

Ông Duy-ma-cật nói với ông Xá-lợi-phất rằng: Ý ngài nghĩ sao? Lúc ánh sáng mặt trời chiếu lên có hiệp với tối không?

- Không, ánh sáng mặt trời khi mọc lên thì không còn tối nữa.

Ông Duy-ma-cật hỏi: Mặt trời tại sao phải đi qua cõi Diêm-phù-đề?

- Muốn đem ánh sáng soi chiếu sự tối tăm cho cõi Diêm-phù-đề.

Ông Duy-ma-cật nói: Bồ Tát cũng thế, dù sanh cõi Phật bất tịnh cốt để hóa độ chúng sanh, chớ không có chung hiệp với kẻ ngu tối, cốt dứt trừ phiền não đen tối của chúng sanh mà thôi.

Lời Duy-ma-cật là một loạt ví dụ so sánh.

- Bồ Tát là ánh sáng mặt trời.

- Sanh vào cõi bất tịnh là đi qua cõi Diêm-phù-đề.

- Để hóa độ chúng sanh là muốn đem ánh sáng soi chiếu sự tối tăm.

- Không có chung hiệp với kẻ ngu tối là mặt trời khi mọc lên thì không còn tối nữa.

- Dứt trừ phiền não đen tối là soi chiếu sự tối tăm.

Tất cả so sánh trên đều là ví dụ chứng minh cho nghĩa thị hiện của hóa thân. Tuy nhiên ví dụ mặt trời không hiệp với sự tối tăm còn mang ý nghĩa khác không kém phần quan trọng. Pháp thân tuy là pháp giới nhất chân, nhưng vì chúng sanh tự mê mất bản tâm, nên hư vọng chẳng phải không có. Hư vọng là tối tăm, pháp thân là mặt trời, chẳng thể tương hợp. Do nghĩa này mà có sự tu hành bội trần hiệp giác vậy. Chúng ta không phải là Bồ Tát, nên Duy-ma-cật mượn ví dụ nói. Là chúng sanh mê đặc, nên muốn đoạn phiền não tối tăm, chúng ta cần phát đại tâm cầu ánh sáng quang minh của Phật, Bồ Tát, và của giáo pháp thậm thâm. Giải thoát hay không là do nhân duyên, căn cơ và nỗ lực của chính mình.

HIỆN CÕI DIỆU HỶ

KINH VĂN

Bấy giờ cả đại chúng khao khát ngưỡng mong muốn thấy cõi nước Diệu Hỷ, Đức Vô Động Như Lai và các hàng Bồ Tát, Thanh văn kia. Phật biết tâm niệm của chúng hội liền bảo ông Duy-ma-cật rằng: Xin hiện cõi nước Diệu Hỷ, đức Vô Động Như Lai và các hàng Bồ Tát, Thanh văn cho chúng hội xem, đại chúng ai cũng đang ngưỡng mộ.

Duy-ma-cật thị hiện thân tướng như con người ở cõi này, lại có thần lực sắp hiển bày cõi Diệu Hỷ để thỏa lòng ngưỡng mộ của hội chúng. Sự kiện này tạo niềm tin vững chắc cho mọi người vào khả năng lãnh hội và tu tập của chính mình, ứng với nội dung của phẩm Bất tư nghị là tính thực dụng và khả thi của pháp môn bất khả tư nghị.

Hiện cõi Diệu Hỷ là làm dấy lên nguyện vãng sanh của mọi người; cho thấy pháp môn Tịnh độ đã có mầm mống từ bản kinh này. *Đại chúng khao khát ngưỡng mong muốn thấy cõi nước Diệu Hỷ* là nhân duyên cảm của chúng sanh cõi này về pháp môn Tịnh độ đã chín muồi. Phật bảo Duy-ma-cật hiển bày cõi nước là ứng hiện xứng hợp với tâm chúng sanh. Cõi nước Diệu Hỷ, Phật Vô Động cùng thánh chúng Bồ Tát, Thanh văn có thể được thấy, tức là tướng tha thọ dụng lúc nào cũng trong tầm tay chúng sanh; tiếp nhận hay không là do chính chúng sanh vậy.

Lúc ấy Phật biết tâm niệm của chúng hội. Phật là thường tịch, nhưng không gì không biết. Một niệm đã khởi, đánh động khắp pháp giới, Phật làm sao không biết? Khi đã rõ biết chính tâm mình hết sức minh bạch thì sẽ có khả năng thấu hiểu được tâm niệm người khác.

> **KINH VĂN**
>
> **Lúc ấy ông Duy-ma-cật tâm nghĩ rằng: Ta sẽ không rời chỗ ngồi mà tiếp lấy cõi nước Diệu Hỷ, núi, sông, khe, hang, ao hồ, biển lớn, nguồn suối, các núi Thiết vi, Tu-di, và nhật nguyệt, tinh tú, các cung điện của thiên long, quỉ thần, Phạm thiên, cùng các hàng Bồ Tát, Thanh văn, thành ấp, tụ lạc, trai gái lớn nhỏ, cho đến Vô Động Như Lai và cây bồ đề, hoa sen quí có thể làm Phật sự trong mười phương, ba đường thềm báu từ cõi Diêm-phù-đề đến cõi trời Đao-lợi, do thềm báu này chư thiên đi xuống để làm lễ cung kính đức Vô Động Như Lai và nghe thọ kinh pháp, người ở cõi Diêm-phù-đề cũng lên thềm báu đó mà đi lên cõi trời Đao-lợi để ra mắt chư thiên kia. Cõi nước Diệu Hỷ thành tựu công đức vô lượng như thế, trên đến trời Sắc cứu cánh, dưới đến thủy tế, dùng tay bên hữu chấn lấy rất nhanh như cái bàn tròn của người thợ gốm, rồi đem về cõi Ta-bà này cũng như đặng cái tràng hoa, để đưa cho đại chúng xem.**

Niệm của chúng ta là vọng tưởng. Niệm của Duy-ma-cật là niệm vô ngại. Vì vô ngại nên Duy-ma-cật tùy ý mà làm được. *Không rời chỗ ngồi mà tiếp lấy cõi nước*, là tâm như như bất động mà nghĩ và làm vô ngại.

Cõi nước Diệu Hỷ không phải không hình tướng, cũng chẳng cao siêu xa vời, mà cũng đầy đủ các thứ cảnh vật và chúng sanh như thế giới con người. Cũng có trời trăng, mây nước, núi sông, biển hồ, thành quách, lâu đài, làng xóm. Cũng có đủ chúng sanh các loài phàm phu nam nữ, trời và quỉ thần. Cũng có pháp xuất thế gian như Phật, Bồ Tát, Thanh văn, cây bồ-đề dụ cho sự giác ngộ, hoa sen quí dụ cho phương tiện pháp môn. *Ba đường thềm báu* là ba nghiệp thanh tịnh khiến chúng sanh được sanh thiên; đây lấy thiên thừa dụ cho tâm hướng lên của chúng sanh, như kinh văn nói: *người ở cõi Diêm-phù-đề cũng lên thềm báu đó mà đi lên cõi trời Đao-lợi*. Phàm phu tu hành là đi lên. Đối với chúng sanh tu theo Phật, ba thềm báu này là ba thừa đều bình đẳng áp dụng được cho chúng sanh từ phàm phu đến chư thiên. *Do thềm báu này chư thiên đi xuống* để đảnh lễ Phật, nghe thọ kinh pháp; nghĩa là Phật chẳng ở đâu xa mà chính là người mà ta thường cho là ở bậc dưới thấp hơn ta; ý nghĩa là ở chỗ này.

Đó cũng là ý nghĩa pháp tánh bình đẳng đi vào tất cả pháp ở cõi nước. Chúng sanh cõi đó có tâm niệm bình đẳng đồng với pháp tánh nên thường an lạc, gọi là Diệu Hỷ. Trong kinh Tăng nhất A-hàm, phẩm Thính Pháp, kinh số 5 kể rằng có một kỳ an cư kiết hạ, Phật lên cõi trời Đao-lợi thuyết pháp độ thánh mẫu Ma-da. Khi Phật muốn về lại nhân gian, Đế thích bảo thiên tử Tự Tại làm ba con đường lót vàng, bạc và thủy tinh từ đỉnh núi Tu-di dẫn xuống chỗ hồ nước Tăng-ca-thi ở thế gian. Đây là thang báu nối trời Đao-lợi và cõi Ta-bà, không khác với ba đường thềm báu ở cõi Diệu Hỷ cũng nối thế gian và thiên giới. Cõi trời Đao-lợi và cõi Diêm-phù-đề mà kinh văn nói, là thuộc về thế giới Diệu Hỷ; sở dĩ có cùng tên gọi như ở thế giới Ta-bà là dụ cho sự không khác biệt của cõi kia và cõi này, cũng đều có nhân giới và thiên giới, tuy khác nhau nhưng thực bình đẳng. Sự bình đẳng ấy do Bồ Tát Vô Động tu vô lượng công đức mà biến hiện thành cõi nước; kinh văn nói: *Cõi nước Diệu Hỷ thành tựu công đức vô lượng như thế, trên đến trời Sắc Cứu Cánh, dưới đến thủy tế.*

Chúng ta có thể thắc mắc: Nếu cõi kia là bình đẳng, tại sao cũng có thế gian và thiên giới sai biệt, tức tự thân không có sự bình đẳng? Thắc mắc này tương tự niềm hoài nghi của Xá-lợi-phất ở phẩm Phật quốc: Thế giới này toàn là gò nẩm, hầm hố, ắt do Phật khi còn tu hạnh Bồ Tát, tâm ý chẳng thanh tịnh? Đây chính là do tâm chúng sanh mà có sai biệt. Tâm chúng sanh loạn ít định nhiều thì hiện cõi trời Sắc Cứu Cánh; tâm thức loạn động mê mờ thì chìm nơi mé nước (thủy tế).

Chỗ này cổ đức có cách giải thích khác do kết hợp cụm từ: *trên đến trời Sắc Cứu Cánh, dưới đến thủy tế*, với câu kinh văn kế là: *dùng tay bên hữu chấn lấy rất nhanh*. La-thập chú thích: *"Chấn lấy tức là biểu thị không đem về hết cõi ấy."* Huệ Viễn nói: *"Phương trên từ cõi A-ca, phương dưới đến mé thủy luân, là nói giới hạn được lấy."* Theo Cát Tạng: *"Đoạn ngay ở giữa mà lấy."* Khuy Cơ ghi: *"Trên đến cõi trời Sắc Cứu Cánh mà không lấy cả cõi Vô sắc là vì không có hình tượng thế giới."* Trời Sắc Cứu Cánh và mé thủy luân, trở thành cụm từ bổ nghĩa cho thần lực của Duy-ma-cật: chỉ một bộ phận được dời đi. Theo tôi thì trời Sắc Cứu Cánh và thủy tế nên hợp với câu kinh văn trước: *Cõi nước Diệu Hỷ thành tựu công đức vô lượng*; như thế mới hiển được đức bình đẳng của cõi nước bao gồm cả cõi trời định tĩnh và thủy tế loạn động. Từ đây có thể hiểu Duy-ma-cật dời toàn bộ cõi Diệu Hỷ về triển lãm ở cõi Ta-bà. Vì sao? Vì cõi nước là y báo; và y báo lại là toàn thể pháp giới do tâm niệm mà hiện, chẳng có phân biệt mé thủy luân và cõi trời.

Do đó mà nói thế giới, cõi nước y theo thức khởi thì là động xoay không ngừng *như cái bàn xoay của người thợ gốm*. Nếu thuận theo tam giải thoát môn thấu suốt lý duy thức, tức nghĩa *dùng tay phải*, thì nghĩa duy tâm trực hiện, cái động lập tức bị đoạn dứt, tức nghĩa *chấn lấy rất nhanh*. Thế giới, cõi nước từ động chuyển thành thanh tịnh trang nghiêm ai cũng có thể chứng kiến tận mắt; đây là lúc Duy-ma-cật hiện cõi Diệu Hỷ ở *cõi Ta-bà này cũng như đặng cái tràng hoa, để đưa cho đại chúng xem.* Tràng hoa dụ cho cõi nước trang nghiêm thanh tịnh vì không có chấp trước, không có phân biệt nên gọi là nhất, không do vọng tưởng nên gọi là chân. Chúng sanh nào thấy được cõi Diệu Hỷ, cũng như cõi Ta-bà, đều là pháp giới nhất chân, tức thấy Như Lai, chứng thực pháp thân; tức là nghĩa *hiển bày cho đại chúng xem* (thị nhất thiết chúng). Vì thế, đoạn kinh văn trên về tâm niệm của Duy-ma-cật là ý nghĩa chủ yếu của việc hiện cõi Diệu Hỷ, theo đó phân mục này lấy tên Hiện cõi Diệu Hỷ tức là quán y báo mà được nghĩa pháp thân.

KINH VĂN

Ông suy nghĩ như vậy rồi liền nhập tam-muội hiện sức thần thông lấy tay bên hữu chấn lấy cõi nước Diệu Hỷ để vào cõi Ta-bà này. Các Bồ Tát và chúng Thanh văn cùng các thiên, nhân có thần thông đều cất tiếng thưa rằng: Dạ, bạch Thế Tôn! Ai đem con đi, xin Thế Tôn cứu hộ cho.

Phật Bất Động nói: Không phải ta làm, đó là thần lực của ông Duy-ma-cật làm như thế. Ngoài ra những người chưa có thần thông không hay không biết mình đi đâu. Cõi nước Diệu Hỷ dù vào cõi Ta-bà này mà không thêm không bớt, còn cõi Ta-bà này cũng không chật hẹp, vẫn y nguyên như trước.

Nhập tam-muội là hiển Đại Phật Đảnh Như Lai thật tướng như như bất động, là định tự tánh. Bản tâm chưa hề động. Động là thức, chẳng phải tâm, là chưa lìa kiến phần, còn dính mắc trong tướng năng thấy, nên bị trói buộc ở tướng phần; nghĩa là rơi vào hai tướng đối đãi. Hoàng Bá nói: *"Không tạo ra cái Phật kiến thì không rơi vào Phật biên. Không tạo ra cái thấy chúng sanh thì không lạc vào giới hạn chúng sanh. Không gây ra cái thấy có thì không lạc vào giới hạn của cái có. Không tạo ra cái thấy không thì không rơi vào giới hạn của cái không. Không tạo ra cái thấy của phàm phu thì không rơi vào giới hạn của phàm phu. Không tạo ra cái thấy của thánh thì không rơi vào giới hạn của thánh... Bồ Tát nơi mọi cái thấy mà chẳng động."* (trích theo kinh Lăng-nghiêm Tông Thông - Tăng Phụng Nghi). Bất động là cũng có ta thấy và cái bị thấy nhưng không có phân biệt chấp trước mà khởi vọng tình.

Quán pháp thân do lìa tất cả tưởng vọng tưởng, lìa cả tâm hành ngôn thuyết như trên đã nói; quán dụng của hóa thân đạt nghĩa thân hóa sanh duy tâm sở hiện; quán y chánh trang nghiêm xuất sanh từ tâm thanh tịnh, bình đẳng giác; thực hành ba quán đó thuần thục là nhập tam-muội, là định tuệ đầy đủ.

Nhập tam-muội hiện sức thần thông; câu kinh văn này có thể xem là nội dung tóm gọn và dấu hiệu báo trước sự xuất hiện của kinh Lăng-nghiêm. *Nhập tam-muội* là mật nhân. *Hiện sức thần thông* là do tu chứng liễu nghĩa mà có đủ vạn hạnh của Bồ Tát. 25 viên thông, gồm 18 giới căn trần thức và 7 đại, tu chứng chẳng ngại, gọi là thông. Liễu nghĩa bản tâm bất động mà hiển dụng bất tư nghị, gọi là thần. Hành động của Duy-ma-cật chuyển dời cõi Diệu Hỷ vào cõi Ta-bà vì thế là tướng dụng tương ưng với thể tánh bất động của chân tâm; chính là nghĩa Duy-ma-cật không rời chỗ ngồi, nhập định mà hiện sức thần thông.

Bồ Tát, Thanh văn và chư thiên cõi kia đều là pháp thân đại sĩ liễu nghĩa tâm bất động; đây là căn cứ vào kinh văn nói họ có thần thông, tức đã tu chứng liễu nghĩa. Do bất động nên không gì không biết. Duy-ma-cật vừa nhấc tay dời thế giới, họ liền biết nên vì đại chúng mà hỏi Phật; đây là phương tiện khởi pháp. Phật Vô Động cũng thuận phương tiện nên đáp: *Không phải ta làm, đó là thần lực của ông Duy-ma-cật*. Đây là lời thật, vì pháp thân không hình, không đến, không làm; hóa thân có tướng, có đến đi, có nói làm. Tướng dụng vô vàn, nhưng cần phải biết là thân tuy làm mọi việc nhưng thực chẳng có việc gì để làm, miệng tuy thuyết giáo pháp ba thừa nhưng thực không có lời để nói, ý tuy tu hành độ sanh nhưng không hề có người tu, cũng chẳng có ai để độ.

Ta cũng cần xét kỹ nghĩa của sự kiện cõi nước Diệu Hỷ bị chuyển dời. Nếu giác tự tâm bất động thì cái động của vạn pháp là chỗ dụng của tự tánh. Nghĩa này sâu hơn nghĩa thức tâm vọng động mà sanh các pháp. Do đó câu hỏi của các bậc thánh cõi kia và câu trả lời của Phật Vô Động ám chỉ thế giới dịch chuyển là dụng tâm của Duy-ma-cật. Điều này dễ thấy, vì trước khi dời cõi nước, Duy-ma-cật đã khởi nghĩ. Phàm phu bất giác, chấp thế giới thực có ngoài tâm, nên chẳng thấy dụng của tự tánh, như kinh văn viết: *Những người chưa có thần thông không hay không biết mình đi đâu.* Nghĩa là chúng sanh nếu thấy các pháp động tịnh, thì cũng cho là các pháp đang thực động tịnh. Chỗ này nói như Tăng Triệu là: *"Do nghịch quán thấy được nguyên nhân biến hóa."*

Đoạn kinh văn tiếp theo là kể về cõi Diệu Hỷ hợp với cõi Ta-bà. Sự dung hợp đó *không thêm không bớt.* Cõi kia không lấn lướt, cõi này chẳng trở nên chật hẹp. Ở phẩm Bất tư nghị có phân đoạn Duy-ma-cật nói về thần lực của Bồ Tát trụ vào pháp giải thoát bất tư nghị có thể lấy núi Tu-di nhét vào hạt cải, đem nước biển đổ vào lỗ chân lông, hoặc tóm lấy một đại thiên thế giới ném vào hư không rồi trả về chỗ cũ mà chẳng gây tổn hại gì và các loài chúng sanh trong đó không hay biết gì. Đoạn kinh văn ở đây tương tự nhưng ý thú có phần khác biệt tế nhị, ta cần phải xét kỹ mới nhận ra. Các biểu pháp ví dụ ở phẩm Bất tư nghị là để phá tướng hữu, tướng an trụ, tướng động, tướng tương tục của thế giới. Thấy được nghĩa phá tướng triệt để thì dù cõi kia do Phật Vô Động biến hóa thế nào cũng là huyễn. Đã cùng là huyễn thì dung thông không chướng ngại giữa hai cõi nước. Ở đây chủ ý chỉ ra nguyên nhân của tất cả tướng đó chính là dụng tâm huyễn hóa ra các pháp là phương tiện hành nguyện của chư Phật, Bồ Tát. Thấy được nghĩa này, ta được chánh tri chánh kiến: vạn pháp biến hóa kia, thế giới muôn màu và chúng sanh căn cơ đủ loại, vì do chư Phật thị hiện nên không gì không phải là đạo tràng cho chúng ta tu học.

> **KINH VĂN**
>
> **Bấy giờ Phật Thích-ca Mâu-ni bảo đại chúng rằng: Các ông hãy xem cõi nước Diệu Hỷ, Phật Vô Động Như Lai, nước đó trang nghiêm tốt đẹp, chúng Bồ Tát hạnh thanh tịnh, hàng đệ tử toàn trong sạch.**
>
> **Đại chúng thưa rằng: Dạ! Đã thấy.**
>
> **Phật bảo: Các Bồ Tát nếu muốn được cõi Phật thanh tịnh như thế, cần phải học cái đạo của đức Vô Động Như Lai đã làm.**

Nếu thuận quán, cõi Ta-bà quả là chân thực, thanh tịnh và bất động như Cõi Diệu Hỷ. Nếu nghịch quán, cõi Diệu Hỷ cũng đồng huyễn hóa như cõi Ta-bà. Đây là quán tận cùng đạt lý chân vọng không hai. Đó là *cái đạo của đức Vô Động Như Lai*. Tóm lại, phân mục Hiện Cõi Diệu Hỷ bao hàm hai nghĩa: một là, bản tâm bất động; hai là, cái động của vạn pháp tuy do tâm ta động, nhưng thực ra là cái dụng của vô vàn pháp môn, vốn là hiện thân hành nguyện của pháp thân Đại Nhật Như Lai. Bản tâm bất động là như lời Phật dạy trưởng giả tử Bảo Tích: tùy kỳ tâm tịnh tắc Phật độ tịnh. Cái động của vạn pháp là chỗ dụng của phương tiện thị hiện; là như Phật dạy Xá-lợi-phất: vì muốn độ những kẻ căn cơ hạ liệt nên thị hiện ra cõi đầy nhơ nhớp xấu xa bất tịnh.

Phía trước nói cõi Chúng Hương là từ căn bản trí chứng thực tướng vô tướng mà khởi dụng tu hành và độ sanh qua ứng thân vô lượng. Phẩm này hiện cõi Diệu Hỷ là quyền trí khởi dụng viên tu do không dính mắc các tướng và xa lìa tâm hành ngôn thuyết, do quán hóa thân thị hiện mà chứng pháp thân, và do quán cõi nước mà liễu nghĩa tâm bất động và nghĩa pháp động là dụng tâm của chư Phật. Như vậy, cõi Chúng Hương là quả địa, cõi Diệu Hỷ là nhân địa. Ở nhân địa mà thực hành tâm bình đẳng đối với tất cả pháp thì sẽ đắc quả địa vô tướng, vô sai biệt.

Trong kinh Tiểu Phẩm Bát-nhã Ba-la-mật-đa, quyển 9,[1] có phẩm 25 cùng tên: Thấy Phật A-súc. Kinh nói khi Phật Thích-ca đang thuyết Bát-nhã, cả hội chúng do thần lực của Phật mà thấy cõi Diệu Hỷ và Phật Vô Động đang thuyết pháp. Khi Phật Thích-ca thu nhiếp thần lực, cõi kia và Phật Vô Động bỗng nhiên biến mất. Phật giải thích sự kiện đó: *"Này A-nan! Tất cả pháp không phải để biết, không phải để thấy, không có người tạo tác nên không có sự tham trước, cũng không có phân biệt. Này A-nan! Tất cả pháp không thể nghĩ bàn, giống như người huyễn và tất cả pháp cũng không có người thọ nhận nên nó không bền vững."* Như vậy, ở Tiểu Phẩm Bát-nhã, cõi Diệu Hỷ xuất hiện như thể tướng bất khả đắc; ở đây, cõi kia do dụng tâm của Duy-ma-cật chuyển dời, nên là tướng dụng khả thi nếu chúng sanh tiếp nhận trọn vẹn nghĩa phương tiện thị hiện.

> **KINH VĂN**
>
> **Khi hiện ra cõi nước Diệu Hỷ này, cõi Ta-bà có 14 na do tha người phát tâm vô thượng chánh đẳng chánh giác, đều nguyện sanh sang cõi nước Diệu Hỷ. Phật Thích-ca liền thọ ký cho rằng: Sẽ đặng sanh sang nước đó. Bấy giờ nước Diệu Hỷ ở nơi cõi Ta-bà này làm những việc lợi ích xong, liền trở về bổn xứ, cả đại chúng đều thấy rõ. Phật bảo ông Xá-lợi-phất: Ông có thấy cõi nước Diệu Hỷ và đức Phật Vô Động ấy chăng?**

---

[1] Tiểu phẩm Bát-nhã Ba-la-mật-đa, quyển đệ cửu (小品般若波羅蜜經卷第九), kiến A-súc Phật phẩm, đệ nhị thập ngũ (見阿閦佛品第二十五), Cưu-ma-la-thập Hán dịch. Xem Đại Chánh tạng, Tập 8, số 227, trang 575, tờ c.

> - Dạ, bạch đã thấy! Bạch Thế Tôn! Nguyện tất cả chúng sanh được cõi thanh tịnh như đức Phật Vô Động và thần thông như ông Duy-ma-cật.

Một na-do-tha là 100 vạn. 14 na-do-tha là con số rất lớn, vượt hẳn số người phát tâm vô thượng bồ-đề ở phẩm Phật Hương Tích. Điều này chứng tỏ hội chúng lãnh hội được ý nghĩa của cõi Diệu Hỷ như là hạnh tu bình đẳng ở nhân địa. Phật thọ ký họ sẽ *đặng sanh sang nước đó*, là nhân quả tương ưng: có tu có chứng, tu đúng sẽ chứng thật. Chúng ta để ý bản kinh phía trước có nói đến cõi Đâu-suất với Bồ Tát Di-lặc, cõi Tu-di tướng với Phật Tu Di Đăng Vương, cõi Chúng Hương với Phật Hương Tích, ở đây nói cõi Diệu Hỷ và Phật Vô Động, không nói tới cõi Tịnh Lưu Ly hay cõi Cực Lạc. Tuy vậy, pháp môn Tịnh độ đã được thoáng phát hiện qua nguyện vãng sanh của đại chúng, cho thấy kinh này có thể được thuyết trước các kinh Tịnh độ.

Sau khi Phật thọ ký cho số người phát đại tâm vãng sanh, Duy-ma-cật trả cõi Diệu Hỷ về bổn xứ, là phương tiện đã dùng xong, chẳng giữ lại. Phật hỏi Xá-lợi-phất có thấy cõi Diệu Hỷ và Phật Vô Động không; là kiểm nghiệm nhận thức của hội chúng. Xá-lợi-phất thay đại chúng xác nhận sự lãnh hội của mọi người về ý nghĩa của cõi Diệu Hỷ như là nhân địa phát tâm thanh tịnh và bình đẳng để chứng đắc giác ngộ; nên kinh văn viết: *được cõi thanh tịnh như đức Phật Vô Động*. Nhân quả viên mãn là do có đầy đủ thật trí và quyền trí, nghĩa là *được thần thông như ông Duy-ma-cật*.

KINH VĂN

> Bạch Thế Tôn! Chúng con được nhiều lợi lành, được thấy người này gần gũi cúng dường. Còn những chúng sanh hoặc hiện tại đây, hoặc sau khi Phật diệt độ mà nghe kinh này cũng được lợi lành, huống lại nghe rồi tin hiểu, thọ trì, đọc tụng giải nói, đúng như pháp tu hành.

Thấy được Phật Vô Động là hiện thân của tâm bất động và cõi Diệu Hỷ là phương tiện hành nguyện của chư Phật, tức là thành tựu nghĩa quán Như Lai, thấy chân thân Phật. Đó là *được nhiều lợi lành* như Xá-lợi-phất nói. Do quán diệu dụng của hóa thân có tướng mà nhận ra pháp thân vô tướng biến khắp pháp giới. Ở pháp tướng mà chẳng bỏ, gọi là *gần gũi*, cũng chẳng ôm khư chấp trước phân biệt, tức viên mãn bố thí độ, gọi là *cúng dường*; vì đã thấy tất cả thân là thân Phật, tất cả pháp là pháp Phật nên tôn kính, do tôn kính mà cho tất cả không tiếc. Cúng dường là lý rốt ráo của bố thí vậy. *Được thấy người này*, là an trụ chân tâm. An trụ là ở tất cả tướng đều chẳng thấy tướng, cho dù đó là tướng cõi Diệu Hỷ hay Ta-bà, là Phật hay chúng sanh, là pháp thân đại sĩ Duy-ma-cật hay ông trưởng giả bình thường như mọi con người. Tướng chẳng sanh là không trụ ở bốn tướng ngã, nhân, chúng sanh, thọ giả mà độ tất cả tướng loài vào Vô dư Niết-bàn như kinh Kim Cang nói. Ưng vô sở trụ, chẳng thấy pháp tướng, chính là thấy thật tướng; nên nói là *được thấy người này*. *Gần gũi cúng dường* là hàng phục vọng tâm. Cần phải liễu nghĩa tất cả tướng là tướng Phật. Còn thấy pháp có tướng là cần phải hàng phục buông xả như Phật dạy: "Bồ Tát ư pháp ưng vô sở trụ hành ư bố thí", nghĩa là không trụ pháp tướng mà buông xả; buông xả sắc, thanh, hương, vị, xúc, pháp mà không thấy đó là sắc, thanh, hương, vị, xúc, pháp. *Gần gũi* là chẳng lánh trốn, *cúng dường* là không chấp thủ; đối với tất cả pháp tướng phải nên tùy thuận như thị.

Nghĩa biểu pháp khiến mạch văn kinh liên tục: *Chúng con được nhiều lợi lành, được thấy người này gần gũi cúng dường*. Nói lợi ích to lớn là nêu tông chỉ pháp thân bất động. Thân cận cúng dường Duy-ma-cật là thấy dụng của hóa thân mà tiếp nhận giáo hóa, thực hành buông xả. Câu văn kinh trước dẫn đường, câu văn kinh sau diễn bày; điều này cho thấy tính chặt chẽ của kinh văn. Mạng internet ở thế giới hiện đại có thể không hoạt động ở vùng không phủ sóng nhưng lưới pháp đã giăng thì vô lượng nghĩa kín đầy vũ trụ không chút khe hở.

Kinh văn chặt chẽ đến mức hoàn hảo như vậy nên chúng sanh bấy giờ hoặc sau này nghe được, nếu đầy đủ tín, giải, hành đúng như pháp, thì nhất định đắc phần chứng cho đến thể nhập pháp thân. *Tin hiểu* là tín giải. *Thọ trì* là thân giáo. *Đọc tụng* là ý giáo. *Giải nói* là ngôn giáo. *"Thân ngữ ý ba luân giáo hóa; đây mới là gia nghiệp của nhà Phật, gia nghiệp Như Lai."*[1]

KINH VĂN

Nếu có người tay cầm được kinh điển này thì đã được kho tàng pháp bảo. Nếu có người đọc tụng giải thích nghĩa lý kinh này, đúng như lời nói tu hành thời được chư Phật hộ niệm. Nếu có ai cúng dường người như thế, tức là cúng dường chư Phật. Nếu có người nào biên chép thọ trì kinh này, chính là trong nhà người đó có Như Lai. Nếu người nghe kinh này mà tùy hỷ thời người đó sẽ được đến bậc Nhất thiết trí. Nếu người tin hiểu kinh này cho đến một bài kệ bốn câu rồi giải nói cho người khác nghe, phải biết người đó được thọ ký quả Vô thượng chánh đẳng chánh giác.

Kinh điển Phật thuyết thường có ba phần: tự, chánh tông và lưu thông. Tự là phần mở đầu, thường là nói thời gian, địa điểm, và nhân duyên khai kinh. Chánh tông là phần nội dung chính. Lưu thông là phần ủy thác phổ biến. Cách bố cục này là do pháp sư Đạo An (312-385) đề nghị và vẫn thông dụng tới nay.

Đoạn kinh văn sau khi Phật thọ ký cho nguyện vãng sanh của số người phát tâm vô thượng được Trạm Nhiên

---

[1] Hòa thượng Tịnh Không - Kinh Vô Lượng Thọ, giảng lần thứ 10 tại Singapore, tập 74.

và Thánh Đức Thái tử xếp vào phần lưu thông của kinh văn. Thánh Đức Thái tử gom đoạn kinh văn từ lúc Phật hỏi Xá-lợi-phất thấy cõi Diệu Hỷ không, cho đến hết bản kinh làm phần lưu thông nhưng ông không nói lý do. Trạm Nhiên cũng làm vậy, tuy có hơi khác: *"Nay nói ngài Thân Tử là Tiểu thừa, không phải là người gánh vác Đại thừa nên không thuộc phần lưu thông, chỉ là phần bắt đầu cho lưu thông thôi."* Tôi cũng đồng ý với cách xem đoạn này như là phần bắt đầu lưu thông, nhưng không tán thành lý do của Trạm Nhiên.

Đoạn kinh văn này tuy bắt đầu phần lưu thông nhưng lại được đặt ở cuối phẩm này là có lý do. Phẩm này là kết luận thu nhiếp những trọng điểm của kinh; nghĩa Phật quốc ở phẩm đầu, nghĩa phương tiện của phẩm 2, pháp tướng duy thức ở phẩm 3, xuất lý nhập sự ở phẩm 4, điều phục tự độ ở phẩm 5, giải thoát thực dụng ở phẩm 6, quán chúng sanh ở phẩm 7, vun trồng hạt giống bồ đề ở phẩm 8, đạo lý bất nhị ở phẩm 9, khởi dụng từ thật tướng vô tướng ở phẩm 10, vạn pháp là Phật sự ở phẩm 11. Tất cả những nghĩa lý chủ yếu đó đều hội tụ ở phẩm này, đủ để kết luận bản kinh có giá trị vô cùng lợi lạc cho chúng sanh. Do đó mới có đoạn kinh văn tán thán bản kinh ở cuối phẩm.

Trên nói chúng sanh được lợi ích lớn khi đối với kinh này, văn tư tu đúng như pháp, nay nói *cầm trong tay*, là nắm vững pháp môn phương tiện thù thắng này ví như được *kho tàng pháp bảo* tùy ý sử dụng tự độ độ tha. *Đọc tụng* là lợi mình, *giải thích nghĩa lý kinh* là lợi người. Do hiểu thấu chân nghĩa mà có thể diễn nói. Diễn là tu hành như trí chứng, đồng thời cũng là biểu diễn làm gương mẫu cho chúng sanh. Nói là nêu ra được chỗ hiểu, cũng là để thuyết giải cho người. Việc làm và lời nói phải tương xứng, không nghịch nhau. Đây là then chốt cho thực chứng. *Đúng như lời nói tu hành*, tự mình hợp với nguyện độ sanh của chư Phật tất sẽ được cảm ứng bảo hộ, tức *được chư Phật hộ niệm.* "*Khiến cái ác bên ngoài không xâm phạm được, gọi là hộ. Khiến điều thiện bên trong nảy nở, gọi là niệm.*" (Cát Tạng - Pháp Hoa nghĩa số). Đối với kinh này, nếu có người thọ trì, tiếp nhận, niệm niệm giữ gìn không quên, phải biết là người đó đã kế thừa chánh pháp, nối tiếp tuệ mạng của chư Phật. Người như vậy xứng đáng được tôn kính cúng dường như chư Phật, đáng cho chúng sanh bỏ cái ngã và ngã sở để quy mạng kính lễ nương tựa. *Nếu có người biên chép thọ trì kinh này*, tức y kinh liễu nghĩa, phải biết rằng tâm người đó có Phật. Nếu ai nghe kinh này mà vui mừng, tùy hỷ lưu bố, tức đã gieo nhân trí tuệ, sẽ được quả Nhất thiết trí. Nếu tin hiểu kinh này, có thể giảng cho người khác chỉ một bài kệ, là đã thực thông suốt một; thông suốt một là thông suốt tất cả vậy; *phải biết người đó được thọ ký quả Vô thượng chánh đẳng chánh giác.*

CHƯƠNG 13. PHẨM PHÁP CÚNG DƯỜNG

Y GIÁO PHỤNG HÀNH

CHÂN CÚNG DƯỜNG

KINH VĂN

Bấy giờ, Thích-đề Hoàn-nhơn ở trong chúng bạch Phật rằng: Con dù theo Phật và Văn-thù-sư-lợi nghe nói trăm nghìn thứ kinh mà chưa từng nghe kinh điển bất khả tư nghị tự tại thần thông quyết định thật tướng. Như con hiểu nghĩa lý của Phật nói, nếu có chúng sanh nào nghe kinh pháp này mà tin hiểu, thọ trì, đọc tụng thì quyết được pháp này không nghi. Huống chi đúng như lời nói mà tu hành, thời người đó ngăn bít các nẻo ác, mở cửa lành, thường được chư Phật hộ niệm, hàng phục ngoại đạo, dẹp trừ ma oán, tu đạo Bồ-đề, an ở đạo tràng, noi theo dấu vết thật hành của Như Lai.

Phẩm này và phẩm sau là phần lưu thông của bản kinh, vì lý do này bản Phạn văn chỉ có một phẩm cuối, bao gồm cả hai phẩm Pháp Cúng Dường và Chúc Lụy của các bản Hán văn. Truyền bá từ lúc trước cho đến về sau, gọi là lưu. Quảng bá sâu rộng, không chướng ngại, là thông. Phẩm này các bản Hán cùng có tựa là Pháp Cúng Dường.

Kinh Hoa Nghiêm viết: *"Thiện nam tử! Trong sự cúng dường, cúng dường pháp là tối thắng. Cách cúng dường đó là: như lời dạy mà tu hành, làm lợi ích chúng sanh, nhiếp hóa chúng sanh, thay chúng sanh chịu khổ, siêng tu căn lành, không bỏ sự nghiệp Bồ Tát, không rời bồ-đề tâm."*

Muốn làm đúng lời Phật dạy, trước hết phải hiểu thấu rõ ràng minh bạch, kế là y giáo phụng hành, theo chỗ hiểu mà tu, tu để trưởng dưỡng chỗ hiểu. Làm lợi ích chúng sanh là quảng bá Phật pháp, ví như mồi châm ngọn đèn pháp bảo lan truyền vô tận khắp pháp giới. Làm được như thế là hợp với bổn nguyện của chư Phật, được ba thứ tự tại là tâm tự tại, tuệ mạng tự tại và thân mạng tự tại. Tiến hơn nữa là nhiếp thọ chúng sanh; dùng thân giáo, ngôn giáo, ý giáo tiếp cận chúng sanh để giúp đỡ, hướng dẫn hoặc đồng hành trên đường tu. Thay chúng sanh chịu khổ là bằng cách nào đó chia sẻ nỗi đau khổ chúng sanh đang chịu đựng, như bố thí, san sẻ tài vật, hoặc để chúng sanh trút mọi phiền não vào mình. Siêng tu thiện căn là phương pháp cụ thể lúc nào cũng áp dụng trong pháp cúng dường, vì đó là gốc lành thành tựu sự tu, cần phải luôn tưới tẩm. Thiện căn đó chính là 11 thiện tâm sở mà Tướng tông có nói. Siêng tu là tinh tấn. Tinh là chuyên nhất, thuần không tạp. Tấn là tiến bộ. Do chuyên nên tiến bộ. Không bỏ sự nghiệp Bồ Tát là luôn hoằng pháp lợi sanh. Không rời bồ-đề tâm là luôn giữ chánh niệm tỉnh giác từng sát-na, luôn quan sát điều phục thân tâm. Trong các sự cúng dường, cúng dường pháp là thù thắng nhất vì chư Phật ba đời đều tôn kính pháp, vì pháp là phương tiện đưa chúng sanh tới giải thoát. Cúng dường pháp phải không gián đoạn, niệm niệm trải khắp thân khẩu ý; là theo chiều dài của thời gian vô tận. Cúng dường pháp là cúng dường tất cả chúng sanh trong pháp giới, vì mỗi chúng sanh là một vị Phật; đó là cúng dường theo chiều rộng của không gian vô cùng.

Bấy giờ, Thích-đề Hoàn-nhơn (Śakra Devānāmindra), còn gọi là Đế thích, từ trong chúng bước ra thưa thỉnh Phật là mở đầu cho phẩm kinh. Đế thích là vua cõi trời Đao-lợi và là một trong những vị đại hộ pháp của Phật pháp. Cuối phẩm trước là lời tán thán của Xá-lợi-phất đại diện cho trí tuệ đệ nhất trong hàng tăng chúng. Ở đây, Đế thích đại diện cho hàng cư sĩ có đại phước báo. Gọi là đại vì phước báo ấy lớn hơn rất nhiều so với phước báo của vị thiên chủ. Đại phước báo đó là cơ duyên nghe được *kinh điển bất khả tư nghị tự tại thần thông quyết định thật tướng* chưa từng có này.

 Lúc Phật thành đạo, ngài quán sát căn cơ chúng sanh khó mà hiểu được đạo pháp nhiệm mầu, phân vân muốn im lặng. Thiên đế và chư thiên các tầng trời hiện thân thỉnh Phật vì chúng sanh mà chuyển pháp luân. Chấp thuận lời thỉnh cầu đó, và để hợp căn cơ chúng sanh, Phật phương tiện khai mở thời A-hàm. Nay căn cơ chúng sanh đã thuần thục, sẵn sàng tiếp nhận pháp Đại thừa, nên mới có việc cư sĩ Bảo Tích hỏi về hạnh Bồ Tát trang nghiệm tịnh độ và việc Xá-lợi-phất khởi nghi để Phật hiện quốc độ thanh tịnh. Những sự kiện đó là lòng khát ngưỡng của chúng sanh đang chín muồi, là cơ duyên cho Duy-ma-cật triển khai đại pháp chưa từng có. Từ đây có thể nói kinh này do Duy-ma-cật tiên phong mở đầu cho các kinh Phương đẳng. Đế thích là một trong hàng cư sĩ đầu tiên nghe kinh Đại thừa do chính Duy-ma-cật cũng là một cư sĩ thuyết. Vai trò của cư sĩ trong Phật sử đã xác định rõ ràng, đây là điểm ít người lưu ý tới.

 Lời tán thán của Đế thích bao gồm đủ ý nghĩa của bản kinh. *Bất khả tư nghị* là lý thậm thâm. *Tự tại thần thông* là sự diệu dụng. *Quyết định thật tướng* là cứu cánh. *Kinh điển* là phương tiện. Quả thực thế, từng câu từng chữ trong kinh đều viên mãn ý nghĩa thù thắng. Khuy Cơ tán thán: *"Tự tại tức là thần thông, là sự thù thắng. Quyết định thật tướng tức là lý thù thắng, cũng là hai thù thắng tự lợi và lợi tha. Đây là sở thuyên, kinh là năng thuyên."*

 Năng thuyên là Duy-ma-cật thuyết. Sở thuyên là nội dung kinh. Chỗ thuyết của Duy-ma-cật có đúng như pháp không là do Phật ấn chứng. Chỗ Phật ấn chứng có thể thấy rất rõ trong lời của Đế thích: *Như con hiểu nghĩa lý của Phật nói.* Đó là nghĩa lý liên hệ với bản kinh, tức là những nghĩa Phật nói ở phẩm Phật quốc, phẩm Phương tiện, phẩm Hạnh Bồ Tát, và phẩm Thấy Phật A-súc.

Ở phẩm Phật quốc, nghĩa lý đó là tùy kỳ tâm tịnh tắc Phật độ tịnh và tất cả chúng sanh là cõi Phật của Bồ Tát; tức nói nguyên tắc là sự. Ở phẩm Phương tiện, nghĩa đó ẩn trong lời giới thiệu trí tuệ, công đức và hạnh nguyện của Duy-ma-cật với hội chúng; tức nêu điển hình, gương mẫu của sự. Ở phẩm Hạnh Bồ Tát là Phật sự và pháp môn Tận, Vô tận giải thoát; tức nói lý thâm nhập sự. Ở phẩm Thấy Phật A-súc, Phật xác nhận muốn được cõi Phật nên học cái đạo của đức Vô Động Như Lai; chỉ ra sự ở vạn pháp là phương tiện hành nguyện của pháp thân. Do đó kinh này chủ về sự, lấy cư sĩ tại gia làm đối cơ, tuyệt nhiên không có chút gì so sánh các thừa giáo. Cần thấy rõ điều này thì cách hiểu kinh văn sẽ không sai lạc. Trong kinh này, Phật nói không nhiều, nhưng đó là tất cả tinh túy của bản kinh được đúc kết thành thực tiễn hành sự.

Kinh là do Duy-ma-cật thuyết; pháp là Phật chỉ bày cách làm có liên hệ chặt chẽ với chỗ thuyết của Duy-ma-cật. Nếu có chúng sanh nào nghe kinh pháp này mà tin hiểu, thọ trì, đọc tụng thì quyết được pháp này không nghi tức nhất định sẽ thành tựu. Kinh văn nói: *quyết được pháp này không nghi*, là trên quả mà nói. Bản Huyền Trang dịch là: *người đó chắc chắn là pháp khí, không nghi ngờ gì cả*; đây là trên nhân mà nhận định. Đoạn kinh văn tiếp theo là nói quả đức của y giáo phụng hành, chính là xác quyết điều kiện của thành tựu là lý sự viên dung; chẳng phải là nhà học giả nghiên cứu sâu xa Phật pháp mà trong sinh hoạt đời sống hằng ngày của riêng mình lại không ở vạn sự mà làm như Phật sự.

Nếu thực sự làm được như lời nói, quả đức không sao kể xiết. Người như thế sẽ do liễu biệt thiện ác mà ngăn bít các nẻo ác, hướng dẫn chúng sanh không rơi vào tam đồ bát nạn; *mở cửa lành* tức ngũ thừa: nhân, thiên, Thanh văn, Duyên giác, Bồ Tát làm phương tiện vào nhất thừa Phật đạo. Nói như Tăng Triệu, ngăn chặn cái ác là chỉ, thông lối điều lành là hành thiện; tức là tu chỉ quán, đắc tam-muội, tâm thường giác, gọi là *thường được chư Phật hộ niệm*. Được Phật hộ niệm đây còn là không bỏ sự nghiệp Bồ Tát, không rời bồ-đề tâm, như Kinh Hoa Nghiêm ghi bên trên.

Trong pháp cúng dường có bảy điều như Kinh Hoa Nghiêm nói ở trên, năm điều trước là sự hành, hai điều sau là tâm niệm không bỏ Bồ Tát nghiệp và không lìa tâm bồ-đề. Do tâm ý làm chủ việc làm nên ở quả đức, trí liễu biệt thiện ác và tâm được chư Phật hộ niệm được nói đến trước, các việc phục ma, trừ oán, tu đạo nói sau. Ngoại đạo bị hàng phục, là tà luận dị thuyết do chấp trước phân biệt, cũng dụ như cảnh trần bên ngoài. Ma oán bị dẹp trừ chính là vọng tâm bên trong. Sửa đổi chuyển hóa thân tâm là tu đạo bồ-đề, giác ngộ vạn pháp tức Phật pháp nên không đâu không là đạo tràng tu học, không gì không là dấu tích hiện thân của chư Phật điểm hóa cho chính mình. *Tu đạo bồ-đề* là nhân, *an ở đạo tràng* là hạnh, *noi theo dấu vết thật hành của Như Lai* là quả; ở quả mà vẫn lưu lại việc làm.

CÔNG ĐỨC CỦA Y GIÁO PHỤNG HÀNH

KINH VĂN

Bạch Thế Tôn! Nếu có người thọ trì, đọc tụng, đúng như lời nói tu hành, con sẽ cùng các quyến thuộc cúng dường hầu hạ. Ở nơi tụ lạc, thành ấp, núi rừng, đồng nội, chỗ nào có kinh này, con sẽ cùng các quyến thuộc đồng đến chỗ đó nghe thọ kinh pháp. Những người chưa tin, sẽ làm cho họ sanh lòng tin, người đã tin rồi, chúng con sẽ ủng hộ.

Phần lưu thông của các kinh điển Phật giáo thường có chư thiên, chư long thần hộ pháp bước ra từ hội chúng phát nguyện bảo hộ kinh và ủng hộ người thọ trì như pháp. Chư vị hộ pháp nguyện âm thầm bảo vệ người đúng như lời nói tu hành, bảo đảm họ có cuộc sống đầy đủ để vững tâm tiến tu. Những bậc chân tu không cầu mà vẫn được chư vị ẩn thân bảo hộ. Nơi nào có kinh này và người truyền bá kinh đều an ổn. Nơi nào kinh này đang được tuyên thuyết, chư vị hộ pháp sẽ cùng các quyến thuộc đồng đến chỗ đó nghe thọ kinh pháp. Tại sao? Vì chư vị muốn làm gương mẫu thu hút chúng sanh cùng đến để cùng tiếp nhận nghĩa kinh mà được lợi lạc lớn.

Đại sư Đạo Tuyên (596-667), được xem là sơ tổ Luật tông Trung Hoa, chuyên tu giới luật nghiêm minh, ngày ăn một bữa, oai nghi vẹn toàn, đạo cao đức trọng, cảm ứng được vị trời Lục Huyền Sướng ngày ngày hiện thân cúng dường. Một đêm nọ, ở chùa Tây Minh, sư đang đi chợt vấp phải bậc thềm suýt ngã bỗng từ đâu xuất hiện một thiếu niên chạy đến đỡ lấy nên vô sự. Sư hỏi ra thì mới biết đó là Na Tra thái tử, con của Bắc Đẩu thiên vương lâu nay vẫn âm thầm hộ trì bảo vệ mình. Một hôm, đại sư Khuy Cơ có việc đi ngang và ghé thăm Đạo Tuyên, và hôm đó sư chẳng thấy vị trời thường hay cúng dường bữa ăn đâu cả. Hôm sau, khi ngài Khuy Cơ đã rời đi, vị trời kia hiện đến và cáo lỗi. Sư hỏi ra thì mới biết là do có Khuy Cơ là vị nhục thân Bồ Tát nên vị trời kia không thể đến gần được vì hào quang của Bồ Tát và sự hiện diện của các thiên thần hộ pháp ngăn cản.

Được cúng dường hầu hạ là thân đầy đủ bình yên. Cùng nghe thọ kinh pháp là tâm an lạc. Chúng sanh y giáo phụng hành là nhân cúng dường Phật thì sẽ được quả là thân tâm an lạc. Do thân tâm an lạc mà chẳng thiếu chẳng lo, như thế sẽ khiến người khác thuận theo sanh lòng tin là bước đầu phát đại tâm vô thượng.

Nguyện bảo hộ của Đế thích cũng là cúng dường pháp;

chính là để quảng bá lưu thông kinh này, tức truyền trao Phật tri kiến cho chúng sanh. Đạo Sinh nói: *"Kinh nói Phật tuệ, thì tuệ ở nơi kinh. Kinh đã có tuệ thì đó là pháp thân Phật."*

KINH VĂN

Phật nói: Hay thay! Hay thay! Thiên đế! Như lời ông nói, ta sẽ giúp cho ông được vui thêm. Kinh này rộng nói đạo Vô thượng chánh đẳng chánh giác bất khả tư nghị của chư Phật quá khứ, hiện tại và vị lai. Vì thế Thiên đế, nếu có gã thiện nam, người thiện nữ thọ trì, đọc tụng, cúng dường kinh pháp này, thời chính là cúng dường chư Phật quá khứ, hiện tại và vị lai vậy.

Hai lần Phật ngợi khen: *Hay thay! Hay thay!* Là Phật xác nhận hai điều Đế thích vừa nói: một là, kinh này chưa từng có; hai là, lợi ích của y giáo phụng hành. Phật chính thức xác nhận: *như lời ông nói*; và hoan hỷ tán trợ Đế thích, tăng thêm lòng tin cho chúng hội. Kinh này rộng nói đạo Vô thượng tức lý thâm sâu và thù thắng; nếu chúng sanh làm theo được, nhất định thành chánh đẳng chánh giác như Phật không khác. Do lý sự viên mãn như vậy gọi là bất khả tư nghị. Chư Phật đều xuất sanh từ đó nên nói kinh pháp này là của chư Phật ba đời. Phật pháp thường trụ là do đây. Cũng có thể hiểu là do văn tư tu mà thành tựu quả Bồ-đề; văn tư là đã nghe và hiểu thấu, thuộc quá khứ, tu là hiện tại đang tinh tấn công phu, nhất định sẽ có ngày mai thành tựu. Đây là gom hai nghĩa y giáo phụng hành và lưu thông kinh pháp thành nghĩa pháp cúng dường viên mãn. Y giáo phụng hành là tôn kính cúng dường hóa thân Phật. Lưu thông kinh Phật là quy y cúng dường pháp thân. Chúng ta xem cách Phật gọi chúng sanh đang tu hành là thiện nam tử (Kulaputra), thiện nữ nhân (Kuladuhitri), không phải là không có chủ ý. Thiện là cội gốc lành của chúng sanh, chính là tánh Phật trong mỗi một chúng ta, cũng là danh xưng chung cho tánh đức. Căn bản của thiện là thập thiện nghiệp đạo. Không đoạn ác tu thiện, dứt khoát không thể là thiện nam, thiện nữ.

KINH VĂN

Thiên đế! Giả sử có các cõi Như Lai đầy khắp cõi tam thiên đại thiên như mía, tre, lau, lúa, mè, rừng bụi, nếu có gã thiện nam, người thiện nữ nào hoặc một kiếp hoặc không đầy một kiếp cung kính tôn trọng, ngợi khen cúng dường, dâng các món cần dùng cho đến sau khi các đức Phật diệt độ, đem xá lợi toàn thân của mỗi Phật dựng tháp bảy báu, ngang rộng bằng cõi tứ thiên hạ, cao đến trời Phạm thiên, bảo tháp trang nghiêm rực rỡ, dùng tất cả hoa, hương, anh lạc, tràng phan, kỹ nhạc tốt đẹp bậc nhất, hoặc một kiếp, hoặc ít hơn một kiếp mà cúng dường; Thiên đế! Ý ông nghĩ sao, người đó làm việc phước có nhiều chăng?

Thích-đề Hoàn-nhơn thưa: Bạch Thế Tôn! Rất nhiều, phước đức của người đó dẫu có trăm nghìn ức kiếp nói mãi cũng không hết được.

Phật bảo Thiên đế: Phải biết gã thiện nam, thiện nữ đó nghe kinh điển bất khả tư nghị giải thoát này tin hiểu, thọ trì đọc tụng, tu hành, thì phước đức hơn người làm việc cúng dường kia. Vì sao? Quả Bồ-đề của chư Phật đều từ kinh này sanh ra. Tướng Bồ-đề không có hạn lượng, do nhân duyên đó nên phước đức cũng không có hạn lượng.

Ngay chỗ mở đầu của đoạn kinh văn này, chúng ta nên lưu ý Phật nói: *Giả sử có các cõi Như Lai đầy khắp cõi tam thiên đại thiên như mía, tre, lau, lúa, mè, rừng bụi*. Giả sử là không thật, nên cõi nước hỗn tạp các thứ loài mà ta thấy, là chẳng có thật nghĩa. Nếu chúng ta thấy đúng như kinh pháp chỉ ra như vậy mà tôn kính cúng dường Phật thì đó là chân thật cúng dường; tức là sự hiện hữu của các cõi nước chỉ là giả thuyết. Nhưng không mấy người nhận ra chân nghĩa này, nên Phật vẫn lấy việc cúng dường sinh thân Phật và phụng thờ xá lợi, tức nghĩa tài cúng dường để dẫn dắt chúng hội vào nghĩa pháp cúng dường.

Phật muốn nói đến công đức vô lượng của việc cúng dường pháp nên trước đem phước đức của tài cúng dường để Đế-thích so sánh. Quả báo của tài cúng dường là sanh vào cõi trời, người. Hóa thân là huyễn hóa nên dù dâng nhiều tài bảo đầy khắp tam thiên cũng chỉ được phước đức huyễn hóa, chẳng thể rời sanh tử. Pháp thân là thật tướng bất sanh bất diệt, cho dù không thể thật thấy trước mắt, nhưng ở hóa thân mà tin hiểu, thọ trì như pháp tức là đã gieo liễu nhân thành tựu quả rốt ráo là thực chứng Bồ-đề; đây là ở kinh này mà thực hành chân cúng dường pháp.

Liễu nhân đó là tin hiểu, là tu ý nghiệp; là thọ trì như pháp, tức tu thân nghiệp; là đọc tụng, tức tu khẩu nghiệp. Đem cả ba nghiệp mà buông xả và chuyển hóa thì phước đức hơn hẳn người chỉ hạn cuộc trong thực hành tài thí. *Vì sao? Quả Bồ-đề của chư Phật đều từ kinh này sanh ra.* Chỗ khéo nói của Phật là trước bày ra cái nhiều, sau nói đến sự vượt hạn lượng; đạo lý nhân quả tương xứng là đây.

THÂM TÂM CÚNG DƯỜNG

KINH VĂN

Phật bảo Thiên đế: Về quá khứ vô lượng a-tăng-kỳ kiếp, lúc ấy ở đời có Phật hiệu là Dược Vương Như Lai, Ứng cúng, Chánh biến tri, Minh hạnh túc, Thiện thệ, Thế gian giải, Vô thượng sĩ, Điều ngự trượng phu, Thiên nhân sư, Phật Thế Tôn. Cõi nước tên Đại Trang Nghiêm, kiếp tên là Trang Nghiêm. Phật sống lâu 20 tiểu kiếp, chúng Thanh văn tăng có 36 ức na do tha, chúng Bồ Tát tăng có 12 ức. Thiên đế! Lúc đó có vị chuyển luân thánh vương tên là Bảo Cái đầy đủ bảy báu, cai trị cả bốn thiên hạ. Vua có một nghìn người con tốt đẹp mạnh mẽ, hay dẹp trừ các kẻ oán địch.

Lúc đó, vua Bảo Cái cùng quyến thuộc cúng dường Dược Vương

> Như Lai, dâng cúng các đồ cần dùng đến mãn năm kiếp. Qua năm kiếp rồi, vua bảo nghìn người con rằng: Các ngươi cũng phải đem thâm tâm cúng dường Phật như ta vậy.
>
> Khi đó nghìn người con đều vâng mạng lịnh của vua cha cúng dường Dược Vương Như Lai, dâng cúng tất cả đồ cần dùng cũng mãn năm kiếp.

Đây là đoạn kinh văn nói về tài cúng dường để dẫn vào pháp cúng dường sẽ nói phía sau. Chúng sanh vô thủy vô chung nên từ quá khứ vô lượng a-tăng-kỳ kiếp đã có Phật; đây là Phật hiện hữu bất khả tư nghị. Bấy giờ có Phật hiệu là Dược Vương Như Lai. Duy-ma-cật bệnh vì chúng sanh bệnh. Kinh này được thuyết cũng vì để chữa bệnh cho chúng sanh. Chúng sanh có vô lượng phiền não nên muốn trị bệnh cho chúng sanh, cần phải là người thông suốt y học cao tột. Phật là vị thầy thuốc đó nên gọi là Dược Vương, do chúng sanh bệnh mà đến, gọi là Như Lai.

Phật có mười danh hiệu viên mãn:

- Như Lai (Tathāgata) là bậc không từ đâu đến và chẳng đi về đâu;

- Ứng cúng (Arhat), là bậc đáng được tôn kính cúng dường;

- Chánh biến tri (Samyakṣambuddha), là bậc thông suốt vạn pháp đúng như thật;

- Minh hạnh túc (Vidyā-caraṇa-saṃpanna), là bậc có đầy đủ trí tuệ và đức hạnh;

- Thiện thệ (Sugata), là bậc khéo đi lại trong ba cõi mà không bị ràng buộc;

- Thế gian giải (Lokavid), là bậc thấu suốt đại thiên thế giới và các loài chúng sanh hữu tình, vô tri, tường tận rõ biết nhân quả của ba cõi;

- Vô thượng sĩ (Anuttarapuraṣa), là bậc tối thượng, không ai có thể vượt qua;

- Điều ngự trượng phu (Puruwadamysārathi), là người có khả năng điều phục chúng sanh;

- Thiên nhân sư (Devamanuṣyānāṃ śāstṛ), là bậc thầy của trời người;

- Phật Thế Tôn (Buddhalokanātha), là bậc đại giác đáng được thế gian tôn kính.

Lý do nêu mười hiệu của Phật là để hiển quả đức viên mãn. Đây cũng là lý do Phật Dược Vương là người giải thích cặn kẽ về pháp cúng dường; vì đã làm được nên hiển quả đức, và do làm được nên mới có thể chỉ bày nhân.

Thập hiệu là chánh báo quả đức cao tột, y báo tương ưng nên cõi nước có tên là Đại Trang Nghiêm. Một cõi thanh tịnh, tất cả cõi đều thanh tịnh. Sát-na uy nghi, tất cả thời đều uy nghi, nên kiếp có tên là Trang Nghiêm. Pháp số 10 tượng trưng cho sự viên mãn, như trên nói về thập hiệu. Số 20 là bội số của 10, là viên mãn gấp bội. *Phật sống lâu 20 tiểu kiếp*, tức nói thọ mạng của Phật gấp bội sự viên mãn, chính là nghĩa thường trụ, bất sanh bất diệt.

Phật Dược Vương giáo hóa chúng tăng gồm Bồ Tát và Thanh văn là nhất thừa thu nhiếp hai thừa. Bồ Tát ở lục căn, lục trần mà sáng tỏ nghĩa thức vốn không, thức không thì các pháp chẳng sanh; ở thập nhị xứ mà được viên thông nên nói chúng Bồ Tát có 12 ức na-do-tha. Chúng Thanh văn đã phá ngã chấp, chưa chứng pháp vô sanh rốt ráo, do vẫn còn thấy căn trần đến với nhau sanh thức, thức còn sanh nên pháp còn sanh diệt qua ba đời; thập nhị xứ qua ba đời, nên nói chúng Thanh văn có 36 ức na-do-tha.

Lúc đó có vị chuyển luân thánh vương tên là Bảo Cái. Bảo Cái là lọng báu che trùm mười phương thế giới, không một châu báu nào mà không có, nên nói là: *đầy đủ bảy báu, cai trị bốn thiên hạ*. Tên của vị luân vương này mang nghĩa biểu pháp, có liên hệ đến việc vua cúng dường. Sự cúng dường của vua *đến mãn năm kiếp* cũng có nghĩa biểu pháp. Sắc là một kiếp. Từ sắc, thọ... đến thức là đủ năm kiếp. Vạn pháp duy thức, nên có đủ năm ấm tức thế giới hiện ra đầy đủ, chẳng thiếu thứ gì. Hiện ra đầy đủ các pháp mà pháp chẳng hề tạp loạn, cấu nhiễm, pháp vẫn hằng thanh tịnh, nên vua có tên là Bảo Cái. Chân thực buông xả năm ấm là cúng dường trọn năm kiếp vậy. Chính vì tâm cúng dường sâu xa của vua đối với Phật, nên vua khuyên bảo các vương tử: *Các ngươi cũng phải đem thâm tâm cúng dường Phật như ta vậy*.

Theo nghĩa trên, nếu ngay đây chúng ta thể hội thâm tâm của vị luân vương này, thì đoạn kinh văn trên chính là nói về pháp cúng dường. Nhưng nếu còn kẹt vào sắc tướng thì nghĩa lý kinh ngừng lại ở sự cúng dường tài vật châu báu; cần phải có Phật Dược Vương chỉ bày về sau.

KINH VĂN

Có một người con của vua tên là Nguyệt Cái ngồi một mình suy nghĩ rằng: Có việc cúng dường nào thù thắng hơn việc cúng dường này chăng?

Do sức oai thần của Phật, ở giữa hư không có vị trời nói rằng: Thiện nam tử! Pháp cúng dường là hơn hết các việc cúng dường.

Nguyệt Cái liền hỏi: Sao gọi là pháp cúng dường?

Vị trời đáp: Ông đến hỏi đức Dược vương Như Lai sẽ nói rõ thế nào là pháp cúng dường.

Vương tử Nguyệt Cái thể hiện tâm trạng nửa mê nửa tỉnh như chúng ta muốn vươn lên nhưng mịt mù phương hướng. Suy nghĩ của vị vương tử này về pháp cúng dường thù thắng chính thực là nỗi niềm mong muốn kiến đạo của những chúng sanh muốn vượt thoát khỏi sắc tướng, mà kinh văn dụ là tài vật châu báu bố thí cúng dường. Do tâm niệm hướng thượng này mà cảm ứng trong hư không vang lên lời chỉ lối của một vị trời: *Pháp cúng dường là hơn hết các việc cúng dường.* Và như đã nói trên, muốn thu hái quả đức của sự cúng dường, chỉ do Dược Vương Như Lai, người đã thành tựu viên mãn, mới có thể chỉ bày cách gieo nhân đúng như pháp. Hay nói cách khác, muốn thành Phật thì chỉ có Phật mới có thể chỉ dẫn.

TÙY THUẬN DUYÊN KHỞI

THÍCH NGHĨA PHÁP CÚNG DƯỜNG

> **KINH VĂN**
>
> Tức thì Nguyệt Cái vương tử đi đến chỗ Dược Vương Như Lai cúi đầu lễ dưới chân Phật, đứng qua một bên bạch Phật rằng: Bạch Thế Tôn! Trong việc cúng dường, pháp cúng dường là hơn hết. Thế nào gọi là pháp cúng dường?
>
> Phật dạy rằng: Thiện nam tử! Pháp cúng dường là kinh thâm diệu của chư Phật nói ra, tất cả trong đời khó tin khó nhận, nhiệm mầu khó thấy, thanh tịnh không nhiễm, không phải lấy suy nghĩ phân biệt mà biết được.

Đây là kẻ còn mịt mờ phương hướng, muốn tìm đường đi đúng đắn nên tìm hỏi người đã đến nơi. Chư Phật là bậc đã giác ngộ pháp thật tướng nên có thể nói ra kinh thâm diệu. Kinh đây là tên chung chỉ cho giáo pháp chư Phật ba đời thuyết làm nhân cho chúng sanh khởi hạnh thọ trì. Gọi là thâm sâu vì kinh rốt ráo liễu nghĩa, thu nhiếp tạng giáo, thông giáo và biệt giáo. Tạng giáo là tam tạng kinh, luật, luận chủ yếu nhiếp độ nhị thừa, chỉ bày tứ đế và pháp nhân duyên sanh. Thông giáo là Đại thừa sơ khởi dùng chung cho ba thừa, hiển bày chân đế, tu lục độ, chứng vô sanh.

Biệt giáo là Đại thừa chung cục, xiển dương nhất thiết pháp không, chủ yếu dạy đặc biệt riêng cho từng hạng như Bồ Tát lợi căn thông với biệt và viên giáo, hoặc Bồ Tát độn căn thông với tạng giáo. Kinh giáo ấy gọi là vi diệu, vì là viên giáo hiển bày thật tướng trung đạo, lý sự viên dung nhiếp vào Phật thừa. Gọi là vi diệu vì kinh giáo ấy vượt ngoài cảnh giới của ngôn từ, nên văn tuệ không thể đạt. Kinh giáo vượt ngoài cảnh giới của tư duy, nên tư tuệ cũng chẳng thể đến. Kinh là pháp vô tướng nên vô nhiễm thanh tịnh, vốn sẵn có, nên chẳng phải do tu mà đắc.

Kinh hiển bày pháp thật tướng, chẳng phải là các tướng chúng sanh đang cho là thật có. Vì ngược với chúng sanh nên khó tin nhận. Nếu đã tin nhận, theo được chỗ vi diệu của kinh mà thọ trì, thì tự thấy được pháp thân chính mình; đây là chỗ nhiệm mầu khó thấy. *"Khó tin là như trong một hạt vi trần có cả đại thiên kinh quyển. Người không tin là lý thật tướng chỉ ở trong tâm, không phải nhọc tìm đâu xa, gần mà không biết, nên nói là không tin, nên gọi là khó tin."* (Trạm Nhiên) Như trên nói, chẳng phải do văn tư tu mà có thể đắc pháp thật tướng vô tướng nên chẳng thể lấy suy nghĩ phân biệt mà biết được. Tuy là cảnh giới bất nhị, ngoài phân biệt nhưng quyết định do tu các công đức mà có thể đạt chỗ không thể nghĩ bàn.

> **KINH VĂN**
>
> **Kinh này nhiếp về pháp tạng của Bồ Tát, ấn đà-la-ni ấn đó, cho đến bất thối chuyển, thành tựu sáu độ, khéo phân biệt các nghĩa, thuận pháp bồ-đề, trên hết các kinh.**

Kinh này là tên chung cho các kinh Phương đẳng viên giáo do nhân duyên chúng sanh với Bồ Tát đạo đã thuần thục, nên đều *nhiếp về pháp tạng của Bồ Tát*. Pháp tạng đó là kho tàng kinh giáo thành tựu đạo Bồ Tát, là thể tướng quyết định nghĩa rốt ráo, nên gọi là đà-la-ni ấn chứng. Đà-la-ni là tổng trì gìn giữ kinh giáo như pháp bảo, gọi là ấn. Theo kinh giáo thọ trì, thực hành các nghĩa lý đi đến giải thoát bất khả tư nghị, gọi là chứng. Lại nữa, giữ gìn các điều thiện, ngăn các điều ác là ấn; y giáo phụng hành chắc chắn được bất thối chuyển, thành tựu sáu độ là chứng. Đã có ấn chứng thì thành tựu giải thoát nhất định không sai.

Kinh này là các kinh phương đẳng viên giáo đều được ba đời chư Phật thuyết minh viên mãn. Quá khứ Phật Dược Vương đã nói, hiện tại Duy-ma-cật thuyết được Phật Thích-ca ấn chứng, tương lai Bồ Tát Di-lặc xiển dương lưu thông. Chính vì vậy, kinh này cũng có thể được hiểu cụ thể là bản kinh chúng ta đang xem; đặc biệt là từ đây cho đến hết phẩm này, kinh văn hoàn toàn hiển lộ tất cả chỗ dụng. Ngay ở một kinh này, phải thấy tất cả kinh chư Phật thuyết là tùy phương tiện nói lý thật tướng. Vì kinh thuận trí tuệ vô tướng nên muốn hiểu cần phải khéo phân biệt pháp tướng ở đệ nhất nghĩa mà không động. Ở một kinh mà liễu nghĩa rốt ráo thì có thể gọi kinh ấy trực chỉ giác ngộ, nghĩa là *thuận pháp bồ-đề, trên hết các kinh*.

> **KINH VĂN**
>
> Vào đại từ bi, lìa các việc ma và các tà kiến, thuận pháp nhân duyên, không ngã, không nhơn, không chúng sanh, không thọ mạng, không, vô tướng, vô tác, vô khởi, làm cho chúng sanh ngồi nơi đạo tràng mà chuyển pháp luân.

Bản Huyền Trang trước đoạn này ghi: *"Giữ gìn hoàn hảo những gì đáng giữ gìn, thực hành theo pháp bồ-đề phần; bảy giác chi đích thân dẫn đầu."* Đây là chẳng bỏ căn bản tu học mà đắm mình trong những thuyết lý cao xa. Bồ-đề phần là ba mươi bảy phẩm trợ đạo, trong đó có thể chọn ra những pháp tu cơ bản nhất về giới, định, tuệ là bảy giác chi: trạch pháp, tinh tấn, hỷ, khinh an, niệm, định, xả. Bảy giác chi này là những tâm sở biệt cảnh và những tâm sở thiện, tức những trạng thái tâm lý tích cực mà chúng ta có thể sử dụng và phát huy. Điều này cho thấy Phật giáo chú trọng thực tế giáo dục tâm tánh, không phải tự trói buộc trong những danh từ triết lý hoa mỹ hay lý luận siêu hình viển vông chẳng một chút ích lợi gì.

Vào đại từ bi là hệ quả tất nhiên của sự quán chiếu ta và chúng sanh như thật, với đầy đủ năm ấm. Chẳng thể chối bỏ đau khổ phiền não mà tự thương xót mình và muôn loài sống, khởi bi nguyện tự độ và độ tha. Từ bi chẳng phải tự nhiên có, mà lưu xuất từ trí chứng a-lại-da tâm là gốc vọng động hằng chuyển, là tất cả tướng tưởng hiện chuyển đều là chỗ biến hiện của thức. Thấy được chỗ này là cảm. Đồng thời thấy được tất cả tướng tưởng đều là ba mươi hai ứng hóa thân của Bồ Tát Quán Thế Âm với đầy đủ ba mươi hai tâm từ thường hiện diện quanh ta; thấy được như thế gọi là ứng. Cảm ứng đạo giao đó không thể nghĩ bàn. Chỉ trong cảm ứng trọn vẹn như vậy mới có thể làm được như kinh văn bản Huyền Trang ghi: *"Giảng nói khai thị đại từ đại bi, cứu giúp đem sự an lạc đến các hữu tình."*

Vào đại từ bi là do thấu suốt nhân quả, do hiểu biết nghĩa thức huân tập tất cả các chủng tử sanh quả dị thục. Do đó lý thì tuy không bốn tướng ngã, nhân, chúng sanh, thọ giả, nhưng về sự thì thuận pháp nhân duyên, phải xa lìa các việc ma là sự chướng hay phiền não chướng, và đoạn dứt các tà kiến tức lý chướng hay sở tri chướng. Chúng ta thường nghe nói kinh Lăng-nghiêm là khai trí tuệ, nhưng vẫn có chương cực kỳ quan trọng là Thanh Tịnh Minh Hối Chương, dạy chúng ta phải nghiêm trì không phạm sát, đạo, dâm, vọng. Nói pháp có, là nghĩa pháp nếu tuyệt đối có thực thì chẳng bao giờ mất đi, tức là không có sanh diệt. Nói pháp không, theo nghĩa không tuyệt đối, cũng là không có sanh diệt. Quan niệm cách nào cũng trái với nhân duyên. Đạo lý sâu xa chẳng nghiêng về có, cũng chẳng ngã về không. Đó chính là thuận theo nhân duyên, chẳng bài trừ nhân quả, không phá duyên khởi.

Nếu không thuận nhân duyên thì chẳng thể tu chứng nhị không là ngã không và pháp không. Thông qua duyên khởi mới thấy nhất thiết pháp không, tức nghĩa: *không ngã, không nhân, không chúng sanh, không thọ mạng, không, vô tướng, vô tác, vô khởi.* Nói về thuận theo nhân duyên, bản dịch của Huyền Trang có thêm một đoạn mà nếu bỏ qua, ta sẽ thiếu sót để hiểu lý vạn pháp giai không, nhân quả bất không: *"Phân biệt xiển dương lý duyên khởi sâu xa; biết rằng trong không có ngã, ngoài không có hữu tình; đối với hai bên và chặng giữa không có thọ mạng, không có người nuôi dưỡng; hoàn toàn không có chút tánh bổ-đặc-già-la."* Có thể Huyền Trang căn cứ trên quan niệm về bổ-đặc-già-la thắng nghĩa của Độc-tử bộ mà dịch đoạn kinh này; quan niệm này xuất hiện từ sau thế kỷ hai. Bổ-đặc-già-la (Pudgala) là chủ thể nhất định có trong tái sinh và giải thoát. Tư tưởng này là do sa môn tên Độc tử (Vātsī-putrīyāḥ) cho rằng trong mỗi chúng sanh nếu không có một tự ngã thì luật nhân quả không đứng vững vì không có người tạo nhân và nhận quả, cũng không có tái sanh và giải thoát. Tự ngã này không phải ngũ uẩn, cũng không rời ngũ uẩn, được xác định là có trên cơ sở ngũ uẩn. Tự ngã này được xác định là có trên cơ sở tương tục của sự tái sanh. Tự ngã này cũng được xác định là có trên cơ sở của sự giải thoát. Không cần phải nói, quan niệm về Bổ-đặc-già-la vẫn chưa thoát khỏi nghĩa duy thức, còn bị trói buộc trong hành tướng của thức a-lại-da. Phải biết do giả thuyết nên nói có thức. Thức tái sanh không thật, cũng không hư; vì ngăn chấp ngã nên nói: hoàn toàn không có chút tánh Bổ-đặc-già-la.

Các lối chấp ngã được Luận Thành Duy Thức gom lại thành ba loại chấp.

- Một là, chấp ngã chẳng phải tức uẩn, chẳng phải lìa uẩn như Độc tử bộ, Chính lượng bộ và Kinh lượng bộ chủ trương như trên; nếu như vậy thì chẳng thể nói ngã là hữu vi (là uẩn nên là hữu vi) hay vô vi (lìa uẩn nên là vô vi). Lại nữa, lối chấp như vậy không thể thành lập, vì ngã bị chấp chỉ là giả danh không thực, như cái bình không phải là đất nhưng không lìa đất mà có. Lối chấp này chính là như Huyền Trang nói là chấp chặng giữa.

- Hai là, chấp ngã tức uẩn, như phàm phu thấy mình có thân, có cảm xúc và suy nghĩ; lối chấp này cũng sai vì uẩn là biến dịch, không thường, không nhất.

- Ba là, chấp ngã lìa uẩn, cho ngã là bản thể chu biến, lượng như hư không, hoặc lượng bất định tùy thân mà lớn nhỏ, hoặc lượng cực nhỏ biến động trong thân; lối chấp này làm lẫn lộn các ngã ở các hữu tình, chẳng thể nói là đồng hay khác, và hơn nữa chẳng thể xác nhận ngã nào tạo nhân, ngã nào chịu quả.

Hai lối chấp ngã là uẩn và ngã lìa uẩn, Huyền Trang gọi là chấp đối với hai bên. Ba lối chấp ngã như vậy không thể xác định chủ thể.

Không có chủ thể là ngã, là chúng sanh đang luân hồi, nhưng không diệt tận tướng ngã, tướng chúng sanh, vì nếu thế sẽ chẳng có pháp giải thoát. Do đó, ngay ở pháp tướng mà tương ưng với pháp tánh, xa lìa phân biệt chấp trước, chứng pháp vô sanh; đây chính là nghĩa của việc làm cho chúng sanh *ngồi nơi đạo tràng mà chuyển pháp luân*. Phải tùy thuận ở pháp tướng duyên khởi mới có thể đoạn trừ vọng tưởng duyên sanh. *"Phàm muốn diệt tà, cần phải quán sát pháp mười hai nhân duyên, trên dưới đều như thế, cho nên căn cứ theo nhân duyên để luận về nhiếp phục đối trị."* (Huệ Viễn)

Đạo tràng là nơi tu hành và thành đạo, chẳng đâu xa mà là ngay ở cảnh giới sanh diệt trước mắt. Do nghĩa này mà thế gian từ chỗ cùng khổ, đầy cấu nhiễm bỗng chuyển mình thành sân khấu để diễn viên chúng sanh biểu diễn đủ mọi vai tuồng. Đạo tràng còn là trường học nơi lý nghĩa kinh thành giáo. Kinh là quán, nhiếp, thường, pháp. Khi thành giáo, thì chúng sanh nhờ đó có thể thấu suốt mọi lý lẽ, nhiếp phục mọi sinh hoạt, thường tu như trí chứng và khắp ba cõi đều nương tựa được. *Ngồi nơi đạo tràng* là kim cang tam-muội, là tâm như như bất động, là nơi an trú rốt ráo, là tự tánh triển chuyển vạn pháp; tức tự tâm là nơi pháp luân thường chuyển, là nhân hay sanh vạn pháp. Chỗ này bản Huyền Trang dịch là: *"Kinh pháp ấy đưa người đến diệu giác, chuyển bánh xe pháp"*; là quả bồ-đề diệu giác từ đó chúng sanh giác ngộ và tiếp nối tuệ mạng chư Phật, chuyển bánh xe pháp không cùng tận.

Do đó, câu kinh văn: *ngồi nơi đạo tràng mà chuyển pháp luân*, trên nhân hay quả đều có thể nói thông suốt. Làm cho chúng sanh được như vậy là do thuận pháp nhân duyên. Chúng ta phải hết sức lưu ý chỗ này: *thuận pháp nhân duyên* là điểm cốt lõi nhất của *pháp cúng dường*, ngoài nghĩa y giáo phụng hành chúng ta đã nói bên trên, hai nghĩa này không thể tách rời nhau.

KINH VĂN

Chư thiên, long thần, càn-thát-bà thảy đều ngợi khen, đưa chúng sanh vào pháp tạng của Phật, nhiếp tất cả trí tuệ của hiền thánh, diễn nói cách tu hành của Bồ Tát, nương theo nghĩa thật tướng của các pháp, tuyên bày các pháp vô thường, khổ, không, vô ngã, tịch diệt.

Đoạn kinh văn này có cách trình bày rất súc tích các nghĩa lý sâu xa, nên cần kết hợp đối chiếu thêm với bản dịch của Huyền Trang mới có thể thích nghĩa thông suốt.

Trên đã nói thuận pháp nhân duyên hiểu sâu nhân quả. Nhân duyên sanh thì trùng trùng phức hợp, thiên biến vạn hóa. Thâm hiểu duyên khởi là không lầm tánh biến kế chấp, không mê tánh y tha khởi, trí tuệ kỳ diệu như có thần thông. Do đó đến đây kinh văn nói chư thiên, long thần, càn-thát-bà, đại diện cho chúng sanh thâm hiểu lý duyên khởi thảy đều ngợi khen. Vì sao? Vì họ đã hiểu không có thật ngã luân hồi nhưng giả ngã vẫn không thể rời nhân duyên sanh. Nghĩa là nhân duyên sanh tức vô sanh; vô sanh không rời nhân duyên sanh. Sanh và vô sanh không phải là hai, ngã và vô ngã bất nhị.

Đưa chúng sanh vào pháp tạng của Phật; có hai nghĩa là thấy rõ tất cả pháp sanh ra đều từ Như Lai tạng duyên khởi, cũng nghĩa là kinh pháp thâm diệu có thể độ thoát chúng sanh. Như đã nói, kinh pháp là nhân, thọ trì là hạnh, kinh văn từ đây về sau là nói về quả chứng. Tôn kính cúng dường chư Phật là trọn vẹn từ nhân đến quả; tức là phải thấu suốt kinh pháp, tu hành như giáo, giác ngộ và độ tận chúng sanh, hệt như chư Phật ba đời đã làm, đang làm và sẽ làm. Do đó bản Huyền Trang ghi: *"Hướng dẫn chúng sanh cúng dường đại pháp, làm viên mãn đại pháp thí cho chúng sanh."* Hướng dẫn chúng sanh là thâm nhập kinh tạng, tu hành như pháp, là nhân. Nhân như vậy thì quả chắc chắn là viên mãn đại pháp thí, là tự giác, giác tha hay giác hạnh viên mãn. Hợp hai nghĩa này là chính như kinh văn đã viết: *Vào pháp tạng của Phật.*

Pháp tạng ấy là chỗ ba thừa đều quy về, là nơi chúng sanh nương tựa chuyển phàm thành thánh; gọi là *nhiếp tất cả trí tuệ của hiền thánh.* Chỗ này bản Huyền Trang ghi: *"Tất cả thánh hiền đều thọ trì."* Vì đó là giáo nghĩa thật tướng cùng tột. Pháp tạng của chư Phật duy nhất nói lý thật tướng nhiếp tất cả trí tuệ của hiền thánh, khiến tất cả chúng sanh rốt ráo sau cùng thành Phật, là *diễn nói cách tu hành của Bồ Tát*, mà Huyền Trang ghi: *"Khai mở tất cả diệu hạnh của Bồ Tát."* Vì sao? Vì kinh là giáo, nhân nơi giáo mà thành Phật.

Cứu cánh là Phật quả nên nương theo kinh pháp có thể thành tựu đạo vô thượng bồ-đề. Kinh văn viết: *Nương theo nghĩa thật tướng của các pháp*. Bản Huyền Trang cũng cùng nghĩa chứng đắc cứu cánh, nhưng lại dịch là: *"Kinh pháp ấy làm chỗ quy về pháp nghĩa chân thật"*; tức là nghĩa chân thật pháp thân là chỗ các thừa giáo cùng hội tụ về. Nếu ngay ở pháp tướng trùng trùng mà ngộ thật tướng thì là viên đốn. Nếu chẳng được vậy, thì nương tựa nghĩa thật tướng của kinh pháp mà tuyên bày *các pháp vô thường, khổ, không, vô ngã, tịch diệt*; đó là mở lối tiệm tu cũng cùng về một đích. Nếu không nương vào nghĩa thật tướng thì khi nghe nói pháp vô thường lại sanh kiến chấp vô thường là pháp vĩnh viễn. Nếu không nơi thật tướng, lại rơi vào chấp mê tánh y tha khởi là thật, không thấy tánh vọng tưởng duyên sanh, thế giới này biến động vô tận là sự thực không thể ngừng, nên khổ không thể đoạn. Mặt khác, nếu không hiểu nghĩa thật tướng, lại chấp tánh vọng tưởng duyên sanh, phủ bác duyên khởi, ta và thế giới trở nên trống rỗng và đoạn diệt. Chính do nương nghĩa thật tướng mà tuyên thuyết các pháp ấn một cách tự tại vô ngại, không rơi vào chấp trước thiên kiến. Tức là có thể nói các pháp vô thường mà không chấp vô thường, thế gian là khổ nhưng chẳng thật là khổ, thế giới vốn không nhưng lại chẳng phải không, ta vốn chẳng có nhưng cùng với chúng sanh và Phật đồng một pháp thân, giải thoát là tịch diệt nhưng chẳng phải là đoạn diệt.

KINH VĂN

Cứu độ chúng sanh hủy phá giới cấm, làm cho tà ma ngoại đạo và người tham lam chấp trước đều sợ sệt; chư Phật, hiền thánh đều ngợi khen; trái cái khổ sanh tử, chỉ cái vui Niết-bàn, chư Phật ba

> đời ở trong mười phương đều nói ra. Nếu người nghe những kinh như thế mà tin hiểu, thọ trì, đọc tụng, dùng sức phương tiện phân biệt giải nói, chỉ bày rành rẽ cho chúng sanh, giữ gìn chánh pháp đó gọi là pháp cúng dường.

Giới cấm là phương tiện phòng phi chỉ ác. Tăng Triệu nói: *"Những người hủy bốn trọng cấm và phạm năm tội nghịch, pháp Tiểu thừa chẳng thể cứu độ. Các ma, ngoại đạo, người tham trước tài sắc, pháp Tiểu thừa chẳng thể diệt hết. Cứu được, diệt được chỉ có kinh sâu xa Đại thừa phương đẳng."* Vì đối với họ, tội là tội, dâm nộ si là dâm nộ si, ngũ dục và cảnh trần hoàn toàn chân thực.

Phá huỷ giới cấm là do ngu si mà tự gây đau khổ cho mình. Nếu biết tánh tam độc vốn chẳng thể nhiễu loạn tâm mình thì chúng sanh chẳng gieo ác nhân để gặt ác quả; là được cứu độ, thoát khỏi phiền não chướng. Tin lầm tà ma ngoại đạo, nảy sinh tham lam chấp trước là do mê muội chỗ thấy, nghe, hiểu biết. Nếu nhìn thấu cảnh trần là vọng tưởng tức đã phá được sở tri chướng. Bản Huyền Trang dịch chỗ này rất rành mạch: *"Diệt trừ tất cả xan tham, phá giới, sân hận, biếng nhác, vọng niệm, ác tuệ, sợ hãi, tất cả tà luận ngoại đạo, ác kiến, chấp trước"*; ta thấy rất rõ dụng ý tu pháp lục độ, đắc trí bát-nhã, đoạn nhị chướng. Cát Tạng có cùng ý kiến nhưng diễn đạt hơi khác: *"Ngoại đạo là kiến, kẻ tham trước là ái, kinh sâu xa có thể chuyển các ái và kiến này thì ái và kiến sinh sợ hãi."* Kiến là cảnh trần sở tri, ái là nội tâm phiền não. Y theo kinh giáo mà xa lìa ái kiến này, tức là vượt qua nhị chướng, được giải thoát.

Phiền não chướng là nội ma. Sở tri chướng là ngoại ma. Kinh pháp là vũ khí hữu hiệu nhất để chiến thắng các ma, nên chư Phật, hiền thánh đều ngợi khen. Huyền Trang dịch tiếp rất rõ: *"Kinh sách ấy phát sinh thế lực tăng thượng pháp lành cho hữu tình chiến thắng tất cả quân ma, được chư Phật, thánh hiền khen ngợi.*" Sự ngợi khen sâu sắc hơn nếu ta thấy được lý lẽ thậm thâm hơn. Phật và ma, thánh hiền và phàm phu tuy bất nhị, nhưng chẳng thể đánh đồng. Quyết định liễu biệt rõ ràng, nên kinh văn viết: *trái cái khổ sanh tử, chỉ cái vui Niết-bàn.* Đây là kinh giáo thuận theo nhân duyên phát huy hết tác dụng, mở ra muôn vàn đường lối phương tiện thiện xảo khác nhau cùng đưa về lý chân thật pháp thân. Dù cho có vô lượng chư Phật cũng đều làm như nhau; là nghĩa: *chư Phật ba đời ở trong mười phương đều nói ra.*

Kinh pháp, thuyết giáo của chư Phật lưu xuất từ tự tánh. Phật nói một âm, chúng sanh tùy theo tâm lượng của mình mà được lợi ích. Lợi ích tột cùng nhất chúng sanh có thể được là do biết sử dụng tự tánh mà nghe kinh. Vì sao? Vì kinh tức là tất cả pháp, chẳng một pháp nào không phải là kinh. Do đó, đối với tất cả pháp, phải biết rõ ràng minh bạch. Trong tánh biết vẫn có sự liễu biệt; là phân biệt diệc phi ý như đại sư Huyền Giác nói, không phải là cái biết trơ trơ mặc kệ.

Do nghĩa trên mà kinh văn viết: *nếu người nghe những kinh như thế;* chính là có ý nói dùng tánh của thức là liễu biệt để thông suốt vạn pháp; tức khởi dụng diệu quán sát trí. Có liễu biệt tường tận mới tin hiểu thật tướng là vô tướng. Có tin hiểu mới thọ sanh tử mà vẫn trì niết bàn. Có thọ trì là ngày ngày miệng đọc tụng, là nghĩa biểu pháp trong sanh tử mà nhiếp thân nghiệp. Thân nghiệp đã nhiếp, không còn bị thúc đẩy tạo tác ác nhân là do công phu định lực có phần thành tựu, sanh hậu đắc trí phương tiện liễu biệt minh bạch thiện ác; nên kinh viết: *dùng sức phương tiện phân biệt giải nói.* Có liễu biệt rõ ràng mới có thể *chỉ bày rành rẽ cho chúng sanh giữ gìn chánh pháp.*

Chỉ bày rành rẽ không có nghĩa là ta làm thầy, người là học trò, ta đã hiểu chỉ cho người chưa hiểu; không phải nghĩa này. Nguyên bản ghi: "為諸眾生分別解說，顯示分明，守護法故 - *Vị chư chúng sanh phân biệt giải thuyết, hiển thị phân minh, thủ hộ pháp cố*"; nghĩa là vì chúng sanh, tức là đối với vạn pháp do nhân duyên sanh, phải liễu biệt sáng tỏ, theo đúng không mất nghĩa như của pháp. Nghĩa lý này quan trọng, cần phải thấy mới có thể thuận theo nhân duyên. Chúng sanh là pháp tướng duyên khởi, khi hiện tướng đúng là như vậy không khác. Do đó nếu thuận theo nhân duyên thì có thể xoay chuyển vạn pháp. Xoay chuyển vạn pháp không phải là bài trừ nhân quả, mà do tin sâu nhân quả mà có thể chuyển đổi vận mệnh, hoặc vượt hơn, có thể chuyển phàm thành thánh. Vì sao có thể làm được điều này? Vì vạn pháp đều là chánh pháp. Chánh pháp ấy là chân tâm tự tánh của chính ta năng sanh vạn pháp. Thấu suốt điều này là giữ gìn chánh pháp, gọi là giác tự tâm. Giác tự tâm, *đó là pháp cúng dường* vậy.

Hơn nữa, giác tự tâm năng sanh vạn pháp, mới biết các pháp chính là ta. Các pháp chính là ta; đồng nghĩa với ta và nhân quả bất nhị. Ta hôm nay là quả của ta hôm qua và là nhân của ta ngày mai. Hiểu như vậy mới biết nhân duyên của Duy-ma-cật đến từ pháp thân đại sĩ ở cõi Diệu Hỷ. Hiểu như vậy mới tin tôn giả Đề-bà-đạt-đa đang ở địa ngục mà vui sướng như ở các cõi trời. Vì sao? Vì các ngài chẳng bị trói buộc, cũng chẳng xa lìa mà tự tại thị hiện trong nhân quả vậy.

HỢP LUẬN NGHĨA CÚNG DƯỜNG

KINH VĂN

Lại theo các pháp đúng như lời nói tu hành, tùy thuận mười hai nhân duyên, lìa tà kiến, được vô sanh nhẫn, quyết định không có ngã, không có chúng sanh mà đối với quả báo nhân duyên không trái không cãi, lìa các ngã sở.

Nhân duyên phát khởi phẩm này là do Đế thích tán thán kinh mà phát nguyện ủng hộ cúng dường chúng sanh nào y kinh này, tức kinh Duy-ma-cật sở thuyết, mà tu hành như pháp. Phật cũng ấn chứng rằng *kinh này rộng nói đạo vô thượng* của chư Phật ba đời, là *kinh điển bất khả tư nghị giải thoát*. Từ đó dẫn tới Phật kể chuyện thâm tâm cúng dường của vua Bảo Cái đối với Dược Vương Như Lai đến mãn năm kiếp. Đó là pháp cúng dường đi từ chân nghĩa là y giáo phụng hành đến thâm nghĩa là buông bỏ năm ấm. Chân nghĩa y giáo phụng hành, đoạn ác tu thiện, chuyển hóa ba nghiệp là sự viên dung. Thấu suốt năm ấm rỗng không, chẳng tiếc nuối buông xả là lý viên dung. Trong một niệm do lý mà chứng ngộ pháp thân, gọi là viên. Nếu chưa có định hướng đúng đắn thì theo chỉ bày của hóa thân Phật Dược Vương mà tu hành, gọi là đốn. Lý chẳng ngại sự, sự thành tựu lý, tức lý sự viên dung. Viên bao hàm đốn, đốn quy về viên, tức viên đốn bất nhị.

Bên trên là thích luận nghĩa pháp cúng dường. Đây là phần hợp luận. Thích luận là căn cứ theo sát kinh văn mà giải thích, đi sâu vào phân tích. Hợp luận là tổng hợp ý kinh thành điểm cốt lõi nhất. Lời dạy của Phật Dược Vương bên trên và ở đây có điểm chung là tùy thuận pháp nhân duyên. Do đó tùy thuận nhân duyên sanh là trọng điểm của phẩm kinh này. *Vì tùy thuận mười hai nhân duyên* mà có thể tu hành sửa sai thành đúng, liễu biệt rõ ràng, chứng tất cả pháp vô sở hữu, quy về vô sở đắc. Nhất định phải thông qua duyên khởi mới chứng nhị không.

Kinh văn viết: *Lại theo các pháp đúng như lời nói tu hành, tùy thuận mười hai nhân duyên*, đó là trên nhân quán sâu nhân duyên mà nói quả là chân tu. Bản dịch của Huyền Trang viết: *"Người cúng dường pháp nghĩa là với các pháp phải điều phục như pháp, với các pháp phải tu hành như pháp; tùy thuận theo duyên khởi, xa lìa các tà kiến*";[1] đó là trên nhân thấy lý thật tướng, dụng công như pháp, được quả là do tùy thuận nhân duyên khi đang tu. Hai cách nói nhưng cùng một nghĩa. Lại theo các pháp; nghĩa là như thị. Đúng như lời nói tu hành là nghĩa như thị. Tùy thuận mười hai nhân duyên cũng là nghĩa như thị. Nếu thấy nghĩa như thị, tức hiểu rõ pháp cúng dường.

Thuận theo duyên khởi, lìa tà kiến là khéo hiểu pháp pháp không phải nhân duyên, cũng không phải không nhân duyên. Không phải nhân duyên là tất cả tướng là vọng tưởng duyên sanh, tuyệt nhiên chưa hề có; là các pháp không do kết hợp mà sanh, chỉ là do vọng tưởng mà có. Trong sự dính mắc giữa ta và chúng sanh, không phải nhân duyên là chẳng có ta, cũng chẳng có người; không phải không nhân duyên là sự dính mắc đó khi hiện tướng thì không đổi không khác. Ở các pháp là tánh y tha khởi không phải không có; mười pháp giới khi hiện tướng thì đúng là như vậy, vì chẳng có gì tự nhiên mà có, phải do nguyên nhân từ quá khứ, tức nhân như vậy, gồm đủ các điều kiện hình thành là duyên như vậy, thì chắc chắn quả phải như vậy. Có thể nói duyên khởi chính là động dụng của tự tánh. Nếu là giác, gọi là chân tâm, là Như Lai tạng duyên khởi. Nếu bất giác, gọi là vọng tâm, là a-lại-da duyên khởi.

Mười hai nhân duyên khởi từ vô minh. Vô minh là si, sinh hành; hành sinh thức; thức sinh danh sắc; danh sắc sinh lục nhập; lục nhập sinh xúc; xúc sinh thọ; thọ sinh ái; ái sinh thủ; thủ sinh hữu; hữu dẫn đến sanh và lão tử. Quán nhân duyên mới biết do tâm bất giác vọng động nên sanh nghiệp tướng vô minh. Vọng tưởng là vô minh. Từ

---

[1] Nguyên văn: "法供養者, 謂於諸法如法調伏, 及於諸法如法修 行, 隨順緣起離諸 邪見 。- Pháp cúng dường giả, vị ư chư pháp như pháp điều phục, cập ư chư pháp như pháp tu hành, tùy thuận duyên khởi ly chư tà kiến." Xem Đại Chánh tạng, Tập 14, số 476, trang 586, tờ c, dòng 24-25. Việt dịch: Thích Nữ Tịnh Nguyên.

vọng tưởng khởi hai thứ phân biệt và chấp trước. Phân biệt là si, chấp trước là ái, nên Duy-ma-cật đã nói ở trước: *từ si có ái, bệnh tôi sanh.* Si ái đại diện cho thập nhị nhân duyên, đã sanh thì sanh sanh diệt diệt bất tận.

Thế nhưng si ái là vọng tưởng, chẳng thật có, cũng chẳng thể nhiễu loạn tự tâm. Nếu ngộ tánh của vô minh là minh, thì cả chuỗi mắc xích thập nhị nhân duyên từ vô minh đến lão tử đều là Phật chủng cả. Đó là quán sâu nhân duyên sanh mà *được vô sanh nhẫn*. Trong tiến trình sanh tử tuyệt nhiên tìm không thấy ai là người sanh tử, kinh văn nói: *quyết định không có ngã, không có chúng sanh* là vậy. Tuy thân chánh báo này đã sanh, nhưng thực là vô sanh.

Đã khéo hiểu nghĩa không phải nhân duyên, không phải không nhân duyên như trên, tuy không thấy có ta và chúng sanh mà thuận theo nhân quả. Nghĩa không chẳng trái với có, nên không tranh cãi. Bản dịch của Huyền Trang ghi: *"Không chống đối với lý nhân duyên, không tranh cãi, không sanh dị luận."*[1] Vì sao? Vì ngã không thật có, nên chẳng tranh biện phần thắng về mình. Ứng lý duyên khởi tức không mà chẳng thấy có hai tướng đối đãi có không, sanh diệt, thường đoạn, nên chẳng rơi vào hí luận. Ta còn không có, huống gì cái thuộc về ta? Cái thuộc về ta tức y báo, là hoàn cảnh sống của ta, diễn biến cuộc đời ta, là hạnh phúc và đau khổ đến với ta; tất cả đều không thực. Do đó, kinh văn nói: *lìa các ngã sở.* Bản dịch của Huyền Trang ghi: *"Tách rời ngã và ngã sở không bị lệ thuộc"*[2] nghĩa là không chấp trước tướng ngã, là chính mình, và

---

[1] Nguyên văn: *"於諸因緣無違無諍不起異議 -* ư chư nhân duyên vô vi vô tránh bất khởi dị nghị". Xem Đại Chánh tạng, Tập 14, số 476, trang 586, tờ c, dòng 27. Việt dịch: Thích Nữ Tịnh Nguyên.

[2] Nguyên văn: *"離我我所無所攝受 -* ly ngã, ngã sở, vô sở nhiếp thọ". Xem Đại Chánh tạng, Tập 14, số 476, trang 586, tờ c, dòng 27-28. Việt dịch: Thích Nữ Tịnh Nguyên.

tướng thế gian, là cái ta phải chiếm đoạt làm cái của mình. Lìa hai tướng ngã và ngã sở, tức là không bị các pháp xoay chuyển, không bị lệ thuộc vậy.

PHÁP TỨ Y

> **KINH VĂN**
>
> Y theo nghĩa không y theo lời, y theo trí không y theo thức, y theo kinh liễu nghĩa không y theo kinh không liễu nghĩa, y theo pháp không y theo người.

Cũng do thuận nhân duyên, không chối bỏ tướng thế gian, nên trong quan hệ đối nhân tiếp vật, nếu không muốn các pháp chuyển, cần phải có nơi y chỉ. Do đó kinh văn tiếp theo nói pháp Tứ y (catvāri pratisaraṇāni), là bốn nơi cho chúng ta nương tựa trên đường tu hành.

Pháp thế gian và xuất thế gian, chân vọng đều bất khả đắc. Thấy chỗ vô sở đắc là y theo nghĩa. Còn dựa vào ngôn từ lý luận mà biện minh cho tướng mình đang thấy, nghe, hiểu biết là y ngữ. Pháp Phật không nhất định, tùy cơ mà thuyết. Giáo của Phật là phương tiện, ứng với mức hiểu biết của chúng sanh mà lập. Hiểu lý như vậy mà tiếp nhận giáo khế lý là y theo nghĩa. Cát Tạng viết: *"Lời là giáo, nghĩa là lý. Vốn dùng giáo mà giải thích lý, như nhờ ngón tay chỉ mặt trăng, cho nên cần phải nương vào lý, chẳng nương vào giáo."*

Lời nói là văn tự ngữ ngôn. *"Lý thậm thâm không thể dùng ngôn ngữ diễn đạt, chân lý đệ nhất nghĩa không vướng vào âm thanh văn tự."* (Kinh Đại Tập). Do vậy, y nghĩa là nương tựa vào lý trung đạo, phá trừ mọi điên đảo, thành tựu vạn hạnh, hiển lộ thật tướng. Thật tướng ấy là Tam bảo thường trụ. Phật dạy: *"Y theo nghĩa không y theo lời là thế nào? Này Ca-diếp! Nghĩa là giác liễu, là nghĩa đầy đủ. Nghĩa đầy đủ là Như Lai, Pháp cùng Tăng đều thường trụ không biến đổi."* (Kinh Đại Bát Niết-bàn) Như Lai là giác, Pháp là chánh, Tăng là tịnh. Cái duy nhất trên đời đầy đủ ba tánh đức ấy không phải là bản tâm ta thì là gì?

Chấp vào văn tự ngữ ngôn thì mê mờ lý chân thật. Tuy nhiên, lý thì thường còn, ngôn ngữ thì biến hóa. Khéo dùng cái biến hóa để thể nhập cái thường hằng, duy chỉ có bậc giác ngộ mới làm được. Ví dụ ở phẩm Quán chúng sanh, Duy-ma-cật bằng ngôn ngữ đưa ra 30 ví dụ hướng dẫn ta quán chúng sanh như huyễn để hiểu không có chúng sanh tướng; kế đến, cũng bằng ngôn ngữ, đối đáp giữa Văn-thù và Duy-ma-cật chỉ bày cách quán chúng sanh như thật, đi đến gốc vô trụ là thức biến, chỉ ra chẳng phải không có tướng chúng sanh; sau cùng đối thoại của thiên nữ và Xá-lợi-phất hiển nghĩa chân thật là thật tướng của tất cả tướng là tướng hóa sanh từ chân tâm tự tánh; đây cũng do nghĩa của lời nói mà hiển lý. Chỉ một ví dụ này thôi, chúng ta đủ thấy sự nhịp nhàng của ba phép quán dẫn vào thật tướng trung đạo.

Do không loại trừ tính hữu dụng của ngữ ngôn, thiết nghĩ chúng ta cũng nên nói qua về các cách thuyết pháp Phật cho là đúng đắn. Theo kinh Đại Bát Niết-bàn, Phật nói về ba cách giải đáp và ba cách giảng nói pháp.

Ba cách giải đáp là: quyết định mà đáp, phân biệt hay theo lời hỏi mà đáp, yên lặng mà đáp. Quyết định mà đáp là lời thuyết pháp đúng với mọi căn cơ; như nói gieo ác nhân chắc chắn gặt ác quả, hay nói Phật là bậc Nhất thiết trí. Phân biệt hay theo lời hỏi mà đáp là tùy theo căn cơ, nhân duyên hoặc khúc mắc của chúng sanh mà nói; như do chúng sanh muốn thoát khổ nên nói tứ đế, do đạo quả Thanh văn tuy đã thành thục, nhưng vẫn còn khúc mắc nên nói kinh Phương đẳng. Yên lặng mà đáp, có hai cách là thuận hay nghịch mà nói và chẳng nói chẳng giải; như do chúng sanh chấp có nên nói không, hay do chúng sanh chấp không nên nói có, hoặc như khi Văn-thù hỏi về pháp bất nhị, Duy-ma-cật im lặng. Thuận hay nghịch mà đáp là để ngăn dứt thiên kiến. Chẳng trả lời là triệt để phá chấp trước vào cả hai tướng đối đãi.

Ba cách giảng nói pháp là: tùy tự ý ngữ, tùy tha ý ngữ, tùy tự tha ý ngữ. Tùy tự ý ngữ, là do tự chứng mà thuyết pháp; như Phật nói tất cả chúng sanh đều có Phật tánh, hoặc như các đệ tử trong hội Lăng-nghiêm trình bày chỗ viên thông, ai cũng nói lời chánh thuyết. Tùy tha ý ngữ là do căn cơ người nghe mà phương tiện nói pháp, như do chúng sanh mê sanh tử mà thuyết Niết-bàn; hoặc là do đối cơ luận có nhiều mâu thuẫn, theo đó phá luận rồi nhân đó thuyết pháp; như Luận Thành Duy Thức phá ba lối chấp ngã đã nói bên trên, hay như Phật phá bỏ thất xứ trưng tâm mà A-nan nói trong hội Lăng-nghiêm. Tùy tự tha ý ngữ là lời thuyết tùy theo chỗ chứng của đối cơ hợp với chỗ tự chứng; như nói tất cả chúng sanh đều có Phật tánh nhưng bị phiền não che lấp mà không thấy.

Từ trên mà thấy *y theo nghĩa không y theo lời*, là phá bỏ chấp trước chứ chẳng phải bác bỏ văn tự ngữ ngôn. Nếu chẳng có ngôn từ thì không có kinh pháp và giáo thuyết, chúng ta nương vào đâu mà tu học?

Ngôn ngữ giới hạn bởi tánh biến kế sở chấp nên không thể diễn bày lý tột cùng. Ngôn là lời nói. Ngữ là danh từ. Danh từ và lời nói đều do thức phân biệt giả lập, chẳng thể đạt pháp tướng chân thật. Vả lại, căn trần còn kết hợp, thì pháp tướng là y tha khởi, và chỉ là tướng phần của thức, không phải là tướng chân thật. Không tin vào tướng phần của thức là không y theo thức. Hơn nữa, thức là vọng tưởng, phân biệt, chấp trước, là nhân của phiền não chướng và sở tri chướng nên chẳng theo. Nói nghĩa không y theo thức trước là làm sáng tỏ nghĩa y theo trí. Y trí là tâm thanh tịnh trên căn bản giác ngộ vạn pháp bình đẳng. Y thức là tâm phân biệt chấp trước, dính mắc trần cảnh khởi niệm sanh phiền não tham sân si. Dùng ba pháp quán giả, không, trung nhập lý thật tướng là y trí. Bình đẳng đối với chúng sanh vì pháp tánh hằng thanh tịnh và vì tâm tánh thường liễu biệt rõ ràng; đây mới chân thật là *y theo trí không y theo thức*.

Thế nào là y theo kinh liễu nghĩa không y theo kinh không liễu nghĩa? Liễu nghĩa (nītārtha) là giáo lý được trình bày tường tận, trọn vẹn không thiếu sót, là pháp nghĩa bộc lộ rốt ráo, nghĩa cứu cánh hiển thị đầy đủ, chẳng gì là ẩn mật giấu kín. Chấp vào văn tự là không liễu nghĩa. Do trí liễu biệt mà thấu suốt ý tại ngôn ngoại là liễu nghĩa. Kinh không liễu nghĩa là kinh pháp tùy thuận căn cơ chúng sanh, là phương tiện dẫn dắt từng bước; như nói chán sanh tử, cầu Niết-bàn... Kinh không liễu nghĩa chưa diễn bày hết nghĩa thâm sâu nhưng vẫn có tác dụng tạm giải thoát chúng sanh khỏi sanh tử. Do đó mà hiện hóa thành là kinh không liễu nghĩa, hiển bày thật tướng trung đạo bất nhị là kinh liễu nghĩa.

Thế nào là *y theo pháp không y theo người?* Pháp đây có hai nghĩa: một là giáo pháp Phật, hai là vạn pháp. Theo nghĩa thứ nhất, pháp là quy tắc, giúp người có chỗ đắc ngộ. Quy tắc có tính quyết định không đổi, nên nương tựa thì có thể chứng ngộ. Giáo pháp của Phật tương ưng pháp tánh, hay xứng tánh nên là quy tắc nên theo. Chỗ sở đắc của người có sai đúng, cạn sâu; ưng theo Thanh văn thì thành Thanh văn, ưng theo Bồ Tát thì thành Bồ Tát, ưng theo thần tiên thì thành thần tiên, ưng theo ma thì thành ma, do vậy chẳng nên theo người. Chỗ này bản Huyền Trang viết: *"Y theo tánh [pháp] mà không y theo sự thấy có sở đắc của bổ-đặc-già-la."*[1] Pháp có thể liễu biệt, người khó

---

[1] Nguyên văn: "依趣法性終不依於補特伽羅見有所得 - y thú pháp tánh, chung bất y ư bổ-đặc-già-la kiến hữu sở đắc". Xem Đại Chánh tạng, Tập 14, số 476, trang 587, tờ a, dòng 1-2. Việt dịch: Thích Nữ Tịnh Nguyên.

mà phán đoán. Pháp được thuyết đúng như pháp thì người dù là hạ tiện cũng nên nghe. Pháp được thuyết mà không giúp ích gì cho sự giải thoát thì dù là người có địa vị hay học vị cao cũng chẳng nên theo.

Theo nghĩa pháp là vạn pháp, y pháp là thấy Phật thường trụ ngay nơi ta, là khế hợp pháp tánh như như. Pháp tánh ấy là Phật biến khắp pháp giới. Kinh Đại Bát Niết-bàn viết: *"Nếu là người không biết không thấy pháp tánh thời không nên nương tựa."* Pháp là thật tướng thanh tịnh. Ngộ được thật tướng ấy thì dù dòng pháp bất thiện đang triển chuyển ở người này, ta cũng không nên sanh tâm phê phán bài xích, vì thực không có người bất thiện. Hoặc dòng pháp thiện lành, tốt đẹp đang thị hiện ở người kia, ta cũng chẳng nên sanh tâm yêu mến, cầu cạnh, vì thực không có người cao quý. Trong pháp vị, tất cả pháp đều bình đẳng. Thấy pháp tánh bình đẳng là y pháp. Thấy được người người bình đẳng nên bất y nhân. Thuận theo duyên khởi, liễu biệt các pháp tướng đang sai biệt mà không khởi niệm là y pháp. Thấy pháp tánh và nhân tướng bình đẳng, tánh tướng không hai mới thực là *y theo pháp không y theo người*.

Thứ tự của tứ y tùy theo kinh luận mà có sự sắp xếp khác nhau. Dưới đây dựa theo chú giải của Huệ Viễn trong Duy-ma kinh nghĩa ký mà ghi lại.

Có chỗ nói: y pháp, y kinh liễu nghĩa, y nghĩa, y trí; như Luận Thành Thật. Đó là căn cứ theo quán nhập văn tư tu. Quán pháp thật tướng, thâm nhập kinh liễu nghĩa; là chỗ y cứ của các bậc giác ngộ thành tựu đạo Bồ-đề. Y pháp, y kinh là tu văn tuệ. Y nghĩa thậm thâm khởi trí tuệ tư duy sâu sắc là tu tư tuệ.

Có chỗ nói: y pháp, y nghĩa, y trí, y kinh; như kinh Đại Bát Niết-bàn diễn ý từ thể khởi dụng, trên quả nói nhân.

Từ thể khởi dụng là từ pháp thật tướng và nghĩa pháp thân mà khởi nhất thiết chủng trí thuyết các kinh liễu nghĩa. Trên quả nói nhân là từ ba quả đức pháp thân, giải thoát và bát-nhã mà chỉ bày chúng sanh nương vào lý và giáo, tức y trí và y kinh, mà tu giải thoát.

Có chỗ xếp theo thứ tự: y nghĩa, y pháp, y kinh, y trí; như Luận Địa Trì, là nhiếp pháp khởi tu. Nhiếp pháp là nương theo lý nghĩa được giáo pháp giải thích. Khởi tu là y kinh liễu biệt từng phần mà thâm nhập nghĩa lý của kinh pháp, không phân biệt Đại thừa hay Tiểu thừa vì tất cả kinh là liễu nghĩa. Ngược lại, có sự phân biệt thừa giáo là không liễu nghĩa. Nương vào sự không phân biệt này mà tu trí tuệ bình đẳng, vì tất cả nghĩa, tất cả pháp, tất cả kinh đều đưa về nhất thừa Phật đạo.

Có thứ tự xếp: y nghĩa, y trí, y kinh, y pháp; như kinh này. Huệ Viễn viết: *"Nghĩa là lý thể, là chỗ nương để thành tựu các đức"*, *"trí là trí chứng nương vào nghĩa để thành tựu các đức"*, *"kinh là giải thích nghĩa... do giải thích mà hiển bày"*, *"pháp là hành pháp, tức là trí nương nơi hành pháp mà tu thành"*.

Thứ tự sắp xếp tứ y có khác nhau là do nghĩa chủ đạo của từng kinh luận và vì mục đích giáo hóa chúng sanh đạt được nghĩa chủ đạo đó. Ví như Kinh Niết-bàn nói về thật nghĩa của Niết-bàn, về nghĩa thường trụ của Tam bảo và Phật tánh nên nói y pháp, y nghĩa, y trí, y kinh. Kinh Duy-ma-cật sở thuyết này do hiển nghĩa duy tâm sở hiện, duy thức sở biến mà chỉ bày Phật sự, nên nói y nghĩa, y trí, y kinh, y pháp. Từ đây mà biết Phật pháp chẳng phải là khuôn khổ nhất định.

Tóm lại, pháp tứ y là bốn nơi chúng ta có thể nương tựa để thuận theo nhân duyên mà tu hành đúng đắn không sợ bị lạc lối. Phật dạy: *"Thế nên nay Như Lai nói bốn điều y* chỉ như vậy. Pháp chính là pháp tánh. Nghĩa chính là Như Lai thường trụ chẳng biến đổi. Trí là rõ biết tất cả chúng sanh đều có Phật tánh. Liễu nghĩa là thấu rõ tất cả kinh điển Đại thừa." (Kinh Đại Bát Niết-bàn)

VÔ VÔ MINH DIỆC VÔ VÔ MINH TẬN

> **KINH VĂN**
>
> **Thuận theo pháp tướng, không chỗ vào, không chỗ về. Vô minh diệt hết, thời hành cũng diệt hết, cho đến sanh; diệt hết, thời lão tử cũng diệt hết. Quán như thế thì mười hai nhân duyên không có tướng diệt, không có tướng khởi; đó gọi là pháp cúng dường hơn hết.**

Bắt đầu đoạn kinh văn này, bản Huyền Trang dịch là: *"Theo tánh tướng đó mà giác ngộ hiểu các pháp, nhập vào vô tạng nhiếp, diệt A-lại-da"*;[1] trong khi ở đây ghi: *Thuận theo pháp tướng, không chỗ vào, không chỗ về*. Đối chiếu hai cách dịch này sẽ giúp ta hiểu rõ nghĩa kinh hơn.

Thuận theo pháp tướng là khi các pháp hiện tướng, nhất định là như thị; nhân như vậy, duyên như vậy, quả phải là như vậy không khác. Đó là thuận theo nhân duyên. Nhưng phải biết pháp hiện tướng không phải là mới có, không mới sanh ra, không mới đến với thế giới này; gọi là *không chỗ vào*. Khi đốt bùng lên một bếp lửa, tướng lửa chẳng phải mới sanh ra. Nhưng tướng đó cũng chẳng thật, vì nếu là thật, thì trước kia sao không hiện, bây giờ mới hiện? Bây giờ hiện có, nhưng biến động từng sát-na, và sau này diệt mất, chẳng thể nói được tướng đó về đâu; gọi là *không chỗ về*. Khi pháp diệt, tướng nó không diệt, như dập tắt lửa rồi nhưng tướng lửa không mất, vì nếu thật mất ta không thể thấy nó nơi khác hoặc sau này. Không mới sanh ra là *không chỗ vào*. Không diệt tận là *không chỗ*

---

[1] Nguyên bản: "如其性相悟解諸法, 入無藏攝滅阿賴耶 。- như kỳ tánh tướng ngộ giải chư pháp, nhập vô tạng nhiếp diệt a-lại-da". Xem Đại Chánh tạng, Tập 14, số 476, trang 587, tờ a, dòng 2-3. Việt dịch: Thích Nữ Tịnh Nguyên.

về. Không sanh là vô sở hữu. Không diệt là vô sở đắc. Nếu có thể nói được, chỉ có thể nói pháp pháp là không.

Nhìn dòng sông, chỉ là một dòng chảy liên tục không ngừng, đâu là thật tướng của dòng sông? Đối với các loài thủy tộc, tánh của nước là dung nạp, tướng của sông là thế giới. Đối với loài người, tánh nước là ngăn ngại, tướng sông là dòng chảy. Như vậy chẳng phải tánh tướng của sông là vô sở hữu, vô sở đắc sao? Cùng là một dòng sông, đối với loài này thì tánh tướng là thế này, đối với loài kia thì tánh tướng thế kia. Như vậy dòng sông đang hiện chẳng phải là hư vọng sao? Một pháp là vậy, tất cả pháp cũng là vậy.

Các pháp hiện ra như vậy là do bất giác vọng động mà tam tế tướng đồng biến hiện. Bất giác chính là nghiệp tướng, còn gọi là hiện thức a-lại-da. Vọng động là chuyển tướng, còn gọi là phân biệt sự thức gồm mạt-na thức, ý thức và tiền ngũ thức. Hiện thức và phân biệt sự thức duyên nhau không ngừng làm hiện tướng cảnh giới, tựa như pháp thật có bên ngoài. Sự duyên nhau không ngừng đó là là thức huân tập các chủng tử và biến hiện không thể nghĩ bàn. Trong kinh Lăng-già, Phật gọi là *bất tư nghị huân và bất tư nghị biến, là nhân của hiện thức*, tức a-lại-da.

Thức thể chân thật là chân thức, tổng nhiếp hiện thức và phân biệt sự thức. Chân thức ví như gương. Hiện thức ví như tánh sáng của gương. Phân biệt sự thức là tất cả hình tướng hiện trong gương. Tánh sáng của gương không thể rời gương mà có; thể của tánh sáng là gương, cũng như chân thức là thể của a-lại-da. Tự mê tánh sáng mà khởi ra kiến phần tướng phần các thứ hư vọng chẳng thực. Đây là chỗ niệm niệm sanh diệt không ngừng, tức ba thức vọng tưởng, phân biệt, chấp trước lưu chuyển, lay động sanh kiến, lấy tướng hư vọng do vọng tưởng từ vô thủy làm chỗ nương, làm nhân tự nuôi lớn chính mình. Hãy nhìn vào tâm thức của chính ta, niệm niệm sanh diệt, chỗ nào là ta?

Pháp pháp là không, nên pháp chẳng thực xuất sanh từ a-lại-da. Cảnh giới không thực, nên cảnh chẳng thể là quả dị thục của thức thứ tám. Vì sao? Vì đã là không, thì chẳng gì có thể thu nhiếp được; ví như chẳng gì có thể nhốt được hư không. Không gì thu nhiếp pháp không, thì tạng thức a-lại-da cũng không, gọi là vô tạng nhiếp. Vì tánh tướng các pháp đều không nên các chủng tử dị thục tuy được nhiếp vào a-lại-da, nhưng thực ra không có gì được nhiếp; nên bản Huyền Trang gọi là *nhập vào vô tạng nhiếp*, trên đây nói là *không chỗ vào, không chỗ về*. Do đó, không chỗ vào, không chỗ về, ngoài nói nghĩa pháp hiện tướng như trên còn nói nghĩa của a-lại-da. Chỗ này, bản dịch của Huyền Trang nói nghĩa quyết định hơn: *diệt a-lại-da*. Nghĩa là chỗ xuất sanh của thế giới, chúng sanh và nghiệp quả là vọng tưởng điên đảo, không thực, là gốc không có gốc. Tin hiểu được chỗ này thì vọng diệt, nhất chân hiện tiền.

Bồ Tát Thế Thân ngay khi bắt đầu bộ luận Duy thức tam thập tụng nói:

由假說我法，
有種種相轉。
彼依識所變，
此能變唯三：
謂異熟、思量，
及了別境識。

Do giả thuyết ngã pháp,
Hữu chủng chủng tướng chuyển.
Bỉ y thức sở biến,
Thử năng biến duy tam:
Vị dị thục, tư lượng,
Cập liễu biệt cảnh thức.[1]

---

[1] Duy Thức Tam Thập Luận Tụng (唯識三十論頌), Bồ Tát Thế Thân tạo, Pháp sư Huyền Trang Hán dịch. Xem Đại Chánh tạng, Tập 31, số 1586, trang 60, tờ a, dòng 27-29.

Do giả nói ngã pháp,
Có đủ loại tướng chuyển.
Chúng do thức biến ra,
Ba thứ thức năng biến:
Là dị thục, tư lượng,
Cùng thức liễu biệt cảnh.

Thức năng biến có ba là a-lại-da (dị thục năng biến), mạt-na (tư lượng năng biến) và ý thức (liễu biệt cảnh năng biến). Tất cả tướng hiện có và biến động đều do thức. Thức tức là ngã, gọi đích danh là a-lại-da. A-lại-da lại là không thực. Vì là giả nên tạm gọi là ngã để luận các tướng. Bất giác là a-lại-da. Vọng động là mạt-na và ý thức. Cả ba thức này cùng khởi, làm tăng thượng duyên cho nhau. Tánh của ba thức là y tha khởi, tướng chúng là hư vọng nên bất khả đắc. Tuy là giả nhưng thể của chúng lại là thật. Tuy tự mê tánh sáng mà khởi các tướng hư vọng, nhưng thể của gương là thật, do thật mới có tánh sáng. Thật thể này không thể chỉ bày được, chỉ do trí lực thuận theo duyên khởi mà quán sát tự tâm và ngoại cảnh, đến kim cang địa thì dị thục mới không, tự chứng chân thức mà sáng tỏ thực không có a-lại-da. Khuy Cơ viết: *"Ngộ nhập chân như không có sở nhiếp tạng diệt thức A-lại-da"* là nghĩa như vậy. Tuy nói là diệt a-lại-da, nhưng đây là cách nói phương tiện rộng mở niềm tin cho chúng sanh tu hành, vì chúng sanh nghe a-lại-da có thể diệt mới phát đại tâm. Thực ra a-lại-da chẳng phải chân, chẳng phải phi chân nên không có chuyện diệt hay không diệt. Hiểu chỗ này là hiểu kinh văn tiếp theo nói nhân duyên sanh hay duyên khởi không có tướng tận hay không tận vậy.

A-lại-da là thức vọng tưởng, là nghiệp tướng vô minh đã diệt, thì chuỗi mười hai nhân duyên từ vô minh đến lão tử bị đoạn đứt, như kinh văn tiếp theo: *Vô minh diệt hết, thời hành cũng diệt hết, cho đến sanh; diệt hết, thời lão tử* cũng diệt hết. Huyền Trang ghi: *"Trừ khử vô minh cho đến lão tử, dứt trừ sầu bi khổ não."*[1] Đây là quán nhân duyên theo thế hoàn diệt hay nghịch quán. Chúng ta để ý kinh văn trước nói như pháp tu hành, *tùy thuận mười hai nhân duyên*, chính là quán nhân duyên theo thế lưu chuyển hay thuận quán. Thuận quán xuyên suốt thì hiểu nghĩa Duy-ma-cật nói: *từ nơi si mà có ái, bệnh tôi sanh*. Thuận quán sẽ thấy đã sanh là sanh bất tận, sanh rồi diệt, diệt rồi sanh đến tột cùng. Lý sanh bất đoạn như ở phẩm Phật đạo, Văn-thù nói từ thân kiến là một, sanh ra hai là si ái, rồi tam độc, tứ đảo, ngũ cái, lục nhập, thất thức xứ, bát tà, cửu não, thập bất thiện, cho đến sáu mươi hai kiến chấp và vô lượng tướng. Tư tưởng triết học cổ đại Trung quốc đã ghi lại lý lẽ sanh hóa vô tận này trong kinh Dịch bằng những đồ hình biểu trưng: *"Dịch hữu thái cực. Thái cực sinh lưỡng nghi. Lưỡng nghi sinh tứ tượng. Tứ tượng sinh bát quái."*

Thuận quán nhân duyên thành thục và rốt ráo sẽ nhận ra duyên khởi tức không, được pháp vô sanh. Nghĩa là tất cả tướng đều là vọng tưởng duyên sanh, hay như Huệ Viễn viết: *"Cho đến tướng nhân duyên cũng chẳng có, gọi là diệt tận."* Đây là chỗ thuận quán chuyển thành nghịch quán. Nghịch quán rốt ráo thì tướng sanh diệt chẳng phải thực. Tướng sanh chẳng thực thì xưa nay không một vật. Tướng diệt chẳng thực thì pháp giới chúng sanh không có tướng tận. *"Pháp vô sanh, nay cũng vô diệt, gọi là tướng vô tận. Không có pháp để diệt tận, gọi là rốt ráo diệt."* (Huệ Viễn) Pháp pháp không có tướng tận, nghĩa là các pháp có tướng giải thoát, không bị ràng buộc và chẳng có tánh ràng buộc. Hiểu được nghĩa này thì bản tâm chẳng còn gì vướng mắc, không phải giải thoát là gì?

---

[1] Nguyên bản: "息除無明乃至老死, 息除愁歎憂苦熱惱 。- Tức trừ vô minh nãi chí lão tử, tức trừ sầu thán ưu khổ nhiệt não." Xem Đại Chánh tạng, Tập 14, số 476, trang 587, tờ a, dòng 3-4. Việt dịch: Thích Nữ Tịnh Nguyên.

Tăng Triệu viết rất sâu sắc: *"Phàm sinh diệt là sinh nơi chẳng diệt, rốt ráo thường diệt thì tất cả đều diệt, đều diệt thì diệt mà không có chỗ diệt, diệt không có chỗ diệt là nghĩa vô tận."* Diệt là sinh nơi chẳng diệt là xét nghĩa sanh diệt chính là chuyển hóa, ví dụ như cây đốt thành tro, lửa tắt thành khói. Rốt ráo thường diệt thì tất cả đều diệt; chính là nghĩa vô thường hủy hoại, dụ như cây đốt, lửa tắt, hiện tướng vạn vật rồi sẽ mất. Đều diệt thì diệt mà không có chỗ diệt; nghĩa là hiện tướng tuy mất nhưng pháp tướng chẳng mất, như ví dụ ngọn lửa này tắt, nhưng lửa muôn đời vẫn là lửa. Diệt không có chỗ diệt là nghĩa vô tận; cũng là nghĩa thế gian tướng thường trụ, là nghĩa duyên khởi chẳng dứt. Đây là chỗ tánh y tha khởi nhập vào tánh viên thành thật. Pháp tướng thường trụ nên tất cả hiện tướng đều thanh tịnh không hề cấu nhiễm. Tất cả tướng tịch tịnh, là *vô vô minh*, pháp tướng thường trụ gặp duyên thì khởi, là *vô vô minh tận*. Vì khởi cái thấy có sanh nên phàm phu là vô minh. Vì khởi thấy có diệt nên nhị thừa có tướng tận của vô minh. Do đó bản Huyền Trang có thêm câu: Nguyện các hữu tình lìa bỏ các kiến thú. (願諸有情捨諸見趣 - *Nguyện chư hữu tình xả chư kiến thú.*) Quán như thế thì mười hai nhân duyên không có tướng diệt, không có tướng khởi. Quán suốt nhân duyên sanh, chẳng chấp chẳng lìa thì trí tuệ Bát-nhã hoàn toàn hiển lộ, nên gọi là *pháp cúng dường hơn hết*.

VIÊN MÃN CON ĐƯỜNG BỒ TÁT

KINH VĂN

Phật bảo Thiên đế: Vương tử Nguyệt Cái theo Phật Dược Vương nghe pháp như thế rồi được pháp nhu thuận nhẫn, liền cởi y báu và đồ trang sức nơi thân cúng dường Phật và bạch rằng:

Bạch Thế Tôn! Sau khi Như Lai diệt độ con sẽ thực hành pháp cúng dường để gìn giữ chánh pháp, nguyện nhờ oai thần của Như Lai

> thương xót gia hộ cho con được hàng phục ma oán tu hạnh Bồ Tát. Phật biết trong tâm niệm của ông mà thọ ký rằng: Về đời sau này ông giữ gìn thành trì chánh pháp.

Vương tử Nguyệt Cái lắng nghe Phật Dược Vương nói pháp như thế. *Nghe pháp như thế*, tức pháp thuận theo duyên khởi, thuận theo pháp tướng, mà hiểu thấu lý lẽ vô vô minh diệc vô vô minh tận, và đắc *nhu thuận nhẫn*. Buông xuống ngã tướng là nhu. Không còn chấp pháp, thuận theo nhân duyên, không trái nghịch là thuận. Tuy chưa thể chứng nhập thật tướng, nhưng đã có tín tâm vững vàng, vô ngại, không đoạn trừ giả tướng là nhẫn. Nghe là thiền tập phản văn văn tự tánh, chứng tánh viên thông. Pháp tức pháp tánh. Như thế là tự tánh tương ưng pháp tánh. Đây chính là kiến tánh vậy.

Phàm phu đối với khổ mà chịu đựng là khổ nhẫn. Hiền nhân dù chưa kiến đạo mà vẫn một lòng vượt qua phiền não; đây là hàng thập tín nhờ đại tín tâm mà được kham nhẫn. Theo Kinh Nhân vương hộ quốc Bát-nhã Ba-la-mật-đa,[1] bước vào hàng thập trụ là thánh thai huân tập chủng tánh Bồ Tát điều phục ba nghiệp được phục nhẫn. Bồ Tát tinh tấn vượt lên hàng thập hạnh, thập hồi hướng, phục nhẫn phát triển thành mười tâm nhẫn: giới nhẫn, định nhẫn, tuệ nhẫn, giải thoát nhẫn, giải thoát tri kiến nhẫn, không nhẫn, vô tướng nhẫn, vô nguyện nhẫn, vô thường nhẫn và vô sanh nhẫn (đây mới chỉ là vô sanh nhẫn sơ khởi, chưa phải là vô sanh nhẫn rốt ráo). Mười tâm nhẫn này là tín nhẫn. *"Lại nữa, Bồ Tát ở ngôi tín nhẫn, nghĩa là ở địa Hoan hỷ, địa Ly cấu và địa Phát quang... Bồ Tát ở ngôi thuận nhẫn, nghĩa là ở địa Diệm tuệ, địa Nan thắng và địa Hiện tiền... ở ngôi tịch nhẫn, Phật và Bồ Tát*

---

[1] Nhân Vương Hộ Quốc Bát-nhã Ba-la-mật-đa kinh (仁王護國般若波羅蜜多經), 2 quyển, Tam tạng Bất Không Hán dịch, thuộc Đại Chánh tạng, Tập 8, số 246.

đều nương vào nhẫn này."¹ Ở đây kinh văn nói vương tử Nguyệt Cái được pháp nhu thuận nhẫn tức là vào hàng Bồ Tát tứ địa.

Nhu thuận nhẫn biểu hiện qua đối nhân tiếp vật thì thuận theo nhân duyên, không còn phân biệt tự tha, không còn chấp trước pháp tướng và cảnh giới, đã thực sự buông bỏ ngã và ngã sở. Do đó kinh văn nói vương tử Nguyệt Cái cởi y báu và đồ trang sức nơi thân cúng dường Phật và phát nguyện lực sau khi Phật diệt độ sẽ thực hành pháp cúng dường đúng như pháp; tức y giáo phụng hành tùy thuận duyên khởi, như đã nói bên trên. Kinh văn đi từ kiến tánh thẳng vào hàng tứ địa là muốn nhấn mạnh nghĩa pháp cúng dường, vì thế mới tiếp theo là vương tử phát nguyện.

Mục đích của pháp cúng dường là *giữ gìn chánh pháp*. Thủ hộ và phát huy chánh pháp là để tiếp nối tuệ mạng và thành tựu nguyện lực của chư Phật, cũng là của chính mình. Giữ gìn là để cúng dường và ngược lại, cúng dường cũng là thủ hộ. Bằng cách nào nhiếp thọ pháp Phật? Đó là *nhờ oai thần của Như Lai thương xót gia hộ*; đây là nương vào tự tánh Phật và tánh đức từ bi mà tự độ và độ tha. Do trí tuệ và từ bi mà *hàng phục ma oán*; tức trừ bỏ tập khí vô minh phiền não và *tu hạnh Bồ Tát*; tức là xả bỏ ngã tưởng và pháp tưởng, khởi bi nguyện độ sanh.

Phật biết rõ nguyện lực Bồ Tát của Nguyệt Cái xuất phát từ trực tâm, thâm tâm và Bồ-đề tâm mà ấn chứng sự thành tựu về sau. Do quán nhân biết quả nên nói thọ ký. Phật thọ ký cho vương tử Nguyệt Cái sẽ giữ gìn thành trì chánh pháp. *"Chánh pháp như thành trì, hành giả như người sống trong thành trì."* (Khuy Cơ) Luôn bảo vệ thành và cuộc sống

---

¹ Kinh Nhân Vương Hộ Quốc Bát-nhã Ba-la-mật-đa, quyển 1, Việt dịch: Thích Nữ Tịnh Nguyên.

của mình và mọi người, chính là tự độ và độ tha vậy. Sự thọ ký này cũng là giới thiệu kinh văn tiếp theo nói về việc làm và thành tựu của vương tử Nguyệt Cái.

> **KINH VĂN**
>
> Này Thiên đế! Vương tử Nguyệt Cái lúc đó thấy được pháp thanh tịnh, nghe Phật thọ ký, đem lòng chánh tín xuất gia tu tập các pháp lành, tinh tấn không bao lâu chứng ngũ thông, đủ đạo hạnh Bồ Tát, được môn đà-la-ni, biện tài vô ngại. Sau khi Phật diệt độ, ông dùng sức thần thông, tổng trì biện tài đã chứng được y theo pháp của Dược Vương Như Lai đã nói mà ban bố ra mãn mười tiểu kiếp.

Đây là cụ thể nói về việc làm của vương tử Nguyệt Cái sau khi nghe Phật Dược vương thuyết pháp cúng dường. Đó là quá trình bắt đầu bằng giác tự tâm và hướng đến thành tựu viên mãn nên diễn ra từ khi Phật Dược Vương còn tại thế, dụ cho giác hành hiện khởi, cho đến sau khi Phật diệt độ, dụ cho sự thành tựu rốt ráo. Do đó, câu quan trọng nhất trong đoạn kinh văn trên là: *đủ đạo hạnh Bồ Tát*; tức là quá trình từ kiến đạo, tu đạo đến chứng đạo và hành đạo.

Sự viên mãn của quá trình này bắt đầu từ thấy được pháp thanh tịnh, sanh tâm hoan hỷ hay kiến đạo vị, trụ Hoan hỷ sơ địa. Bản dịch của Huyền Trang chỗ này ghi: *Nghe được Phật thọ ký, vương tử Nguyệt Cái vui mừng khôn xiết.* (時彼王子得聞授記歡喜踊躍 - *Thời bỉ vương tử đắc văn thọ ký hoan hỷ dũng dược.*) Đây giống như lúc Duy-ma-cật nói ở hội pháp thí: *Vì tâm hoan hỷ, khởi gần bực hiền thánh*. Kiến đạo là kiến tánh, thấy rõ chân tâm tự tánh, thì chân trí phát sanh và phiền não dứt trừ; nên kiến đạo còn gọi là chính tánh ly sanh. Theo Tướng tông, kiến đạo gồm chân kiến đạo và tướng kiến đạo. Luận Thành Duy Thức viết: *"Chân kiến đạo chứng duy thức tánh, tướng kiến đạo chứng duy thức tướng."* Chân kiến đạo chứng lý duy thức, dẫn phát căn bản trí, tướng kiến đạo nhiếp thuộc hậu đắc trí. Kiến đạo là Bồ Tát sơ trụ thành tựu bố thí ba-la-mật, nên bên trên kinh văn nói Nguyệt Cái vui mừng cởi bỏ những thứ trói buộc tự thân là y báu và đồ trang sức để cúng dường Phật; tức xả ly cấu nhiễm, bước vào tu đạo vị.

Do thấy các pháp vốn thường thanh tịnh là chứng nhân không, pháp không. Do chứng nhị không nên vương tử này phát *chánh tín xuất gia*, nghĩa là hậu đắc trí khởi dụng xả bỏ nhị chướng là phiền não và sở tri. Đây là tướng kiến đạo biểu hiện thành việc *tu tập các pháp lành* mà đại biểu chính là các pháp ba-la-mật. *Xuất gia tu tập* là bước vào tu đạo vị, thọ trì giới hạnh, quyết định xả bỏ vọng tưởng, phân biệt, chấp trước; chính là chỗ Duy-ma-cật trước kia nói với trưởng giả Thiện Đức: *Vì pháp xuất gia, khởi thâm tâm*. Đây là Bồ Tát trụ Ly cấu nhị địa.

Thâm tâm là tu hành như pháp, do trí chứng mà y giáo phụng hành; như Duy-ma-cật lúc trước nói ở hội pháp thí: *Vì đúng theo chỗ nói mà làm*. Cũng do trí chứng lý duyên khởi mà không chống trái với chúng sanh, tùy thuận các dòng pháp đang chuyển; *tức là vì pháp vô tránh, khởi chỗ yên lặng*. Không trái nghịch, hành mười tâm nhẫn như trên, tức tu định, là *vì đi tới Phật tuệ khởi tọa thiền*, trụ Phát quang tam địa.

Bồ Tát trụ tam địa đắc tứ thiền bát định và ngũ thông. Tứ thiền bát định đã nói qua ở chương ba, phần đối thoại với Xá-lợi-phất. *Chứng ngũ thông* là đã chuyển hóa tiền ngũ thức thành Thành sở tác trí; cũng có thể hiểu là do lục căn thanh tịnh mà đắc ngũ thông, chỉ trừ lậu tận thông thì duy chỉ có Phật do đoạn tận vọng tưởng vô minh mới có. Theo Kinh Hoa Nghiêm, phẩm Thập Địa thứ 26, Bồ Tát trụ tam địa đã vượt qua tứ thiền bát định, đắc ngũ thông: *"Bồ Tát này được vô lượng sức thần thông có thể chấn động đại địa. Một thân* hiện nhiều thân, nhiều thân làm một thân, hoặc ẩn hoặc hiện"; đây là thần túc thông. Về thiên nhĩ thông thì: *"Thiên nhĩ của Bồ Tát này thanh tịnh hơn tai người, nghe được cả tiếng trời người nhẫn đến tiếng muỗi mòng." "Bồ Tát này dùng tha tâm trí biết tâm chúng sanh khác đúng như thật"*; là tha tâm thông. *"Bồ Tát này nhớ biết vô lượng đời trước sai khác nhau"*; là túc mạng thông. *"Bồ Tát này thiên nhãn thanh tịnh hơn mắt người"* có thể thấy chúng sanh đường lành đường dữ theo nghiệp mà đi; là thiên nhãn thông.

Bồ Tát trụ tam địa thành tựu nhẫn nhục ba-la-mật, được nhu thuận nhẫn như Nguyệt Cái vương tử bước vào Diệm tuệ tứ địa. Như đã nói trong chương bốn: "Đây là giai đoạn quyết liệt, triệt để nhất của sự buông bỏ, xa lìa tánh y tha khởi và biến kế chấp, và của sự chứng ngộ từng phần pháp thân... Đây cũng là giai đoạn thống nhất giữa từ bi và trí tuệ. Trong trình tự thập địa Bồ Tát, giai đoạn này bao gồm từ địa thứ tư đến địa thứ bảy." Kinh văn nói: *tinh tấn không bao lâu chứng ngũ thông*. Tinh tấn là xác nhận tính quyết định của Diệm tuệ tứ địa phải thành tựu tinh tấn ba-la-mật. Không bao lâu; là thời gian vượt qua từ địa thứ tư đến địa thứ bảy để bước vào vị bất thối của Bất động bát địa. Chứng ngũ thông ở đây không phải là chứng những thần thông đã kể trên, vì như trên trích Kinh Hoa Nghiêm, phẩm Thập Địa, Bồ Tát tam địa đã chứng được ngũ thông. Không có lý khi vương tử Nguyệt Cái được nhu thuận nhẫn vào tứ địa rồi lại phải tu thêm ít lâu mới được thần thông. Vì vậy, chứng ngũ thông đây là nghĩa biểu pháp cho sự chứng đắc cả năm địa từ tứ địa đến bát địa, chẳng bao giờ rời niệm nhất thiết chủng trí trên đường viên mãn *đủ đạo hạnh Bồ Tát*. Hơn nữa, hiểu như vậy văn kinh mới khế hợp và thông với nghĩa của câu kế, *được môn đà-la-ni, biện tài vô ngại*, vốn là chỗ tu tập và thành tựu của Bồ Tát bát địa.

Ở Diệm tuệ tứ địa, trí tuệ Bồ Tát rực lửa đốt sạch nhị chướng, thành tựu tinh tấn ba-la-mật bước vào Nan thắng ngũ địa. Ở ngũ địa, Bồ Tát chứng đạo bất nhị, thành tựu thiền định ba-la-mật, bước vào Hiện tiền lục địa. Ở lục địa, Bồ Tát chứng chân như hiện tiền, thành tựu trí tuệ ba-la-mật, nơi Niết-bàn vô trụ bước vào con đường Viễn hành thất địa độ sanh vô tận. Ở thất địa, Bồ Tát chứng nhất như, thâm nhập vô tướng, thành tựu phương tiện ba-la-mật vào Bất động bát địa. Bồ Tát bát địa lìa tất cả tướng, tất cả tưởng phân biệt chấp trước, vào tất cả pháp như tánh hư không, đắc Vô sanh pháp nhẫn, được pháp vô công dụng hạnh. Ở bát địa, Bồ Tát bất thối chỉ có quyết tâm độ sanh tức nguyện ba-la-mật. Từ tứ địa đến bát địa chính là vượt qua năm địa nên gọi là chứng ngũ thông. Bồ Tát bát địa *"tu tập Như Lai trí tuệ, nhập các môn đà-la-ni tam muội Như Lai bí mật pháp, quán sát bất tư nghị đại trí tánh thanh tịnh có đủ thần thông quảng đại vào thế giới sai biệt tu tập thập lực vô úy, bất cộng, theo chư Phật chuyển pháp luân, chẳng bỏ đại bi bổn nguyện lực được nhập Bồ Tát đệ cửu Thiện tuệ địa."* (Kinh Hoa Nghiêm)

Bồ Tát cửu địa khai mở trí lực Như Lai, dùng tứ vô ngại trí khai thị vô biên pháp tạng, thuyết pháp vô tận. Nhất thiết chủng trí nhiếp tất cả pháp nên kinh văn viết: *được môn đà-la-ni*. Đà-la-ni còn có nghĩa là nhiếp tất cả tông vào giáo thể là âm thanh, là tổng trì tất cả pháp môn. Thu nhiếp tất cả tông vào giáo thể như là thiền tông có pháp môn phản văn văn tự tánh; mật tông dùng âm thanh, mẫu tự thu nhiếp ba nghiệp; tịnh tông lấy câu niệm Phật nhiếp cả sáu căn, tịnh niệm tương tục, tâm niệm hay miệng niệm, trí biết rõ ràng, tai nghe tường tận. Đà-la-ni liên hệ với âm thanh, lấy âm thanh nhiếp thọ tất cả pháp và văn nghĩa. Do hiểu một pháp, một văn, một nghĩa mà thấu suốt tất cả pháp và vô lượng văn nghĩa. *Được đà-la-ni* là tự thọ dụng giải thoát bất tư nghị. *Biện tài vô ngại* là lấy âm thanh thuyết pháp độ sanh, là phần tha thọ dụng cho chúng sanh vậy.

Sau khi Phật diệt độ; là nghĩa viên mãn đạo hạnh, vì đạo hạnh chưa đầy đủ thì chẳng diệt độ. Đây là nói vương tử Nguyệt Cái kế thừa tiếp nối tuệ mạng và nguyện lực của Như Lai. Từ những thành tựu từ sơ địa đến cửu địa, như kinh nói: *dùng sức thần thông, tổng trì biện tài đã chứng được,* sau khi thành tựu lực ba-la-mật ở cửu địa, Bồ Tát vào Pháp vân thập địa. La-thập nói: *"Vì có sức thần thông nên hiện tiền có thể biết hết các tâm, nhờ sức văn trì nên chẳng quên điều đã nghe, nhờ sức biện tài nên hay bình đẳng vì người thuyết pháp. Có ba sức này nên hay tuyên truyền cùng khắp pháp tạng mà Như Lai để lại."* Bồ Tát thập địa khởi ra nghiệp tuệ, biết rõ tất cả pháp hư vọng chỉ là danh tướng, tùy thuận duyên khởi mà vào bình đẳng, vào môn nhất tướng vô tướng, dứt trừ luôn một tướng ấy, thành tựu trí ba-la-mật, chứng ngộ pháp thân mà vào ngôi đẳng giác. Đẳng giác là các giai vị Bồ Tát từ tam hiền, thập địa, đến nhất sanh bổ xứ, 41 tầng bậc đều bình đẳng, đều là chánh đẳng chánh giác. Vì sao? Vì pháp vốn bình đẳng, và các ngài đều chứng đắc pháp ấy. Do nghĩa bình đẳng mà kinh văn không nói riêng về ngôi đẳng giác; đây là chỗ tròn đầy của đạo Bồ Tát. Và pháp bình đẳng đó cũng là *pháp của Dược Vương Như Lai đã nói.* Y theo pháp đó mà tu hành trải qua trọn vẹn mười địa, tức là nghĩa câu kinh văn: *ban bố ra mãn mười tiểu kiếp.*

KINH VĂN

Tỳ-kheo Nguyệt Cái giữ gìn Phật pháp, siêng tu tinh tấn ngay đời đó hóa độ được trăm muôn ức người ở nơi đạo Vô thượng chánh đẳng chánh giác không còn thối lui, mười bốn na-do-tha người phát hẳn tâm Thanh văn, Duyên giác và vô lượng chúng sanh được sanh về cõi trời.

Đoạn này là nói về thành tựu của Nguyệt Cái, đại biểu cho Bồ Tát đi trọn mười chặng đường từ sơ đến thập địa.

Chẳng phải thành công rồi mới độ sanh, vì như đã nói tu hành và độ sanh không phải là hai. Do đó thành tựu của vị vương tử này là ở *ngay đời đó.* Chúng ta lưu ý Bồ Tát thành tựu không có nghĩa là đạt được cái gì cho mình, mà là hóa độ được vô vàn chúng sanh. Chính vì Bồ Tát không thấy có Phật để thành, nên bên trên Phật Dược Vương không thọ ký thành Phật mà chỉ ấn chứng Bồ Tát về sau thủ hộ chánh pháp. Kinh văn xác nhận tỳ-kheo Nguyệt Cái giữ gìn Phật pháp đúng như lời Phật.

Kinh Lăng-già viết: *"Có năm vô gián chủng tánh. Thế nào là năm? Nghĩa là Thanh văn thừa vô gián chủng tánh, Duyên giác thừa vô gián chủng tánh, Như Lai thừa vô gián chủng tánh, bất định chủng tánh và các biệt chủng tánh."* Chủng là hạt giống từ vô thủy cùng với pháp hiện hành huân tập mà tạo thành tánh. Tuy nói là năm chủng vô gián nhưng đồng pháp tánh, nên chủng tánh có thể chuyển đổi, không nhất định cứ mãi như vậy. Ví như nhất-xiển-đề tuy đã đoạn dứt căn lành nhưng tâm chuyển và gặp duyên cũng có thể tu thành Phật.

Chủng tánh, nói cách khác là căn cơ của chúng sanh. Nguyệt Cái đã thành tựu trong việc giáo hóa chúng sanh gồm đủ mọi căn cơ. *Trăm muôn ức người ở nơi đạo Vô thượng chánh đẳng chánh giác không còn thối lui;* là chúng sanh có căn cơ Bồ Tát hay chủng tánh Phật dễ hiển lộ. *Mười bốn na-do-tha người phát hẳn tâm Thanh văn, Duyên giác;* là chúng sanh có căn cơ nhị thừa. Trong năm chủng tánh vô gián nói trên, bất định chủng tánh là chúng sanh có căn cơ bất định, tùy thuận được nghe thừa giáo nào thì nương theo đó. Biệt chủng tánh là nói chung cho phàm phu và ngoại đạo có tà kiến chấp ngã trong năm uẩn, chấp pháp và cảnh giới bên ngoài là thực có. Đối với chúng sanh kiên trì chấp trước này, Bồ Tát phương tiện dùng thiên thừa mà giáo hóa, nên kinh văn nói: *vô lượng chúng sanh được sanh về cõi trời.* Trạm Nhiên viết: *"Trăm vạn người phát bồ-đề tâm là dùng viên giáo mà nói, mười bốn na-do-tha người phát tâm nhị thừa là dùng phương tiện mà dẫn dụ."*

> ### KINH VĂN
>
> Thiên đế! Vua Bảo Cái lúc ấy đâu phải người nào khác, hiện nay thành Phật hiệu là Bảo Diệm Như Lai, còn một nghìn người con của vua chính là một nghìn vị Phật trong đời Hiền kiếp, mà Đức Ca-la-cưu-tôn-đà thành Phật trước hết đến vị Phật thành rốt sau hiệu là Lâu-chí, còn Nguyệt Cái tỳ-kheo chính là thân ta đây. Như thế, Thiên đế! Phải biết cái yếu điểm pháp cúng dường là hơn hết trong việc cúng dường, bậc nhất không chi sánh kịp. Này Thiên đế! Phải lấy pháp cúng dường mà cúng dường các đức Phật.

Vua Bảo Cái là thâm tâm cúng dường làm nhân, mà thâm nghĩa đã nói bên trên. Nhân nào quả nấy. Nhân là cúng dường Phật đúng như pháp, quả là hiện nay thành Phật hiệu là Bảo Diệm Như Lai. Bảo Diệm là trí tuệ quý báu tối thượng của Như Lai rực lửa, tức Nhất thiết chủng trí. Nói Nguyệt Cái tỳ-kheo là tiền thân, đó là nêu gương mẫu điển hình cho việc thực hành pháp cúng dường viên mãn nên bây giờ thành Phật Thích-ca. Chẳng những riêng Phật Thích-ca, mà vua Bảo Cái và một ngàn người con đều do thực hành pháp cúng dường mà thành Phật. Vì vậy mà nói *pháp cúng dường là hơn hết trong việc cúng dường, bậc nhất không chi sánh kịp.* Một ngàn người con là một ngàn vị Phật đời Hiền kiếp cùng một liễu nhân là thuận theo nhân duyên y giáo phụng hành mà thành Phật. Trong đó có bốn vị đã xuất thế là Phật Ca-lưu-tôn, Phật Câu-na-hàm Mâu-ni, Phật Ca-diếp và Phật Thích-ca. Thứ tự ngàn vị Phật trong tương lai sẽ xuất thế bắt đầu từ Di-lặc Tôn Phật đến vị cuối cùng là Phật Lâu-chí. Đoạn kinh văn này nói về ngàn vị Phật chính là ấn chứng sự viên mãn của Bồ Tát đạo là Vô thượng chánh đẳng chánh giác.

CHƯƠNG 14. PHẨM CHÚC LỤY

SỰ CẦN THIẾT LƯU THÔNG KINH PHÁP

KINH VĂN

Bấy giờ Phật bảo Bồ Tát Di-lặc rằng: Này Di-lặc! Ta đem pháp Vô thượng chánh đẳng chánh giác đã chứa nhóm vô lượng ức a-tăng-kỳ kiếp mà phó chúc cho ông. Những thứ kinh như thế, sau khi Phật diệt độ về đời mạt kiếp, các ông phải dùng thần lực diễn nói lưu bố khắp cõi Diêm-phù-đề chớ để dứt mất. Vì sao? Về đời vị lai sẽ có những gã thiện nam, thiện nữ và thiên, long, quỉ thần, càn-thát-bà, la-sát... phát tâm Vô thượng chánh đẳng chánh giác ưa pháp Đại thừa; nếu không cho họ nghe những kinh như thế thì mất lợi lành. Hạng người như thế nghe những kinh đó tất ưa thích tin chịu phát tâm hy hữu sẽ đảnh lễ vâng thọ, rồi theo chỗ cần lợi lạc cho chúng sanh mà diễn nói pháp.

Chúc (嘱) là dặn dò, giao phó, ủy thác; lụy (累) là gánh vác việc nhọc nhằn. *"Chúc là nghĩa phó chúc dặn dò, đem thật pháp vô tướng mà phó chúc cho người hộ trì hoằng kinh. Lụy là nghĩa gánh vác cực nhọc."* (Trạm Nhiên). Chúc lụy là giao phó cho người gánh vác trọng trách lưu thông kinh pháp.

Pháp thực tướng vi diệu Phật chứng đắc do công đức tu hành từ vô lượng kiếp, nay người kế thừa cũng phải tu học trải qua vô lượng kiếp như thế mới có khả năng đảm đương trọn vẹn. Truyền trao kinh pháp là lưu bố. Phật dặn bảo, ký thác cho Di-lặc ở đây chẳng khác Phật Dược Vương thọ ký cho vương tử Nguyệt Cái về sau giữ gìn chánh pháp.

Nguyệt Cái đã tiếp nhận và y theo pháp truyền trao của Dược Vương mà ban bố ra mãn mười tiểu kiếp. Nay vương tử Nguyệt Cái thành Phật Thích-ca đã viên mãn việc chúc lụy kia và sự chuyển trao nay lại tiếp tục từ Phật Thích-ca qua Bồ Tát Di-lặc, dần cho đến một ngàn vị Phật trong Hiền kiếp. Dù cho Hiền kiếp có chuyển sang đại kiếp khác thì sự truyền trao cũng không dứt.

Chúc lụy còn có ý nói căn dặn kỹ càng, thận trọng truyền trao vì kinh này, tức Duy-ma-cật Sở thuyết, tuyên bày pháp bất khả tư nghì. Vì là pháp bất khả tư nghì nên thể của kinh này vô cùng to lớn, gọi là đại. Tuy bất khả tư nghì nhưng lại là pháp khả thi và thực dụng, nên dụng của kinh phổ biến cùng khắp, gọi là quảng. Thể dụng quảng đại nên kinh này gọi là Phương đẳng, tùy thuận hợp với ba thừa nên là viên giáo. *Những kinh như thế* mà trong đời mạt pháp chúng sinh không được nghe thì thật là *mất lợi lành*. Do đó mà Phật tha thiết giao lại cho Di-lặc việc lưu truyền kinh này. *"Cũng có thể nói lụy tức là trọng lụy, Như Lai ân cần chí thiết phó chúc, nên gọi là chúc lụy."* (Tuệ Viễn)

Phật phó chúc pháp vô thượng, tức kinh này cho Di-lặc. Kinh này chủ sự, do y sự mà thành tựu pháp vô thượng. Di-lặc trong tương lai thành Phật là do tiếp nhận ý chỉ này. Hơn nữa, Di-lặc nghĩa là lòng từ xuất sanh từ chủng tánh Như Lai. Pháp vô thượng chẳng phải là vật truyền trao đặc biệt riêng cho người chỉ có trí tuệ, cho dù là trí tuệ siêu việt đến đâu. Người có thể đảm đương được phải đầy đủ chủng trí Như Lai và tánh đức từ bi. Vì có hạt giống trí tuệ Phật mà có thể học hiểu, thấu suốt thật tướng vạn pháp và vì có tâm từ rộng lớn mà có thể tu hành và giáo hóa chúng sanh. Di-lặc có đủ hai điều kiện trí tuệ và tâm từ nên được Phật chọn ủy thác trọng trách. Vả lại, kinh này *rộng nói đạo Vô thượng* là nhân, mà quả là thành tựu đạo Bồ-đề. Nhân quả đều gói trọn trong kinh này và Di-lặc lại là Bồ Tát nhất sanh bổ xứ, vì thế Phật phó chúc cho Di-lặc là thuận theo nhân quả.

Những kinh như thế, tức những kinh bất tư nghị nói nghĩa quyết định, càng phải được xiển dương *sau khi Phật diệt độ về đời mạt kiếp*. Thời mạt pháp và cõi Diêm-phù-đề là thời gian và nơi chốn cần thiết nhất để lưu thông và hoằng dương kinh pháp này. Vì sao? Vì thời mạt pháp là đời ngũ trược ác thế, ma đạo hoành hành, thế lực chướng ngại trùng trùng. Đây là lúc tối tăm nhất, thế giới đầy những hiểm nạn, nên chúng sanh khởi tâm ngưỡng cầu giải thoát. Ai trong chúng ta cũng cảm nghiệm được thời gian này, thế giới này đang trải qua nhiều biến động khủng khiếp của thiên tai dịch bệnh, nhân sinh sa đọa không lối thoát; các tôn giáo đều cho hiện tại là thời của ma quỷ lộng hành. Thế nhưng có cảm tất có ứng. Thời gian này cũng là lúc các vị Bồ Tát đến với thế giới này để giáo hóa chúng sanh. Đây là sự thực nên tin.

Vì ma chướng giăng phủ khắp thế gian nên Phật khuyên Bồ Tát Di-lặc khi hoằng dương kinh pháp bất tư nghị này hãy *dùng thần lực diễn nói lưu bố*. Dùng thần lực là bằng tất cả trí tuệ và từ bi mà thu nhiếp chúng sanh. Diễn nói cùng khắp là dùng âm thanh sư tử hống vô ngại bạt trừ bốn ma. Dùng thần lực là nói tự tánh chân tâm lưu xuất chánh pháp. Diễn nói còn là chỉ pháp phương tiện thiện xảo hoạt dụng vô cùng để tiếp nối tuệ mạng chư Phật, *không để dứt mất*. Tuy thời gian này là đời mạt pháp nhưng không phải không có những chúng sanh có nhân duyên sâu đậm với Phật pháp và có căn cơ bậc thượng, thuận lợi để đắc pháp. Đối với chúng sanh phát tâm vô thượng đó, họ đã có căn lành, có thắng giải, thì kinh này là phương tiện thù thắng, là đòn bẩy nâng họ mau chóng tới quả vị giác ngộ. Đối với chúng sanh chưa có căn bản nào, nghe kinh này chắc chắn sẽ vui thích phát tâm cầu giải thoát như pháp, rồi từ đó tùy lợi ích của chúng sanh khác mà lưu truyền kinh pháp, như châm mồi lửa cho ngọn Vô tận đăng vậy.

NGHỆ THUẬT LƯU THÔNG KINH PHÁP

KINH VĂN

Di-lặc! Ông phải biết, Bồ Tát có hai tướng. Sao gọi là hai? Một là, ưa những câu văn hay đẹp. Hai là, không sợ nghĩa sâu xa, hiểu được đúng như thật. Như hạng ưa về những câu văn hay đẹp, phải biết đó là Bồ Tát mới học. Nếu ở nơi kinh điển thậm thâm không nhiễm, không trước, không có chút sợ sệt và hiểu rõ được đó, nghe rồi tâm thanh tịnh thọ trì, đọc tụng đúng như lời nói mà tu hành, phải biết đó là hạng tu hành đã lâu.

Bồ Tát có hai tướng, câu văn kinh này Huyền Trang dịch rõ hơn: *Có hai loại tướng ấn Bồ Tát.* (略有二種菩薩相印 - *Lược hữu nhị chủng Bồ Tát tướng ấn.*) Tướng ấn là dấu hiệu hay biểu hiện để nhận biết. Vì việc tiếp nối tuệ mạng của chư Phật cần phải xem xét từ cả hai chiều truyền bá và thọ trì, nên trước tiên Phật chỉ ra tướng ấn của Bồ Tát là ý nói mức độ thành tựu tu học của hành giả quyết định sự thành công của việc lưu thông và tiếp nhận kinh pháp.

Thế nào là tướng ấn của Bồ Tát? Một là, người mới học ưa chuộng văn từ hoa mỹ, thường lập những nghĩa triết lý xa vời, không thực tế. Đối với những người này, khuyết điểm của họ là hiểu biết hời hợt nghĩa kinh pháp, lại thích lời bóng bẩy cao siêu, xa rời hiện thực, không ích lợi gì cho sự giải thoát, lý giải kinh pháp bằng những văn cú đặc sệt mùi triết học, thậm chí tối nghĩa. Những người như vậy, kinh văn gọi là *Bồ Tát mới học*. Nếu không thân cận thiện tri thức, họ sẽ đi vào tà đạo. Thiện tri thức khi tiếp cận họ, thuận theo sở thích của họ, cũng dùng văn từ hoa mỹ nhưng biện giải rõ ràng chỉ ra con đường đúng đắn dẫn họ vào chánh đạo.

Hai là, người đã vun trồng hạt giống Phật pháp từ lâu đời, tu học thuần thục, có lợi căn thích pháp Đại thừa. Nơi kinh liễu nghĩa họ đã hiểu sâu và không sợ lý thậm thâm. Những người như vậy, kinh văn gọi là *hạng tu hành đã lâu*. Đối với những người này, thiện tri thức chỉ cần chỉ ra yếu nghĩa của kinh pháp liền giúp họ tiến xa và nhanh hơn trên đường đạo.

Ví như ba độc tham sân si đối với hai hạng người trên, sự lợi hại có khác nhau. Người mới học, có thể biết được tham là nhân của ngạ quỷ, sân là nhân của địa ngục, si là nhân của súc sanh. Từ đó, họ quyết định xem ba độc là thù địch cần phải tiêu diệt mà cầu Niết-bàn; đây là một cực đoan. *"Nếu lìa ba pháp này mà cầu bồ-đề, ví như trời và đất, chỉ (chỉ là đoạn dứt, ngừng hẳn) ba tánh độc này mà có thể thấu suốt thật tướng độc là không thể được."* (Trạm Nhiên) Tuy nhiên, từ cực đoan trên bước qua cực đoan khác cũng chẳng đúng. Nghe kinh nói dâm nộ si là giải thoát, người mới học do định tuệ không đủ, bị nghiệp thức lừa gạt, liền chấp vào văn từ, cho đó là sâu sắc rồi khởi triết lý xa vời. Đó là không tự biết mình đắm chấp vào nghĩa vô ngại, rồi từ kinh sách bước ra đời thường lại sa ngã phá giới. Trạm Nhiên viết: *"Người tu phần nhiều gọi ba độc là đạo, mà đắm trước vô ngại này phá các chánh giới kiến, thì sao gọi là thấu đạt được tánh ba độc?"* Ba độc không có tự tánh, nhưng ở ba độc phải thấy tánh nhân quả, không đắm nhiễm, không triệt bỏ, không sợ sệt, không tự biện biệt. Chỉ cần thuận theo nhân quả, sống đúng như pháp là đủ. Đây là Bồ Tát tu học đã lâu.

Từ đoạn kinh văn trên, ta có được bài học nhìn người và sửa mình. Đối với người, cần phải nhận ra biểu hiện căn cơ sâu cạn ở họ qua sinh hoạt đời thường; đó là căn cứ tướng ấn Bồ Tát mà nhận biết. Ai tùy thuận theo nhân quả sống đúng như pháp, *tâm thanh tịnh thọ trì, đọc tụng, đúng như lời nói mà tu hành, phải biết đó là hạng tu hành đã lâu*. Bồ Tát mới học là người ưa nói lời, không đạt nghĩa, trong đời thường hiện tướng như những hình thức trưng bày khoa trương; cho dù họ không có tâm gạt người nhưng lại tự gạt mình với vẻ đạo mạo siêng tu và bác học. Bồ Tát thâm học là người được nghĩa quên lời, trong đời thường hiện tướng giản dị, thậm chí hết sức tầm thường, chẳng tranh luận chữ nghĩa với người, chỉ thuận duyên giáo hóa chúng sanh.

> **KINH VĂN**
>
> **Di-lặc này! Lại có hai pháp gọi là Bồ Tát mới học không thể quyết định pháp thậm thâm. Hai pháp là chi? Một là, những kinh điển thậm thâm chưa từng nghe, nếu nghe thời sợ sệt sanh lòng nghi, không tùy thuận được, chê bai không tin rồi nói rằng: kinh này từ trước đến giờ ta chưa từng nghe, từ đâu đến đây? Hai là, nếu có người hộ trì giải nói những kinh sâu xa như thế, không chịu gần gũi cúng dường cung kính, hoặc ở nơi đó nói lỗi xấu của người kia. Có hai pháp đấy, phải biết Bồ Tát mới học chỉ là tự tổn hại chớ không thể ở nơi pháp thậm thâm mà điều phục được tâm mình.**

Bồ Tát sơ học không hiểu sâu nghĩa vi diệu của kinh pháp, như kinh văn nói là không thể quyết định pháp thậm thâm; bản Huyền Trang ghi rõ hơn: *không thể đắc pháp nhẫn thâm sâu*. (不能獲得甚深法忍 – *bất năng hoạch đắc thậm thâm pháp nhẫn.*) Vì vậy có thể xem đắc pháp vô sanh là bước ngoặc ấn chứng sở học của Bồ Tát là vững vàng, thuần thục, ở pháp hành là bất thối chuyển. Từ đây có thể nói Bồ Tát sơ học bao gồm từ người sơ phát tâm, đã vào hàng thập tín, qua tam hiền thập trụ, thập hạnh, thập hồi hướng, cho đến thất địa. Chưa chứng pháp vô sanh, chưa đắc tâm bất thối, Bồ Tát sơ học vẫn còn nguy cơ do không đủ trí tuệ mà lạc mất chánh kiến. Do chưa thâm nhập nghĩa thậm thâm, Bồ Tát sơ học đối với kinh pháp liễu nghĩa dễ sanh tâm kinh sợ, nghi ngờ, từ đó hủy báng kinh pháp, xa lánh, thậm chí phỉ báng vu khống thiện tri thức, tự gây chướng ngại trên đường đạo, tự đào mồ chôn mình trong ba đường ác. Không ít các học giả cả đời nghiên cứu, các vị xuất gia lâu năm vẫn bênh vực luận điểm kinh pháp Đại thừa là ngụy tạo, không chính thống; điển hình như kinh Lăng-nghiêm và kinh Duy-ma-cật thường là mục tiêu cho họ hủy báng. Có hai lý do khiến họ chống đối: một là, họ không tài nào hiểu được nghĩa thâm sâu của những kinh pháp như vậy; hai là, kinh pháp đó như mũi kim tiêm đúng vào mụt nhọt đang thối rữa của họ, và vì quá đau nhức nên họ la thét từ chối chữa trị. Những người như thế *chỉ tự làm tổn hại chứ không thể ở nơi pháp thậm thâm mà điều phục được tâm mình.* Ưa thích khoa trương bằng văn từ hoa mỹ, không đủ trí tuệ, lạc mất chánh kiến, Bồ Tát sơ học tự làm hại mình thì nói chi việc truyền bá kinh pháp.

Chúng ta là hàng sơ phát tâm, nên tự biết khả năng tiếp nhận giáo pháp, không vội tìm tới kinh pháp liễu nghĩa. Phải biết rằng Phật, Bồ Tát, các bậc thiện tri thức tùy theo nhân duyên thuyết các pháp xứng hợp với căn cơ của chúng ta. Chỉ cần nương nơi pháp phương tiện này mà tu học, nhân thừa cũng được, thiên thừa hay nhị thừa cũng được, không nên do chấp vào thừa phái mình chọn lựa mà khởi tâm chê bai kinh điển hoặc người hoằng pháp Đại thừa.

KINH VĂN

Di-lặc! Lại có hai pháp, Bồ Tát dù tin hiểu thâm pháp, vẫn còn tự tổn hại chớ không thể chứng được vô sanh pháp nhẫn. Hai pháp là chi? Một là, khinh dễ các Bồ Tát mới học mà không dạy bảo; hai là, dù tin hiểu thâm pháp mà lại chấp tướng phân biệt.

Đến đây, kinh văn mới đề cập pháp vô sanh như là lằn ranh phân định sơ học và thâm học: *Bồ Tát dù tin hiểu thâm pháp, vẫn còn tự tổn hại chớ không thể chứng được vô sanh pháp nhẫn*. Dù vậy, sơ địa Bồ Tát cũng có thể coi là đã có nền tảng tu học vững vàng. Bồ Tát dù đã có thắng giải đúng đắn, dù đã trụ từ sơ địa đến thất địa, vẫn do nghịch duyên là tâm khinh mạn và tâm chấp trước phân biệt vi tế mà chẳng thể đắc pháp vô sanh.

Hành giả tu hành tự cho là đã lâu, thông hiểu Phật pháp, khởi niệm tự hài lòng với sở đắc của mình; đây là tâm kiêu mạn hết sức vi tế. Trong sáu căn bản phiền não, hành giả thâm học tuy đã điều phục và đoạn dứt ba độc và phần thô trọng của tâm mạn, nghi và bất chánh kiến, nhưng phần nhỏ nhiệm của phiền não chướng và sở tri chướng vẫn còn. Đoạn kinh văn trước là nói tâm nghi ở hành giả sơ học. Đoạn kinh văn này nói tâm mạn ở hành giả thâm học. Do đoạn dứt mạn nghi thì không khởi tà kiến, do đó kinh văn không nói đến kiến phiền não.

Từ kiêu mạn mà Bồ Tát tu lâu khởi tâm khinh mạn, thấy có mình hơn, người kém. Bồ Tát này từ chỗ tự thỏa mãn với sở học, vẫn còn thấy chuyện phiền não của chúng sanh là thực có, phải do chúng sanh tự giải quyết; hoặc do kiến chấp về nghĩa không mà chẳng giảng bày chỗ đúng sai, không chỉ ra chỗ khúc mắc của chúng sanh; kinh văn nói: *khinh dễ các Bồ Tát mới học mà không dạy bảo*. Đây là Bồ Tát chưa thoát được bốn tướng; sự chấp trước vi tế tiềm ẩn mà Bồ Tát này không tự biết. Hoặc như trường hợp Bồ Tát này do khởi tâm kiêu mạn về chỗ hiểu của mình, không quán căn cơ chúng sanh, gặp ai cũng thuyết thật tướng, nói pháp không tự tánh, luận về vô tu vô chứng. Chính điều này khiến chúng sanh mới phát tâm hay hàng sơ học sinh kinh sợ, nghi ngờ mà hủy báng pháp Đại thừa, không tin kinh pháp liễu nghĩa. Đây là Bồ Tát này tự làm hại mình, tự thiêu rụi rừng công đức tu học bấy lâu.

Kinh văn tiếp theo nói: *Dù tin hiểu thâm pháp mà lại chấp tướng phân biệt*; trong khi bản dịch của Huyền Trang ghi: *Không kính trọng tha thiết với chỗ học sâu xa rộng lớn; thích giáo hóa chúng sanh bằng tài thí thế gian, không thích pháp thí thanh tịnh xuất thế gian.*[1] Chúng ta sẽ đối chiếu hai cách dịch, tuy khác nhưng vẫn cùng nghĩa.

Trước hết, chúng ta xem qua chú giải của cổ đức về câu kinh văn này để tìm hiểu lý do tại sao hành giả đã học sâu hiểu rộng lại còn chấp tướng phân biệt.

La-thập nói: *"Tuy chẳng sanh ngã mạn mà còn phiền não chấp tướng."* Tăng Triệu viết: *"Nhân nơi tin hiểu mà sinh chấp tướng phân biệt. Tuy nói là hiểu mà thật chưa hợp chân giải ngộ."* La-thập và Tăng Triệu cùng cho là Bồ Tát tu lâu này tuy phá ngã tướng, chứng nhân không, nhưng vẫn chưa triệt để phá ngã trong pháp, chưa đắc pháp không. Chưa đắc pháp không nên *không thể chứng được vô sanh pháp nhẫn*. Dù chỉ còn một niệm vi tế chấp tướng pháp thì việc truyền bá và tiếp nhận pháp Phật chưa hoàn toàn trọn vẹn.

Huệ Viễn đứng trên lập trường thực dụng mà nói: *"Khinh người mới học mà không chịu dạy bảo, tức đối với người mà sinh khởi lỗi lầm, trái với lợi tha. Tuy liễu pháp sâu xa mà lại chấp tướng phân biệt, là đối với lý khởi lỗi lầm, trái với tự lợi."*[2] Do chấp tướng mà không thể phát huy tính thực dụng của kinh pháp. Dụng của kinh pháp chẳng thể khởi phát thì việc truyền thừa không thành.

---

[1] Bản dịch ngài Huyền Trang liệt kê trong phần này có bốn điều. Đoạn trích dẫn ở đây là điều thứ 3 và thứ 4. Nguyên văn: "三者甚深廣大學處不深敬重。四者樂以世間財施攝諸有情, 不樂出世清淨法施 。 - Tam giả thậm thâm quảng đại học xứ bất thâm kính trọng. Tứ giả nhạo dĩ thế gian tài thí nhiếp chư hữu tình, bất nhạo xuất thế thanh tịnh pháp thí." Xem Đại Chánh tạng, Tập 14, số 476, trang 587, tờ c, dòng 12-14. Việt dịch: Thích Nữ Tịnh Nguyên.

[2] Duy-ma kinh nghĩa ký - Tuệ Viễn.

Khuy Cơ đi từ thể đến dụng khi giải thích câu kinh trong bản dịch của Huyền Trang: *Không kính trọng tha thiết với chỗ học sâu xa*. Chỗ học sâu xa rộng lớn là thể. Chưa thâm nhập thể quảng đại nên không thấy tánh tướng của tội phước thực là không; vì chưa thấy được đạo lý này mà không thể đắc giới thể của Bồ Tát, dụng tâm còn ngăn ngại, chỉ thấy ích lợi trước mắt ví như tài thí, không thấy lợi ích mai sau ví như pháp thí. Đây là nói hành giả tuy tu học đã lâu, nhưng chưa thực sự triệt ngộ nên chỗ giảng pháp còn hạn chế ở pháp tướng.

Trạm Nhiên căn cứ bản La-thập nói: *"Tuy hiểu thâm pháp nhưng chấp tướng phân biệt thứ lớp thềm bậc. Chấp tướng phân biệt sinh tưởng quyết định, lại là pháp động niệm, không phải đạo rốt ráo."* Do đó, bán tự hay mãn tự, ngũ thời bát giáo chỉ là phương tiện không thể đạt cùng tột chỗ không lời. Tuy nhiên, Trạm Nhiên không cho đây là nghĩa quyết định, mà nhấn mạnh nghĩa biết dùng phương tiện mới là viên dung. Nếu biết dùng phương tiện thật khéo thì tuy ba thừa, ngũ thời bát giáo, liễu nghĩa hay bất liễu nghĩa, thuyết giảng hay im lặng đều là dụng tâm chuyển biến tự tại, không đắm chấp một pháp, tự tâm cùng chúng sanh không chống trái. Do không hiểu chỗ dụng tâm này mà Bồ Tát tu lâu tuy tin hiểu thâm pháp vẫn khởi tâm chấp tướng phân biệt cao thấp ở các thừa giáo và thời pháp. Ngược lại, nếu hiểu lý lẽ này thì việc lưu truyền kinh pháp tự thông.

Chúng ta cũng có thể hiểu việc không kính trọng chỗ học sâu xa là do hành giả quá tin vào sở học tích tập lâu năm của mình mà chủ quan tùy tiện giảng thuyết những ý nghĩa không đúng như pháp, nhưng lại nhất định cho đó là đúng. Có lẽ vì ý này mà trong bản dịch tiếng Anh (có thể là bản sớm nhất, hoàn thành năm 1928), Izumi Hokei (1884-1947) viết: *"Mặc dù họ (tức hành giả tu học lâu) thông hiểu giáo pháp thâm sâu, nhưng lại giải thích theo ý mình."*

Cũng do kiến chấp về sở đắc, Bồ Tát thâm học chẳng quan tâm đến hàng sơ học, chỉ lo tu sự cho riêng mình. Do chấp về sự, hành giả hết sức dụng công thí xả, loại trừ các tướng mà chẳng biết mình đang *chấp tướng phân biệt*. Hành giả tuy tu lâu, nhưng vẫn chưa thoát khỏi một niệm về vô tướng, vẫn còn xoay trở trong sự đối đãi của cái có tướng và cái vô tướng; đây là chấp về lý. Buông bỏ cái có tướng, lại dính mắc cái vô tướng, thì lý sự không viên dung. Lý sự lệch lạc như vậy thì việc lưu truyền và tiếp thọ kinh pháp chẳng thể thông. Tài thí là cái có tướng, pháp thí là cái vô tướng. Bản Huyền Trang ghi: *"Thích giáo hóa chúng sanh bằng tài thí thế gian"* là nghĩa biểu pháp cho việc ra sức buông bỏ cái có tướng; và: *"Không thích pháp thí thanh tịnh xuất thế gian"* là nghĩa biểu pháp cho sự dính mắc, không chịu thí xả cái vô tướng. Có thể do ý này mà bản dịch Anh văn của Charles Luk dịch ý, không dịch chữ: *"Despite their faith in the deep Dharma, still give rise to discrimination between form and formlessness."* (Dù tin pháp thậm thâm, vẫn khởi phân biệt tướng và vô tướng.)

TIẾP NHẬN SỰ TRUYỀN THỪA

KINH VĂN

Bồ Tát Di-lặc nghe Phật nói như thế rồi, bạch Phật rằng: Bạch Thế Tôn, thật chưa từng có! Như lời Thế Tôn đã nói, con quyết xa lìa các lỗi như thế, xin vâng giữ pháp Vô thượng chánh đẳng chánh giác đã chứa nhóm từ vô lượng a-tăng-kỳ kiếp của Như Lai. Nếu vị lai có gã thiện nam, tín nữ nào cầu pháp Đại thừa, con sẽ làm cho tay người đó được những kinh như thế và cho họ cái sức ghi nhớ để thọ trì đọc tụng, diễn nói cho người. Bạch Thế Tôn! Nếu đời sau có người thọ trì, đọc tụng, diễn nói kinh này cho người khác, đó chính là thần lực của Di-lặc lập nên.

Phật nói: Hay thay! Hay thay! Di-lặc này! Như lời ông nói, ta sẽ giúp cho ông vui thêm.

Bồ Tát Di-lặc sau khi nghe Phật nói liền tán thán: chưa từng có; là minh chứng lý do tại sao cần thiết lưu truyền kinh này về sau, nhất là vào thời mạt pháp, đồng thời là sự sáng tỏ lời Phật dạy về hai tướng ấn Bồ Tát và những lỗi lầm Bồ Tát có thể phạm phải khi tiếp thọ và lưu truyền kinh pháp. Di-lặc là bậc đẳng giác nhất sanh bổ xứ tất nhiên chẳng có những sai phạm trên, nay *quyết xa lìa các lỗi như thế*, là để các Bồ Tát từ thập địa trở xuống noi gương mà xả bỏ chấp trước phân biệt trong sự truyền thừa chánh pháp nói chung và bản kinh này nói riêng. Quyết xa lìa là trên nhân địa phải thường xuyên cảnh giác không để sai phạm, bảo đảm gìn giữ và phát huy pháp vô thượng cho đến khi việc chúc lụy thành tựu mới thôi. *Pháp Vô thượng chánh đẳng chánh giác* vốn thường trụ, chẳng phải mới sanh ra hay sẽ có được, nên gọi là *đã chứa nhóm từ vô lượng a-tăng-kỳ kiếp. Vâng giữ pháp vô thượng* là xứng tánh mà tâm an trụ nơi thật tướng vô tướng.

Bồ Tát Di-lặc nhận lãnh sự phó thác của Phật là kế thừa ở hiện tại. *Nếu vị lai*; ý nói việc lưu thông truyền bá từ bây giờ trở về sau. Sự truyền thừa kinh pháp phải đúng như vương tử Nguyệt Cái tiếp nhận pháp cúng dường từ Phật Dược Vương, trải qua vô số kiếp tu hành thành Phật Thích-ca và phó chúc cho Di-lặc; cứ thế tiếp nối vô cùng tận. Sự tiếp nối đó hàm ý trong lời xác nhận chính thần lực của Di-lặc sẽ bảo lưu chánh pháp về sau, không để đoạn mất.

Chúng ta lưu ý kinh văn viết: *Nếu vị lai có gã thiện nam, tín nữ nào cầu pháp đại thừa*; nghĩa là pháp giải thoát không chỉ hạn chế ở giới tăng sĩ mà mở rộng cho tất cả mọi người. Đã nói đến hàng cư sĩ, tất nhiên phải công nhận giá trị vượt bậc vươn xa của kinh này, như kinh văn viết: *làm cho tay người đó được những kinh như thế*. Pháp giải thoát bất tư nghị mà kinh này tuyên thuyết nhất định được Bồ Tát Di-lặc xiển dương và phổ biến rộng rãi chính là do tính dụng khả thi của kinh pháp, như đã nói đó là ý nghĩa mấu chốt của phẩm Bất tư nghị. Đến đây kinh văn giải thích rất rõ tại sao pháp bất tư nghị lại có thể thực hiện được. Vì mọi người đều có thể thâm nhập và nhiếp thọ pháp vô tướng nên kinh văn nói họ có cái sức ghi nhớ và nhất là ai cũng có thể thực hành cho đến viên mãn; như kinh nói: *thọ trì đọc tụng*, cũng như có thể truyền bá sâu rộng; kinh văn viết: *diễn nói cho người*. Tất cả lý sự thực dụng và khả thi đó có được chính là do bản tâm của mỗi người vốn là tâm Phật. Nếu tự giác diệu tâm thì trí tuệ hiển hiện và tâm từ lưu xuất; đây không phải là *thần lực của Di-lặc* là gì? Chính vì thế mà Phật hai lần khen ngợi Di-lặc, chứng minh cho trí tuệ và tâm từ là đảm bảo đầy đủ cho việc kế thừa và truyền bá kinh pháp và tuệ mạng của Như Lai. Vì thế kinh nói Phật tùy hỷ mừng cho Bồ Tát Di-lặc, nghĩa là chứng nhận vị Phật tương lai sẽ tiếp nhận trọn vẹn sự truyền thừa đúng như pháp.

KINH VĂN

Bấy giờ các Bồ Tát chắp tay bạch Phật rằng: Sau khi Như Lai diệt độ, chúng con cũng ở các cõi nước trong mười phương truyền bá cùng khắp pháp Vô thượng chánh đẳng chánh giác và sẽ dẫn dắt những người nói pháp được kinh này.

Lúc đó bốn vị Thiên vương bạch Phật rằng: Ở các chỗ hoặc thành ấp, tụ lạc, núi rừng, đồng nội có quyển kinh này, có người đọc tụng, giải nói, con sẽ đem các quyến thuộc đi đến chỗ đó để nghe pháp, ủng hộ cho người đó mỗi phía trăm do tuần, không để người cố ý tìm làm hại.

Bấy giờ các Bồ Tát phát nguyện theo lời Phật dặn dò mà thực hiện sau khi Như Lai diệt độ; tức tâm nguyện tiếp nối tuệ mạng và bản nguyện độ sanh của Thế Tôn. Tuy Di-lặc sẽ kế thừa pháp tối thượng và đắc thành chánh quả ở cõi này, nhưng pháp Phật chẳng phải riêng có ở cõi Ta-bà mà trùm khắp pháp giới, nên các Bồ Tát nguyện tiếp thọ và lưu thông pháp Vô thượng chánh đẳng chánh giác cùng khắp cả mười phương. Bản dịch của Huyền Trang ghi nhận có nhiều Bồ Tát *"từ các thế giới phương khác cũng đến đây giữ gìn đại pháp"*.[1] Bằng cách nào? Chính là các ngài khai mở con đường đạo, tức ý giáo; hành vi đối nhân tiếp vật biểu diễn làm gương, là thân giáo; và tuyên thuyết kinh pháp, là ngữ giáo, để dẫn dắt chúng sanh nói đúng như pháp, làm được như lời nói, và nghĩ đúng như ý chỉ kinh pháp, cụ thể là bản kinh Duy-ma-cật sở thuyết này.

Tâm nguyện của chư Bồ Tát chỉ nhằm một mục đích duy nhất là lưu thông pháp giải thoát bất khả tư nghị. Như Huệ Viễn nói: *"Chắp tay bạch Phật; là lời hứa nhận lưu thông. Sau khi Như Lai diệt độ; là nêu thời gian lưu thông. Các cõi nước mười phương; là nơi lưu thông. Diễn nói cùng khắp; là việc lưu thông. Diễn nói rộng khắp pháp A-nậu Bồ-đề; tức nói về việc lưu truyền pháp chứng ngộ để khiến người tu học. Lại sẽ dẫn dắt các người thuyết pháp được kinh này; là truyền giáo pháp, khiến người giáo hóa kẻ khác."*

Pháp giải thoát vô thượng tuy khả thi nhưng trong sự thực hành không phải không có chướng ngại, nhất là trong đời ngũ trược ác thế đầy dẫy những thế lực ám chướng do cộng nghiệp của chúng sanh gây ra. Chính vì vậy mà việc hộ pháp nhất thiết phải được quan tâm hàng đầu. Đây là lúc bốn đại kim cang thần hộ pháp thể hiện trọng trách của mình.

Bốn vị thiên vương, còn gọi là Hộ thế thiên vương, là những vị thiện thần hộ pháp, thuộc chư thiên bộ trong Phật giáo, cai quản bốn châu ở bốn phương thế giới là

---

[1] Nguyên bản: "爾時會中所有此界及與他方諸來菩薩。- Nhĩ thời hội trung sở hữu thử giới cập dữ tha phương chư lai Bồ Tát." Xem Đại Chánh tạng, Tập 14, số 476, trang 588, tờ a, dòng 1.

Đông thắng thần châu, Tây ngưu hóa châu, Nam thiệm bộ châu và Bắc cu lô châu. Họ là Đông phương Trì quốc thiên vương (Dhṛtarāṣṭra) mặc giáp trụ, tay cầm pháp khí là đàn tỳ bà biểu thị lòng bi êm dịu như tiếng đàn. Vị thiên vương này vì bảo hộ chúng sanh mà luôn tự điều phục tâm như chỉnh dây đàn không cho lạc âm, hộ trì cõi nước an lành ví như gìn giữ thân tâm thanh tịnh. Tây phương Quảng mục thiên vương (Virūpākṣa) có thiên nhãn quán sát thế giới, biểu trưng cho trí tuệ tồi phục những ác hiểm, pháp khí là con xích long quấn quanh người sẵn sàng thu phục tà ma ngoại đạo và viên ngọc như ý biểu trưng cho pháp bảo viên mãn. Nam phương Tăng trưởng thiên vương (Virūḍhaka) với pháp khí là thanh gươm báu phá trừ vô minh, gìn giữ chủng tử thiện lành cho chúng sanh, tâm từ trải rộng, lúc nào cũng bảo hộ, thôi thúc chúng sanh tăng trưởng trí tuệ, từ bi và công phu tu tập. Bắc phương Đa văn thiên vương (Vaiśramaṇa) luôn thủ hộ đạo tràng của Như Lai, lắng nghe Phật pháp, nên pháp khí là bảo tháp Bát-nhã nhiếp thọ chúng sanh và chiếc lọng to lớn che trùm bảo vệ cõi nước.

Tứ thiên vương gánh vác trách nhiệm bảo hộ việc lưu thông kinh pháp, bạt trừ hai chướng là phiền não và sở tri chướng như Tướng tông thường nói, phá tan ba chướng là nghiệp chướng, hoặc chướng, và trí chướng như trong kinh Kim quang minh tối thắng vương, hay bốn chướng trở ngại Bồ-đề là xiển-đề, ngoại đạo, Thanh văn và Duyên giác chướng như ở kinh Vô thượng y, hoặc năm chướng là phiền não, nghiệp, sinh chướng, pháp chướng và sở tri chướng như Đại nhật kinh sớ viết. Chúng ta có thể kể ra vô số chướng ngại trên đường tu. Nhưng dù có vô lượng ngăn trở, Bồ Tát tùy thuận chúng sanh hiện thân thiên vương mà hộ pháp. Đây là Bồ Tát dùng phương tiện khéo léo tùy cơ hiện thân thiên vương mà nhiếp hóa chúng sanh.

Sự bảo hộ việc lưu thông kinh pháp, san bằng mọi chướng ngại trên đường tu của chúng sanh thường xuyên mọi nơi từ chỗ đông người như *thành ấp, tụ lạc* đến vùng hoang vắng như *núi rừng, đồng nội*, miễn sao có kinh thậm thâm này xuất hiện và có người chuyên tâm thọ trì. Kinh pháp và người *đọc tụng, giải nói* tự có sức mạnh giải thoát thần diệu thu nhiếp chúng sanh đang đau khổ chìm đắm trong luân hồi. Các vị thiên vương hộ pháp tự nguyện cùng các quyến thuộc đến nghe kinh, biểu diễn làm gương mẫu thu hút chúng sanh hội tụ về; gọi là ủng hộ, cổ vũ việc truyền thừa. *Có quyển kinh này* là lý giáo. *Có người đọc tụng* là sự hành. Bảo vệ lý sự vẹn toàn bằng cách tham dự nghe pháp, là văn tư tuệ. Bạt trừ chướng ngại chung quanh, *không để người cố ý tìm làm hại; là bảo vệ sự tu hành.*

Hộ pháp là một phần của việc bảo lưu và truyền thừa pháp Phật. Ngoài nghĩa hộ pháp, hình ảnh bốn vị thiên vương còn là nghĩa biểu trưng cho thành tâm cố gắng đóng góp của cư sĩ tại gia đối với chánh pháp. Chúng ta nên trân trọng những người không hề tiếc công tiếc của đang gây dựng cộng đồng Phật giáo lớn mạnh khắp nơi hiện nay.

KINH VĂN

Bấy giờ Phật bảo A-nan rằng: Ông hãy thọ trì lấy kinh này, rộng nói khắp truyền cho đời sau.

A-nan thưa: Dạ! Con đã thọ trì rồi.

Sau khi bốn thiên vương phát nguyện hộ pháp, Phật căn dặn A-nan *thọ trì lấy kinh này, rộng nói khắp truyền cho đời sau*. Trên là Phật phó chúc pháp vô thượng cho Di-lặc, đại diện cho Bồ Tát. Giờ Phật ký thác kinh này cho A-nan, đại biểu hàng Thanh văn. Trước kia nơi vườn Lộc Uyển, Phật thuyết Tứ đế, về sau ở Kỳ thọ viên giảng

Bát-nhã, kinh này lại được thuyết vào thời Phương đẳng, nhưng tuyên bày nghĩa thật tướng viên mãn rốt ráo, nên kinh là viên giáo, chẳng thuộc thông giáo. Theo Huệ Viễn: *"Kinh này gồm ba hội. Hội thứ nhất đức Phật thuyết* (tức phẩm đầu Phật quốc và phần lớn phẩm 2: Phương tiện, gồm luôn hai phẩm cuối Pháp cúng dường và Chúc lụy), *hội thứ hai ông Duy-ma thuyết* (tức phần cuối phẩm 2 cho đến hết phẩm 10: Phật Hương Tích), *hội thứ ba thì đức Phật và ông Duy-ma đồng thuyết* (tức phẩm 11: Hạnh Bồ Tát và phẩm 12: Thấy Phật A-súc)". Kinh này nói chỗ tột cùng của pháp giải thoát bất nhị nên bình đẳng, chẳng phân biệt Bồ Tát và nhị thừa, nên Phật khuyến khích A-nan thọ trì, nghĩa là y kinh này mà tu học, đồng thời lưu bố sâu rộng về sau.

A-nan nhận lãnh lời phó chúc của Phật. Kinh văn chép câu trả lời của tôn giả thật quả quyết: *Con đã thọ trì rồi.* (我已受持要者。- Ngã dĩ thọ trì yếu giả: Con đã thọ nhận gìn giữ chỗ cốt yếu rồi.) Thực vậy, xem lại phẩm Hạnh Bồ Tát, Phật thuyết về Phật sự với đối cơ chủ yếu là A-nan; từ đó Phật chỉ pháp quán thâm nhập sâu vào nghĩa cõi nước và sắc thân chư Phật. A-nan đã tham thấu liễu nghĩa bát cơm Hương Tích, *món cơm thơm ấy có thể làm Phật sự*, từ tướng cơm mà thấy được mùi hương vô tướng; nghĩa lý tột cùng như vậy nên gọi là quan trọng. Chẳng ngại dùng bốn ma và tám mươi bốn ngàn phiền não làm Phật sự, chứng được các tướng chính là pháp độ của Như Lai. Lý sự viên dung như vậy nên là thiết yếu. Thông được một tướng là thấu suốt tất cả tướng đều là tướng Phật; đây là yếu chỉ. Như Cát Tạng nói: *"Yếu chỉ tức là thật tướng. Thật tướng gồm nhiếp các pháp, khi được yếu chỉ tức được các pháp."* Nắm được yếu chỉ ấy, tức A-nan đã thọ trì rồi, xứng đáng nhận lãnh lời phó chúc và truyền thừa của Phật vậy.

> **KINH VĂN**
>
> Bạch Thế Tôn! Kinh này tên là gì?
>
> Phật bảo A-nan: *Kinh này tên là Duy-ma-cật sở thuyết, cũng gọi là Bất khả tư nghị giải thoát pháp môn.* Ông nên thọ trì.

Cho dù A-nan giác ngộ muộn hơn so với các đại đệ tử khác của Phật, nhưng chỉ với danh xưng đệ nhất đa văn và trí nhớ tuyệt vời, tôn giả cũng đáng được Phật giao phó trọng trách lưu thông kinh pháp. Vai trò trùng tuyên kinh pháp khi tăng đoàn kiết tập pháp tạng về sau đã chứng minh điều này. A-nan nhận thấy trách nhiệm ở tương lai nên hỏi Phật: *Kinh này tên gì?* Đây là vì chúng sanh mà hỏi. Do hỏi mà có tên kinh. *Kinh này tên là Duy-ma-cật sở thuyết, cũng gọi là Bất khả tư nghị giải thoát pháp môn.*

Đại sư Thiên Thai Trí Giả tổng kết kinh Phật có bảy cách đặt tên, gọi là Thất chủng lập đề (七種立題) căn cứ vào ba hạng mục là nhân (人), pháp (法) và dụ (譬). Bảy cách đó là:

- Đơn nhân lập đề (單人立題): lấy tên người đặt tên kinh, như kinh Phật thuyết A-di-đà, trong đó Phật là người nói kinh, A-di-đà là người được nói đến.

- Đơn pháp lập đề (單法立題): lấy pháp đặt tên kinh, như kinh Niết-bàn, trong đó Niết-bàn là pháp.

- Đơn dụ lập đề (單譬立題): lấy ví dụ đặt tên kinh, như kinh Phạm Võng, trong đó lưới trời Phạm thiên có vô số mắt lưới nhưng không xen tạp, là ví dụ cho pháp môn vô lượng chẳng ngăn ngại nhau.

- Nhân pháp lập đề (人法立題): lấy người và pháp đặt tên kinh, như kinh Văn-thù Vấn Bát-nhã, trong đó Văn-thù là người, Bát-nhã là pháp.

- Pháp dụ lập đề (法譬立題): lấy pháp và ví dụ đặt tên kinh, như kinh Diệu Pháp Liên Hoa, trong đó Diệu Pháp là pháp, Liên Hoa là dụ.

- Nhân dụ lập đề (人譬立題): lấy người và ví dụ đặt tên kinh, như kinh Như Lai Sư Tử Hống, trong đó Như Lai là người, Sư Tử Hống là dụ.
- Cụ túc lập đề (具足立題): lấy đủ ba hạng mục nhân, pháp và dụ đặt tên kinh, như kinh Đại Phương Quảng Phật Hoa nghiêm, trong đó Đại Phương Quảng là pháp, Phật là người, Hoa nghiêm là dụ.

Theo trên, nếu tên kinh này là Duy-ma-cật sở thuyết thì đó là nhân pháp lập đề, trong đó Duy-ma-cật là người, sở thuyết là pháp. Nếu tên là Bất khả tư nghị giải thoát pháp môn thì đó là đơn pháp lập đề. Trong bản dịch của Huyền Trang, đức Phật dạy tên kinh này là *Thuyết Vô Cấu Xưng Bất khả tư nghị tự tại thần biến giải thoát pháp môn* (說無垢稱不可思議自在神變解脫法門), trong đó Thuyết Vô Cấu Xưng là người, pháp bất khả tư nghị giải thoát là pháp, tự tại thần biến là dụ cho thể và dụng, nên đây là cụ túc lập đề. Ngoài ra, khi A-nan hỏi tên kinh, bản dịch của Huyền Trang có thêm câu hỏi: *Con thọ trì như thế nào?* (我云何持 - Ngã vân hà trì?) Đây cũng là A-nan vì chúng sanh mà hỏi.

A-nan hỏi tên kinh và cách thọ trì. Phật nêu tên kinh và bảo tôn giả hãy *thọ trì như vậy* (如是受持 - như thị thọ trì); nghĩa là theo tên kinh mà tiếp nhận tương xứng với pháp nghĩa. *Bất khả tư nghị* là chẳng thể dùng ý thức mà luận thật tướng, là ngôn ngữ đạo đoạn, tâm hành xứ diệt. *Tự tại* là ở pháp tướng mà diệu dụng phương tiện. *Thần biến* là pháp thật tướng vô tướng khó nghĩ bàn lại vô cùng thực dụng, là ở tất cả tướng mà chứng tướng hóa sanh của chân tâm tự tánh. *Giải thoát* là không bị trói buộc ở tất cả tướng, là xa lìa hai tánh đối đãi. *Pháp môn* là cửa ngõ thâm nhập pháp thân.

Khuy Cơ giải thích: *"Nêu chung một tên mà thọ trì, tức cách thọ trì. Bất khả tư nghị là siêu việt sự suy lường của* tình thức và ngôn ngữ. Tự tại tức là nhậm vận, nghĩa là tự do. Thần biến tức là diệu dụng của thông quả, chuyển biến vô cùng, không mà rõ ràng là có. Giải thoát tức định quả vô lậu, thoát khỏi định chướng nên gọi là giải thoát. Hoặc cho rằng định quả là tự tại thần biến, chân như ly hệ gọi là giải thoát. Pháp môn là giáo năng thuyên, tức là giáo pháp hiển bày nghĩa sở thuyên."

TÍN THỌ PHỤNG HÀNH

KINH VĂN

Phật nói kinh này rồi, trưởng giả Duy-ma-cật, Văn-thù-sư-lợi, Xá-lợi-phất, A-nan v.v... và các hàng trời, người, a-tu-la, tất cả đại chúng nghe lời Phật nói đều rất vui mừng tin nhận kính vâng làm theo.

Phật nói kinh này rồi, Duy-ma-cật, các Bồ Tát, Thanh văn cùng chúng sanh trong ba cõi hiện diện ở vườn xoài bấy giờ đều hoan hỷ y giáo phụng hành. Kinh này thuyết nghĩa thật tướng vô tướng, chỉ thể nhập và tự chứng thực bởi mỗi người nên kinh chủ về sự. Đây là điểm chủ yếu nhất của bản kinh, nên ngay từ phẩm đầu tiên, kinh văn trực tiếp đi vào việc làm và thành tựu của chư Bồ Tát, nói thẳng nghĩa truyền thừa và tiếp nhận pháp vô thượng.

Kinh văn cuối cùng kết lại bằng câu: *tin nhận kính vâng làm theo* (信受奉行 - tín thọ phụng hành). Tín là đối với kinh này hoàn toàn tin tưởng, chẳng khởi tâm nghi ngờ. Thọ là tiếp nhận. Phụng là cung kính y theo giáo pháp. Hành là thực hiện. Bản kinh mở đầu và kết thúc nhất quán không khác.

Tầm quan trọng của y giáo phụng hành thấy rất rõ từ cuối phẩm Thấy Phật A-súc cho đến hết kinh, theo đó có thể chỉ ra mười chỗ kinh văn lặp lại những chữ như: tin hiểu, thọ trì, đọc tụng, diễn nói, như pháp tu hành. Đây là con số khá nhiều so với các kinh khác, nhưng không phải vì vậy mà nghĩa trùng lặp, vì mỗi chỗ lặp lại về sau càng có nghĩa sâu hơn. Chúng ta xem lại bên dưới.

Lần một, ở cuối phẩm 12, Thấy Phật A-súc, Xá-lợi-phất thưa với Phật về những lợi ích cụ thể. Nếu có *được kinh điển* này chẳng khác *được kho tàng pháp bảo* tùy ý sử dụng tự độ độ tha. Nếu ai *đọc tụng* là lợi mình; *giải thích nghĩa lý kinh này*, là lợi người; *đúng như lời nói tu hành*, là làm như trí chứng; tất sẽ *được chư Phật hộ niệm*, là tự tâm tương ưng với bản nguyện của Phật. Nếu ai có thể *biên chép thọ trì kinh này*, là y kinh liễu nghĩa; hoặc có thể giảng được chỉ *một bài kệ bốn câu*, là thông suốt các pháp, được Phật *thọ ký quả Vô thượng*. Đây là nói lợi ích cụ thể.

Lần hai, đầu phẩm 13, Pháp Cúng Dường, Thiên đế thưa với Phật đây là *kinh bất khả tư nghị tự tại thần thông quyết định thật tướng* chính là Pháp thân đức. Kinh là phương tiện. Bất khả tư nghị là lý thể thậm thâm. Tự tại thần thông là sự diệu dụng. Quyết định là quả đức. Thật tướng là pháp thân. Do thiện xảo phương tiện, lý sự viên dung, nhất định chứng đắc pháp thân thường trụ. Do *nghĩa lý của Phật nói* cõi chúng sanh là Phật quốc, tận và vô tận không hai, vạn pháp là Phật pháp, nếu ai nghe mà *tin hiểu, thọ trì, đọc tụng thì quyết được pháp này không nghi*; chính là Bát-nhã đức. *Huống chi đúng như lời nói mà tu hành, thời người đó ngăn bít các nẻo ác, mở cửa lành, thường được chư Phật hộ niệm, hàng phục ngoại đạo, dẹp trừ ma oán*; đây là giải thoát đức. Ta thấy nghĩa của tín thọ phụng hành từ lợi ích cụ thể qua ba quả đức của đại Niết-bàn, rõ ràng mức độ sâu hơn.

Lần ba, cũng do Thiên đế nguyện bảo hộ kinh và ủng hộ người *thọ trì, đọc tụng, đúng như lời nói tu hành*, sẽ *cúng dường hầu hạ* là làm thân bình an đầy đủ, và cùng đến *nghe thọ kinh pháp* là tâm ta và người đều an lạc.

Lần ba là nguyện bảo hộ của Đế thích, tín thọ phụng hành bước đầu đưa vào nghĩa pháp cúng dường.

Lần bốn, Phật bảo Thiên đế nếu có người đủ tín tâm *thọ trì, đọc tụng, cúng dường kinh pháp này thời chính là cúng dường chư Phật*; đây là gom hai nghĩa kế thừa và lưu truyền kinh pháp thành nghĩa pháp cúng dường trọn vẹn.

Lần năm, Phật muốn nói đến công đức vô lượng của việc cúng dường pháp nên trước đem phước đức của tài cúng dường để Đế thích so sánh. *Vì sao? Quả bồ-đề của chư Phật đều từ kinh này sanh ra*; đây là giải thích riêng việc kế thừa, tiếp nhận kinh pháp là duyên nhân chúng sanh thành Phật.

Lần sáu, Phật Dược Vương dạy vương tử Nguyệt Cái: *Nếu người nghe những kinh như thế mà tin hiểu, thọ trì, đọc tụng, dùng sức phương tiện phân biệt giải nói, chỉ bày rành rẽ cho chúng sanh, giữ gìn chánh pháp; đó gọi là pháp cúng dường*. Khác với trên nói về nghĩa kế thừa và tiếp nhận, đây là nhấn mạnh nghĩa lưu bố kinh pháp bằng cách diễn nói, giảng giải tường tận cho chúng sanh. Từ lần ba đến lần sáu nói về tín thọ phụng hành, kinh văn đã hoàn thiện nghĩa pháp cúng dường.

Lần bảy, bắt đầu phẩm này, Bồ Tát Di-lặc nhấn mạnh tính khả thi và thực dụng của pháp giải thoát, vì nếu kinh pháp này được lưu bố, phổ biến rộng rãi *đến tay* mọi người, ai ai cũng khả năng hiểu và có thể thực hành trọn vẹn việc kế thừa và lưu thông pháp, tức là ai ai cũng *có cái sức ghi nhớ để thọ trì, đọc tụng, diễn nói cho người*.

Lần tám là bốn thiên vương nguyện bảo vệ kinh pháp, khuyến khích ủng hộ người trì kinh, không để họ bị tổn hại. Khác với nguyện bảo hộ của Đế thích ở trên lấy cúng dường hầu hạ làm lợi ích ban đầu của việc tín thọ phụng hành, đây nhấn mạnh nghĩa hộ pháp là một phần quan trọng không thể thiếu trong sự truyền thừa pháp giải thoát, có thể thấy trong ý: *không để người cố ý tìm làm hại.*

Lần chín, nghĩa của tín thọ phụng hành hoàn chỉnh trong sự tiếp nhận của A-nan đối với lời Phật phó chúc. Do thọ trì như pháp mà đạt yếu chỉ của kinh pháp, và từ thông suốt yếu chỉ của pháp giải thoát mà thành tựu việc lưu thông kinh pháp. Chúng ta thấy rất rõ dụng ý của Phật ở đây khi phó chúc cho A-nan, là một đệ tử trong hàng Thanh văn lại nắm được yếu chỉ thọ trì pháp giải thoát. Vậy ai là Thanh văn, ai là Bồ Tát? Có thể thấy dụng tâm bình đẳng của Phật ở đây. Đó chính là tột cùng pháp tối thượng mà Phật trao lại vậy.

Lần mười là lần sau cùng ở cuối kinh, chủ yếu là nói đại chúng y giáo phụng hành. Tức là chỉ nói riêng nghĩa chúng sanh tiếp nhận kinh pháp mà tu hành, vì trên đã nói nghĩa lưu truyền do Bồ Tát và Thanh văn đảm đương rồi. Trong đoạn cuối này, có ngầm ý nghĩa việc lưu truyền tâm pháp của Phật chủ yếu do hàng xuất gia đảm nhiệm, hàng cư sĩ tại gia chỉ việc y giáo phụng hành là đủ. Người gánh vác được việc truyền thừa là tăng nhân xuất gia, tuy là số ít người, nhưng chuyên tu hơn, còn người cư sĩ hãy còn quá nhiều bận bịu đời thường. Đây là sự thực phải công nhận.

Đến đây, tập sách về kinh Duy-ma-cật kết thúc với tâm nguyện của tôi gói gọn trong một câu thật ngắn: *Tín thọ phụng hành.*

Viết xong tại Reseda, California, Hoa Kỳ

Lương Trần Pháp Giác

Cẩn bút

LỜI CẢM TẠ

Chân thành cảm tạ tất cả tác giả, dịch giả và các nhà xuất bản, các trang mạng Phật giáo đã cung cấp các tài liệu tham khảo bên dưới. Tôi cũng xin lỗi vì đã không trực tiếp liên hệ để được sự cho phép của quý vị, nhưng thiết nghĩ vì mục đích hoằng pháp lợi sanh nên kính xin quý vị chấp nhận lời xin lỗi chân thành này.

TÀI LIỆU THAM KHẢO

KINH

- Duy Ma Cật Sở Thuyết - Dịch giả: Tuệ Sỹ, nhà xuất bản Phương Đông, 2008

- Duy Ma Cật Sở Thuyết Kinh - Hán dịch: Cưu-ma-la-thập, Việt dịch: Thích Duy Lực, 1991

- Kinh Duy Ma Cật - Hán dịch: Cưu-ma-la-thập, Việt dịch và chú giải: Đoàn Trung Còn, Nguyễn Minh Tiến, nhà xuất bản Tôn Giáo, 2005

- Kinh Duy Ma Cật - Việt dịch và chú giải: Nguyễn Minh Tiến, nhà xuất bản Liên Phật Hội, bản in 2019

- Kinh Duy Ma Cật - Dịch giả: Thích Huệ Hưng, Phật Học Viện Quốc Tế xuất bản, 1999

- Kinh Thuyết Vô Cấu Xưng - Hán dịch: Huyền Trang, Việt dịch: Thích Nữ Tịnh Nguyên

- Ordinary Enlightenment, A Translation of The Vimalakirti Nirdesa Sutra - Charles Luk, 1972
- The Holy Teaching Of Vimalakirti - Robert A. F. Thurman, 1976
- The Recorded Teachings Of Vimalakirti - Ven. Anzan Hoshin sensei, 1992
- The Vimalakirti Sutra - Burton Watson, 1997
- The Exposition Of Vimalakirti - Izumi Hokei (1884-1947), 1928
- Kinh Đại Bát Niết Bàn - Việt dịch: Thích Trí Tịnh
- Kinh Đại Phương Quảng Phật Hoa Nghiêm - Hán dịch: Thật Xoa Nan Đà; Việt dịch: Thích Trí Tịnh
- Kinh Địa Tạng Bồ Tát Bổn Nguyện - Việt dịch: Thích Trí Tịnh
- Kinh Hiền Kiếp - Hán dịch: Trúc Pháp Hộ, Việt dịch: Linh Sơn đại tạng kinh, daitangkinh.org
- Kinh Kim Cang Bát Nhã Ba La Mật - Việt dịch: Thích Trí Tịnh
- Kinh Nhân vương hộ quốc Bát-nhã Ba-la-mật-đa - Hán dịch: Bất Không; Việt dịch: Thích Nữ Tịnh Nguyên
- Kinh Pháp Hoa - Hán dịch: Cưu-ma-la-thập, Việt dịch: Thích Trí Tịnh
- Kinh Thủ Lăng Nghiêm - Việt dịch: Tâm Minh Lê Đình Thám
- Kinh Viên Giác - Việt dịch: Thích Huyền Vi

SÁCH VÀ TÀI LIỆU CHÚ GIẢI KHÁC

- A Celebrity Falls Sick - Dzongsar Khyentse Rinpoche
- Bồ Tát Có Bệnh - Ni sư Như Đức
- Bồ Tát Tại Gia Bồ Tát Xuất Gia - Thích Nhất Hạnh, 1991
- Chú giải Kinh Duy Ma Cật - Tăng Triệu, Việt dịch: Hồng Đạo - daitangkinh.org
- Duy Ma Cật Và Lý Tưởng Người Cư Sĩ - Daisaku Ikeda (nguyên tác: The First Millennium of Buddhism, 2009), dịch giả: Nguyên Hảo
- Duy Ma Kinh Lược Sớ - Trạm Nhiên, daitangkinh.org
- Duy Ma Kinh Nghĩa Ký - Huệ Viễn, daitangkinh.org
- Duy Ma Kinh Nghĩa Sớ - Cát Tạng, daitangkinh.org
- Đốn Ngộ Nhập Đạo Yếu Môn - Huệ Hải thiền sư, dịch: Thích Thanh Từ, Phật Học Viện Quốc Tế, 1990
- Đường Tu Không Hai - Minh Tâm, 1991
- Expository Commentary on the Vimalakirti Sutra - BDK English Tripiṭatka, 2012 (tức bản Anh văn của Chú giải Kinh Duy Ma Cật của Thánh Đức thái tử)
- Faces of Compassion - Taigen Dan Leighton, 2012
- Huyền Thoại Duy Ma Cật - Tuệ Sỹ, nhà xuất bản Phương Đông, 2006
- Kinh Duy Ma Cật Giảng Giải - Thanh Từ Toàn Tập, tập 10
- Kinh Kim Cang Giảng Lục - Thái Hư đại sư, Việt dịch: Thích Huệ Hưng
- Kinh Kim Cang Tông Thông - Tăng Phụng Nghi; Việt dịch: Thích Huệ Đăng
- Kinh Lăng Già Tâm Ấn - Cầu Na Bạt Đà La, Hám Sơn sớ giải, Việt dịch: Thích Thanh Từ, 1975

- Luận Đại Thừa Bách Pháp Minh Môn - Cư sĩ Giản Kim Võ, Việt dịch: Lê Hồng Sơn, 2013
- Luận Đại Thừa Trăm Pháp Minh Môn - Hòa thượng Tuyên Hóa lược giảng, Buddhist Text Translation Society, 2004
- Lược Giải Kinh Duy Ma Cật - Thích Trí Quảng, 1991
- Phật Quang Đại Tự Điển - Việt dịch: Hòa thượng Thích Quảng Độ
- Tây Vực Ký - Pháp sư Huyền Trang, Nguyễn Minh Tiến Việt dịch, NXB Liên Phật Hội, 2022.
- Teachings of Vimalakirti - Sangharakshita, 1995
- The Lectures Notes of The Vimalakirti Sutra - Khenpo Sodargye, 2018
- Thiền Ba La Mật - Trí Giả Đại Sư, Thích Đạt Ma Ngộ Nhất dịch, 2009
- Thuyết Vô Cấu Xưng Kinh Sớ - Khuy Cơ, daitangkinh.org
- Thực Hành Con Đường Bồ Tát Qua Kinh Duy Ma Cật - Đương Đạo, Thiện Tri Thức xuất bản, 2001
- Tôi Học Phật - Tuyển tập Bác sĩ Đỗ Hồng Ngọc, 2019
- Triệu Luận - Tăng Triệu, Việt dịch: Hòa thượng Thích Duy Lực, 2002
- Tư Tưởng Duy Ma Cật Từ Một Góc Nhìn - Hòa thượng Thích Thái Hòa, 2018
- Tự Điển Phật Học Hán Việt - Nhà xuất bản Khoa Học Xã Hội, 2004
- Vimalakirti The Awakened Heart - Joan Sutherland, 2016

BẢNG CHỈ MỤC TỪ NGỮ

- INDEX -

Bảng chỉ mục này dùng cho cả Tập 1 và Tập 2, vì thế với những số trang nhỏ hơn 441 xin tham khảo ở Tập 1.

18 pháp bất cộng 88
37 phẩm trợ đạo 88, 222, 223, 479, 481, 482
62 loại tà kiến 287
88 loại kiến hoặc 92
A-hàm 17, 58, 186, 194, 359, 396, 416, 427, 473, 557, 614, 799, 813
ái kiến 289, 311, 312, 313, 314, 315, 316, 317, 318, 321, 324, 325, 332, 379, 380, 604, 719, 832
ái ngữ 78, 221, 451, 720
A-kỳ-đa Sí-xá-khâm-ba-la 149, 150
a-lại-da thức 24, 25, 49, 108, 124, 288, 395, 406, 433, 506, 520, 521, 575, 580, 646
A-lan-nhã 100, 324
a-ma-lặc 176, 513
Am-la 16, 18, 19, 66, 217, 665, 666, 667, 711, 728, 733, 753, 754, 757
am-ma-lặc 572
A-na-hàm 91, 92, 364, 369, 473
A-na-luật 94, 129, 132, 170, 171, 172, 173, 174, 175, 176, 177, 179, 182, 187, 189, 190, 511, 513, 572, 681
a-tăng-kỳ 183, 199, 338, 406, 466, 641, 679, 819, 859, 869
a-tăng-kỳ kiếp 16, 820, 870
Át-bệ 98
A-tư-đà 162, 163

a-tu-la 25, 36, 120, 443, 444, 449, 647, 878
A-xà-thế 132
Bạc-câu-la 194, 195
Bắc cu lô châu 873
Bạch Phạn vương 170
bách phi 304, 339, 609, 757
Bạch tịnh thức 521, 575
Bách Trượng 26, 445
Bách Trượng Hoài Hải 26
ba độc 448, 449, 459, 461, 466, 479, 552, 553, 573, 651, 671, 863, 866
ba đường ác 46, 86, 140, 150, 152, 153, 201, 305, 308, 443, 599, 649, 732, 865
ba giải thoát môn 324, 557, 590, 766
Ba-la-đề-mộc-xoa 182
bà-la-môn 37, 80, 130, 164, 178, 186, 193, 199, 244, 258, 260, 263, 521, 522, 636, 638
Ba-la-nại 163, 199
ba mươi bảy phẩm trợ đạo 47, 87, 108, 109, 647, 825
Ba mươi bảy phẩm trợ đạo 46, 109, 221, 222
Bàng Uẩn 37, 683
bản lai vô nhất vật 32, 501
báo chướng 111, 194, 448, 452, 453, 454, 496, 652
Bảo Diệm Như Lai 858
Bảo Minh Không Hải 144, 145
Bà-sa 170

bát bội xả 139, 482, 614
Bát chánh đạo 110, 139
Bạt-đề 170, 171, 190
Bất động bát địa 657, 663, 728, 729, 746, 854, 855
Bất động địa 144, 255, 344, 360
bất động diệt vô vi 567
bát giải thoát 139, 140, 465, 482, 614
Bất hoại tử 379
bất hoàn 92, 737, 739
Bất hoàn 679
Bất khả tư nghị Giải thoát kinh 61
Bất Không Kim Cương 265
Bạt-kỳ 57, 58
Bát nạn 648
Bát-nhã ba-la-mật 234, 450, 657, 727
Bất nhiệt tử 379
Bất nhị tử 379
bát phong 721
Bát tà 139, 140, 465
bất tận hữu vi 717, 718, 723, 724, 727, 729, 732, 734, 735, 737, 739, 751
bất thối chuyển 200, 201, 238, 255, 390, 411, 420, 421, 433, 540, 657, 743, 824, 864
bất trụ vô vi 717, 735, 737, 738, 739, 751
bất tư nghị giải thoát 346, 349, 617, 668
Bà-tu-mật-đa 693, 694
Ba-tư-nặc 243
ba vô lậu học 553
bảy đại 125, 350, 529, 580, 585
Bích-chi Phật 139, 194, 355, 414, 415, 416, 451, 473, 618, 620, 691, 707, 711
biến dịch sanh tử 304, 319, 334, 335

biến kế sở chấp 64, 210, 215, 230, 231, 232, 233, 234, 242, 246, 247, 254, 287, 302, 308, 335, 393, 439, 511, 519, 521, 544, 547, 549, 559, 590, 591, 593, 644, 685, 687, 694, 696, 701, 702, 760, 840
biên kiến 92, 381, 631, 691
biệt nghiệp vọng kiến 16, 109, 507
Bí mật bộ 59
Bình đẳng tánh trí 189, 383, 514, 553, 571, 574
Bổ-đặc-già-la 827
bội giác hiệp trần 218, 222, 652, 786
bội trần hiệp giác 218, 652, 797
bốn biện tài vô ngại 260, 410
bốn chúng đệ tử 17
bốn cõi thánh 25, 437
bốn đại 292, 293, 367, 422, 685, 872
bổn lai vô nhất vật 68, 123, 574, 745, 767
bốn sự điên đảo 460
bốn thánh quả 414
bốn vị thiên vương 872
Bồ Tát Bảo Ấn Thủ 603, 604, 605
Bồ Tát bát địa 55, 68, 200, 401, 402, 403, 405, 433, 469, 489, 500, 569, 693, 746, 854, 855
Bồ Tát Bất Thuấn 549, 550, 552, 553, 554, 787
Bồ Tát Châu Đảnh Vương 603, 604
Bồ Tát Điện Thiên 577, 579, 580, 767
Bồ Tát Diệu Tý 560, 562
Bồ Tát Diệu Ý 585, 586

Bồ Tát Di-lặc 33, 60, 199, 200,
    201, 202, 204, 216, 257,
    320, 405, 425, 438, 515,
    566, 626, 806, 825, 859,
    860, 861, 869, 870, 871, 880
Bồ Tát Đức Đỉnh 552, 553
Bồ Tát Đức Tạng 542, 601, 602
Bồ Tát Đức Thủ 548, 690
Bồ Tát giới 29
Bồ Tát Hiện Kiến 572, 574, 716
Bồ Tát Hoa Nghiêm 541, 600,
    601
Bồ Tát Hỷ Kiến 542, 580, 581,
    582, 583, 765
Bồ Tát Long Thọ 167, 190, 191,
    268, 275
Bồ Tát Mã Minh 102, 768, 777
Bồ Tát Minh Tướng 542, 582,
    583, 585
Bồ Tát Na-la-diên 568, 569, 571,
    574, 604
Bồ Tát Nguyệt Thượng 601, 602
Bồ Tát Nhạo Thật 580, 605, 606
Bồ Tát Pháp Tự Tại 545, 547,
    561, 567, 568, 580
Bồ Tát Phất Sa 562, 563
Bồ Tát Phổ Thủ 575, 577, 601,
    742
Bồ Tát Phúc Điền 599
Bồ Tát Quán Tự Tại 221, 682
Bồ Tát Sư Tử 562, 563, 564, 565
Bồ Tát Sư Tử Ý 564, 565
Bồ Tát Tâm Vô Ngại 594, 595,
    597
Bồ Tát tạng 60
Bồ Tát Thế Thân 462, 463, 474,
    566, 669, 670, 775, 846
Bồ Tát Thiện Nhãn 556, 559, 560,
    579, 787
Bồ Tát Thiện Túc 554, 559
Bồ Tát Thiện Ý 570, 571, 574
Bồ Tát thừa 182, 298, 446, 500,
    633, 639, 647, 747
Bồ Tát Thường Bất Khinh 317,
    634
Bồ Tát Thượng Thiện 542, 594,
    597, 599
Bồ Tát Tịch Căn 587, 591, 592,
    757
Bồ Tát Tịnh Giải 564, 566, 567,
    788
Bồ Tát Trì Thế 225, 226, 228,
    229, 230, 231, 232, 235,
    238, 242, 243, 245, 246,
    257, 287, 518, 520, 668
Bồ Tát Văn-thù 60, 66, 161, 191,
    238, 263, 264, 265, 266,
    267, 268, 269, 271, 272,
    273, 274, 276, 277, 283,
    285, 286, 291, 294, 300,
    340, 364, 365, 374, 377,
    393, 399, 456, 458, 467,
    468, 469, 472, 523, 525,
    544, 610, 637, 686, 754
Bồ Tát Vô Động 799
Bồ Tát Vô Tận Ý 542, 587, 588
Bồ Tát Xử thai kinh 60
Bố thí ba-la-mật 153, 226, 247,
    657, 726
Bùi Hưu 117, 672, 673
Ca-chiên-diên 93, 129, 149, 150,
    162, 164, 165, 166, 177,
    469, 511, 576
Ca-diếp 60, 94, 123, 129, 130,
    131, 132, 133, 134, 135,
    136, 137, 139, 141, 143,
    146, 149, 150, 164, 184,
    192, 196, 200, 357, 358,
    359, 361, 465, 471, 472,
    473, 474, 475, 508, 509,
    614, 680, 838, 858
Ca-la-cừu-đà Ca-chiên-diên 150
Ca-la-tý 96
Ca-lưu-tôn 858
cam lộ 487, 495, 581, 639, 640
căn bản định 104

căn bản thiền 104
căn bản trí 77, 108, 258, 285, 477, 478, 483, 484, 490, 491, 522, 578, 598, 607, 616, 635, 657, 753, 754, 804, 853
Cảnh Đức Truyền Đăng Lục 153, 184
càn tuệ địa 749
Cấp Cô Độc 143, 243
Ca-thấp-di-la 59
Cát Tạng 274, 285, 303, 366, 374, 400, 435, 543, 551, 552, 558, 575, 617, 627, 640, 641, 651, 657, 660, 669, 691, 692, 708, 757, 765, 770, 771, 773, 776, 780, 783, 795, 800, 810, 832, 838, 875, 885
Ca-tỳ-la-vệ 156, 170, 179, 185, 190, 191, 678
Câu-hi-la 96
Câu-luật-đà 112
Câu-lưu-tôn 184, 200
Câu-na-hàm 200, 858
chân đế 168, 172, 207, 222, 274, 319, 320, 339, 371, 374, 435, 468, 516, 545, 710, 741, 762, 823
chánh báo 125, 334, 351, 424, 448, 480, 490, 493, 548, 549, 616, 620, 635, 643, 731, 765, 795, 821, 837
chánh biến tri 670, 705, 732, 819, 820
chánh định 46, 110, 422, 553, 614, 617, 618, 619, 627
chánh kiến 110, 324, 494, 650, 725, 804, 865, 866
chánh mạng 110
chánh nghiệp 110
chánh ngữ 110

chánh niệm 47, 104, 110, 201, 251, 389, 392, 393, 394, 486, 722, 730, 812
chánh pháp nhãn tạng 60, 132
chánh tinh tấn 110
chánh tư duy 110
chánh vị 205, 206, 307, 323, 324, 467, 468, 470, 515, 516, 586, 676, 677, 736, 738, 747, 748
chân không diệu hữu 94, 238, 284, 293, 370
chân như vô vi 567, 735, 737, 739
chân tánh 22, 148, 207, 274, 286, 288, 338, 355, 447, 448, 449, 465, 478, 520, 555, 765, 774
chấp ngã 23, 24, 85, 169, 181, 297, 299, 300, 331, 365, 411, 458, 513, 526, 548, 575, 576, 690, 775, 778, 827, 828, 840, 857
chấp thủ 110, 151, 210, 218, 289, 296, 303, 378, 381, 384, 403, 433, 529, 536, 546, 551, 592, 606, 619, 651, 657, 767, 771, 807
chiêm-bặc 414, 415
chiên-đà-la 178, 191
Chi Khiêm 60, 217, 543, 545, 549, 553, 559, 561, 562, 563, 565, 569, 575, 577, 581, 583, 585, 588, 591, 597, 599, 602, 605, 606, 616
chỉ quán 87, 88, 151, 172, 249, 324, 509, 703, 815
Chu-lợi-bàn-đà 681
Chứng Đạo Ca 62, 184
chúng sanh hữu tình 17, 488, 536, 683, 820
chúng sanh kiến 175, 176, 188, 287, 297, 320, 321, 514

chúng sanh trược 631
chúng sanh tướng 41, 142, 175, 221, 245, 251, 365, 514, 722, 839
chúng sanh vô tình 17
chúng thành tựu 15, 18, 19, 673
chủng tử 24, 125, 395, 425, 450, 453, 455, 456, 465, 472, 498, 535, 539, 575, 742, 785, 826, 845, 846, 873
chứng tự chứng phần 578, 774
chủ thành tựu 15, 18, 19, 673
chuyển phàm thành thánh 224
chuyển pháp luân 39, 74, 80, 326, 328, 394, 430, 640, 813, 825
chuyển thức thành trí 21, 32, 140, 224, 466, 553
cõi Chúng Hương 18, 66, 340, 614, 617, 618, 619, 621, 622, 626, 628, 629, 632, 635, 643, 646, 652, 656, 659, 675, 703, 712, 715, 716, 751, 752, 804, 805, 806
cõi Ta-bà 58, 168, 191, 199, 200, 506, 614, 618, 621, 624, 627, 628, 630, 633, 634, 635, 637, 643, 647, 652, 655, 656, 674, 675, 686, 754, 798, 799, 800, 801, 802, 803, 804, 805, 871
cõi trời trường thọ 648
cộng nghiệp 25, 155, 366, 460, 495, 506, 530, 872
công xảo minh 77
Cung Oán Ngâm Khúc 83, 295
Cư trần lạc đạo 30, 31
cụ túc lập đề 877
cửu chủng thực 614
Cửu Hoa Sơn 219
Cưu-ma-la-thập 61, 147, 152, 169, 180, 191, 209, 232, 255, 273, 363, 482, 484, 590, 805

cửu não xứ 466
Danh Tướng Như Lai 145
Diêm-phù-đề 18, 341, 342, 345, 654, 796, 798, 799, 859, 861
Diêm-phù-na-đề Kim Quang Như Lai 164
Diệm tuệ địa 254
Diệm tuệ tứ địa 727, 854
Diêm vương 25, 444, 445
Diễn-nhã-đạt-đa 398, 606
Diệt đế 92, 283, 745
Diệt tận định 105, 736
Diệt thọ tưởng bối xả 105
Diệt thọ tưởng định 105, 738
Diệu Bồ-đề 219
diệu giác 80, 226, 234, 240, 241, 242, 286, 335, 520, 567, 636, 740, 752, 765, 829
Diệu Hỷ 18, 65, 341, 754, 794, 795, 797, 798, 799, 800, 801, 802, 803, 804, 805, 806, 807, 809, 834
diệu quán sát 373, 730, 789
diệu quán sát trí 117, 151, 321, 553, 568, 574, 833
Dục giới 92, 93, 104, 229, 355, 425, 463, 464, 473, 638, 732
dục như ý túc 109
Du-già Sư Địa Luận 566
Du-lô-na 157
dự lưu 91
Dược sư Lưu ly Quang Như Lai 620
Dược Vương Như Lai 819, 820, 823, 835, 852, 856
Duyên giác thừa 415, 857
Duy-ma Thuyết pháp đồ 63
duy tâm sở hiện 35, 86, 122, 125, 310, 348, 353, 354, 437, 442, 458, 529, 536, 537, 571, 590, 635, 706, 780, 787, 793, 802, 843

duy thức học 23, 24
duy thức sở biến 35, 86, 122, 125, 310, 348, 437, 458, 571, 590, 635, 706, 787, 843
Duy thức tam thập tụng 474, 846
đại bi ái kiến 311, 312, 313, 315, 719
Đại Chấn-na 264
Đại Châu Tuệ Hải 153, 392, 393, 394
Đại chúng bộ 57, 58, 93
đại hỏa tai 495
Đại Mục-kiền-liên 112, 115, 116, 117
Đại Nhật Như Lai 153, 437, 455, 517, 539, 592, 660, 683, 686, 687, 804
Đại Niết-bàn 217
Đại Phạm Thiên 19
Đại Pháp Uyển Lạc 235
Đại phương đẳng Đỉnh vương kinh 65
Đại sư Thiên Thai Trí Giả 35, 371, 876
Đại Thông Trí Thắng Như Lai 199
đại viên cảnh trí 202, 288, 398, 498, 508, 553, 574, 578, 579, 789
đà-la-ni 423, 424, 480, 481, 746, 824, 852, 854, 855
Đa-ma-la-bạt Chiên-đàn Hương Như Lai 113
Đẳng chi tử 379
đẳng giác 80, 200, 224, 241, 257, 344, 419, 425, 433, 472, 626, 637, 647, 675, 691, 705, 729, 740, 802, 856, 870
Đạo An 808
đạo chủng trí 371, 419, 468, 741
Đạo đế 92, 394, 482, 745
Đao-lợi 228, 347, 798, 799, 812
Đạo Sinh 273, 366, 402, 491, 609, 678, 697, 704, 771, 773, 788, 817

Đạo Tuyên 816
Đầu-đà 132
Đâu-suất 204, 425, 806
Đâu-suất-đà 200
đa văn 77, 78, 87, 129, 190, 222, 252, 253, 486, 499, 675, 706, 707, 708, 876
Đa văn thiên vương 873
Đề-bà-đạt-đa 170, 190, 305, 444, 453, 473, 834
đệ nhất nghĩa tất đàn 610
Đế thích 66, 76, 227, 228, 229, 230, 231, 232, 269, 287, 341, 355, 414, 420, 518, 519, 668, 675, 799, 812, 813, 816, 817, 835, 880
địa ngục A-tỳ 113, 184
Địa Tạng 49, 74, 75, 102, 219, 356, 391, 629, 649, 654, 884
điên đảo vọng tưởng 161, 297, 298, 321, 365, 526
Điện quang định 464
Điều-đạt 444
Điều ngự trượng phu 733, 819, 821
Định diệt thọ tưởng 601, 603
định giác chi 110
định hư không 104
định nhẫn 850
định như ý túc 109
định Phi tưởng phi phi tưởng 105
định sanh hỉ lạc địa 104
định thức xứ 104, 105
định vô sở hữu xứ 105
đoàn thực 614
Độc-tử bộ 827
đối trị tất đàn 610
đơn dụ lập đề 876
đồng nghiệp vọng kiến 16, 109, 506
đồng sự 56, 221
Đông thắng thần châu 873

đồng tử Hương Nghiêm 681
đồng tử Thiện Tài 201, 682, 693
Đơn Hà 79
Đốn ngộ nhập đạo yếu môn 393, 394
đơn nhân lập đề 876
đơn pháp lập đề 876
Đường Đại Tông 103, 265
Đường Huyền Tông 265
đương thể tức không 43, 167, 233, 433, 536, 563, 589, 755
giải thoát bất khả tư nghị 18, 330
giải thoát nhẫn 850
giải thoát thực 405, 413, 589, 614, 809
giải thoát tri kiến nhẫn 850
giả quán 35, 105, 371, 393, 489
giới cấm thủ 369, 381, 631
giới hòa đồng tu 171
Giới luật tạng 60
giới nhẫn 850
hành ấm 23, 24, 25, 366, 395, 397, 446, 447, 449, 509, 538, 554, 559, 615, 737, 739, 747, 748
hành khổ 156, 446, 631, 638
hậu đắc trí 77, 477, 478, 483, 484, 535, 616, 635, 657, 731, 833, 853
Hiền kiếp 200, 858, 860
Hiện tiền địa 254, 255
Hiện tiền lục địa 657, 727, 855
hiện tướng sai biệt 16, 35, 545
Hiếp Tôn giả 59
hỉ giác chi 110
hòa hiệp tướng 148
hoại khổ 446, 631, 638
Hoàng Bá 117, 218, 672, 801
Hoa nghiêm 25, 27, 36, 38, 58, 66, 69, 201, 265, 268, 342, 354, 422, 507, 518, 542, 600, 601, 626, 665, 682, 693, 718, 725, 730, 734, 746, 747, 789, 811, 853, 854, 877

Hoằng Nhẫn 46, 101, 337, 347
Hoan hỷ địa 253
Hoan hỷ sơ địa 726, 852
Hoa Quang Như Lai 99
hòa thượng Bố Đại 134
hòa thượng Hư Vân 654
hòa thượng Tịnh Không 26, 236, 349, 500, 507, 607, 808
hội Lăng-nghiêm 145, 150, 157, 171, 192, 216, 305, 550, 621, 645, 690, 840
hội Pháp Hoa 128, 131, 157, 164, 171, 192, 472
hội pháp thí 244, 245, 246, 252, 257, 258, 260, 521, 522, 852, 853
hôn trầm 22, 23
Hộ thế thiên vương 872
Hồ Thích 62
Huệ Năng 46, 103, 106, 107, 168, 204, 219, 337, 420, 421, 422, 425, 483, 501, 574, 671
Huệ Viễn 333, 381, 428, 454, 491, 544, 556, 577, 657, 659, 663, 708, 717, 744, 747, 751, 771, 778, 783, 800, 828, 842, 843, 848, 867, 872, 875, 885
hư không vô vi 566, 735, 739
Hương Đài Phật 616
hương dục 95
Hương Tích Như Lai 633
hư vọng phân biệt 394, 395, 396, 397, 449, 538, 778
Huyền Quang 404
Huyền thoại Duy-ma-cật 243, 617, 792
Huyền Trang 24, 59, 64, 65, 91, 186, 219, 602, 846, 867
kệ Duyên Khởi 113
Kế-tân 266
khan tham 23

khẩu hòa vô tránh 171
khinh an 104, 481, 736, 825
khinh an giác chi 110
khổ đế 279, 290, 391, 649, 739, 740, 745, 749
khổ khổ 446, 631, 638
Không giải thoát môn 590
Không môn 590, 591
không nhẫn 780, 850
Không tam-muội 590
Khổng tử 127, 479, 608
Không vô biên xứ 104, 139, 463
Khuông Việt 126
Khuy Cơ 492, 558, 579, 622, 666, 679, 685, 703, 705, 708, 742, 772, 783, 788, 794, 800, 813, 816, 847, 851, 868, 877, 886
Kiên cố từ 380
kiến đạo 92, 338, 348, 358, 480, 482, 527, 740, 822, 850, 852, 853
kiến hòa đồng giải 171
kiến phần 431, 468, 497, 507, 578, 681, 747, 774, 775, 785, 801, 845
kiến phần năng tri 151, 510
kiến thủ 92, 381, 631, 691
kiến trược 631
Kiếp-ba-la 621
Kiếp-tân-na 170, 171
kiếp trược 631
Kiều-tát-la 143, 243
Kiều-thi-ca 227, 231
Kiều-trần-như 394, 494, 660
Kim Các Tự 265
Kim cương giới bộ 60
Kim cương tạng 60
Kim Cương Thủ 60
kinh A-di-đà 356, 419, 679
kinh Bát Đại Nhân Giác 690
kinh Bi Hoa 263
kinh Bồ Tát Địa Trì 726

kinh Đại Bảo Tích 204, 226, 238, 300
kinh Đại Bát-nhã 424
kinh Đại Bát Niết-bàn 182, 184, 195, 196, 197, 217, 231, 368, 376, 415, 426, 461, 467, 593, 692, 731, 732, 734, 756, 758, 759, 839, 842, 844
kinh Đại Niệm Xứ 678
kinh Đại Thừa Trang Nghiêm Bảo Vương 424
kinh Giáo giới Phú-lâu-na 157
kinh gia thuật 66
kinh gia tự 66
kinh Hiền Kiếp 691, 692
Kinh Hoa Nghiêm 25, 27, 201, 202, 354, 374, 422, 518, 640, 665, 682, 693, 700, 734, 745, 746, 747, 789, 811, 815, 853, 854, 855
kinh Kim Cang 106, 108, 137, 133, 144, 148, 166, 175, 234, 245, 246, 287, 310, 322, 332, 346, 423, 432, 435, 439, 440, 490, 528, 543, 559, 669, 683, 705, 723, 755, 756, 760, 764, 807
kinh Lăng-già 123, 398, 464, 476, 489, 552, 561, 593, 603, 771, 778, 845
Kinh Lăng-già 30, 123, 160, 210, 455, 463, 611, 644, 688, 857
kinh Lăng-nghiêm 16, 21, 24, 30, 31, 70, 72, 78, 131, 151, 161, 167, 176, 178, 189, 210, 213, 216, 227, 274, 286, 295, 298, 313, 315, 335, 354, 366, 397, 398, 407, 422, 424, 431, 432, 446, 464, 465, 473, 497, 509, 520, 526, 554, 561,

580, 584, 586, 593, 595, 600, 621, 627, 645, 649, 681, 682, 684, 686, 695, 748, 749, 759, 764, 774, 785, 802, 826, 865
kinh Phạm Võng 87, 287, 876
Kinh Pháp Cú 56, 88
kinh Pháp Hoa 78, 99, 113, 120, 124, 125, 128, 131, 145, 171, 205, 356, 386, 415, 452, 581, 616, 632, 671, 685, 736, 779
kinh Phật thuyết Vu-lan-bồn 114
kinh Tâm địa quán 77, 666
kinh Tăng nhất A-hàm 614
kinh Thập Địa 255
kinh Thập thiện nghiệp đạo 650
kinh Thuyết Vô Cấu Xưng 91
kinh Tiểu Phẩm Bát-nhã Ba-la-mật-đa 805
Kinh Tư Ích 37, 58
Kinh Tứ thập nhị chương 86
Kinh Ương-quật-la 264
kinh Viên giác 31, 35, 54, 67, 169, 188, 209, 216, 241, 305, 315, 371, 372, 373, 499, 514, 593, 681
Kỳ-đà 243
Kỳ Viên 143, 243
Lạc Kiến Chiếu Minh Kim Cương Tam-muội 171
La-hầu-la 94, 129, 185, 186, 187, 188, 189, 511, 514
La-thập 403, 434, 439, 464, 466, 468, 491, 543, 554, 562, 573, 575, 616, 628, 662, 677, 678, 684, 722, 728, 747, 760, 761, 788, 800, 856, 867, 868
lậu tận minh 671, 766
lậu tận thông 853
Lê Đình Thám 212, 781
lễ Tự Tứ 114
liễu nhân 307, 346, 385, 439, 456,
457, 458, 472, 819, 858
Linh thứu 128, 132, 171
Loa Kế Phạm Vương 51, 52
Lộc uyển 163
lợi hành 78, 221, 451, 720
lợi hòa đồng quân 171
Long Thọ 167, 168, 190, 191, 268, 735
Luận Đại thừa Bách pháp Minh môn 462, 466, 474
luận Đại Thừa Khởi tín 210, 768, 777, 779
Luận Đại trí độ 375, 400, 481
Luận Địa Trì 843
Luận Thành Duy Thức 590, 591, 827, 840, 852
lục ba-la-mật 255, 256, 385, 451, 657, 658, 728, 856
lục chủng chứng tín 15
lục chủng thành tựu 15, 673, 674, 714
lục độ 29, 34, 47, 50, 75, 220, 221, 223, 248, 250, 254, 255, 325, 415, 421, 440, 479, 517, 542, 587, 588, 601, 610, 614, 647, 651, 692, 704, 727, 744, 781, 782, 823, 832
lục hòa 171
lục sư ngoại đạo 150
lục thông 87, 88, 214, 221, 271, 325
Lục tổ 103, 123, 204, 219, 420, 671
Lượng bộ 60
Lương Giới 85
Lưỡng túc tôn 420
Ly cấu địa 253, 357
Ly cấu nhị địa 657, 726, 853
Ly hỉ diệu lạc địa 104
Ly sanh hỉ lạc địa 104
Ma Ba-tuần 227, 228, 234, 239, 240, 242, 246, 519, 689

Ma-da 799
Ma-đăng-già 191
Ma-ha Chỉ Quán 719
Ma-ha-diễn phương đẳng tạng 60
Ma-kiệt-đà 96, 97, 129
mạng căn 300, 370, 614
mạng trược 631
Mạt-già-lê Câu-xa-lê tử 149, 150
Mã Thắng 99, 113, 168
mạt-na 189, 383, 446, 465, 514, 518, 554, 555, 567, 570, 571, 574, 575, 590, 601, 653, 760, 847
mạt-na thức 24, 49, 288, 507, 687, 785, 788, 845
Mã Tổ 153
Minh hạnh túc 732, 819, 820
Mục-kiền-liên 93, 97, 112, 113, 114, 115, 116, 117, 122, 129, 135, 137, 161, 164, 181, 283, 391, 429, 444, 508, 678, 704, 779
mười hai nhân duyên 416, 662, 828, 834, 835, 836, 844, 847, 848, 849
mười hai nhập 367
mười nghiệp thiện 649, 650
mười pháp giới 18, 23, 25, 26, 27, 34, 39, 120, 353, 437, 490, 635, 643, 691, 703, 759, 779, 836
mười tám giới 241, 367
na-do-tha 806, 821, 856, 857, 858
Na-la-diên 452, 453, 567, 568, 569, 571, 574, 604
năm ấm 26, 34, 167, 168, 169, 227, 331, 374, 395, 406, 412, 428, 462, 532, 535, 548, 561, 562, 581, 582, 744, 748, 822, 826, 835
Nam Hoa kinh 86
năm lợi sử 631
Nam thiệm bộ châu 873

năm uẩn 84, 364, 367, 375, 596, 857
năng kiến 122, 174, 176, 213, 215, 287, 435, 497, 509, 513, 536, 621, 687, 768, 774, 779, 782
Nan thắng ngũ địa 254, 657, 727, 854
Nan Thắng Như Lai 258, 259, 260, 288, 522, 523, 722
nan xứ 648
ngã ái chấp tàng 24
ngã không 152, 165, 169, 249, 297, 489, 576, 602, 685, 690, 738, 746, 827, 837
ngã kiến 175, 188, 287, 297, 320, 321, 467, 469, 474, 514, 718
Nga Mi Sơn 219
ngã thể 24
nghĩa vô ngại biện 28
nghịch hạnh 149, 305, 444, 496, 700, 709
nghịch lưu 91
Nghiêm Tịnh 173, 175, 177, 264, 340
nghiệp thức 16, 52, 53, 83, 455, 554, 755, 761, 863
nghi pháp 22
Ngọa Luân 106
ngũ ấm 23, 24, 69, 169, 189, 227, 236, 237, 399, 401, 462, 483, 547, 576, 689, 690, 691, 692, 728, 761, 762
ngũ cái 22, 458, 462, 848
Ngũ căn 109
Ngũ Đài sơn 219, 264, 265, 267
ngũ dục 22, 95, 203, 227, 230, 231, 234, 235, 236, 237, 240, 250, 452, 453, 460, 496, 497, 498, 638, 689, 832
ngũ giới 29, 157, 468, 563, 608, 655, 731

ngũ lực 46, 109, 187, 189
ngũ minh 77
ngũ nghịch 146, 149, 153, 510
ngũ nhãn 172
ngũ phần pháp thân 88, 618, 619, 632
ngũ thời bát giáo 868
ngũ thông 162, 173, 176, 254, 496, 499, 500, 574, 852, 853, 854
ngũ thừa 647, 657, 815
ngũ trược 43, 630, 631, 667, 672, 861, 872
ngũ uẩn 23, 140, 221, 255, 287, 297, 300, 301, 303, 305, 307, 395, 542, 596, 609, 722, 723, 744, 748, 827
nguyện ba-la-mật 255, 385, 451, 657, 658, 727, 855
Nguyễn Bỉnh Khiêm 128
Nguyễn Gia Thiều 83, 295
nguyện lực 43, 80, 149, 361, 386, 391, 440, 451, 539, 652, 851, 855, 856
Nguyệt Cái tỳ-kheo 858
nhậm trì tự tánh 118
nhãn căn viên thông 681, 682, 683
nhân dụ lập đề 877
nhân kiến 175, 188, 205, 287, 514, 594
nhân minh 77, 792, 793
nhẫn nhục ba-la-mật 247, 254, 450, 657, 727, 854
nhân pháp lập đề 876
nhạo thuyết vô ngại biện 28
nhất hiệp tướng 148, 559
nhất lai quả 92
nhất sanh bổ xứ 200, 208, 257, 676, 678, 729, 740, 856, 861, 870
Nhất thiết chủng trí 223, 224, 249, 256, 340, 401, 419, 501, 517, 719, 746, 795, 855, 858

Nhất Thiết Kinh Âm Nghĩa 682
Nhất thiết trí 247, 323, 718, 719, 808, 810, 839
Nhất thừa 415, 459, 495, 757
nhất-xiển-đề 368, 857
nhĩ căn viên thông 78, 482, 500
nhiếp tướng năng vọng 164, 177, 511
nhiễu hành 671
nhuận nghiệp vô minh 299, 319, 320
nhục nhãn 607, 608
Như huyễn Tam-ma-đề 295, 364
Như Lai chủng 478
Như Lai tạng 72, 124, 125, 368, 400, 415, 418, 425, 450, 453, 455, 535, 557, 559, 575, 576, 577, 580, 581, 585, 586, 587, 590, 602, 646, 742, 771, 781, 830, 836
Như Lai tự tánh 507
Như Lai xuất triền 469, 507
nhu thuận nhẫn 850, 851, 854
niệm giác chi 110
Niết-bàn vô trụ 254, 744, 855
Ni-kiền-đà Nhã-đề tử 149, 150
núi Kê túc 131
Phá Am Tổ Tiên 654
phẩm Bất nhị pháp môn 62, 443, 757
phẩm Bất tư nghị 18, 61, 339, 365, 530, 613, 622, 625, 637, 668, 669, 797, 803, 871
phẩm Bồ Tát 66, 243, 276, 340, 365, 405, 521, 668, 757
phẩm Cơ duyên 106
phẩm Đệ tử 91, 93, 131, 158, 164, 210, 269, 271, 275, 340, 409, 508, 521, 614, 661, 757
phẩm Hạnh Bồ Tát 66, 341, 814, 875

phẩm Nhập Bất Nhị Pháp Môn 534, 537
phẩm Pháp Cúng Dường 811
phẩm Phật A-súc 61, 669
phẩm Phật Hương Tích 18, 273, 276, 340, 614, 669, 754, 757, 806
phẩm Phật quốc 56
phẩm Phổ môn 78, 386
phẩm Phương tiện 29, 57, 61, 63, 74, 89, 120, 158, 293, 485, 505, 619, 672, 704, 756, 814
phẩm Quán chúng sanh 274, 340, 365, 667, 722, 755, 757, 793, 839
phàm thánh đồng cư 26
phẩm Thanh văn 91
phẩm Thấy Phật A-súc 18
phẩm Thọ ký 131, 145
phần đoạn sanh tử 93, 303, 319, 334, 335
phan duyên 119, 160, 161, 210, 215, 230, 231, 256, 285, 286, 306, 307, 308, 321, 322, 411, 465, 511, 546, 579, 582, 600, 629, 640
Pháp Bảo Đàn Kinh 30, 106, 671
pháp chấp 23, 144, 250, 257, 396, 413, 498, 522, 546, 560, 561, 601, 602, 604, 677, 685
pháp dụ lập đề 876
pháp giải thoát bất tư nghị 329, 340, 346, 358, 359, 361, 529, 534, 613, 622, 629, 677, 698, 803
pháp hỷ thực 614, 643
Pháp Minh Như Lai 157
pháp môn Vô tận đăng 238, 241, 377, 520
pháp nhãn 55, 60, 154, 156, 172, 213, 336, 337, 358, 466, 467, 532, 607, 608, 741

Pháp Nhãn Văn Ích 292
Pháp sư Tịnh Không 348
Pháp vân địa 256, 257, 344, 482, 749
pháp vô ngại biện 28
Phật A-di-đà 195, 356, 424, 592, 620, 632, 679, 684, 691, 703
Phật A-súc 61, 341, 424, 669, 805, 814, 875, 878, 879
Phật Bất Động 328, 801
Phật Câu-lưu-tôn 184, 200
Phật chủng 453, 456, 457, 458, 459, 462, 471, 472, 479, 486, 501, 539, 837
Phật Di-đà 328
Phật Di-lặc 84, 131
Phật Dược sư 195, 328, 424, 592, 632, 681, 684, 691
Phật Dược Vương 821, 822, 825, 835, 849, 850, 852, 857, 859, 870, 880
Phật Hương Tích 18, 273, 276, 340, 341, 614, 618, 619, 620, 621, 627, 628, 630, 632, 633, 634, 644, 646, 647, 669, 675, 676, 691, 703, 754, 757, 806, 875
Phật Lâu-chí 858
Phật Nan Thắng 260, 261, 424, 523
Phật nhãn 172, 608, 746, 766
Phát quang địa 253, 254
Phát quang tam địa 657, 727, 853
phát tâm Bồ-đề 90, 234, 241, 261, 294, 298, 306, 312, 334, 493, 501, 663, 700, 754
Phật tạng 60
Phật Thanh Long Xà 144
Phật Thế Tự Tại Vương 115, 704
Phật Thích-ca 114, 115, 131, 144, 173, 176, 184, 196, 199, 200, 226, 227, 259, 266,

424, 493, 513, 592, 633, 635, 647, 653, 660, 671, 704, 751, 752, 804, 805, 825, 858, 860, 870
Phật thuyết Duy-ma-cật kinh 60
Phật Tu-di Đăng vương 340, 342, 637
Phật Tỳ-bà-thi 130, 184, 194
Phật Vô Động 795, 797, 802, 803, 804, 805, 806, 807
phiền não chướng 22, 23, 111, 188, 194, 222, 223, 254, 303, 448, 450, 451, 495, 514, 538, 542, 595, 597, 634, 652, 735, 765, 766, 790, 826, 832, 840, 866
Phiền não trược 631
phi trạch diệt vô vi 566
phi tưởng phi phi tưởng 105, 217, 251, 494, 765
Phi tưởng phi phi tưởng xứ 104, 446
Phó Đại Sĩ 172, 309
Phổ Đà Sơn 219
Phó Hấp 200
Phổ Hiền 219, 268, 600, 671, 684
Phổ Hiện Như Lai 264
Phổ Hiện Sắc Thân 273, 475, 476
Phổ Minh Như Lai 171
phong đại 72, 73, 292
phóng dật 48
phong luân 354
phòng phi chỉ ác 832
Phú-lan-na Ca-diếp 149, 150
Phú-lâu-na 21, 31, 93, 129, 156, 157, 158, 159, 160, 161, 164, 165, 298, 335, 508, 510, 511, 600
Phương đẳng 17, 58, 59, 63, 93, 358, 440, 608, 666, 687, 813, 824, 839, 860, 875
phương tiện ba-la-mật 255, 385, 451, 478, 657, 658, 727, 729, 744, 855

Quang Minh Như Lai 131
Quảng mục thiên vương 873
Quang Nghiêm 35, 217, 218, 219, 225, 226, 235, 257, 517, 520
Quảng Nghiêm 57
Quang Tịnh 217, 218
quán ngũ dục 230
quán như ý túc 109
quán pháp vô ngã 83, 109, 460
quán tâm vô thường 83, 109, 460
quán thân bất tịnh 83, 109, 461, 498, 681, 696
Quán Thế Âm 36, 49, 74, 78, 219, 356, 415, 440, 500, 634, 685, 686, 712, 826
quán thọ thị khổ 83, 109
quỉ sinh vật giải 118
Quy Sơn Cảnh Sách 84
Quy Sơn Linh Hựu 29, 84
sắc ấm 23, 25, 395, 396, 548, 549, 595, 597, 614, 638, 690, 738, 748
Sắc Cứu Cánh 799, 800
sắc dục 95
Sắc giới 104, 355, 396, 446, 638
sắc pháp 23, 462, 566, 599, 735
Sa-la song thọ 60
sân khuể 22
San-xà-da Tỳ-la-chi tử 113, 150
Sát-đế-lợi 76, 178
sát tặc 93, 369, 380, 381
sáu căn 20, 26, 29, 34, 45, 127, 141, 150, 151, 228, 300, 308, 325, 367, 462, 497, 498, 510, 592, 594, 615, 621, 653, 681, 682, 683, 706, 707, 748, 763, 765, 855, 866
sáu cõi phàm 25, 277, 437
sáu pháp ba-la-mật 29, 385
sáu thức 229, 300, 367, 631

sáu trần 27, 29, 45, 104, 109, 116, 124, 127, 141, 214, 228, 300, 308, 367, 462, 615, 653, 682, 692, 706, 707, 712, 763, 774
Sĩ-đạt-ta 74, 156, 162, 170, 185, 190
sở kiến 122, 174, 176, 213, 215, 435, 438, 497, 509, 513, 537, 621, 687, 768, 774, 779, 782
Sơn Hải Tuệ Tự Tại Thông Vương Như Lai 192
sở tri chướng 22, 23, 110, 188, 214, 222, 223, 254, 379, 479, 514, 542, 735, 765, 790, 826, 832, 840, 866, 873
tà kiến 92, 139, 150, 188, 287, 315, 317, 323, 324, 381, 423, 454, 456, 467, 491, 494, 514, 539, 631, 650, 670, 691, 700, 825, 826, 834, 835, 836, 857, 866
tâm bất tương ưng hành pháp 462, 566
tam đồ 649
tam đồ bát nạn 648, 814
tam độc 148, 249, 299, 308, 364, 369, 411, 412, 413, 458, 459, 526, 693, 832, 848
tam giải thoát môn 248, 317, 318, 589, 590, 738, 739, 800
Tâm kinh Bát-nhã 49, 85, 125, 166, 188, 283, 334, 336, 744
tam-ma-bát-đề 35, 16, 302, 303, 371, 372
tam-ma-đề 302, 371, 498, 509
tam minh 87, 88, 224, 671
Tam-muội lạc chánh thọ 489
tam-muội Nhất thiết Đức tạng 644, 646

tâm phan duyên 119, 161, 230, 231, 285, 307, 308, 321, 322, 411, 465, 511, 582, 629, 640
tâm pháp 23, 125, 219, 220, 566, 574, 599, 881
tam pháp ấn 165, 738, 739, 740
tâm sở hữu pháp 462, 566
tam tế tướng 210, 520, 546, 554, 575, 845
Tam thị kệ 167, 168
tam vô lậu học 68, 99, 480, 651
tâm vô phân biệt 402
tâm vô trụ 326, 333, 337, 338, 343, 345, 346, 347, 352, 360, 529
tâm vương 457, 462, 465, 571
Tần-bà-sa-la 113
tạng thức 24, 455
Tăng Triệu 147, 152, 169, 255, 273, 302, 313, 363, 402, 403, 464, 491, 541, 558, 573, 577, 588, 607, 609, 616, 649, 656, 659, 663, 673, 677, 678, 684, 689, 719, 723, 730, 742, 746, 747, 771, 783, 787, 803, 815, 832, 849, 867, 885, 886
Tăng trưởng thiên vương 873
tánh biến kế sở chấp 590, 591, 644, 701, 702
tánh viên giác 305, 593, 681
tánh viên thành thật 216, 519, 591
tánh viên thông 116, 117, 535, 586, 646, 681, 682, 683, 684, 686, 850
Tào Động 85, 123
Tào Khê 219
Tạp bộ 60
tập đế 290, 649, 745, 749
Tạp tạng 60
Tạp thí dụ kinh 61

Tất-ba-la 132
Tất-đạt-đa 439, 493, 494
tật đố 22, 280, 658, 660, 662
Tây ngưu hóa châu 873
Tây vực ký 59, 64, 65, 186
Tế Điên 327
Tha hóa Tự tại 227, 229
Thai hóa tạng 60
Thái Hư đại sư 417, 885
Thai tạng giới bộ 60
thân căn viên thông 682
Thắng Man 37, 58
Thanh-đề 113, 114, 122, 391
thanh dục 95
Thánh Đức Thái tử 346, 523, 602, 717, 729, 754, 809
Thanh Lương sơn 264
thanh minh 77
thân hòa đồng trú 171
Thành sở tác trí 189, 508, 514, 553, 574, 853
Thanh tịnh từ 380
Thanh văn tạng 60
Thanh văn thừa 55, 182, 183, 414, 747, 857
thân kiến 92, 249, 293, 295, 297, 300, 364, 369, 381, 395, 458, 505, 526, 548, 595, 597, 627, 631, 690, 691, 718, 848
thân tâm huyễn hóa 90
Thân Tử 809
thập ba-la-mật 88, 255, 385, 726, 729
thập địa 80, 144, 200, 224, 252, 254, 256, 258, 344, 405, 489, 522, 576, 626, 637, 647, 656, 657, 691, 729, 740, 743, 747, 748, 749, 854, 856, 870
thập hạnh 200, 253, 405, 626, 691, 740, 741, 743, 748, 850, 864

Thập hiệu 93, 821
thập hồi hướng 200, 253, 405, 626, 691, 740, 741, 742, 743, 748, 850, 864
thập lực 33, 41, 87, 88, 224, 256, 324, 728, 746, 855
thập nhị nhân duyên 279, 282, 307, 324, 415, 452, 459, 525, 608, 610, 620, 711, 712, 837
thập nhị xứ 213, 228, 231, 238, 241, 519, 821
thập như thị 120, 122, 124, 126, 429
thập thiện 47, 50, 157, 305, 308, 381, 467, 468, 563, 608, 647, 650, 651, 731, 732, 818
thập tín 200, 253, 405, 626, 740, 743, 748, 749, 850, 864
thập triền 22
thập trụ 60, 200, 253, 374, 405, 626, 691, 740, 741, 743, 748, 850, 864
thật báo trang nghiêm độ 703
Thất Diệp 132
Thất giác chi 110, 481
tha thọ dụng 238, 475, 488, 490, 491, 493, 494, 496, 498, 619, 622, 628, 641, 697, 704, 726, 757, 758, 780, 796, 797, 855
tha thọ dụng thân 195, 492, 506
Thế gian giải 733, 819, 820
thế giới tất đàn 610
Thế Hữu 59
thế trí biện thông 70, 469, 648, 659
Thích-ca Mâu-ni 88, 173, 176, 199, 257, 424, 460, 513, 628, 632, 633, 635, 647, 653, 751, 752, 804
Thích-đề Hoàn-nhơn 812

Thiện Cát 143
Thiên đế 19, 36, 813, 817, 818, 819, 849, 852, 858, 879, 880
thiền định ba-la-mật 254, 451, 855
Thiện Đức 243, 244, 245, 246, 248, 258, 259, 521, 522, 853
thiền duyệt thực 614, 643
Thiện Hiện 143
Thiện Kiến 143
thiền-na 35, 216, 371, 372, 509
thiên nhãn 94, 129, 171, 172, 173, 174, 175, 176, 177, 182, 187, 607, 608, 661, 671, 766, 854, 873
Thiên nhân sư 733, 819, 821
thiện pháp 22, 47, 88, 110, 249, 255, 256, 296, 388, 423, 457, 466, 468, 480, 481, 575, 687, 732, 742, 784, 795
thiền sư Bạch Ẩn 142
thiền sư Đan Hà Tử Thuần 326
thiền sư Đạo Nguyên 184
thiền sư Hám Sơn 287
thiền sư Hương Hải 372
thiền sư Huyền Giác 184
thiền sư Lương Giới 85
thiền sư Ngộ Ấn 470
thiền sư Pháp Dung 208
thiền sư Quế Sâm 183
thiền sư Trường Sa Cảnh Sầm 470
thiền sư Tuệ Giác 183
thiền sư Viên Học 138
Thiên Thai Trí Giả 35, 371
Thiện thệ 733, 819, 820
Thiện tuệ địa 256, 344, 855
thọ ấm 23, 24, 25, 395, 396, 549, 550, 551, 552, 553, 554, 615, 736, 738
thọ giả kiến 175, 176, 188, 287, 514

thọ giả tướng 16, 108, 142, 175, 203, 220, 245, 514, 723
thời thành tựu 15, 673
Thọ tưởng diệt vô vi 735, 736
thức ấm 23, 24, 25, 227, 395, 396, 397, 398, 406, 446, 450, 465, 498, 532, 533, 559, 579, 615, 711, 737, 739, 747, 748, 749
thức thực 615
Thức vô biên xứ 104, 140, 463
thủ-đà-la 178
Thủ-lăng-nghiêm 21, 31, 58, 66, 73, 116, 131, 145, 162, 168, 191, 192, 212, 298, 299, 356, 371, 446, 521, 580
Thường Bất Khinh 317, 634
Thương-na-hòa-tu 193
thường pháp 19
thường tịch quang 26, 418, 419, 420, 535, 592, 703
Thượng tọa bộ 57, 58, 59, 93
Thuyết Vô Cấu Xưng kinh 61, 558, 579, 622, 685
Thuyết Vô cấu xưng kinh sớ 492, 666, 679
thụy miên 22, 462
tịch diệt nhẫn 482, 652
Tịch diệt từ 378
tiền ngũ thức 23, 189, 396, 397, 465, 514, 574, 784, 845, 853
Tiểu Phẩm Bát-nhã 805
Tịnh Danh 74, 75, 78, 117, 120, 276, 400, 402, 454, 544, 794
tinh tấn ba-la-mật 254, 451, 854
tinh tấn giác chi 110
tinh tấn như ý túc 109
tinh xá Trúc Lâm 113, 114, 171
tín thành tựu 15, 673
tổ Đạo Tín 208
Tô Đông Pha 62, 399
trạch diệt vô vi 566, 735, 736, 738
trạch pháp 466, 467, 481, 532, 825

trạch pháp giác chi 110
Trạm Nhiên 217, 306, 346, 349, 371, 444, 455, 457, 478, 492, 556, 557, 558, 565, 577, 592, 593, 599, 602, 604, 606, 609, 623, 652, 677, 702, 713, 720, 754, 763, 771, 783, 788, 795, 808, 809, 824, 858, 859, 863, 868, 885
Trang Chu 85
Trang tử 85, 688
Trần Nhân Tông 30, 37, 642
trần sa hoặc 741
Trần Thái Tông 84, 89
trạo cử 23
trạo hối 22, 462
Trí ba-la-mật 255, 257, 385, 451, 657, 658, 727, 729, 856
trí Bát-nhã vô tri 257, 600, 616, 789
trí biến tri viên mãn 579
Trí độ luận bách tắc 60
Triền cái 23
Triệu Châu 80, 183
Triệu Luận 607, 886
Trí Giả đại sư 105
trì giới ba-la-mật 253, 450
Trí Khải 58, 66, 98, 128
trì luật đệ nhất 178, 179
Trì quốc thiên vương 873
trí tuệ ba-la-mật 254, 344, 451, 855
trí tuệ vô tác 594, 599, 600
Trí Viên 487, 492, 604, 706
trí vô lậu 579
trời Biến Tịnh 463
trực tâm 38, 45, 46, 47, 48, 49, 51, 88, 196, 220, 251, 386, 387, 517, 786, 851
Trung ấm tạng 60
Trung Bộ kinh 84, 157
trung quán 35, 371, 743

Trung quán luận 167, 275
Trung Quán Luận 167
Trường Trảo 97, 99
Trường trảo Phạm chí 97
truyền tống thức 24
Tu-bồ-đề 94, 129, 143, 144, 145, 146, 147, 149, 150, 151, 152, 153, 154, 155, 158, 160, 164, 245, 310, 322, 401, 439, 508, 510, 559, 669, 756
tục đế 168, 172, 339, 545, 710, 741, 762
Tứ chánh cần 109, 394
tứ chủng ma 690
tự chứng phần 578, 774, 775, 785
túc mạng thông 149, 854
tứ cú 304, 339, 546, 609, 610, 757
Tư-đà-hàm 91, 92, 473
Tu-đà-hoàn 55, 91, 92, 99, 113, 364, 369, 473
tứ đại chủng 596
Từ Đạo Hạnh 43
tu đạo vị 92, 740, 742, 743, 853
Tu-đạt 143, 243
tứ đế 146, 147, 149, 222, 223, 332, 464, 579, 610, 616, 711, 823, 839
Tu-di Đăng vương Như Lai 344, 345
tứ diệu đế 414, 452, 662
tuệ nhẫn 850
tuệ nhãn 172, 197, 370, 597, 606, 607, 608, 684, 741
tư hoặc 55, 92, 93, 489, 677, 741, 743
từ không nhập giả 32, 35, 44, 296, 303, 312, 741
tứ nhiếp pháp 46, 47, 78, 221, 239, 248, 324, 451, 657, 720, 757

tứ như ý túc 109, 481
tứ niệm xứ 83, 109, 393, 461, 481, 678
tưởng ấm 23, 24, 25, 167, 168, 395, 397, 447, 509, 552, 553, 615, 711, 736, 738
tướng bạch hào 130
tướng nhục kế 130
tướng phần 431, 445, 468, 497, 506, 507, 508, 578, 681, 774, 775, 785, 801, 840, 845
tướng phần sở tri 151, 510
tưởng thọ diệt vô vi 567
tướng thọ giả 310, 722, 723
Tướng tông 24, 519, 521, 593, 691, 734, 784, 812, 852, 873
tương tự vô vi 735, 737, 739
Tương ưng bộ kinh 100
tứ quả Thanh văn 93, 99, 203, 647
Từ tâm Tam-muội 199
Từ thị 199
tứ thiền bát định 105, 308, 316, 468, 722, 853
Tứ thiên vương 76, 250, 269, 341, 347, 414, 420, 668, 675, 873
tự thọ dụng 238, 475, 476, 477, 478, 479, 482, 484, 485, 486, 487, 488, 494, 619, 628, 641, 698, 726, 758, 796, 855
tự thọ dụng thân 195, 480
tư thực 615
tứ vô lượng tâm 46, 47, 50, 88, 221, 223, 248, 378, 387, 390, 756
từ vô ngại biện 28
tứ vô sở úy 87, 88, 224, 256, 728
Tu-xà-đa 414
tứ y 138

Tuyên Giám 79
tùy tâm hiện lượng 127, 432, 545
tỷ căn viên thông 681
Tỳ-da-ly 15, 16, 18, 19, 38, 57, 58, 65, 73, 74, 75, 115, 150, 154, 187, 191, 217, 218, 219, 222, 225, 243, 268, 269, 288, 341, 342, 345, 485, 636, 638
tỳ-kheo-ni Tử Kim Quang 130
Tỳ-lô-giá-na 201, 202, 769
Uất-đan-việt 648
Uất-đầu Lam-phất 494
ưng vô sở trụ 337, 343, 346, 347, 395, 399, 490, 807
Ưu-bà-đề-xá 96
Ưu-ba-li 94, 129, 170, 177, 178, 179, 180, 181, 182, 183, 187, 199, 511, 513, 554
Ưu-ba-ni-sa-đà 681
Ứng cúng 93, 732, 771, 819, 820
vạn pháp giai không 28, 324, 656, 685, 827
văn thành tựu 15, 673
Vệ-đà 130, 156, 162, 426, 639
vệ-xá 178
vị chí định 464
vị dục 95
Viễn hành địa 254, 255, 344, 745
Viễn hành thất địa 657, 729, 855
viên thành thật 64, 232, 242, 288, 302, 591, 593, 685, 737, 760, 849
vị nhân tất đàn 610
Vĩnh Gia Huyền Giác 62, 553
vô biên từ 380
Vô Cấu Quang Như Lai 65
Vô Động Như Lai 65, 797, 798, 804, 814
Vô dư Niết-bàn 310, 423, 501, 807
vô duyên từ 376
Vô Não 184

vọng kiến 16, 109, 177, 181, 182, 183, 184, 187, 241, 308, 310, 366, 506, 507, 513, 530, 687
Vô Ngôn Thông 26, 148
vọng tình 25, 30, 230, 231, 605, 775, 778, 802
vọng tưởng điên đảo 25, 181, 298, 299, 307, 398, 406, 465, 526, 532, 533, 640, 749, 846
vọng tưởng dung thông 25, 397
vọng tưởng u ẩn 25, 554
vô nguyện môn 590
vô nguyện nhẫn 850
vô quý 22
Vô sắc 334, 368, 396, 446, 459, 638, 639, 732, 800
Vô sắc giới 104, 316, 444, 447, 739
vô sanh nhẫn 369, 390, 440, 462, 482, 498, 500, 540, 563, 652, 676, 678, 679, 834, 850
vô sanh pháp nhẫn 34, 55, 66, 68, 201, 344, 374, 535, 545, 610, 611, 619, 663, 678, 746, 855, 865, 867
Vô sở đắc 217
Vô sở hữu xứ 104, 105, 140, 446, 463, 494
Vô tác giải thoát môn 590
Vô tác tam-muội 590
vô tàm 22
vô tận đăng 238, 240, 241, 242, 245, 306, 377, 520, 862
Vô thượng Bồ-đề 16, 55, 159, 187, 196, 260, 263, 328, 437, 440, 501
vô thường nhẫn 850
Vô thượng sĩ 733, 819, 821

Vô Tránh Niệm 263
vô tránh từ 379
vô tướng giải thoát môn 590
vô tướng môn 591
vô tướng nhẫn 850
Vô tướng tam-muội 590
vô úy thí 29, 246, 521, 731
vô vi tịch diệt 469
Vu-điền 266, 267
Vương Duy 62
Vương Huyền Sách 417
vương tử Nguyệt Cái 851, 852, 854, 856, 859, 860, 870, 880
Vương Xá 96, 112, 113, 129, 131, 132
xả giác chi 110
xa-ma-tha 372, 509
Xa-ma tha 35
Xả niệm thanh tịnh địa 104
Xá-vệ 143, 243, 263, 683
xúc dục 95
xúc thực 615
xứ thành tựu 15, 16, 673
y báo 125, 308, 334, 340, 351, 354, 424, 444, 446, 447, 448, 452, 461, 480, 490, 493, 495, 548, 549, 616, 618, 620, 635, 641, 643, 683, 699, 731, 752, 765, 795, 800, 801, 821, 837
y chánh trang nghiêm 490, 578, 802
yến tọa 100, 253
y giáo phụng hành 239, 387, 786, 811, 814, 816, 817, 825, 829, 835, 851, 853, 858, 878, 881
ý hòa đồng duyệt 171
y phương minh 77

www.ingramcontent.com/pod-product-compliance
Lightning Source LLC
LaVergne TN
LVHW041653060526
838201LV00043B/421